சனங்களும் வரலாறும்

சொல்மரபின் மடக்குகளில் உறையும் வரலாறுகள்

பதிப்பாசிரியர்
ச.பிலவேந்திரன்

பரிசல்

சனங்களும் வரலாறும்
ச.பிலவேந்திரன்

வெளியீடு : பரிசல் புத்தக நிலையம்
எண். 235, P.பிளாக், MGR முதல் தெரு,
MMDA காலனி, அரும்பாக்கம், சென்னை-600 106.
கைப்பேசி :9382853646, 8825767500
மின்னஞ்சல்: parisalbooks2021@gmail.com
அச்சுக்கோப்பு: கதிரேசன்
அச்சாக்கம்: எ.எஸ்.எக்ஸ் பிரிண்டர்ஸ், சென்னை-5
பக்கம்:295
விலை ரூ:350

Title : sanangalum varaiaarum
Authour's name : pilavendran
Published by : Parisal Putthaga Nilayam
Publisher's address : 235, P.Block MGR First street,
MMDA Colony, Arumbakkam,
Chennai-600 106.
Mobile : 9382853646, 8825767500
Email : parisalbooks2021@gmail.com
DTP : Kathiresan
Printer's Details : ASX printers,chennai-5
Edition details : I
ISBN:978-93-91949-56-3
Pages:295
Price Rs. 350

முன்னுரை

1

மனித இனங்களின் வரலாறு இலட்சக்கணக்கான வருடப் பரிணாமங்களை உடையது. இதில் ஆதிமனிதன் மற்றும் ஆதிமனத்தின் தன்மை இவ்வாறு இருந்தது என்பதனை அறுதியிடுதலோ, மீட்டெடுத்தலோ அவ்வளவு எளிதான செயலல்ல; என்றாலும் ஆதிமனிதனின் தொல்மன, உடலியல் அனுபவங்கள் இலட்சக்கணக்கான ஆண்டு ஓட்டத்தில் இன்று முற்றிலும் சுவடுகளே இன்றி மறைந்து விட்டன என்று கூறிவிட முடியாது.

இன்றும் மனிதர்கள் தூக்கத்தில் ஆழ்கிறபோது, உடல் ஒரு குலுங்கலுக்கு ஆட்பட்டு சில விநாடிகள் விழிக்கின்ற அனுபவம் அனைவருக்கும் ஏற்படுவதுண்டு. இது எதனால்?

கடந்த காலங்களில் மனிதன் மரப்பொந்துகளில், உயர்ந்த மரக்கிளைகளில், சரிவான பாறைகளில் உறங்கிய துண்டு. அவ்வாறு உறக்கத்தில் ஆழ்ந்தபோதும் தூக்கத்தில் புரண்ட போதும், கீழே விழுந்து அடிபட்டுக் காயப்பட்ட அனுபவங்கள் ஏராளம் உண்டு. இன்று குரங்குகள் மரக்கிளைகளில் கண்ணயர்ந்து தூங்குவதும் அடிக்கடி அவை திடுக்கிட்டு விழித்தெழுவதும் நாம் பார்க்கின்ற காட்சிகள்தாம். இவ்வாறு தூக்கத்தில் திடுக்கிட்டு, ஒரு சிறிய அதிர்வின் எதிரொலியாக உடலையாட்டுதலும், குலுங்குதலும் நிகழ்வதுண்டு. இந்தச் சிறிய உடல் அசைவினை இன்றும் ஓர் அனிச்சைச் செயலாக அனைத்து மனித உடல்களும் வெளிப்படுத்துகின்றன. பல்லாயிரக்கணக்கான ஆண்டுகளாகத் தொடர்ந்து வந்திருந்த இந்த உடல்வினை, இன்று நிலையான வீடு என்கிற அமைப்புக்குள் நிம்மதியான உறக்கம் கொண்டுள்ள வளர்ந்த நிலையிலும் அந்தத் தொல்மனம் மற்றும் உடல் சார்ந்த அசைவு ஒரு வடுவாகவும் தொடர் செயலாகவும் இருந்து வருகிறது.

சனங்களின் தோற்றம் பல நூறு ஆயிரம், வருடங்களுக்கு முந்தியே நிகழ்ந்துள்ளது. ஆயிரம் வருடங்களுக்கு முன்பு தோன்றிய மனித இனம் தொடர்ந்து தனது மனித உயிர்த் தொடர்ச்சியைக் கால, வெளியினூடாகத் தொடர்ந்து மறு உற்பத்தி, உயிரி உற்பத்தி மூலம் தக்கவைத்து வந்துள்ளது. இந்த மனித உயிர்த் தொடர்ச்சியில், மனிதச் சமூகப் பண்பாட்டு

உருவாக்கங்கள் உடன் விளைவாக இருந்து வந்துள்ளன. அதனூடாகவும் தருக்கம், புலனறிவு, அறிவறிவியல் எனப் பௌதீகமல்லாத உணர்வு, அறிவு தொடர்பான மூளைச் செயல்பாட்டு உடன் விளைவும் நிகழ்ந்தேறி வந்துள்ளது. இதன் பதிவுகளே பண்பாடு, சமூகம், மரபு, நடத்தை ஆகியன என விரித்துக் கூறலாம்.

சனங்களின் கால வெளியினூடான உயிர்த் தொடர்ச்சியில் சனங்கள் எதிர்கொண்ட இன்பங்கள், துன்பங்கள், சிக்கல்கள் சவால்கள், உரசல்கள். அரிப்புகள், தவிப்புக்கள் ஆகியவற்றையே வரலாறு எனலாம். வரலாறு என்பது பொதுவாக, ராஜ்யம், சாம்ராஜ்யம், அரசன் என்ற அளவில் பதிவு செய்யப்பட்ட (முறைப்படுத்தப்பட்ட ஊடகங்களில்) தரவுகளினடிப்படையில் வரையறைப்படுத்தப்பட்டதாக அமைவது என்ற மதிப்பீடு மாறியுள்ளது; முறைப்படுத்தப்பட்ட ஊடகங்களையும் தாண்டி மனித நடத்தைக் கூறுகளில் ஏதோவொன்றில் (வாய்மொழி செய்மரபு) சொல்மரபில் பதிவு செய்யப்பட்டவற்றை மீளவும் அடையாளப்படுத்தித் தோண்டித் துருவிப் பார்த்தலாக இன்றைய வரலாறு பற்றிய தேடல் தொடர்கிறது. இந்த அடிப்படையில் வரலாறுகளைத் தோண்டியெடுப்பதும் மீள்கட்டமைப்புச் செய்வதும் ஆகிய பணிகள் இன்றைய நிலையில் தேவையானவையாக உள்ளன.

பழைய மனிதச் சமூக எதிர்கொள்ளல்கள், அனுபவங்கள், அறிவுப் பொதிகள் இன்றைய சிக்கல்களுக்குத் தீர்வளிக்கக்கூடும். ஆழிப்பேரலையின் (சுனாமி) பேரழிவு என்று சொல்கிற வேளையில், முற்காலத்தில் நிகழ்ந்தவையாக ஆங்காங்கே கிடைக்கும் பதிவுகளைப் பின்பற்றிச் செல்லும் போது அவ்வழிவு வரலாற்றையும் அதனைச் சனங்கள் எதிர்கொண்ட முறையையும் மீட்டெடுக்க முடிகிறது.

ஆழிப் பேரலையின் பெருவெள்ளம் மற்றும் பெரு நெருப்பின் அழிவினைச் செமித்திய யூதப் பண்பாடு சொல்மரபாகப் பாதுகாத்துப் பின்பு எழுத்தாவணமாகப் பதிவு செய்துள்ளது. ஆயினும் இது போன்ற எழுத்து ஆவணங்களில் பதிவு செய்திராத பண்பாட்டுச் சமூகங்கள் இவ்வழிவின் ஞாபகங்களைச் சொல் மரபில் நினைவுத் திட்டுக்களாகப் பதிவு செய்துள்ளதை நாம் மீட்டெடுக்க முடியும். எடுத்து காட்டாகக் கிறித்தவர்களின் புனித நூலான பழைய ஏற்பாட்டில் குறிப்பிடப்படும் நோவா பேழையைக் கொள்ளலாம்; தமிழின் ‘கடல்கோள்’ பற்றிய பதிவுகளைக் குறிப்பிடலாம்.

இதுவே திருவள்ளுவர் பற்றிய தமிழ்த் தொன்மத்தில் சுரைக்குடுக்கைத் தொன்மமாக, தமிழ்ச் குழலில் நிகழ்ந்த 'வரலாற்றழிப்பு' என்னும் பெருவெள்ளத்தினூடாக மிதந்து மிதந்து இன்று தம்மை வந்தடைந்துள்ளது. இது போன்ற பல தொன்மங்கள், சடங்குகள், நிகழ்த்துதல்கள், வழக்காற்று மர புகள் மக்களின் சொல்மரபுகளாக இன்றும் நம்மிடையே உயிர்ப்போடு உள்ளன. இவை எளிய சனங்களின் சொல் மரபின் மர்ம முடிச்சுகளாக உள்ளதை அறிய இயலும்.

தொடக்கத்தில் கூறியது போல் பாறை இடுக்குகளில், உயரமான மரக்கிளைகளில் மரப்பொந்துகளில் உறங்கிப் போன ஆதிகால மனிதன், ஆழ் உறக்கத்தில், உடல் அசதியில் அனிச் சையாக அசைகிற போது, பொத்தென விழுந்து, எழுந்து காயமுற்றான். இந்தப் பௌதீக உடலியல் செயல்பாடு அவனது உடலில் ஏற்படுத்திய காயங்கள் ஆறிப்போயின; ஆயினும் இவ்வனுபவங்கள், வலிகள் ஆறா வடுக்களாக ஓர் அனிச்சைச் செயலாக மனித உடல் செயல்பாட்டில் பதிவு பெற்றுவிட்டன. இதன் தொடர்ச்சி, பன்னூறு ஆயிரம் வருடங்கள் கழிந்த பின்னும், நிலவுக்கு ஓடம் செலுத்திவிட்ட பின்பும், இவ்வனிச்சை யான அதிர்வு இன்றும் உறக்கச் செயல் பாட்டில் தொடர்கிறதே. மரப்பொந்தையும் பாறை இடுக்குகளையும் விட்ட கன்று, ஆயிரமாயிரம் ஆண்டுகள் கழிந்த பின்னும் இவ்வதிர்வு தொடர்வதேன்?

ஏற்கெனவே குறிப்பிடப்பட்ட யூதசெமித்தியப் பண் பாட்டில் குறிப்பிடப்படும் (கிறித்தவத்) தொன்மமான நோவா பேழை, லோத் ஆகிய தொன்மங்களை ஒத்த தொன்மங்கள் உலகின் பல பண்பாடுகளில் காணக் கிடைக்கின்றன. இவ்வாறான தொன்மம் ஒன்று திருவள் ளுவரிலிருந்து மீண்டும் தமிழ்ச் சமூகம் மறு உற்பத்தியானதாகக் குறிப்பிடுகிறது. இவ்வாறான தொன்மங்கள் தமிழ்ச் சொல்மரபில் வழக்கில் உள்ளன. இத்தொன்மங்கள் சி.பொன்னுத்தாயின் தொகுப்பிலும் இடம் பெற்றுள்ளன. ஆபிரகாம் பண்டிதர் இது போன்ற ஆழிப் பெருவெள்ளம் (ஜலப்பிரளயம்) குறித்த பல பதிவுகளை ஒப்பாய்வு செய்துள்ளார்.

பெருவெள்ளம் பற்றிய உலகளாவிய அறிஞர்களின் ஆய்வு அதனை ஒரு மன விழைவாக, இச்சையாகப் பார்க்கிறது. 'மன அமைப்பு' பற்றிய ஃபிராய்டியத் தேடலின் அடிச்சுவட்டில் இவ்விளக்கங்கள் அமைகின்றன. இது வரலாறு பற்றிய

பதிவாக இருக்கலாம் என்ற ஐயம் எழுப்பப்பட்ட போதும் இதனைத் தொடர்ந்து ஆராயும் செயல்பாடு நடைபெறவில்லை. இன்றைய காலப் பெண்ணியக் குரல் தந்த அதிர்வுக்குச் சொரிந்து கொடுக்கும் விதமாகவும் அதையே ஃபிராய்டியத் தேடலின் அடியிலும் இத்தொன்மச் சொல்மரபின் தோற்றம் ஆணிய மன விழைவாக அதாவது கருப்பைப் பொறாமை என்பதாக அமைகிறது என விளக்குகின்றனர்.

தொன்மங்கள் இல்லாத சமூகங்களே இல்லை. தொன் மங்கள் ஒரு சமூகத்தின் உயிர்நாடி எனலாம். தொன்மங்களில் தான் ஒரு சமூகம் தனது கடந்த கால வாழ்வனுபவம், முரண் பாடுகள், சிந்தனா தருக்கவியல் ஆகியவற்றை ஒருவிதக் குறியீட்டு ஒழுங்குக்குள் அடுக்கி வைத்துக் கொண்டுள்ளது. இந்த ஒழுங்கமைப்பு கால ஓட்டத்தில் அதன் அர்த்தப் பொதி களை மிகவும் பூடகமானதாகவும் புரிந்து கொள்ளுதலுக்கு அப்பாற்பட்டதாகவும் மாற்றி விட்டிருக்கிறது. அமைப்பியல், குறியியல், உளப் பகுப்பாய்வியல் ஆகிய துறைகள் இந்த அர்த்தப் பொதிகளைக் கட்டவிழ்த்துப் புரிந்து கொள்ளும் உத்திகளைத் தந்திருக்கின்றன என்றால் அது மிகையாகாது.

இந்தியச் சூழலில் 'தொன்மங்கள்' என்பன சமயம், தெய்வம், கோவில் என்பவற்றோடு தொடர்புபடுத்தப்பட்டே வந்துள்ளன. ஆயினும் தொன்மங்கள் இவற்றையும் தாண்டி ஒரு சமூகத்தின் கடந்த கால எதார்த்தங்கள், நினைவுத் திட்டுக்கள், வரலாறுகள், தருக்கவியல் போன்றவற்றை உட்செரித்துக் கொண்டுள்ளன. இவை சமூகத்தின் பண்பாடு, மனித இனம், தெய்வம், இயற்கை, பிரபஞ்சம் ஆகியவற்றின் தோற்றம் பற்றிய வம்சாவழியினை உள்ளடக்கியவையுமாகும்.

உலகம் அழிந்து மீண்டும் மனித இனம் தொடக்கம் பெறுவது பற்றிய தமிழ்க் கதைகளை ஒத்த தொன்மக் கதைகள் யூத இனத்தாரிடையேயும் உள்ளன. கிறித்தவர்களின் புனித நூலின் பழைய ஏற்பாட்டில் குறிப்பிடப்படும் நோவா, லோத் பற்றிய தொன்மக் கதைகளை இங்குக் குறிப்பிடலாம். இது போன்ற தொன்மக் கதைகள் வேறு பல பண்பாடுகளிலும் உள்ளன.

தமிழ்த் தொன்மக் கதைகளில் உள்ள தொன்மக் கதைக் கூறுகளைப் பின்வருமாறு தொகுக்கலாம்:

◊ உலகம் மனிதர்களால் நிரம்பி வழிய, கடவுள் பெருவெள்ளம் கொண்டு உலகத்தைப் பூண்டோடு அழிக்க எண்ணுகிறார்;

◊ மனித இனம் பூண்டோடு அழிந்துபோகும் நிலையில் ஒரு தகப்பனும் மகளும் ஒரு சுரைக் குடுக்கையில் நுழைந்து கொள்கின்றனர்;

◊ பெருவெள்ளம் ஏற்பட மனித இனம் பூண்டோடு அழிகின்றது. சுரைக் குடுக்கையில் 'நுழைந்து கொண்டவர்கள் மட்டும் அழி விலிருந்து தப்புகின்றனர்;

◊ எஞ்சியிருக்கும் தகப்பன், மகள், இருவரையும் எதிரெதிர்க் திசைகளைப் பார்க்கும்படி நிறுத்தி வைத்துப்பின் திரும்பி ஒருவரை ஒருவர் பார்க்க அவர்கள் கணவன் – மனைவி என்ற உறவு முறையுடையோராய் மாறுகின்றனர்;

◊ இக்கணவன், மனைவி மூலம் மீண்டும் மனித இனம் பல்கிப் பெருகுகிறது.

உலகம் மனிதர்களால் நிரம்பி வழிந்தது. மக்கள் கட்டுப்பாடற்ற பாலியல் நடத்தையில் (தகாப்புணர்ச்சி) திளைத்திருந்தனர். இக்கட்டற்ற பாலியல் நடத்தையால் கோபமுற்ற கடவுள் அவர்களைப் பூண்டோடு அழிக்க நினைக்கிறார்;

இக்கூட்டத்திலிருந்து தன்னடத்தை கொண்ட ஒரேயொரு குடும்பத்தினரை மட்டும் கடவுள் அழிவிலிருந்து தடுக்கிறார்.

(1) நோவாவின் குடும்பத்தினர்; (2) லோத்தின் குடும்பத்தினர்.

நோவாவின் குடும்பத்தார் பெருவெள்ள அழிவிலிருந்து ஒரு பேழையில் நுழைந்து தப்புகின்றனர். லோத்தின் குடும்பத்தினர் பிறிதொரு நகரத்திற்கு இடம் பெயருவதன் வழித் தப்புகின்றனர்.

அழிவிலிருந்து தப்பிய குடும்பத்தாரிடையே தந்தை - மகள் உறவே நிலவ அவர்கள் ஒருவித ஒப்புரவின் மூலம் உறவு கொண்டு மீண்டும் இனப்பெருக்கத்தைத் தொடர்ந்தனர்,

இவ்விரு தொன்மக் கதை வடிவங்கள் மனித இனப் பெருக்கம். கட்டற்ற நடத்தை, பேரழிவு, பேரழிவிலிருந்து தப்பும் குடும்பத்தினர், அவர்கள் தமது உறவுமுறையை மாற்றி யமைத்தல், பின் மீண்டும் மனித இனப்பெருக்கம் என்ற தொடர்ச்சியில் செல்லுவதைக் காணலாம். இத்தொன்மக்

கதைகளின் (1) கெட்ட நடத்தை கொண்ட மனிதக் கூட்டம் பெரு வெள்ளம் (ஒரு வடிவத்தில் மட்டும் பெரு நெருப்பு) கொண்டு அழிக்கப்படுகிறது. இந்தப் பேரழிவிலிருந்து ஒரேயொரு குடும்பம் தப்புகிறது (2) மீந்திருக்கும் ஒரே குடும்பத்திலிருந்து மீண் டும் மனித இனத் தொடர்ச்சி நிகழ்கிறது என்ற இரு நிலை களில் வைத்து விளக்கலாம்.

பெரு வெள்ளம் தொடர்பான தொன்மக் கதைகளில் மனித இனம் கூண்டோடு அழிய, பின் ஒரே குடும்பத்திலிருந்து மீண்டும் மனித இனம் பெருகுகிறது எனச் சொல்லப்படுகிறது. இது என்? சனக் கூட்டம், பெருவெள்ளம், அழிவு, மறு உற்பத்தி என்ற இத்தொடர் நிகழ்வு வெறும் கற்பனையா? அல்லது வரலாற்று நிகழ்வா என்ற கேள்வியை எழுப்பும் ஆலன் **டண் டிஸ்** (1990) இதனைப் பின்வருமாறு விளக்கிச் செல்வார். மனித இனத்தின் தொடக்கம் (மறுதொடக்கம்) பற்றிய தொன்மங்கள் வெவ்வேறு பண்பாடுகளிலும் வெள்ளம் மூலம் அமைவதாகவே உள்ளமை ஏன் என்ற கேள்வி விடையிறுக்கப் படாத ஒன்றாக இருக்கிறது. இத்தொன்மக் கதைகள் உண்மை நிகழ் வுகளை உள்ளடக்கியன என்றும் குறியீடுகளை உள்ள டக்கியன என்றும் விளக்கலாம்.

ஃபிராய்டிய உளப் பகுப்பாய்வாளர்களான ராங்க், **க்ளுகர்**, ரொஹெய்ம் போன்றோர் இத்தொன்மக் கதை வினை கள் ஒரு கனவுச் செயல்பாடு என விளக்குவர். அதாவது உடலி யல் நிகழ்வான சிறுநீர் கழிக்கும் உந்துதலே கனவாக, கனவில் பெருவெள்ளக் குறியீடாக வெளிப்படுகிறது என்பர். என்றாலும் இத்தொன்மக் கதையில் இடம்பெறும் பல்வேறு குறியீடுகள் விளக்கப்பட வேண்டும். இத்தொன்மக் கதைகளில் பெரு வெள்ளம் என்பது இரு வினைகள் நிகழ்வதைச் சுட்டுகின்றது: (1) ஒழுக்கப் பிறழ்வு கொண்டிருக்கும் மனித இனத்தை அழிப்பது (தண்டிப்பது); (2) மனித இனம் மீண்டும் தொடக்கம் பெறுவது அல்லது இரண்டாவது மனிதன் படைக்கப்படுவது. ஃபிராய்டிய உளப் பகுப்பாய்வாளர்களின் விளக்கத்தின்படி இதனைப் புரிந்து கொள்ளும்போது, உடலியல் உந்துதலான கனவுச் செயல்பாடு எவ்வாறு மனிதனின் ஒழுக்கப் பிறழ்வைத் துடைக்கும் ஒன்றாகவும், மீண்டும் மனிதனை மறுபடைப்புச் செய்யும் ஒன்றாகவும் இருக்க முடியும் என்ற வினாக்கள் எழு வது தவிர்க்க முடியாததாகிறது.

இந்தப் பெருவெள்ளம் தொடர்பான தொன்மக் கதைகளை விளங்கிக் கொள்ளச் சில முன் எடுகோள்கள் தேவை. (1) கடவுள் - மனிதனுக்கிடையிலான உறவு என்பது பெற்றோர் - குழந்தைக்கிடையிலான உறவை ஒத்தது: (2) பெண்ணின் கருவுயிர்க்கும் ஆற்றலின் மீது ஆண் பொறாமை கொள்கிறான்; (3) உலக அழிவும் பின் மீண்டும் படைக் கப்படுதலும் ஏன் பெரு வெள்ளம் என்பதன் வழி நடைபெற வேண்டும்; (4) பெருவெள்ளம் என்பதற்கும் மனித உயிர் தோன்றுவதற்கும் இடையே ஓர் உறவு குறியீட்டு ரீதியாகக் கற்பிக்கப்படுகிறது.

பெண் கருவுயிர்க்கும் போது அவளது கருப்பையில் இருந்து பனிக் குடம் உடைந்து வெள்ளம் வெளியேற, குழந்தை பிறக்கிறது. உலக அழிவுக்குக் காரணமான பெருவெள்ளமும் தாய் கருவுயிர்த்தலின்போது வெளியேறும் வெள்ளமும் ஒரே தன்மையனவாகக் கொள்ளப்படுகின்றன. ஏனென்றால் பெரு வெள்ளம் தொடர்பான எல்லாத் தொன்மக் கதைகளும் மனித உயிர் தோன்றுவதை மையமாகக் கொண்டுள்ளன; மனித இனத்தின் தொடர்ச்சி தோற்றம் பெறுவதையே மையமாகக் குறிக்கின்றன. முந்தைய மனிதன் அழிக்கப்பெற்று ஒரு புதிய மனிதன் படைக்கப்படுகிறான் எனலாம். எனவே பெருவெள்ளம் தொடர்பான தொன்மக் கதை ஒரு படைப்புத் தொன்மம் என்ப தை விட ஒரு மறுபடைப்புத் தொன்மம் என்பதே சரியானது.

எதார்த்த வாழ்வில் மனித உற்பத்தியைச் செய்வது பெண்களே என்பதைக் கண்ணுறும் ஆண்மனம் ஆணையும் மனித உயிரை உற்பத்தி செய்யும் ஒன்றாகக் கற்பனை செய்து பார்க்கிறது. பெண்ணின் உயிர் உற்பத்தி நுட்பமே ஆணின் மறு உற்பத்தி நுட்பத்திலும் காணப்படுகிறது. பெண் பனிக் குடம் உடைந்து அதன் வெள்ளத்தினூடாக ஓர் உயிரைத் தருவது போன்றே ஆண் படைக்கும் தொன்மத்திலும் பெரு வெள்ளத்தினூடாகப் புதிய மனித உயிர் தொடக்கம் பெறுகிறது. எதார்த்த வாழ்வில் மனித உயிரைப் படைக்கும் கர்த்தாவாகப் பெண் இருக்க ஆணின் படைப்புத் தொன்மத்திலோ ஆணே உயிரைப் படைக்கும் கர்த்தாவாகக் காட்டப்படுகிறான்.

இத்தொன்மக் கதைகளின் முற்பகுதி பெருவெள்ளம். அழிவு, மறுபடைப்புப் பற்றிக் குறிப்பிடுகின்றது. பிற்பகுதி பெரு வெள்ளத்திற்கு முன்பான கட்டற்ற பாலியல் நடத்தை பற்றியும் மீண்டும் ஒரு தகாப்புணர்ச்சியின் வழி மறுபடைப்பு

நிகழ்வது பற்றியும் குறிப்பிடுகின்றது. பெருவெள்ளத்திற்கு முந்தைய நிலையில் முறையற்ற, கட்டற்ற பாலியல் நடத்தை கண்டு பொறுக்காததாலேயே கடவுள் உடலழகை அழித்தார். நோவா, லோத் தொன்மங்களில் இது தெளிவாகவும் தமிழ்க் கதைகளில் இது பூடகமாகவும் குறிப்பிடப்படுகிறது. தென் மேற்கு வங்கப் பகுதிகளிலும் இதே கதைக் கூறுகள் கொண்ட தொன்மங்கள் கிடைப்பதாக **ஃபிரேஸர்** குறிப்பிடுவார். எனினும் தகாப் புணர்ச்சி பற்றிய சொல்லாடலே பொதுவாக உலக அழிவுத் தொன்மத்தின் பிற்பகுதியாக அமைகின்றது. இந்த அமைப்புக்கு இணையான அமைப்புக் கூறுகள் கொண்ட கதைகள் தென் கிழக்கு ஆசியா, சீனா போன்ற பகுதிகளிலும் கிடைக்கின்றன. கதையின் பிற்பகுதியிலும் தந்தை - மகள் பாலியல் உறவே எஞ்சி நிற்பதாகவும் அதன் வழியாகவே மீண்டும் மனித உயிர்த் தொடர்ச்சி நிகழ்வதும் குறிப்பிடப்படு கின்றன. வெள்ளத்திற்கு முந்தைய நிலையிலும் பிந்தைய நிலையிலும் கட்டற்ற பாலியல் நடத்தையே மையப்படுத்தப் படுகிறது. இக்கட்டற்ற பாலியல் தகாப்புணர்ச்சிச் சொல்லாடல் என்பதே ஓர் ஆணிய வெளிப்பாடு தான். இதுவே படைப்புத் தொன்மமாகிறது. மேற்கண்டவாறு வெள்ளம், தகாப்புணர்ச்சி என்னும் தொன்மக் கூறுகள் ஆணின் பாலியல் பார்வை, கருப்பைப் பொறாமை போன்ற மனச் சிக்கல்கள் படைப்புத் தொன்மமாக வெளிப்படுகின்றன என **ஆலன் டண்டிஸ்** விளக்குவார்.

இந்த வகை விளக்கத்தின் வழியே தமிழ்த் தொன்மக் கதைகளையும் புரிந்து கொள்ள இயலும்; என்றாலும் தகாப் புணர்ச்சி பற்றிய சொல்லாடல் தமிழ்த் தொன்மக் கதையில் ஒரு குறிப்பிட்ட தனித்தன்மையைச் சுட்டி நிற்பது குறிப்பிடத்தக்கது. முதல் குடும்பம் அல்லது முதல் மனித இனம் உருவானது குறித்த தொன்மக் கதைகள் கண்டிப்பாக ஏதாவதொரு வகையில் சில தகாப்புணர்ச்சிப் புதிர்களை உண்டாக்கியனவாக இருக்கின்றன என **மரியா லீச்** (1986:9). **மூர்** (1964: 1309) ஆகியோர் குறிப்பிடுவர். இத்தொன்மங்களில் வெள்ளத்திற்குப் பிந்தைய குடும்பத்தில் தகப்பன்-மகள் என்ற உறவு நிலையினரே எஞ்சி நிற்கின்றனர். தாய் இருந்தாலும் அவர்கள் ஒன்று சாகடிக்கப்படுகிறார்கள் அல்லது வசதியாகக் குறிப்பிடப்படாது மறந்து விடப்படுகிறார்கள். தகப்பன், மகள் என்ற தகாப் புணர்ச்சி உறவு நடத்தை குறிப்பிடத்தக்கது. தகாப்புணர்ச்சி

அதிகாரித்ததாலேயே உலகம் அழிக்கப்பட்டது என முற்பகுதி குறிப்பிட்டாலும் பிற்பகுதியில் தகாப்புணர்ச்சியே சாத்தியமான உறவுநிலையாக விடப்படுகின்றது. இத் தகாப்புணர்ச்சி உறவு நிலை யூதத் தொன்மத்தில் ஓர் ஒப்புரவின் அடிப்படையில் கடைப்பிடிக்கப் படுகின்றது. அதாவது தந்தையை மதுவின் மயக்கத்திற் காட்படுத்திவிட்டு மகள்கள் அவருடன் உறவு கொள்கின்றனர். மனித உயிர்த் தொடர்ச்சி நிமித்தமாக இது நியாயப்படுத்தப்படுகிறது. தமிழ்த் தொன்மத்தில் இது இன்னொரு குறியீட்டுத் தனத்தில் வைத்துக் குறிப்பிடப் படுகின்றது. அதாவது தகப்பனும் மகளும் எதிரெதிர்த் திசைகளை நோக்குமாறு நிறுத்தி வைக்கப்பட்டுப் பின்னர் ஒருவரை ஒருவர் நோக்க அவர்கள் கணவன் - மனைவி என்ற உறவு நிலையை அடைகின்றனர். ஒரு குறியீட்டு ரீதியில் அவர்களுக்கிடையிலான தகாப்புணர்ச்சி உறவு தகுபுணர்ச்சி உறவாக மாற்றியமைக்கப்படுகின்றது. இதன் பின்னரே மனித இனத் தொடர்ச்சி இவர்கள் மூலம் நிகழ்வதாகக் குறிப்பி டப்படுகின்றது. இதனைப் புரிந்துகொள்ள மனித சமூகத்தின் பரிணாம வரலாற்றையும் புரிந்துகொள்ள வேண்டும். தொடக்கக் கால மனித சமூகம் கட்டற்ற பாலியல் வாழ்க்கையைக் கொண்டிருந்திருக்க வேண்டும். அதுவே பின்பு வரலாற்றுப் பரிணாமத்தில் மெல்ல மெல்லக் கட்டுற்ற பாலியல் வாழ்வுக்கு மாற்றம் பெற்றிருக்க வேண்டும். உறவு முறைகள் தெளிவாக வரையறுக்கப்படாத காலகட்டத்தில் பாலியல் நடத்தை விதி களும் வரன்முறையற்றதாகவே இருக்கும். உறவு முறைகள் சமூகத்தில் வரைமுறைக்கு உட்படுத்தப்பட்ட பின்னரே பாலி யல் நடத்தைக்கான உறவுமுறை விதிகள் பின்பற்றப்பட்டிருக்கும் / கட்டற்ற / உறவு முறையற்ற பாலியல் நடத்தைக் காலத்திற்கும் கட்டுற்ற / உறவுமுறைக்குட்பட்ட பாலியல் நடத்தைக் காலத்திற்குமான கால இடைவெளி நிச்சயமாக ஒரு குறுகிய கால மாக இருக்க வியலாது. அது பல தலைமுறைகளாக, ஒரு விரிந்த கால எல்லையில் பரிணாம வளர்ச்சி பெற்றிருக்க வேண்டும். இந்தக் கட்டற்ற நிலையிலிருந்து கட்டுற்ற நிலைக்குப் பரிணாமம் பெற்ற மாற்றம் என்பது ஒரு சமூகத்தின் நினைவுப் பொதியில் ஒரு நினைவுத் திட்டாக, ஒரு குறியீடாகவே நிலைத்திருக்கிறது.

பெருவெள்ளம், பெரு நெருப்பு, மனிதகுல அழிவு. மீண்டும் மனித குல மறு உற்பத்தி என்ற தொன்மப் புதிர்களை வெறும் மனவிழைவுச் சிக்கலாகப் பார்க்கும் பார்வையிலிருந்து விலகி அவை மனித மனங்களில் பதிவு பெற்ற வரலாற்று ஞாபக உறைபடிவுகள் என்பதாக நோக்கும் பார்வை தேவைப் படுகிறது. இதனை **ஆபிரகாம் பண்டிதர்** ஜலப்பிரளயம் பற்றிய உலகளாவிய எழுத்து வரலாற்றுப் பதிவுகளையும் அது குறித்த பல்வேறு அறிஞர்களின் கருத்துக்களையும் உலகக் கண்டங்களின் அழிவு, நகர்வு குறித்த அறிவியல் விவாதங் களையும் ஒப்பாய்ந்து பெருவெள்ளம், மனித சமூக வரலாற்றில் நேரிடையாய் ஒரு குறிப்பிட்டக் காலத்தில் எதிர் கொள்ளப்பட்ட உண்மை நிகழ்வு எனத் துணிகிறார்.

சமூகத்தின் கூட்டு மனப்பதிவுகளாகவே மாறிப் போயுள்ள படிமக் குறியீடுகளையும் அவற்றின் இண்டு இடுக்குகளில், மடக்குகளில் ஒளிந்து கொண்டுள்ள வரலாற்றுப் பதிவுகளையும் திறந்து பார்க்கும். தேவை எழுந்துள்ளது. வரலாற்றை மீட்டுருவாக்கம் செய்தல் மக்களின் சொல் மரபுகளை மீண்டும் மீண்டும் படித்துக் கட்டவிழ்ப்புச் செய்தலைக் கோருகிறது.

2

1998ஆம் ஆண்டின் பிற்பகுதியில் புதுவை மொழியியல் பண்பாட்டு ஆராய்ச்சி நிறுவனம் புத்தியல் அணுகுமுறையில் கருத்தரங்குகளை நடத்துவது என்ற முடிவை எடுத்தது. அதன் படி முதல் நிகழ்வாகச் **“சனங்களும் வரலாறும்”** என்ற தலைப்பில் ஒரு கருத்தரங்கு 1999ஆம் ஆண்டு செப்டம்பர்த் திங்கள் 23, 24 ஆகிய நாட்களில் நிகழ்ந்தது. அதற்கு அப்போதைய புதுவை அரசின் கல்வியமைச்சரும் புதுவை மொழியியல் பண்பாட்டு ஆராய்ச்சி நிறுவனத்தின் முன்னைத் தலைவருமாகிய திரு. **எஸ்பி. சிவக்குமார்** அவர்களும் புதுவை அரசின் கல்விச் செய லரும் இந்நிறுவனத்தின் முன்னைத் துணைத்தலைவருமாகிய **என். இராஜசேகர் இ.ஆ.ப** அவர்களும் வேண்டிய இசைவையும் உதவிகளையும் ஆர்வத்துடன் நல்கினர். இவ்வேளையில் நிறுவனத்தின் இயக்குநர் பொறுப்பிலிருந்த **முனைவர் எல். இராமமூர்த்தி** அவர்கள் கருத்தரங்கம் சிறப்புற நடைபெற அனைத்து ஏற்பாடுகளையும் செய்து தந்தார்கள். இக்கருத்தரங்க

நிகழ்வின் தொடக்கம் முதல் அது நிகழ்வுறும் வரை அனைத்துக் கட்டங்களிலும் அவர்கள் உடனிருந்து தேவையான அனைத்துப் பணிகளையும் ஒருங்கிணைத்தும் செயலாக்கியும் தந்தார்கள். இக்கருத்தரங்கக் கட்டுரைகளை நூலாக்க அப்போதே முயற்சிகளும் மேற்கொண்டார்கள். அவரது தொடர் ஒத்துழைப்புக்கு நன்றி. மேலும் இக்கருத்தரங்கைச் **“சனங்களும் வரலாறும்”** என்ற மையப் பொருளில் அமைத்திட முடிவு செய்த போது, இப்பொருளை ஒட்டி வலுவான தலைப்புகளை அமைக்கவும் அவற்றைத் தக்க முறையில் விவாதிப்பதற்கு உரிய அறிஞர்களைத் தேர்வு செய்யவும் **பேரா. தே.லூர்து** (மேனாள் இயக்குநர், நாட்டார் வழக்காற்றியல் ஆய்வு மையம் பாளையங்கோட்டை) அவர்களும் அவரது பேராசிரிய இளவல் குழுவினரும் (நாட்டார் வழக்காற்றியல் துறை, தூய சவேரியார் கல்லூரி, பாளையங்கோட்டை) **பேரா. ஆ. சிவசுப்பிரமணியன்** (மேனாள் பேராசிரியர், தமிழ்த்துறை, வ.உசி, கல்லூரி, தூத்துக்குடி) அவர்களும் பெரிதும் துணை நின்றனர். இக்கருத்தரங்க நிகழ்வில் **பேரா. த.பழமலய், பேரா. ராஜ்கௌதமன்** (தலைவர். காஞ்சி மாமுனிவர் பட்டமேற்படிப்பு மையம், புதுச்சேரி), **பேரா. க.பஞ்சாங்கம்** (காஞ்சி மாமுனிவர் பட்டமேற்படிப்பு மையம். புதுச்சேரி), திரு. க.சுப்பையா (இயக்குநர், விடுதலைக்குரல் கலைக்குழு, புதுச்சேரி), **திரு. எம். கண்ணன்** (பிரெஞ்சு ஆய்வு நிறுவனம், புதுச்சேரி), **பேரா, ஜெயராஜ் தனியேல்** (பிரெஞ்சுத் துறை, காஞ்சி மாமுனிவர் பட்டமேற்படிப்பு மையம், புதுச்சேரி) ஆகிய அறிஞர்கள் அனைத்துக் கட்டுரைகளின் மீதும் அறி வார்ந்த கருத்துரைகளை எடுத்து வைத்ததோடு விவாதங்களையும் முன்னெடுத்துச் சென்றனர். அவர்களது பணி நன்றிக்குரியது.

“சனங்களும் வரலாறும்” என்ற கருத்தரங்கக் கட்டுரைகளை நூலாக்கம் செய்ய முடிவு செய்த போது, முதனிலையில் நிறு வனத்தின் தலைவரும் புதுவை அரசின் கல்வி, கலை பண்பாட்டுத்துறையின் மாண்புமிகு அமைச்சருமான **திரு. க.இலட்சுமி நாராயணன்** அவர்களும் நிறுவனத்தின் தற்போதைய இயக்குநர் **பேரா ப.மருதநாயகம்** அவர்களும் நிறுவனத்தின் முந்தைய துணைத் தலைவரும் கல்விச் செயலருமான **திருமதி. சத்தியவதி இ.ஆ.ப** அவர்களும் தற்போதைய துணைத்தலைவரும் புதுவை அரசின் கல்விச் செயலருமான **பி.வி.செல்வராசு இ.ஆ.ப** அவர்களும் மனமுவந்து இசைவு தந்ததுடன் வேண்டிய உதவிகளையும் நல்கியுள்ளனர்; அவர்களுக்கு நன்றி.

இயக்குநர் **பேரா, ப.மருதநாயகம்** அவர்கள் இந்நூலின் கட்டுரைகள் அனைத்தையும் ஆழ்ந்து படித்து அவற்றுக்குச் சிறப்பானதொரு அணிந்துரையையும் அளித்துள்ளார்கள்.

நூலாக்கப் பணியில் பெரிதும் துணை நின்றவர்கள் முனைவர் **மு.சுதர்சன், முனைவர் எல்.இராமமூர்த்தி** (நிறுவனத்தின் முது நிலை விரிவுரையாளர்கள்), முனைவர் ஆ. திருநா**கலிங்கம்** (இணைப் பேராசிரியர், புதுவைப் பல்கலைக்கழகம்) மற்றும் **திரு.சுப. குணசேகரன்** (துணை ஆசிரியர், செய்தி மற்றும் விளம்பரத்துறை, புதுவை அரசு, புதுச்சேரி) ஆகியோர் ஆவர். இவர்களது துறை சார்ந்த புலமை இந்நூலினுள் இழைந்துள்ளன.

இந்நூலின் முன் அட்டையிலும், அதன் உள்மடிப்பிலும் இடம் பெற்றுள்ள ஓவியத்தைத் தீட்டியவர் காலஞ்சென்ற **லோக்மான்யா** என்பவர் ஆவார். இவர் இந்திய இதழியல் துறையின் மிக மூத்த ஓவியராவார். இவர் தமது 90 வயதுகளில்தான் எனக்கு அறிமுகமானார்; தமது 95 வயதில் கூட 35 வயது இளைஞர் போன்ற துடிப்போடும் வேகத்தோடும் இளமையோடும் இருந்தமை அனைவரையும் ஆச்சரியமூட்டும் செய்தியாகும். இவர் தமது படைப்புகளை 'ஓவியக் கண்காட்சி' ஒன்றின் மூலம் வெளிஉலகுக்கு அறிமுகம் செய்யும் பணியிலிருந்தபோது, அது நிறைவேறும் முன்பாகவே இவ்வுலகை விட்டு மறைந்து விட்டது மேலும் அதிர்ச்சியூட்டிய செய்தியாகும். இந்நூலில் இடம் பெற்றுள்ள அவரது ஓவியங்கள் அவரே எனது மகள் சில்வன்ஷியா யாழினிக்குத் தம் கைப்படத் தந்த பரிசுகளாகும். அவ்வோவியங்கள் இந்நூலின் பாடு பொருளை மனக் கண்ணில் விரித்துப் போடும் ஆற்றல் கொண்டிருந்தன என்பதாலும் இதுவரையில் சொல்லப்படாததும் பார்க்கப்படாததும், கேட்கப்படாததும் போயிருந்த ஓவியனைச் சுட்டிக் காட்டவும் இங்குப் பயன்படுத்தப்பட்டுள்ளன. **லோக் மான்யா** என்னும் ஓவியனைச் **"சனங்களும் வரலாறும்"** இவ்வாறு பதிவு செய்வதில் பெருமை கொள்கிறது.

விளிம்பு நிலை / அடித்தள மக்கள் பற்றிய பதிவுகளை வலுவாகப் பதிவு செய்யும் முயற்சியினை மேற்கொண்டு வரும் **'வல்லினம்'** மகரந்தன் இக்கட்டுரைகளை நூலாக வெளிக் கொணர முற்பட்ட போது அன்போடு இசைந்தார்கள். ஒரு தரமான பதிப்பாளராகவும், இதழாளராகவும் பரிணமித்துக் கொண்டிருக்கும் அவர் இந்நூலாக்கத்தின் அட்டை வடிவாக்கம்,

தட்டச்சு, நூல்வடிவாக்கம் என அனைத்து நிலைகளிலும் பொறுமையுடனும், சிரத்தையுடனும் உழைத்துள்ளார்; அவருக்கு நன்றிகள் பல,

இறுதியாக நூலைத் தட்டச்சு, வடிவமைப்புச் செய்யும் பணியில் அயராது நின்ற பிளாட்டினம் கிராபிக்ஸ் நிறுவனத்துக்கும், அச்சாக்கம் செய்த ஜோதி எண்டர்பிரைசஸ் நிறுவனத்துக்கும் நன்றி.

புதுச்சேரி **—ச.பிலவேந்திரன்**
18டிசம்பர்2004

துணை நூற்பட்டியல்

ஆபிரகாம், பண்டிதர். மு. 1994 (1917). 'கருணாமிர்த சாகரம்' என்னும் இசைத்தமிழ் நூல். சென்னை : அன்றில் பதிப்பகம்.
எல்வின் வெரியர், 1996, உலகம் குழந்தையாக இருந்தபோது. (தமிழில்: பிரிஜிட்டா ஜெயசீலன்). புதுதில்லி: நேஷனல் புக் டிரஸ்ட்
பொன்னுத்தாய், சி. 1998, தொன்மக் கதைகள்: பன்முக நோக்கு மதுரை: கொ.பெ.
சின்னமாயன் வெளியீடு.
1998, தொன்மக் கதைகளும் வாய்மொழி வரலாறும், மதுரை: கொ.பெ. சின்னமாயன் வெளியீடு,
Breezter, Paul G. 1972. The incest Theme in Folksong Helski: FF Communications No.212. Dundes, Alan, 1990, The Food as Male Myth of Creation". In Essays in Folklore Theory and Method
(Ed.) by Alan Dundes, Madras: Cre-A, Pp. 209 - 227.
Hiltebeitel, Alt, 1991, The Cult of Draupati 1: Mythologies from **Gingee to Kuruksetra**. Delhi: Motilal Banarsidass.
1991. The Cult of Draupati 2.On Hindu Ritual and the Godess, Chicago: The University Of Chicago Press.
Leach, Edmund R. 1967. **"Genesis as Myth"**. In. Myth and Cosmos: Readings in Mythology and Symbolism (Ed.), John Middleton, Austin: University of Texas Press. Pp.1-13.

Meyer, Eveline, 1986. Anka: laparame:cuvari: A Goddess of Tamil Nadu: Her Myths and Cults Stuttgart: Steiner Vertag Weisbaden GMBH

Ramanathan, Aru. 1996, "Incest Born Child in Folk Literature": A Comparative Study", PJDS, 6:2.227 –223

அணிந்துரை

இத்தொகுதியிலுள்ள கருத்தரங்கக் கட்டுரைகள் ஒரு சமுதாயத்தின் வாய்மொழி வழக்காறுகளுக்கும் அதன் வரலாற்றிற்கும் உள்ள உறவை முற்படுத்திக் காட்டுகின்றன. வழக்காறுகள் என்ற முறையில் நாட்டார் பாடல்கள், நாட்டார் கதைப்பாடல்கள், வாய்மொழிக் கதைகள் போன்றவை எடுத்துக்கொள்ளப்பட்டு, சாதிகளின் இடப்பெயர்ச்சி, தெய்வங்களின் தோற்றம் ஆகியவை சில சாதிகளையும் இனக்குழுக்களையும் அடிப்படையாக வைத்து விரிவாகப் பேசப்படுகின்றன. இக்கட்டுரைகளை எழுதியவர்கள் நாட்டார் வழக்காற்றியல் கருத்தாக்கங்களிலும் களஆய்விலும் விற்பன்னர்கள் என்பதை அவற்றை வாசிப்பார் அறிய இயலும்.

சிவசுப்பிரமணியனின் "வாய்மொழி வழக்காறுகளும் வரலாறும்" எனும் கட்டுரை வரலாற்று நாவல்கள் தமிழர்களின் வரலாற்றுணர்வைக் குறுக்கி விட்டனவென்றும் சாதிய மேலாண்மை, பொருளாதாரச் சுரண்டல்கள், உடன் கட்டை, குழந்தை மணம், நரபலி, தீண்டாமை, தேவதாசி முறை போன்ற கொடு மைகள் தமிழ்ச் சமூகத்தில் இடம் பெற்றிருந்த போதும் இக்கொடுமைகளின் விளைவுகளைத் தமிழக வரலாற்று நூல்கள் முறையாகப் பதிவு செய்யவில்லை யென்றும் எடுத்துக்கூறி, பல்வேறு வாய்மொழித் தரவுகளைத் திரட்டித் தமிழ் நாட்டின் உண்மையான சமூக வரலாற்றினை எழுதும் பணியை உடனடி யாகத் தொடங்க வேண்டுமென்றும் வேண்டுகோள் விடுக்கிறது. வாய்மொழி வழக்காறுகள் ஒரு பக்கச் சார்புடையனவென்ற குற்றச்சாட்டைச் சுட்டிக்காட்டி ஆய்ந்து பார்த்தால் எல்லா ஆவணங்களும் ஏதேனும் ஒரு வகையில் ஒரு பக்கச் சார்புடையனவாகவே இருக்கும் என்று கட்டுரை தெளிவுபடுத்துகிறது. வாய்மொழி வரலாறு (oral history) பற்றிச் சொல்லப்படும் கருத்துகள் இப்பொழுது அமெரிக்காவில் கருப்பினத்தாரும் அமெரிக்காவிலும் கனடாவிலும் சிவப்பிந்தியர்களும் தங்களுடைய இனவரலாறு களை வாய்மொழித் தரவுகள் கொண்டு மீட்டுருவாக்கம் செய்ய மேற்கொண்டுள்ள முயற்சிகளை நமக்கு நினைவூட்டும், கிரீன்பிளாட் (Greenblatt) தலைமையிலான புதுவரலாற்றிய லார் (New Historicists) தமது ஆய்வுக் கட்டுரைகளில் இலக்கியத்திற்கும் எழுதப்பட்ட வரலாற்றுக்கும் அளிக்கும்

இடத்தை நாட்டார் வழக்காறுகளுக்கும் அளிப்பதை நாம் கருத்தில் கொள்ள வேண்டும்.

ஸ்டீபனின் "வாய்மொழிக் கதைகளும் வரலாறும்" எனும் கட்டுரை முதற்பகுதியில் வாய்மொழிக் கதைகளுக்கும் வரலாற்றிற்கும் உள்ள இணைப்பை விளக்கி இரண்டாம் பகுதியில் கன்னியாகுமரி மாவட்ட நாடார்களின் சமுதாய வரலாற்றுச் செய்திகளைத் தெரிவிக்கும். ஒரு சமுதாயத்தில் சிறு பான்மையினரைக் காட்டிலும் பெரும்பான்மையினர் உயர்ந்தவர்கள் என்பதை உணர்த்தவே இனக்கொறுக்குகள் தோன் றுகின்றன. எனும் கருத்தை அடிப்படையாகக் கொண்டு இக் கட்டுரை குன்னத்துரான் கதைகளையும் சர்தார்ஜி நகைப்பு களையும் ஒப்பிட்டுக் காட்டுகிறது. இக்கதைகளெல்லாம் உளவியலார்க்குப் பெருந்தீனியாக அமையும் என்பதில் ஐயமில்லை.

"சாதிகளின் தோற்றம் குறித்த தொன்மங்களும் சனங் களின் வரலாறும்" எனும் பக்தவத்சல பாரதியின் கட்டுரை ஒரு சமூகத்தின் "தொன்மங்களை அர்த்தப்படுத்தல் என்பது அம் மொழி வழிப்பட்ட சமூகத்தில் மனப்பிரதிகளை அர்த்தப் படுத்துவதாகும். கூட்டு மனத்தின் தொன்மங்களின் மூலப் பிரதிக் களமானது ஒவ்வொரு கட்டத்திலும் மக்களின் வாழ் வனுபவங்களைத் தொடர்ந்து தன் அர்த்தத் தளத்தில் துணைப் பதிவுகளாகக் கூட்டிக் கொண்டேயிருக்கும்; அதோடு மூலத் தையும் தேவைக்கேற்பப் புதுப்பித்துக் கொண்டேயிருக்கும்" என்ற முன்னுரைக் கருத்தோடு தொடங்கிப் பிராமணர், கொங்கு வேளாளர், கோட்டைப் பிள்ளைமார். நகரத்தார், ஆயிர வைசியர், மறவர், வன்னியர், நாடார் போன்றோரின் தோற்றத் தொன்மங்களைப் பகுப்பாய்வுக்கு உட்படுத்துகிறது. சாதி களின் தோற்றம் குறித்த தொன்மங்கள் யாவும் சாதியத்தின் அடிப்படைக் கருத்தியலை ஏற்றுக் கொண்டிருப்பதையும் தீண்டத் தக்கசாதிகள், தீண்டத் தகாத சாதிகள் ஆகிய இரண்டின் பொருண்மைகளும் அடிப்படையில் மாறுபடுவதையும் இனக் கலப்பை முன்னிறுத்தும் தொன்மங்கள் தீண்டத்தக்க சாதி களைச் சார்ந்தே எழுத்திருப்பதையும் மன்னர்களின் காலத்தில் இடம் பெயர்த்த சாதிகளின் பிற்காலத் தொன்மங்களிலும் கடவுள் படைப்புக் கொள்கை மறு உயிர் பெறுவதைக் காணமுடிவதையும் கட்டுரையாளர் தக்க சான்றுகளோடு எடுத்துக்காட்டுகிறார். கட்டுரையின் பின்னிணைப்பாகக் கொடுக்கப்பட்டுள்ள சாதிகளின் தோற்றத் தொன்மங்கள் அவருடைய முடிவுகளுக்கு அரண் செய்யும்.

பேராசிரியர் லூர்துவின் கட்டுரை சாதிகளின் இடப் பெயர்ச்சிக் கதைகளைப் பற்றியது. முதற்பகுதியில் நாட்டார் வழக்காற்றியம் என்பது நாட்டார் வழக்காற்றியல் என் பதினின்றும் பிரிவுபடுத்தி அறியப்பட வேண்டியதென்று வற்பு றுத்துவதோடு வரலாறு, வாய்மொழி வரலாறு, வாய்மொழி மரபுகள் ஆகியவற்றிற்குள்ள வேறுபாடுகளையும் தொன்மம் (myth). பழமரபுக்கதை (legend), நாட்டார்கதை (folktale) ஆகியவை குறிக்கும் கதையாடல்களின் தன்மைகளையும் தெளிவுபடுத்தும் இக்கட்டுரை. 'Myth' எனும் ஆங்கிலச் சொல்லைப் புராணம் என்றோ புராணக்கதை என்றோ அல்லாமல் தொன்மம் என்று மொழி பெயர்ப்பது பொருத்த முடையதாகும். இராமாயணம், மகாபாரதம் எனும் இரண் டையும் நாம் இதிகாசங்கள் என்றே குறிப்பிடுகிறோம்; புராணங்கள் என்று கூறுவதில்லை. தொன்மம் என்ற சொல் இதிகாசத்தையும் புராணத்தையும் உள்ளடக்குவதாகக் கொள் ளலாம் பாஸ் இவற்றை வகைமைப்படுத்திக் காட்டியுள்ளதைப் போல் **லெஸ்லி ஃபீட்லர்** (Leslie Fiedler) நாட்டார் கதைகளை வனதேவதைக் கதைகளி (Fairy tale)லிருந்து பிரித் துக் காட்டியிருப்பதும் குறிப்பிடத்தக்கது. இவற்றுள் ஓரிடத்தில் பழமரபுக்கதை யெனப்படுபவை வேறோர் இடத்தில் தொன்ம நிலைக்கு 'உயர்வு' பெறுவதும் உண்டு என்பதும் நாட்டார் வழக்காற்று ஆய்வாளர் அறிந்திருக்க வேண்டியதாகும். தொன்மத் திறனாய்வாளர்களில் தலைசிறந்தவரான நார்த்ராப் ஃபிரை (Nothrop Frye) தொன்மம் தெய்வங்கள், தெய்வங்களை ஒத்த மனிதர்கள் கதையைக் குறிக்க, அக்கதையின் முக்கியத் துவத்தைத் (significance) தொல் படிமம் (archetype) குறிக்கும் என்பார். இக்கலைச் சொற்களையெல்லாம் லூர்து அறிவு றுத்துவது போல் நாட்டார் வழக்காற்றியல் மாணவர்கள் முறையாகப் பயன்படுத்த முனைதல் நல்லது.

பல சாதிகளின் இடப்பெயர்ச்சிக் கதைகளை ஆராயும் லூர்து அவை இலக்கியங்களில் இடம் பெற்றுள்ளதையும் அவற்றின் இலக்கியத் தன்மையையும் பற்றிக் குறிப்பிடுவார். தொன்மமே இலக்கியம், இலக்கியமே தொன்மம் என்பது ரிச்சர்ட் சேஸ் (Richard Chase) என்பாரின் எண்ணமாகும். தொன்மத்தை இலக்கியம் என்று கருத முடியாதென்றும் அது இலக்கியத்திற்கான மூலப் பொருள் (Raw material) ஆகுமென்றும் கூறும் தொன்ம விற்பன்னர்களும் உண்டு.

ஒவ்வோர் இலக்கியத்திலும் அது கவிதையானாலும் நாடக மானாலும் கதையானாலும் ஒரு தொன்மம் புதைந்து கிடைக் கிறதென்றும் **ஃபிரை** கூறுவார். பல நாட்டார் பாடல்கள் அவை இருக்கும் நிலையிலேயே உயர்ந்த கவிதைகள் என்பதை மறுக்க முடியாது. கம்மவார் நாயுடு இனத்தவர் ஆந்திராவிலிருந்து இடம் பெயர்ந்த கதையை இலக்கியத் தரமுடைய நாவ லாக்குவதில் **கி.ராஜ நாராயணனின்** கோபல்ல கிராமம் அரிய வெற்றி அடைகிறது. முருகியல் இன்பம். இலக்கியத்தரம் போன்றவையெல்லாம் தங்கள் துறைக்குத் தொடர்பற்றவை யென்று நாட்டார் வழக்காற்றியலார் கூறலாமேனும் இப்பொ ழுது இலக்கியம், நாட்டார் வழக்காற்றியல். வரலாறு, மொழி யியல் ஆகிய துறைகளுக்கான எல்லைக் கோடுகள் மறைந்து வருவது கண்கூடு.

தெய்வங்களின் தோற்றக் கதைகள் பற்றிய ஆறு. இராம நாதனின் கட்டுரை நாட்டுப்புறத் தெய்வங்கள் தோன்றும் முறைகள், தெய்வமாக்கப்பட்டவர்கள் இறந்த முறைகள், நாட்டுப்புறத் தெய்வங்களின் தோற்றக் கதைகளில் மீண்டும் மீண்டும் இடம் பெறும் கதைக்கூறுகள் ஆகியவற்றைப் பட்டியலிட்டு அவற்றை வரலாற்றாய்வுக்கெடுத்துக் கொண் டால் அவை மறைக்கப்பட்ட மக்களின் வரலாற்றினை அறியத்துணை செய்யும் என்ற முடிவுக்கு வருகிறது. தாழ்த்தப் பட்ட மக்களால் உருவாக்கப்படும் கோயில்கள் செல்வாக்கு அடையும் போது பிற்படுத்தப்பட்ட மக்களின் ஆதிக்கத்திற்கும் பிற்படுத்தப்பட்ட மக்களால் உருவாக்கப்படுபவை முற்படுத்தப் பட்ட மக்களின் ஆதிக்கத்திற்கும் சென்று விடுவதையும் கட்டுரையாளர் தொட்டுக் காட்டுகிறார். நாட்டுப்புறத் தெய்வத் தோற்றத்திற்கு ஒரு மிகப் பழமையான இலக்கியச் சான்று இருப்பதை நாம் இங்கே நினைவு கூரலாம். கோயம்புத்தூர் மாவட்டத்தில் பொள்ளாச்சி ஆனைமலை மாசாணி அம்மன் கோயிலில் உள்ள கல்வெட்டும் அவ்வூரில் வழங்கும் நாட்டார் கதையும் நன்னன் என்னும் குறுநில மன்னனால் கொல்லப்பட்ட இளம் பெண் தெய்வமாக வழிபடப்படுவதைக் கூறும். ஆற்றங் கரையில் நன்னன் போற்றிப் பாதுகாத்த மாமரத்திலிருந்து விழுந்த கனியை ஆற்றில் குளித்த இளம் பெண் தின்றதால் அவளுடைய தந்தை எண்பத்தொரு யானைகளும் அவளுடைய எடைக்குத் தங்கச் சிலையும் தர முன்வந்தும் கேளாது நன்னன் அவளைக் கொன்றான் என்ற செய்தியை அழகிய உவமையாகப்

பரணர் தம் குறுந்தொகைப் பாடலில் தருகிறார். பெண்கொலை புரிந்த நன்னன் பற்றி வேறு சில சங்கப்பாடல்களும் பேசுகின்றன. இவ்வரலாற்று நிகழ்ச்சி கி.மு. 500 இல் நடத்திருக்கலாமென்று அறிஞர் அ.ச.ஞானசம்பந்தம் கூறுவார். நாட்டார் வழக்காறும் கல்வெட்டும் கூறும் செய்தியும்

மண்ணிய சென்ற ஒண்ணுதல் அரிவை
புனல் தரு பசுங்காய் தின்றதன் தப்பற்கு
ஒன்பதிற் றொன்பது களிற்றொடு அவள் நிறை
பொன்செய் பாவை கொடுப்பவும் கொள்ளான்
பெண் கொலை புரிந்த நன்னன் போல
வரையா நிரையத்துச் செலீ இயரோ அன்னை
ஒரு நாள் நகைமுக விருந்தினன் வந்தெனப்
பகைமுக ஊரில் துஞ்சலோ இலளே (குறுந்தொகை 292)

எனும் சங்கப்பாடல் கூறும் செய்தியும் ஒத்திருக்கக் காண்பார் நாட்டார் வழக்காறு, வரலாறு, இலக்கியம் ஆகியவற்றிற்குள்ள பிணைப்பை அறியலாம்.

செல்லபெருமாளின் “தமிழகப் பழங்குடிகளின் இடப்பெயர்ச்சி வரலாறு” எனும் தலைப்புடைய கட்டுரை இன வரலாறு (Ethno - history), வரலாற்று இனஒப்பியல் (Historical Ethnology), வரலாற்று மானிடவியல் (Historical Anthropology) ஆகிய துறைகளின் பண்புகளையும் இன்றியமையாமையையும் விளக்கி, தமிழ் நாட்டுப் பழங்குடிகளின் பட்டியலைத் தந்து, முதுவன், இருளர், காணிக்காரர், மலையாளி ஆகியோர் தங்களது கடந்த கால வரலாற்றை எவ்வாறு பார்க்கிறார்கள் என்பதைச் சுருக்கமாகச் சொல்லி, பழங்குடி மக்கள் கூறுகின்ற கதைகளை அவர்களின் வரலாறாக எடுத்துக் கொள்ள இயலுமா, எல்லாப் பழங்குடிகளிடமும் இத்தகைய இடப்பெயர்ச்சிக் கதைகள் இருக்கின்றனவா என்பன போன்ற கேள்விகளை எழுப்பி முடிகிறது. கட்டுரையின் இறுதியில் ஆங்கிலத்தில் மட்டுமே history என்ற சொல் கடந்த கால நிகழ்ச்சிகளின் வருணனை என்ற பொருளில் பயன்படுகிறதென்றும் ஏனைய ஐரோப்பிய மொழிகளில் அச்சொல் கதை என்ற பொருளையே தருகிற தென்றும் தமிழ் உள்ளிட்ட இந்திய மொழிகளில் ‘கதை’ என்ற சொல் ‘வரலாறு’ என்ற பொருளிலும் வழங்குகிறதென்றும் ஆசிரியர் குறிப்பிடுகிறார். இப்பொழுது மேலைநாடுகளில் வரலாறு பற்றிய சிந்தனைகளில்

புரட்சிகரமான மாறுபாடுகள் ஏற்பட்டுள்ளன. வரலாறு என்பது உண்மை நிகழ்ச்சிகளின் தொகுப்பு என்பது ஏற்றுக்கொள்ளப் படுவதில்லை. எந்த வரலாற்றின் நம்பகத்தன்மை (authenticity) யும் கேள்விக்குரியதென்றும் அது எழுதுவாரைப் பொறுத்துத் தற்சார் புடையதாகவே அமைகிறதென்றும் ஒருவரலாறு மீண்டும் மீண்டும் திருத்தி எழுதப்படலாமென்றும் பழைய வரலாறுகள் யாவும் ஒவ்வொரு குழுவினரின் நலன்கருதி எழுதப் பெற்றவையே யென்றும் உண்மை வரலாறு என்று ஏதும் கிடையாதென்றும் வரலாற்றியலார் அறிவிப்பர்.

“அடித்தள மக்கள் நம்பும் வாய்மொழி வரலாறு எழுதப் பட்ட வரலாற்றை விட நம்பகமானது” என்று கூறும் மாற்கு தமது “அருந்ததியர் தோற்றக் கதைகள்” எனும் கட்டுரையில் அருந்ததியர்களின் தோற்றக் கதைகளை ஆறு வகைகளாகப் பிரித்து ஆராய்ந்து அருந்ததியர் பார்வையிலிருந்து அவற்றைப் புரிந்து கொள்ளும் முயற்சியை மேற்கொள்கிறார். ஆவாரஞ் செடி, மாட்டுக்கறி, புல்லாங்குழல் ஆகியவற்றின் குறி யீட்டுப் பொருள்களை விளக்கும் ஆசிரியர் தோற்றக் கதை களின் மறைபொருளைப் புரிந்துகொண்டு அவற்றின் அடிப் படையில் மதிப்பீடுகளையும் அறநெறிகளையும் வரையறுப்பதில் கம்பளத்தார்க்கும் அருந்ததியர்களுக்கும் உள்ள வேறுபாடு களையும் சுட்டிக் காட்டுகிறார்.

திருநாகலிங்கம் தமது “பள்ளர் இனக்குழு வரலாறு” எனும் கட்டுரையில் குலங்கள் அகமணத்தை ஒதுக்கிப் புறம ணத்தைப் பேணியதால் இனக்குழுக்கள் தோன்றி, அவை சாதிகளின் தோற்றத்திற்கு அடிப்படையாய் அமைந் தனவென்றும் நிலவுடைமைச் சமூகத்தில் உழைப்பாளிகளை மட்டுமே கொண்டிருந்த குழு தீண்டத் தகாதவர்களாக மாற்றம் பெற்றதென்றும் பண்டை தமிழகத்தில் மருத நிலத்தில் தோன்றிய அரசுகளே இனக்குழுவை அழித்தனவென்பதைச் சங்க இலக்கியங்களால் அறியலாமென்றும் பள்ளர் இனம் மட்டுமே வேளாண்மைத் தொழிலுக்கு நெருக்க முடையதாக இருந்ததென்பதற்குப் பள்ளு நூல்களும் நாட்டார் வழக் காறுகளும் சான்று பகர்கின்றனவென்றும் சங்க இலக்கி யங்களும் பிறவும் வேளாண்மையையும் போர்த் தொழிலையும் செய்து வந்த இனமாகச் சுட்டும் மள்ளர் இனத்தின் வழிவந்தவர்களே பள்ளர் என்றும் அன்னார் தமிழ்ச் சமுதா யத்தின் உயிர் நாடியாக இருந்து வந்துள்ளனர் என்றும்

விரித்துரைப்பார். இக்கட்டுரையைப் படிக்கும் போது, நால்வருணம் பற்றிப் பேசும் மனுநீதி உழவுத் தொழில் கேவலமானது; அதைப் பிராமணர்கள் செய்யக்கூடாது என்று சொல்ல, வள்ளுவரின் திருக்குறள் 'உழவு' எனும் தனியொரு அதிகாரத்தில் "சுழன்றும் ஏர்ப்பின்னது உலகம், அதனால் உழந்தும் உழவே தலை" என்ற கருத்தைப் பத்துப் பாடல்களில் நிலை நாட்டுவது நம் நினைவிற்கு வராமல் போகாது.

தருமராஜின் "வாய்மொழிக் கதையாடல்களின் குறியியல்" எனும் கட்டுரை கருத்தியலிலும் கோட்பாட்டு உருவாக்கத்திலும்அளவிறந்தஈடுபாடுகாட்டுவது;வாய்மொழிக்கும் எழுத்து மொழிக்குமான வேறுபாட்டை எதிர்மறை இரட்டைகளாகப் பார்க்கும் மாதிரியைத் தவிர்த்து மாற்று விளக்கங்களை நாடிச் செல்வது. இம்முயற்சியில் **பிவர் அபிலார்ட், ழாக் தெரிதா, ஏ.பி.லார்ட், ரிச்சர்ட் பாமன், டெல் ஹைம்ஸ், வால்டர் ஜே. ஓங் லாரி ஹாங்கோ** ஆகியோரின் கருத்துகளைக் கட்டுரையாளர் பயன்படுத்திக் கொள்கிறார். வாய்மொழிக் கதையாடலைப் பற்றிய ஐந்து கோட்பாடுகள் சுருக்கமாகத் தரப்பட்டு அவற்றின் நிறை குறைகள் பேசப்படுகின்றன. இவையெல்லாம்புதியகருத்தாக்கங்களைஅறிமுகப்படுத்தினும் ஒரு சார்புடையனவே. வாய்மொழிக் கதையாடலை வெளிப்படுத்தும் கலைஞரைச் சார்ந்தே அவை சிந்தித்தனவே தவிர பார்வையாளர்களைக் கணக்கில் எடுத்துக் கொள்ளவில்லை. கதையாடலைப் பனுவல் என்று அணுகும் முறை வாய்மொழி அளவில் செயல்படுத்தக் கூடியதா என்பதையும் இவை எண்ணிப் பார்க்கவில்லை. வாய்மொழிக் கதையாடல்களை உச்சரிப்பவர்களை மட்டுமே நிகழ்த்துநர்கள் என்று இவை வரையறுத்துக் கொள்வதால் ஆய்வுத்தளத்தை மிகவும் சுருக்கிக் கொள்கின்றன. பனுவல் சார்ந்த ஆய்வுகள் உத்திகளுக்கு இடமளித்துப் பனுவல் பயிலக் கூடிய பண்பாட்டு வெளியைப் புறக்கணிக்கின்றன.

கட்டுரையாளர் இறுதியில் குறியியல் சிந்தனைகளை அடிப்படையாகக் கொண்ட **யூரி லாட்மென், ஹர்ஜித் சிங் கில்** ஆகியோரின் எண்ணங்களை ஆய்வுக்கு எடுத்துக் கொள்கிறார். வாய்மொழிக் கதையாடலைப் பண்பாட்டுப் பனுவலாகப் பார்ப்பார் **லாட்மென்** அதனைச் சொல்லாடலாகக் காண்பார் கில். முன்னவர் பனுவலை வெளிப்படுத்துபவரை முன்னிலைப்படுத்தி நாட்டார் கலைஞரின் உள்ளம், தனித்தன்மைகள்,

உத்திகள் போன்றவற்றையும் பின்னவர் சொல்லாடலை மையப்படுத்திப் பார்வையாளரையும் பண்பாட்டையும் ஆராய்வர். இம்முடிவுகளையெல்லாம் தெளிவாக்கும் தருமராஜின் கட்டுரை எழுத்து மொழியை வரலாற்றோடு இணைப்பது போல் வாய்மொழியை இணைக்க முடியுமா என்ற கேள்வியை எழுப்புகிறது. எழுத்து மொழியின் வரலாறு நினைவுகளை, கடந்த கால எச்சங்களை, நடந்து முடிந்தவைகளை அடிப்படையாகக் கொண்டது. எழுத்தின் நிலைத்த தன்மை, மீண்டும் பார்க்க அது தரும் வாய்ப்பு ஆகியவை பேச்சிற்கு இல்லை. பேச்சோ மாறுந்தன்மையும் நிகழ்காலப் பண்பும் எதிர்காலச் சிந்தனையும் கொண்டது. எனவே வரலாறு என்பது வாய் மொழிக் கதையாடல்களுக்கு எவ்வாறு பொருந்தும் என்று கேட்கும் கட்டுரையாளர் வாய்மொழிச் சமூகத்தின் காலம் சுழன்று கொண்டிருக்கிறதென்றும் வாய்மொழிக் கதையாடலில் வெளிப்படும் கடந்த காலமும் கூட நிகழ்காலத்தைச் சார்ந்து எதிர்காலம் குறித்த முனைப்பில் செயல்படுவது என்றும் விளக்குவார்.

வாய்மொழி வழக்காறுகளுக்கும் சமுதாய வரலாற்றிற்கு முள்ள உறவை ஆராயும் கட்டுரைகளைக் கொண்டுள்ள இத்தொகுதியின் இன்றியமையாத் தேவையை மொழியியல், நாட்டார் வழக்காறு. இலக்கியம் ஆகிய மூன்றிலும் ஆழங்கால் "பட்ட ஏ.கே. ராமானுஜனின் கூற்றொன்றால் உறுதி செய்யலாம்.

நான் வேதங்களை என்றும் மொழிபெயர்த்ததில்லை. என்னைக் கவர்ந்தவை தாய் மொழிகளே, வடமொழியன்று; ஏனெனில் தாய் மொழிகளே குடியாட்சித் தன்மையையும் சமுதாயஏற்றத்தாழ்வுகளுக்கு எதிரானதும் இந்தியாவின் அடித்தளத்திலிருந்து தோற்றம் பெற்றதுமான ஒரு வாழ்க்கை நோக்கையும் பிரதிபலிப்பவை. நாட்டார் வழக்கில் நான் கொண்டுள்ள ஈடுபாட்டிற்கும் இதுவே காரணம். நாட்டார் வழக்காறுகளில் ஆதிக்க நிறுவனங்கள், திட்டங்கள் ஆகியவற்றை எதிர்க்கும் ஓர் ஆற்றலை நான் காண்கிறேன். நாட்டார் வழக்காற்றியலில் நான் செய்யும் பணிப் பெண்கள் குழந்தைகள் ஆகியோருடைய உலகம் பற்றியதே வடமொழி நூல்களின் மூலம் இந்தியாவைப் பற்றிப் பேசக்கூடாதென்று முடிவு செய்திருக்கிறேன்.

வரைமொழியிலும் வாய்மொழியிலும் உள்ள தாய் மொழி நூல்களைக் கொண்டே இதனைச் செய்வேன். இராமாயணம் போன்ற காப்பியம் ஆணுக்கு அதிக உரிமை அளிப்பதாலும் பெண்களாலும் கல்வியறிவற்றவர்களாலும் சொல்லப்படும் நாட்டார் பாடல்களும் கதைகளும் அதற்கு எதிரானவையாதலாலும் பின்னவை மூலமாகவே இந்தியாவைக் காண வேண்டும். - எனக்கு அழகியல், கடந்தகாலம், உலகநோக்கு (aesthetics, the past and the world view) ஆகிய மூன்றில் எப்பொழுதும் ஆர்வம் உண்டு. நாட்டார் கதைகளில் இதிகாசங்களைக் காட்டிலும் இந்த மூன்றிற்கும் முக்கியத்துவம் இருக்கிறது. இதிகாசங்களில் ஒருவர் கேட்பது ஆதிக்கக் குரலே.

இந்தியச் சமுதாயப் பண்பாட்டை அறிய இதிகாசங்களுக்கும் இலக்கியங்களுக்கும் போகாமல் நாட்டார் கதைகளுக்கும் பாடல்களுக்கும் போவதே மேலென்பார் ஏ.கே. ராமானுஜன்; இத்தொகுப்பிலுள்ள கட்டுரைகள் இதற்குச் சாட்சியங்களாய் அமைகின்றன.

ப. மருதநாயகம்
இயக்குநர்
புதுவை மொழியியல்
பண்பாட்டு ஆராய்ச்சி நிறுவனம்

பொருளடக்கம்

1.வாய்மொழி வழக்காறுகளும்
வரலாறும் -- 01
ஆ.சிவசுப்பிரமணியன்

2 தமிழகப் பழங்குடிகளின்
இடப்பெயர்ச்சி வரலாறு ------------------------- 29
ஆ. செல்லபெருமாள்

3.அருந்ததியர் தோற்றக் கதைகள் ------------- 41
மாற்கு சே.ச

4 பள்ளர் இனக்குழு வரலாறு ------------------- 81
ஆ.திருநாகலிங்கம்

5 .தெய்வங்களின் தோற்றக் கதைகள்---------- 115
ஆறு. இராமநாதன்

6 சாதிகளின் இடப்பெயர்ச்சிக் கதைகள்------- 134
தே.லூர்து

7 சாதிகளின் தோற்றம் குறித்த
தொன்மங்களும் சனங்களின் வரலாறும்------- 171
பக்தவத்சல பாரதி

8 வாய்மொழிக் கதைகளும் சமுதாய
வரலாறும்-- 212
ஞா. ஸ்டீபன்

9 வாய்மொழிக் கதையாடல்களின் குறியியல்- 245
டி. தருமராஜன்

1. வாய்மொழி வழக்காறுகளும் வரலாறும்

ஆ.சிவசுப்பிரமணியன்

1. வாய்மொழி வழக்காறு

மக்கள் வழக்காறுகளை (lore) வாய்மொழி வழக்காறுகள். வாய்மொழி சாரா வழக்காறுகள் (verbal lore - non-verbal lore), என நாட்டார் வழக்காற்றியலர் பகுப்பர்.

வாய்மொழியாகக் கூறப்படும் மற்றும் வாய்மொழியாகப் பரவும் வழக்காறுகளே வாய்மொழி வழக்காறுகளாகும்.

I நாட்டார் பாடல்கள்
II நாட்டார் கதைப் பாடல்கள்
III பழமொழிகள்
Iv விடுகதைகள்
v வாய்மொழிக் கதைகள் ஆகியன வாய்மொழி வழக்காறுகளின் முக்கிய வகைமைகள் ஆகும்.

1.1. வாய்மொழி மரபுகள்

வாய்மொழி வழக்காறுகளை 'வாய்மொழி மரபுகள்' என்று ஜான் வான்சினா (1961 : 19) குறிப்பிடுவார். வாய்மொழியாகக் கூறப்படும் சான்றுகளை வாய்மொழிச் சான்றுகள் என்று குறிப்பிடும் **ஜான் வான்சினா** அவற்றை

1. கண்ணால் கண்டவர் கூற்று (eye witness account)
2. வாய்மொழி மரபு (oral tradition)
3. வதந்தி (rumour)

என்று மூவகையாகப் பகுப்பார்.

1.2. இவற்றுள் கண்ணால் கண்டவரின் கூற்று வாய்மொழியாகக் கூறப்பட்டாலும் அதை வாய்மொழி மரபாக ஜான் வான்சினா ஏற்றுக் கொள்ளவில்லை.

வாய்மொழி மரபு குறித்தும் அதன் இயல்புகள் குறித்தும் பின்வரும் வரையறைகளை ஜான் வான்சினா குறிப்பிடுகிறார்.

* எழுத்து வடிவம் பெறாதவை
* கடந்த காலம் குறித்த செய்திகளை உள்ளடக்கிய வாய்மொழிச் சான்றுகளைக் (verbal testimonism) கொண்டவை.
*வாய்மொழிச் சான்றுகள் பேசப்படலாம் அல்லது பாடப்படலாம்.

* எழுத்து வடிவம் பெற்ற அறிக்கைகளில் இருந்து இவை வேறுபடுவதுடன் கடந்த காலத்தை ஆராயப் பயன்படும். பொருள்களிடமிருந்தும் வேறுபடும்.

இவ்வாறு வரையறை செய்யும் ஜான் வான்சினா (1961:19) "எல்லா வாய்மொழி ஆதாரங்களும் வாய்மொழி மரபாகிவிடாது" என்று குறிப்பிடுகிறார். அவரது கருத்துப்படி ஒரு நிகழ்ச்சியை நேரில் காண்பவர்களது கூற்று வாய்மொழி மரபாகாது. மாறாக ஒரு நிகழ்ச்சியை நேரில் பார்த்திராத ஒருவர் அது குறித்துச் செவிவழியாக அறித்த செய்தியைக் கூறும் போதுதான் அது வாய்மொழி மரபாகும்.

வாய்மொழி மரபொன்று உருப்பெற்று அது எழுத்தாவணமாக மாறுவதைப் பின்வரும் வரைபடத்தின் வாயிலாக அவர் விளக்குகிறார்.

உண்மை அல்லது நிகழ்ச்சி

நோக்கர்	தொடக்க அல்லது தொன்மைச் சான்று
செய்திப் பரவலின்	செவி வழிச் செய்தி அல்லது செய்திச் சங்கிலித் தொடரில் ஒரு கண்ணி
இறுதித் தகவலாளர்	கடைசி அல்லது இறுதிச் சான்று
பதிவு செய்பவர்	முதல் எழுத்து ஆவணம்

வாய்மொழி மரபு குறித்த ஜான் வான்சினா தரும் இவ் விளக்கத்தின் மையக் கருத்தாக வாய்மொழிப் பரவல் (Oral Transmission) அமைந்துள்ளது. அதே நேரத்தில் இது எழுத்து வடிவும் பெற்று வரலாற்று ஆவணம் என்ற நிலையையும் அடைகிறது.

வாய்மொழிச் சான்று வரிசையில் மூன்றாவதாக இடம்பெறும் வதந்தி பழமையைச் சார்ந்ததல்ல. செய்தியைப் போன்று வதந்தியும் நிகழ்காலம் சார்ந்ததாக அமையும். பதற்ற நிலை, சமூக அமைதியின்மை வழக்கமான தகவல் தொடர்புச் சாதனங்கள் செயல்படாமை அல்லது அவற்றின் மீது மக்களின்

நம்பிக்கை இன்மை ஆகியனவற்றின் காரணமாக வதந்திகள் உருவாகின்றன. ஆயினும் வதத்திகளும் மக்கள் நினைவில் பதிந்து கடந்த காலம் குறித்த வாய்மொழிச் சான்றாக அமையலாம். சில நேரங்களில் ஆளுவோரால் திட்டமிட்டே வதந்திகள் பரப்பப்படுவதுமுண்டு. காளையார் கோவில் காட்டில் மறைந்திருந்த மருது சகோதரர்களையும் ஊமைத் துரையையும் பிடிக்க, நெருக்கமாக வளர்ந்திருந்த மரங்கள் தடையாயிருந்தன. அங்குள்ள பாலை மரப் பொந்துகளில் ஏராளமான தங்கத்தை மருது சகோதரர்கள் ஒளித்து வைத்திருப்பதாக வதந்தியைப் பரப்பினர். இதன் விளைவாகப் பொருளுக்கு ஆசைப்பட்ட உள்ளூர்க்காரர்கள் மரங்களை வெட்டி வீழ்த்திப் பாதை அமைத்தனர். அது ஆங்கிலப்படை முன்னேற்றத்திற்கு உதவியது.

2. வாய்மொழி வரலாறு (oral history)

வாய்மொழி மரபை, வரலாற்றுச் சான்றாகப் பயன் படுத்தும் போக்கின் வளர்ச்சி நிலையே வாய்மொழி வரலாறு. கடந்த காலத்தைக் குறித்து நிகழ்காலத்தில் வாழும் மக்களின் நினைவலைகளே வாய்மொழி வரலாற்றின் அடிப்படைத் தரவுகளாக அமைகின்றன. சுகோ (zhukov) என்பவர் வாய்மொழி வரலாறு என்பதற்குப் பின்வருமாறு விளக்கம் அளிப்பார்.

"ஆவணங்களாகப் பதியப்படாத, வரலாற்று நிகழ்ச்சி களில் பங்கு கொண்டவர்களின் வாய்மொழிச் சான்றுகளைப் பயன்படுத்துவது வாய்மொழி வரலாறாகும். சுருக்கெழுத்து, ஒலிப்பதிவு ஆகியவற்றின் காரணமாக வாய்மொழி வரலாறானது பல்வேறு வரலாற்றாவணங்களாக மாற்றப்படுகிறது. எழுத்து வடிவம் அல்லாத மொழியினைப் பேசும் மக்களின் வரலாற்றை அறிய வாய்மொழி வரலாறு குறிப்பிடத்தகுந்த முக்கியத்துவத்தைக் கொண்டுள்ளது..... வாய் மொழி குறித்த ஆய்வானது தங்களுக்கென ஒரு எழுத்துவடிவம் இல்லாத மக்களுக்கு மட்டும் முக்கியத்துவம் உடையதன்று. உலகின் பல்வேறு நாடுகளிலும் பல எழுத்துச் சான்றுகள் பல்வேறு காரணங்களால் அழிந்து போனதையும் நினைவில் கொள்ள வேண்டும். இவ்வாறு அழிந்து போன சான்றுகள் வாய் மொழியாக நிலைத்து நிற்கும் வாய்ப்புண்டு. இவ்வாறு நிலைத்து நிற்காத சான்றுகளின் சாரம், வாய்மொழியாக

வழங்கும் பழமரபுக் கதைகளில் எஞ்சி நிற்பதற்குச் சாத்தியக் கூறுபாடு இருக்கிறது. அதே நேரத்தில் மிகுந்த எச்சரிக்கை உணர்வுடன் ஆய்வாளர்கள் இவற்றைப் பயன்படுத்த வேண்டும் (Zhukov 1983: 192-193).

வாய்மொழி வரலாறு என்பது அரசியல் வரலாறு, சமுதாய வரலாறு, பொருளாதார வரலாறு போன்று வரலாற்றின் ஒரு பிரிவன்று. இது ஒரு வரலாற்று முறையியல் (methodology) ஆகும். என்ற **லும்மிஸின்** (Lummis 1989 : 229) கருத்து ஒரு பக்கம் இருந்தாலும், வரலாற்று ஆவணப்படுத்தலில் நவீன யுத்தியாக வாய்மொழி வரலாறு இன்று நிலை பெற்றுள்ளது. 'நம் காலத்திய வாய்மொழி வரலாறு' (Oral History of our Times) என்ற நூலாசிரியரின் கருத்துப்படி. ஒரு நாட்டின் வரலாறு என்பது பாராளுமன்றத்திலோ போர்க்களங்களிலோ இல்லை. ஆனால் விழா நாட்களிலும், சந்தை நாட்களிலும் மக்கள் தங்களுக்குள் என்ன கூறிக் கொள்கிறார்கள், எங்கெங்கு யாத்திரை போகிறார்கள் என்பதில் இருக்கிறது.

இவரது சமகாலத்தவரான கொலம்பியா பல்கலைக் கழகப் பேராசிரியர் -**ஆலம் நீவின்** என்பவர் 1948ஆம் ஆண்டில் 'வாய்மொழி வரலாறு' என்ற கலைச்சொல்லை உருவாக்கினார்.

'விஞ்ஞானத் தொழில் நுட்ப வளர்ச்சியின் விளைவாக மக்கள் அதிக அளவில் பயணம் செய்வதும், தொலைபேசியில் பேசுவதும் நிகழ்கிறது. இது பரவலான தொடர்பு முறையாக ஆனதால் நாட்குறிப்பு எழுதுவதும், கடிதம் எழுதுவதும் மக்களிடையே குறைந்துவிட்டது. இவ்விரண்டு முக்கியச் சான்றுகளையும் வரலாற்றியலார் இழந்து விட்டனர். இந்த இழப்பைச் சரிக்கட்டும் வகையில் ஆற்றல் வாய்ந்த நேர்காண்போர் (interviewers), ஒலிப்பதிவுக் கருவிகளின் துணையுடன் அறிவார்ந்த மக்களின் நினைவலைகளைச் சேகரிக்கலாம்' என்று **ஆலன் நீவின்** கருதுகிறார். (Kirpal Singh 1985 C) ஒரு நிகழ்ச்சியை நேரில் பார்த்திராத ஒருவர் செவி வழியாக அறிந்த செய்திகளே வாய்மொழி மரபாகும் என்ற **ஜான்வான்சினாவின்** கருத்துக்கு நேர்மாறாக ஆலன் நீவினின் இக்கருத்து அமைந்துள்ளது.

ஆலம் நீவினுடன் பணிபுரிந்த லூயிஸ் எம்.ஸ்டார் (Louis M.Starr 1917-1980 A.D.) என்பவர் 'ஒலிப்பதிவுக் கருவிகளின் துணையுடன் திட்டமிட்டு நிகழ்த்திய நேர்காணலின் வாயிலாகத் திரட்டப்பட்ட பாதுகாக்கத் தகுதியுள்ள தரவுகளைக் கொண்டதே வாய்மொழி வரலாறு என வரையறுக்கிறார்.

அதே நேரத்தில் வாய்மொழி வரலாறு 'ஒரு கருவியை விட மேலானது: ஓர் அறிவுத்துறையை விடக் குறைவானது'. (It is more than a tool and less than a discipline) என்றும் மதிப்பிடுகிறார்.

இவ்வாறு ஒரு முறையியலாகவும், கருவியாகவும், அறிவுத் துறையாகவும் காட்சியளிக்கும் வாய்மொழி வரலாறு பின்வரும் உண்மைகளை அறிந்து கொள்ளத் துணைபுரிகிறது:
i. வரலாற்றாவணங்கள் புறக்கணித்த அல்லது அவற்றில் இடம்பெறாத செய்திகளை அறிய.
ii. வரலாற்றாவணங்களின் ஒரு பக்கச் சார்பான செய்திகளுக்கு மாறான செய்திகளை அறிந்து கொள்ள.
iii. ஒரு குறிப்பிட்ட வரலாற்று நிகழ்ச்சிகளின் மன உணர்வுகளை அறிய.
iv. வரலாற்று நாயகர்களின் செயல்பாடுகள் மற்றும் குணாம்சங்கள் தொடர்பான எதிர்மறையான செய்திகளையும் அறிய

3. வாய்மொழி வரலாற்று முறையியல்

3.1. வரலாறு என்ற அறிவியல் துறையில் கல்வெட்டு, செப்பேடு, வெளிநாட்டார் பயணக் குறிப்புகள், தொல்பொருள் ஆய்வுச் சான்றுகள், நாணயவியல் ஆகியன வரலாற்றை எழுத உதவும் அடிப்படைத் தரவுகளாக அமைகின்றன. இச்சான்றுகள் வரிசையில் வாய்மொழி மரபும் இணைகிறது.

3.2. வாய்மொழியாக வழங்கும் தரவுகளைப் பயன்படுத்தி வரலாறு எழுதும் முறை மிகவும் பழமையான ஒன்று. ஏதென்ஸ் மற்றும் ஸ்பார்ட்டா குடியரசுகளுக்கிடையே கி.மு. 431 தொடங்கி கி.மு 404 முடிய நிகழ்ந்த பெலப்பனீசிய போர் குறித்து **தூஸிடைஸ்** (1960 : 22) என்ற கிரேக்க வரலாற்று ஆசிரியர் 'பெலப்பனீசிய போர் வரலாறு', என்ற நூலை எழுதியுள்ளார். அந்நூலை எழுதுவதற்கு வாய்மொழிச் சான்றுகளைப் பயன்படுத்தியுள்ளதாகக் குறிப்பிட்டுள்ளார்:

"நான் நேரில் பார்த்ததிலிருந்தும் பிறர் பார்த்ததாக நான் அறிந்ததிலிருந்துமே அது எழுதப்படுகிறது; மேலும் அது பல கடுமையான சோதனைகளுக்கு உட்படுத்தப்பட்டு அதன் உண்மை அறியப்படுகிறது"

"போர் நிகழ்ச்சிகளை நேரில் கண்ட பலர் ஒரே நிகழ்ச்சியைப் பற்றித் தருகின்ற குறிப்புகள் அவர்கள் மறதியின் காரணமாகவும் ஒரு கட்சியின் சார்பின் காரணமாகவும்

ஒன்றுக்கொன்று வேறுபடுவதால் அவற்றை ஆராய்ந்து சரியான முடிவுக்கு வருவதில் எனக்குச் சிறிது தாமதம் ஏற்பட்டது."

அவரது இக்கூற்றில் வாய்மொழி மரபுகளைக் கேட்டறிந்து அவற்றை ஆராய்ந்து எழுதியுள்ளதை வெளிப் படுத்தியுள்ளார். 'வரலாற்றின் தந்தை' எனப்படும் **ஹிரோடாட்டசும்** (Herodotus) வாய்மொழிச் சான்றுகளைப் பயன்படுத்தியுள்ளார்.

3.3. இச்சான்றுகளை ஹிரோடாட்டஸ் விமர்சனமின்றி பயன்படுத்தவில்லை என்று கூறும் காலிங்உட் கிரேக்கர்களிடம் நிலவிய பின்வரும் நடைமுறைக்கு அவர் விதிவிலக்கல்ல என்கிறார்.

3.4.'கிரேக்கர்கள் அனைவர்க்கும் நீதிமன்ற நடை முறைகளில் நல்ல பயிற்சி உண்டு. நீதிமன்ற சாட்சிகளின் கூற்றுகளை விமர்சனத் தன்மையுடன் பார்ப்பது போன்றே வரலாற்றுச் சான்றுகளையும் பார்ப்பதில் ஒரு கிரேக்கனுக்குச் சிரமம் எதுவுமில்லை'.

3.5. கி.பி. 12-ஆவது நூற்றாண்டில் இந்தியாவில் வாழ்ந்த **கல்கனன்** என்ற வரலாற்றாசிரியர் 'ராஜதரங்கிணி' என்ற நூலை எழுதியுள்ளார். சுல்தான்கள் ஆட்சிக் காலத்திற்கு முந்திய மத்தியக் கால வரலாற்றைக் கூறும் இந்நூலில் புரா ணங்கள் மற்றும் வாய்மொழி மரபுகளை வரலாற்றுத் தரவுகளாக அவர் பயன்படுத்தியுள்ளார்.

3.6. ஆட்சிபுரிந்த அரசர்கள், குறுநில மன்னர்கள், ஜமீன் தார்கள் அவர்களைச் சுற்றியிருந்த அமைச்சர்கள். தளபதிகள் மற்றும் இவர்களைச் சார்ந்திருந்த கவிஞர்கள், மத குருக்கள், கலைஞர்கள் ஆகியோரை மையமாகக் கொண்டு எழுதப்பட்ட மரபு வழி வரலாறு இன்று காலம் கடந்ததாகி விட்டது. மையத்தை விட்டு விலகி விளிம்பு நிலையினரைக் குறித்து எழுதப்படும் வரலாறு இன்று உருப்பெற்றுள்ளது.

3.7.மேட்டிமையோரால் உருவாக்கப்பட்ட கல்வெட் டுக்கள் பட்டயங்கள், நாணயங்கள், இலக்கியங்கள் ஆகியன வற்றில் விளிம்பு நிலையினர் அல்லது அடித்தள மக்களைக் குறித்த செய்திகளைக் குறிப்பிடத்தக்க வகையில் கண்டறிய முடியாது. எனவே மக்களிடமிருந்தே மக்கள் வரலாற் றுக்கான சான்றுகளை நாம் திரட்ட வேண்டும். ஓலைச் சுவடிகள், ஆவணக் காப்பகத்திலுள்ள ஒரு துண்டுக் கடிதம் ஆகியன

வரலாற்று ஆவணமாக ஏற்கப்படுவது போல் கர்ண பரம்பரையாகக் கூறப்படும் கதை – பழமொழி-பாடல் ஆகியனவும் வரலாற்று ஆவணங்களாக ஏற்றுக் கொள்ளப்பட வேண்டும்.

3.8, இதுவரை எழுதப்பட்ட வரலாறுகள் அனைத்தும் ஆளுவோரின் வரலாறாகும். ஆளுவோர் உருவாக்கிய இத்தரவுகளின் அடிப்படையில் உருவாகும் வரலாறுகள் சாதாரண பொதுமக்களின் வரலாற்றை எடுத்துரைப்பதில்லை, இந்நிலையில் பின்வரும் வினாக்களுக்கு விடை காணவேண்டிய அவசியம் ஏற்பட்டிருக்கிறது.

1. ஒரு குறிப்பிட்ட காலக்கட்டத்தில் ஒடுக்குமுறைக்கு ஆளான சமூகம் அல்லது இனத்தின் வரலாற்றை எப்படி எழுதப் போகிறோம்?

2. தனக்கென அதிகாரப் பூர்வமான, மரபு வழிப்பட்ட ஆவணங்கள் இல்லாமல் போன ஒரு குழுவின் வரலாற்றை எவ்வாறு எழுதப் போகிறோம்? ஆவணங்கள் இல்லையென்ற ஒரே காரணத்திற்காக ஓர் இனத்தின் வரலாற்றைப் புறக்கணித்து விட முடியுமா?

இக்கேள்விகளுக்கு விடை காண தம் மரபு வழி வரலாற்றாய்வுகள் தவறிவிட்ட நிலையில் இரண்டாம் உலகப் போருக்குப் பின்னர் ஜனநாயகவாதிகள் பலரும் இவ் வினாக்களுக்கு விடைகாணும் முயற்சியில் ஈடுபட்டனர். இதன் முதற்கட்டமாக இதுவரை வரலாற்றில் இடம்பெறாத அடித்தளச் சமூகக் குழுக்கள் மற்றும் வர்க்கங்களின் பட்டியல் ஒன்று உருவாக்கப்பட்டது. இதில்,

1. முன்னாள் அடிமைகள்
2. பாட்டாளிகள்
3. சிறைக் கைதிகள்
4. பெண்கள் போன்றோர் இடம் பெற்றனர்.

இதன் பின்னர் நடந்த கலந்துரையாடலின் அடிப்படையில் 1970-இல் 'அடித்தளத்திலிருந்து வரலாறு' (History from the Below) என்ற கருத்தாக்கம் தோன்றியது. 1970-லும் 1980-லும் பன்முகப் பண்பாடு குறித்து நிகழ்ந்த விவாதங்களின் அடிப்படையில்

1. இனக் குழுக்கள்
2. தொல் குடிகள்
3. குழந்தைகள்
4. முதியோர்
5. லெஸ்பியன்கள்

ஆகியோர் இப்பட்டியலில் சேர்க்கப்பட்டார்கள். இது 'சிறுபான்மையினர் வரலாறு எனப்பட்டது. இதன் மூலம் ஒரு நாட்டின் கடந்தகாலம் குறித்த அதிகாரப் பூர்வமான வரலாறுகள் கேள்விக்குள்ளாக்கப்பட்டன' என்பார் **சக்கரவர்த்தி** (Dipesh Chakrabarty 1998:473).

பன்முகத் தன்மை வாய்ந்த பண்பாடுகளையும் தேசிய இனங்களையும் மதங்களையும் சாதிகளையும் கொண்ட இந்திய நாட்டில் ஒற்றைத் தன்மை வாய்ந்த வரலாற்றுப் போக்கே நிலவி வந்த நிலையில் 'அடித்தளத்திலிருந்தே வரலாறு' என்ற வரலாற்று அணுகுமுறை தாக்கத்தை ஏற்படுத்தியது. இதன் விளைவாக 1980களின் தொடக்கத்தில் 'அடித்தள மக்க ளின் வரலாற்றாய்வு' என்ற கருத்தாக்கம் உருவாகியது. அடித்த ளத்திலிருந்து வரலாறு என்பதை முன்னிலைப்படுத்தி இந்திய வரலாறு குறித்த கட்டுரைகள் அடங்கிய தொகுப்பு வரிசையை **ரணஜித் குஹா** உருவாக்கினார்.

அடித்தள மக்கள் பிரிவின் வரலாற்றை எழுதும் பொழுது மரபுவழிச் சான்றுகள் ஓரளவிற்கே கிட்டுகின்றன. ஏனெனில் பண்பாட்டடையாளங்கள் பறிக்கப்பட்டும், மறுக்கப்பட்டும் வாழ்ந்த ஒரு குழுவானது, வரலாற்றுச் சான்றுகளைக் கொண்டி ருக்க இயலாது. அதே நேரத்தில் ஒரு குழு அல்லது குலம் குறிப்பிட்ட ஒரு நிலப் பரப்பில் பல்வேறு இடங்களில் பரவி வாழ்ந்தால் ஓரிடத்தில் கிட்டாத சான்றுகள் மற்றொரு இடத்தில் கிட்டும் வாய்ப்புண்டு. மேலும் ஒரு சமூகத்தின் தொன்மை, தொழில், பண்பாடு ஆகியன குறித்த தரவுகளை வாய்மொழி வழக்காறுகள் கொண்டுள்ளன. ஓர் இனத்தின் வரலாறும் வாய்மொழி வழக்காறுகளை உள்ளடக்கிய நாட்டார் வழக்காறும் ஒன்றோடொன்று நெருங்கிய பிணைப்பைக் கொண்டவை. சுருங்கக் கூறின் இன வரலாற்றின் (ethno history) ஓர் அங்கம் நாட்டார். வழக்காறுதான், இவையிரண்டும் ஒன்றையொன்று பிரிக்க முடியாதவாறு பின்னிப் பிணைந்துள்ளன. ஓர் இனத்தின் வாய்மொழி வழக்காறு களிலும், சடங்குகளிலும் பழக்கவழக்கங்கள் மற்றும் தட்டு முட்டுச் சாமான் களிலும் அதன் சமூகப் பண்பாட்டு வரலாற்றுக்கான சான்றுகள் காணப்படுகின்றன.

3.9. மார்க் பிளாங்க்ஸ் (1886 - 1944) என்ற வரலாற்றியலர் குறுக்கு விசாரணை பகுப்பாராய்ச்சி - ஒப்பிடுதல் என்ற மூன்றும் வரலாற்றாசிரியனது தொழில் என்று கூறிவிட்டு “ஆவணம் என்பது ஒரு சாட்சி. மனித சாட்சிகளைப் போன்று கேள்விகள் கேட்டால்தான் ஆவணமும் பேசும். குறுக்கு விசாரணை செய்வதே வரலாற்றாசிரியனது முக்கியமான தொழில்” என்று வலியுறுத்தியுள்ளார்.

3.10. மரபு வழியான வரலாற்று ஆவணங்களை வரலாற்றியலர் ஆய்வுக்கு உட்படுத்தாது அப்படியே ஏற்றுக் கொள்வதில்லை. **மார்க் பிளாங்கஸ்** கூறுவது போல் ‘நமக்குக் கிடைக்கும் பலவகைச் சான்றுகளும் கச்சாப் பொருட்கள் போன்றவை ஆகும்’.

3.11. இக்கச்சாப் பொருட்களில் ஒன்றாகவே, வாய் மொழி வழக்காறுகள் அமைகின்றன. ஆனால் நமது மரபுவழி வரலாற்றறிஞர்கள் வாய்மொழி வழக்காறுகளைக் கச்சாப் பொருளாக ஏற்றுக்கொள்ள மறுக்கிறார்கள். அடித்தளத்தில் இருந்து வரலாறு (History from the Below), அடித்தள மக்கள் வரலாறு (Subaltern Studies) புதிய வரலாறு (New History) என்ற வரலாற்றுப் பள்ளிகள் வாய்மொழி வழக்காறுகளைப் புறக்கணிக்காது ஏற்றுக் கொண்டுள்ளன. வரலாற்று நிகழ்வுகளில் பொது மக்களை வெறும் பார்வையாளராக மட்டும் சித்தரிக்கும் போக்கிலிருந்து விலகி அவர்களது வாழ்க்கையின் பன்முகங்களை வரலாற்றுக் கருப்பொருளாகக் கொள்ளும் இப் புதிய வரலாற்றுப் பள்ளியினர் வாய்மொழிச் சான்றுகளைக் குறிப்பிடத்தக்க சான்றுகளாகப் பயன் படுத்துகின்றனர். அதே நேரத்தில் அவற்றை விமர்சனமின்றி ஏற்றுக் கொள்வதுமில்லை.

3.12. வழக்கின் வெற்றியை நோக்கமாகக் கொண்டு வழக்கறிஞரால் பயிற்சியளிக்கப்பட்ட ஒருவர் நீதிமன்றத்தில் வாய்மொழியாக அளித்த சாட்சியம் எழுத்துவடிவில் பதிவு செய் யப்பட்டு நீதிமன்ற ஆவணம் என்ற மதிப்பைப் பெறுகிறது. பின்னர் அது வரலாற்றாவணமாகவும் ஏற்றுக் கொள் ளப்படுகிறது. இது போன்றே ஒருவர் வாய்மொழியாகக் கூறும் வழக்காறும் எழுத்துவடிவில் பதிவு செய்யப்பட்டு, பனுவலாக (text) மாறுகிறது. இப்பனுவலுக்கும் வரலாற்று ஆவணம் என்ற மதிப்பு உண்டு. ஆவணம் என்று அழைக்கப்படுவதன் கார ணமாக அனைத்து ஆவணங்களும் அப்படியே வரலாற்றுச் சான்றுகளாக ஏற்றுக்கொள்ளப் படுவதில்லை. அவற்றின் நம்பகத்தன்மை ஆய்வுக்கு உட்படுத்தப்பட்டு உறுதி

செய்யப்பட்ட பின்னரே அது ஏற்றுக் கொள்ளப் படுகிறது. இவ்விதி வாய்மொழி வழக்காறுகளுக்கும் பொருந்தும்.

3.13. மரபு வழி வரலாற்று வரைவில் எவ்வாறு பல்வேறு சான்றுகளை ஒன்றுடன் ஒன்று பொருத்திப் பார்த்து ஒரு முடிவுக்கு வருகிறோமோ அதே போன்று வாய்மொழிச் சான்றுகளையும் பயன்படுத்த முடியும்.

3.14. இதற்குச்சான்றாகப்பச்சைமலைமலையாளிகளின் இனவரலாறு குறித்த மகேஸ்வரனின் கட்டுரையும் கோவைப் பகுதி இருளர்கள் குறித்த செல்லபெருமாளின் கட்டு ரையும் அமைகின்றன. திருச்சி மாவட்டத்தின் வடபுறமுள்ள பச்சைமலையில் 'பச்சைமலை மலையாளிகள்' என்ற ஆதி வாசிகள் வாழ்கின்றனர். இவர்களின் தோற்றம் குறித்து இவர் களிடையே வழங்கும் பழமரபுக் கதைகளின் ஏழு வடிவங்களில் இடம்பெறும் மையக்கருத்தின் துணையோடு இவர்களின் இனவரலாற்றை மகேஸ்வரன் (1991 : 228-235) மீட்டுருவாக்கம் செய்துள்ளார். அதன்படி, காஞ்சிபுரத்திலிருந்து வந்த 'காராள வெள்ளாளர்' பச்சை மலையில் வாழ்ந்து வந்த வேடுவர்களை அழித்து வேடுவர் பெண்களை மணந்து கொண்டு அங்கேயே தங்கினர். அவர்களது வழித்தோன்றல்களே இன்றையப் பச்சை மலை மலையாளிகள். எனவே இவர்கள் தொல் பழங்குடிகள் (Aboriginal Tribes) அல்லர். மேற்கூறிய பழமரபுக் கதையின் ஏழு வடிவங்களை மட்டும் முற்றிலும் நம்பி அவர் இம்முடிவுக்கு வரவில்லை. அக்கதைகளில் இடம்பெறும் பல கதைக்கூறுகளை அவர் ஒதுக்கியுள்ளார். ஆயினும் அக்கதைகளின் மையக் கருத்தை உறுதி செய்ய அவர்களின் வாழ்க்கை வட்டச் சடங் குகள், உணவு பரிமாறும் முறை, தொல் பொருள் சான்றுகள் ஆகியவற்றைப் பயன்படுத்தியுள்ளார். இது போன்றே கோவை மாவட்டத்தின் மலைப் பகுதியில் வாழும் இருளர்கள் சமவெளிப் பகுதியிலிருந்து இடம்பெயர்ந்து வந்தவர்கள் என்ற கருத்தை, செல்லப்பெருமாள் (1991 : 13 -17) நிறுவியுள்ளார். இருளர்களின் இடப்பெயர்ச்சியைக் குறிப்பிடும் பழமரபுக் கதை ஒன்றை எடுத்துக்கொண்டு அக்கதை நிகழ்வுகளுடன் தொடர்புடைய அவர்களின் பழக்க வழக்கங்கள். நம்பிக்கைகள், ஆகியவற்றின் துணையோடும் கொங்கு வெள்ளாளர்களிடம் வழங்கும் ஒரு மரபுக் கதையோடு ஒப்பிட்டும் இம்முடிவுக்கு வருகிறார்.

3.15. கேரள மாநிலத்தின் பாலக்காடு பகுதியில் வாழும் மன்னாடியார் என்னும் சாதியின் இனவரலாறு குறித்த ராசுவின் (1985) ஆய்வும் குறிப்பிடத்தக்க ஒன்றாகும். எம்.ஜி. ஆர். தமிழர் என்று நிறுவுவதை அடிப்படை நோக்கமாகக் கொண்டு அவரது ஆய்வு அமைந்த காரணத்தால் அதை ஆய்வுலகம் கண்டு கொள்ளாமல் விட்டு விட்டது. அவரது ஆய்வு நோக்கத்தை ஒதுக்கிவிட்டுப் பார்த்தோமானால் கொங்கு நாட்டிலிருந்து இடம் பெயர்ந்து சென்ற கொங்கு வேளாளரே மன்னாடிகள் என்ற பெயரில் வாழ்ந்து வருகிறார்கள் என்ற உண்மையை நாட்டார் வழக்காறுகள் மற்றும் பிற வரலாற்றுச் சான்றுகளின் துணையுடன் அவர் நன்கு நிறுவியுள்ளதை அறிய முடியும். மன்னாடிகளின் இடப்பெயர்ச்சி குறித்து அவர்களிடையே வழங்கும் செய்திகள் அவர்களின் வாழ்க்கை வட்டச் சடங்குகள், பட்டப் பெயர்கள் வழிபடும் தெய்வங்கள், ஊர்ப் பெயர்கள், பழக்க வழக்கங்கள் ஆகியனவற்றை தமது ஆய்வுக்குப் பொருத்தமாகப் பயன்படுத்தியுள்ளார். தமிழ்நாட்டு மக்கள் பிரிவொன்று இடம்பெயர்ந்து மலையாளம் பேசும் பகுதியில் குடியேறி பல தலைமுறைகள் கடந்த பின்னரும் அது தனது பாரம்பரிய அடையாளங்களைத் தக்க வைத்துக் கொண்டுள்ளதை ராசுவின் ஆய்வு வெளிப்படுத்துகிறது.

அவற்றை எழுத்து வடிவிலான ஆவணங்களுடன் மட்டுமின்றி நாட்டார் வழக்காற்றியலின் பல்வேறு வகைமைகளுடனும் (அவை வாய்மொழி சாராதவையாக இருந்தாலும் கூட) பொருத்தியும், ஒப்பிட்டும் பார்த்துச் சில முடிவுகளுக்கு வரமுடியும்.

3.16. மேலும் சில நேரங்களில் வேறு ஆவணங்கள் கிட்டாத நிலையில் வாய்மொழி வழக்காறுகளை மட்டுமே பயன்படுத்திச் சில முடிவுகளுக்கு நாம் வர நேரிடலாம். சில நேரங்களில் வரலாற்றாய்வு முழுமை பெற வாய்மொழிச் சான்றுகள் கட்டாயமாகத் தேவைப்படுகின்றன. சான்றாக ஆவணங்களின் துணையுடன் மட்டும் எழுதப்படும் சிறைச்சாலை அல்லது ஒரு தொழிற்சாலையின் வரலாறு முழுமையான வரலாறாகாது. சிறைச்சாலையில் வாழ்ந்த கைதிகளிடமும் தொழிற்சாலையில் பணிபுரியும் தொழிலாளி களிடமும் அவர்கள் கேட்டறிந்த, பட்டறிந்த செய்திகளைப் பதிவு செய்து உருவாக்கப்பட்ட ஆவணங்களைப் பயன்படுத்தும் போதுதான் மேற்கூறிய நிறுவனங்களைக் குறித்த வரலாறு முழுமை பெறும்.

சனங்களும் வரலாறும்

3.17. சான்றாக - தமிழ்நாட்டில் பழமையான நூற்பாலைகளில் ஒன்றான **கோரல் மில்** (தற்போது மதுரை கோட்ஸ்) குறித்த நாட்டார் பாடல்களைக் குறிப்பிடலாம். 1888-ஆம் ஆண்டில், ஆண்டு **ஹார்வி, பிராங் ஹார்வி** என்ற வெள்ளையர்களால் உருவாக்கப்பட்ட இவ்வாலையின் ஆவணங்களும் அரசின் ஆவணங்களும் கூறாத செய்தியை இங்குப் பணியாற்றிய தொழிலாளர்களிடம் வழங்கிய பாடல்கள் கூறுகின்றன.

"எந்திரங்கள் நூல்நூற்கும் பொழுது நூலில் பஞ்சு திரட்சியாகச் சில வேளைகளில் ஒட்டிக்கொள்ளும்; அவ்வாறு நிகழ்வதனை அண்டி விழுதல் என்று கூறுவார்கள். எந்திரத்துடன் எந்திரமாக மணிக்கணக்கில் நின்று கொண்டிருக்கும் தொழிலாளி ஒரு வினாடி கண்ணைத் திருப்பி விட்டாலும் அண்டி விழுவதைத் தடுக்க முடியாது போய்விடும். சூசை முத்து என்ற மேற்பார்வையாளன் இதற்காகத் தெங்கமலம் என்ற பெண் தொழிலாளியை அடிப்பதையும் அடிபொறுக்க முடியாது எதிரில் இருக்கும் கடற்கரைக்கு அப்பெண் தொழிலாளி ஓடிச் செல்வதையும் ஒரு நாட்டார் பாடல் இவ்வாறு சித்தரிக்கிறது.

அண்டி விழுகுதுண்ணு
அடிக்கிறானே சூசைமுத்து
அடி பொறுக்க முடியாமலே
ஓடுறாளே தெங்கமலம் கடற்கரைக்கு

துரை (வெள்ளையன்) வருவதை எச்சரித்துத் தொழிலாளர் பாடிய பாடல் ஒன்று வருமாறு:

தொங்கலில் வாரான் தொரை
தள்ளிப்போ மூணு அடி
கிட்டப்போனா எட்டி
உதைப்பான் மூணு நாளு'

(சிவசுப்பிரமணியன் 1980)

வெள்ளையர்களுக்கு உரிமையான மலைத்தோட்டங்களில் பணி புரியக் கடல்கடந்து சென்ற தமிழ்ப்பெண்கள் மீது வெள்ளையர்கள் நிகழ்த்திய பாலியல் வன்முறையை ஆங்கில அரசின் ஆவணங்கள் பதிவு செய்துள்ளன. எடுத்துக்காட்டாகப் பர்மா (மியான்மர்) நாட்டிற்குத் தோட்டத் தொழிலாளியாகச் சென்று திரும்பிய பெண் ஒருத்தி பாடிய பாடலில் இடம் பெற்றுள்ள பின்வரும் பகுதிகளைக் கூறலாம்.

'ராத்திரி வேலைக்கு ராச்சம்பளம் வேறே
ராசா என் டங்கன்துரை
சேத்துக் கொடுத்தாலும் சேட்டை பண்ணுவாரே
சின்னப் பெண்ணைக் கண்டுட்டால்
காலுச்சட்டைப்போட்டுக் கையை உள்ளே விட்டுக்
கண்ணை நல் லாச்சிமிட்டிக்
கங்காணி மாரைத்தான் கைக்குள் தான் போட்டுக்
காசு களையிறைச்சு
காடுண்ணு மில்லை மேடுண்ணு மில்லை
வீடுண்ணும் இல்லையம்மா
கையைப் பிடிச்சிழுப்பார்'

3.18. அதே நேரத்தில் போலி வரலாற்று ஆவணங்கள் போல், போலி வாய்மொழி வழக்காறுகளும் உண்டு என்பதையும் நாம் கவனத்தில் கொள்ள வேண்டும். மேலும் தகவலாளர்களின் சார்பு நிலையையும் கணக்கில் கொள்ள வேண்டும்.

3.19. பேச்சு, சரித்திரம் என்ற பல பொருள் தரும் ஹதீஸ் அல்லது 'ஹதீது' என்ற அரபிச் சொல் ஒன்றுண்டு. முகமது நபி வாழ்ந்த காலத்தில் கூறிய வசனங்களையும் வழங்கிய தீர்ப்புகளையும் குறிப்பிடும் நூலுக்கு 'ஹதீஸ்' என்று பெயர். இஸ்லாமிய சமயத்தில் குரானுக்கு அடுத்த நிலை ஹதீசுக்கு உண்டு. நபிகள் நாயகம் இறந்து பின்னரே ஹதீஸ் தொகுக்கப்பட்டது. இத்தொகுப்பு முயற்சியில் அவர்கள் மேற்கொண்ட எச்சரிக்கை உணர்விற்கு எடுத்து காட்டாக ஒரு செய்தியை இசுலாமியர்கள் குறிப்பிடுவார்கள் நபிகள் நாயகம் தீர்ப்பு வழங்கும் போதும் உரையாற்றும் போதும் நேரடியாகக் கேட்டவர்களைச் சந்தித்து அவர்கள். கூறிய வாய்மொழிச் செய்தியின் அடிப்படையிலேயே ஹதீஸ் உருவாக்கப்பட்டது. இம்முயற்சியில் ஈடுபட்டவர்கள் அறுவர். அவர்களுள் ஒருவரான இமாம்புஹாரி வாழ்வில் நிகழ்ந்ததாகப் பின்வரும் செய்தி கூறப்படுகிறது: "நூற்றுக்கணக்கான மைல்கள் தூரமுள்ள ஓர் ஊரில் ஹதீஸ் தெரிந்த பக்திமான் இருப்பதாகக் கேள்விப்பட்டு இமாம்புஹாரி அவர்கள், அந்த ஊருக்குச் சென்று அவரைச் சந்தித்தார்கள். அப்போது அவருடைய குதிரை, கொஞ்ச தூரத்திற்கப்பால் மேய்ந்து கொண்டிருந்தது. அவர் குதிரைக்குத் தீனி போட்டுக் கொடுக்கும் பையைக் காட்டிக் குதிரையைச் சைக்கினையால் (சைகையால்) கூப்பிட்டார். குதிரை சமீபமாக வந்ததும், அவர் தீனி கொடுக்கவில்லை என்பதும் பை,

வெறும்பை என்பதும் இமாம்புஹாரி அவர்களுக்குத் தெரிந்து, அவர் உண்மையானவர் அல்லர் என்று தீர்மானித்து, அவருடன் ஒரு வார்த்தை கூடப் பேசாமல் உடனேயே திரும்பி விட்டார்கள் (முஹம்மத் சாஹிப் 1949: 417-418).

3.20. வாய்மொழி வழக்காறுகளைச் சேகரிக்கும் பொழுது இத்தகைய கறார் நிலையை மேற்கொள்ளாவிட்டாலும் வழக்காறுகளைக் கூறுபவர்களின் சமூகச் சார்புநிலையை ஓரள வுக்காவது கண்டறிவது அவசியம். ஏனெனில் அவரது சமூகச் சார்பு அவர் கூறும் வழக்காறுகளில் தாக்கத்தை ஏற்படுத்தும் சாத்தியமுண்டு.

4. பழமரபுக் கதைகளும் வரலாறும்

4.1. வாய்மொழிக் கதைகளை அவற்றின் அமைப்பு - உள்ளடக்கம் மற்றும் பண்பாட்டின் அடிப்படையில் பல்வேறு வகைமைகளாகப் பகுப்பர். இவ் வகைமைகளுள் ஒன்றே பழமரபுக் கதைகள் (legends) அண்மைப் பழங்காலத்தில் நிகழ்ந்த உண்மையான நிகழ்ச்சிகளையோ, கற்பனையான நிகழ்ச்சிகளையோ கருப்பொருளாகக் கொண்டு, மக்கள் கூறும் கதைகளே பழமரபுக் கதைகளாகும் இக்கதைகளின் முக்கியப் பாத்திரங்கள் மனிதர்களே என்றாலும் பேய்கள், இறந்து உயிர்த்தெழுந்தவர்கள், தெய்வங்கள், புனிதர்கள் ஆகியோரும் இதில் இடம் பெறுவர். இக்கதைகள் நிகழ்ந்த இடங்கள் இவ் வுலகமாகவே அமையும். இக்கதைகளை உண்மையானவை என்று நம்பினாலும் இவை அனைத்தையும் புராணக் கதைகள் போல் புனிதமானதாகக் கருதுவதில்லை. பல கதைகளைச் சாதாரணமானதாகவே கருதுகின்றனர்.

4.2. கிரிம் சகோதரர்களின் கருத்துப்படி. இன்னாரென்று சுட்டிக் காட்டப்படும் (உண்மையான அல்லது கற்பனையான) ஒரு மனிதனைக் குறித்தோ ஒரு நிகழ்ச்சியைக் குறித்தோ அல்லது வரையறுக்கப்பட்ட இடத்தைக் குறித்தோ கூறப்படும் கதையே பழமரபுக்கதையாகும். இது உண்மையென்று மக்கள் நம்புகிறார்கள்.

4.3. கிரிம் சகோதரர்களின் இவ்வரையறையில் மூன்று முக்கிய உண்மைகள் உள்ளதாக **ஹெடா ஜேஸன்** விளக்க மளித்துள்ளார்.

i. பழமரபுக்கதையில் இடம்பெறும் வரலாற்றுக் காலமானது கதை கூறுபவரின் கருத்துக்கு ஏற்ப இசைந்து வருகிறது.
அ. உறுதியான ஒரு வரலாற்று நிகழ்ச்சியுடன் (உண்மையான அல்லது கற்பனையான) தொடர்புபடுத்தப்படுகிறது.
ஆ. பெயர் சுட்டிக் கூறப்படும் (உண்மையான அல்லது கற்பனையான) பாத்திரமான ஒரு குறிப்பிட்ட மனிதருடன் பழமரபுக் கதை தொடர்புபடுத்தப்படுகிறது.
ii புவியியல் தளம் குறித்த கதை கூறுபவரின் கருத்துடன் பழ மரபுக் கதை பொருத்தி நிற்கும் அதாவது ஒரு குறிப்பிட்ட இடத்துடன் தொடர்பு படுத்தப்படும்.
iii. இயற்கை பிறழ்ந்த நிகழ்ச்சிகள் இடம் பெற்றாலும் பழமரபுக் கதையானது உண்மையான கதையாகும். அதைக் கேட்பவர்கள் அதை உண்மையென்று நம்புகிறார்கள். கதை கூறுபவர்களும் கேட்பவர்களும்நடைமுறைஉலகத்துடன்தொடர்புடையதாய்ப் பழமரபுக் கதையை மதிக்கிறார்கள்.

4.4.இப்பண்புகளின் காரணமாகப் பழமரபுக் கதை வரலாற்றுடன் நெருக்கமாகிறது. கோந்திரதோவ் (1981: II) கூற்றுப்படி:

“பல்வேறு மக்கட் பகுதியினரிடை வழங்கிய புராணக் கதைகள், கிராமியக் கதைகள், கற்பனைக் கதைகள் ஆகிய வற்றிலிருந்து கற்பனை, பொய் ஆகியவற்றை நீக்கி வடித் தெடுப்போமானால் காலத்தை மறைத்து நிற்கும் திரை ஊடே வரலாற்று நிகழ்ச்சிகளைக் காணமுடியும்” என்பது தெளிவாகும்.

4.5. வரலாற்றுக் கூறுகளை உள்ளடக்கிய பழமரபுக் கதைக்கு எடுத்துக்காட்டாக, சீன மொழியில் வழங்கும் பழ மரபுக் கதை ஒன்றைக் காண்போம். உலக அதிசயங்களுள் ஒன்றாக, சீனப் பெருஞ்சுவர் குறிப்பிடப்படுகின்றது. ஹுனர் களின் தாக்குதலிலிருந்து பாதுகாப்பதற்காக Oin. Shihuangdi என்ற சீனப் பேரரசன் சீனாவின் வடபகுதியில் சீனப் பெருஞ் சுவரைக் கட்டினான், ஐந்து குதிரை வீரர்கள் ஒரே நேரத்தில் அணிவகுத்துச் செல்லும் அளவுக்கு அகலமான இச்சுவர் 1500 மைல் நீளம் கொண்டது. இதைக் கட்டும் பணியில் குடியா னவர்கள், அடிமைகள், போர்வீரர்கள். கடுங்குற்றவாளிகள் ஆகியோர் கட்டாயமாக ஈடுபடுத்தப்பட்டனர். இப்பணியில் ஈடுபட்டவர்கள் இறந்த போது அவர்களது சடலங்கள் பெருஞ் சுவருக்குள் புதைக்கப்பட்ட இப்பெருஞ்சுவரை மையமாக வைத்துப் பழமரபுக் கதையொன்று சீன மொழியில் வழங்குகிறது. அக்கதை வருமாறு:

4.6. இரண்டாயிரம் ஆண்டுகளுக்கு முன்னர் சீனா குயின் மரபின் முதல் பேரரசன் ஒருவன் ஆட்சியின் கீழ் வந்தது. கொடூரமான இம்மன்னன் நாட்டின் வடபகுதியில் தன் பேரரசைப் பாதுகாப்பதற்காகப் பெருஞ்சுவர் ஒன்றைக் கட்டத் தொடங்கினான்.

4.6.1. இப்பணியில் ஈடுபடும்படித் தன் நாட்டின் அனைத்துப் பகுதியிலும் வாழும் மக்களைக் கட்டாயப் படுத்தினான். அவ்வாறு பணிபுரியச் சென்ற மக்கள் கனமான மண்ணையும் கற்களையும் கங்காணிகளின் சவுக்கடிகளுக்கும் வசவுகளுக்கும் இடையில் சுமந்து இரவும் பகலும் உழைத்தனர். இக்கடின உழைப்பில் ஈடுபட்ட மக்களுக்குக் குறைந்த அளவு உணவும் குளிரைத் தாங்காத ஆடைகளும் தான் கிடைத்தன. இதன் காரணமாக, நூற்றுக்கணக்கானோர் நாள்தோறும் இறந்தனர்.

4.6.2, பெருஞ்சுவரைக் கட்டும் பணியில் கட்டாயமாக அனுப்பப் பட்டவர்களில் வான் ஷிலாங் (Wan Xiliang) என்ற இளைஞனும் ஒருவன். அவனுக்கு அழகும் நற்குணங்களும் நிரம்பிய மென் ஜியாங்கு (Menga Jiaugnu) என்ற பெயருடைய மனைவி இருந்தாள். அவளை விட்டுப் பிரியும்படிக் கட்டாயப் படுத்தி அனுப்பப்பட்ட வான் ஷிலாங் அங்கு சென்று, நீண்ட காலமாகியும் அவனிடமிருந்து எந்தத் தகவலும் அவளுக்கு வரவில்லை.

4.6.3. வசந்தமும் முடிந்து குளிர்காலமும் வந்தது. பெருஞ் சுவர் கட்டப்படும் வடபகுதியில் குளிர் மிகவும் அதிகம் என்ற செய்தி பரவியது. இதைக் கேட்ட மென்ங் ஜியாங்கு குளிரைத் தாங்கும்உடைகளையும்காலணிகளையும்தன்கணவனுக்காகத் தைத்தாள். பெருஞ்சுவர் கட்டப்படும் பகுதி நீண்ட தொலை விலிருந்ததால் அவற்றைக் கொண்டு சேர்க்க யாரும் கிட்டவில்லை. எனவே தானே அதைக் கொண்டு சேர்த்து விடு வதென்று முடிவு செய்தாள்.

4.6.4 சிறியதும் பெரியதுமான பல மலைகளையும் ஆறு களையும் கடந்து பெருஞ்சுவர் இருக்கும் பகுதியை வந்தடைந்தாள். கொடும் குளிர் காற்று அங்கு வீசியது. ஒரு மரம் கூட இல்லாமல் வறண்ட புற்களால் மூடப்பட்டு மலைகள் காட்சியளித்தன. பெருஞ்சுவர் கட்டும் பணிக்கு அடிமைகளாக அனுப்பப்பட்ட மக்கள் பெருஞ்சுவர் அருகே கூட்டம் கூட்டமாகக் குவிந்திருந்தனர். அக்கூட்டத்தினரிடையே தன்

கணவனைத் தேடிய மென்ங் ஜியாங்கு அங்கு இருந்தவர்களிடம் தன் கணவனைக் குறித்து விசாரித்தாள். ஆனால் ஒருவருக்கும் அவ னைக் குறித்துத் தெரியவில்லை எனவே ஒவ்வொரு கூட்டத்தினரிடமும் தன் கணவனைக் குறித்து விசாரித்துக் கொண்டே சென்றாள். தன் கணவனுக்கு என்ன நேர்ந்தது என்பதை அறிய முடியாத நிலையில் கடும் துயருற்றுக் கண்ணீர் உகுக்க ஆரம்பித்தாள்.

4.6.5. இறுதியில் துயர்மிகு உண்மையை அறிந்தாள். தாங்கமுடியாத கடின உழைப்பின் காரணமாக அவளது கண வன் நீண்ட காலத்திற்கு முன்பே இறந்து போனான். அவன் இறந்து விழுந்த இடத்திலேயே அவனது உடல் பெருஞ் சுவரினடியில் புதைக்கப்பட்டு விட்டது.

4.6.6. இச்சோகச் செய்தியைக் கேட்டதும் **மென்ங் ஜியாங்கு** மயங்கி விழுந்து விட்டாள். அங்கிருந்தவர்கள் அவள் மயக்கத்தைத் தெளிவித்தார்கள். மயக்கத்திலிருந்து விடு பட்டதும் கண்ணீர் வடித்தவாறே பலநாட்கள் இருந்தாள். பின்னர் தொடர்ந்து ஏங்கி அழ ஆரம்பித்தாள். அங்குப் பணி செய்திருந்த உழவர்களும் அவ்வழுகையால் பாதிக்கப்பட்டு அவளுடன் சேர்த்து அழ ஆரம்பித்தனர்.

4.6.7 அவளுடைய துயரப் புலம்பலுக்கு எதிர்வினை போல் 200 மைல் நீளத்துக்குப் பெருஞ்சுவர் நொறுங்கித் தரை யில் வீழ்ந்தது. பெரும் குறாவளி வீசியது போன்று மணலும் கற் களும் காற்றில் பறந்தன.

4.6.8. மென்ங் ஜியாங்குவின் முடிவற்ற கண்ணீர் பெருஞ்சுவர் இடியக் காரணமாயிற்று என்ற செய்தி மக்களிடம் பரவி மன்னனை எட்டியது. அவள் யாரென்றறிய பேரரசன் அங்கு வத்தான். அவளுடைய அழகான தோற்றத்தைக் கண்டதும் தனக்கு வைப்பாட்டியாக இருக்கும்படிக் கேட்டான். எனக்காக மூன்று காரியங்களைச் செய்தால் நான் உடன் படுகிறேன் என்று மென்ங் ஜியாங்கு கூறியதும் மிகக் கவனமாக அவள் கூறியதைப் பேரரசன் கேட்கலானான்.

4.6.9. முதலாவதாக வெள்ளி மூடியுடன் கூடிய தங்கச் சவப்பெட்டியில் என் கணவனைப் புதைக்க வேண்டும். இரண்டாவதாக அனைத்து அமைச்சர்களும் தளபதிகளும் என்னுடைய கணவனுக்காகத் துக்கம் அனுசரிப்பதுடன் இறுதிச் சடங்கிலும் பங்கு கொள்ள வேண்டும். மூன்றாவதாக பேரரசனும் அவனது மகனைப் போன்று துக்க ஆடை அணிந்து இறுதிச் சடங்கில் கலந்து கொள்ள வேண்டும்.

4.6.10. அவள் அழகில் ஈடுபட்ட மன்னன் மூன்று வேண்டுகோள்களையும் ஏற்றுக் கொண்டான். வான் ஷிலாங்கின் இறுதி ஊர்வல சவப்பெட்டியின் பின்னால் பேரரசன் நடத்துவர அவரைப் பின்தொடர்ந்து அரச சபையினரும் படைத் தளபதிகளும் வந்தனர் அழகான, புதிய வைப்பாட்டி தரப்போகும் சுகத்தை எதிர்நோக்கிப் பேரரசன் மகிழ்ச்சியாக இருந்தான்.

4.6.11. தன் கணவன் முறைப்படி அடக்கம் செய்யப்பட்டதும் சீன மரபுப்படி நெற்றி தரையில் படும்படிக் கல்லறையின் முன்பு குனிந்து வணங்கி இறுதி மரியாதை செய்தாள். பின் கல்லறையின் அருகில் ஓடிக் கொண்டிருந்த ஆற்றில் திடீரென்று குதித்தாள். தனது விருப்பம் நிறைவேறாத கோபத்தில் தண்ணீரிலிருந்து அவளை இழுத்துப் போடும்படித் தன் பணியாளர்களுக்குப் பேரரசன் கட்டளையிட்டான். ஆனால் அவர்கள் அவளைக் காப்பாற்றும் முன்னர் மென்ங் ஜியாங்கு அழகிய வெள்ளி மீனாக மாறி நீரின் ஆழத்திற்குச் சென்று பார் வையிலிருந்து மறைந்துவிட்டாள் (ஆசிரியர் பெயர் இல்லை 1983 : 47)

4.7. இக்கதைக்குப் பல்வேறு வடிவங்கள் சீன மொழியில் உள்ளன. இவற்றுள் ஒரு கதையில் பேரரசனிடம், தன் கணவனுக்கு முறையான சவ அடக்கத்துடன் கல்லறை ஒன்று கட்டும்படிக் கேட்டதுடன் பெருஞ்சுவர் கட்டும் பணியில் உயிர்துறந்த தொழிலாளிகள் அனைவர்க்கும் நினைவுச் சின்னம் கட்டும்படியும் மென்ங் ஜியாங்கு கேட்டதாகக் கூறப்பட்டுள்ளது. இறுதிச் சடங்கு முடிந்ததும் அவள் கடலில் குதித்து விட்டாளென்றும் இதே கதை வடிவம் குறிப்பிடுகிறது. வேறு சில கதை வடிவங்களில் தன் கணவன் உடலைக் கண்டதுமே அவள் கடலில் குதித்து விட்டதாகக் கூறப்பட்டுள்ளது.

4.8. பெருஞ்சுவரின் கிழக்கு முனையிலிருந்து ஆறு கிலோ மீட்டர் தொலைவில் இது நிகழ்த்திருக்கலாம் என்று **Wel Taug** 1984 : 83-84) என்பவர் கருதுகிறார். அங்குள்ள பாறை ஒன்று மென்ங் ஜியாங்கு அமர்த்திருந்த பாறையாகக் கருதப்படுகிறது. தன் கணவனைத் தேடிய பெண்ணின் பாறை என்ற பொருளில் **வாங்ஃபுசி** என்று அப்பாறை அழைக்கப்படுகிறது. அவள் நினைவாகக் கோவிலொன்றும் கட்டப்பட்டுள்ளது. கடலருகிலுள்ள மற்றொரு பாறை புதைகுழி மேடு போல உள்ளது. அதுவே வான் ஷிலாங்கின் கல்லறை என்று கருதப்படுகிறது. இக்கதை நாட்டார் பாடல்களாகவும், நாட்டார் நிகழ்த்துக்

கலையாகவும் மக்களிடையே வழங்கிப் பின் நாட்டிய நாடகமாகவும் வடிவெடுத்தது. நாட்டிய நாடகம் இன்றும் கூட நிகழ்த்தப்படுகிறது (Wel Taug 1984 : 83-64)

4.9. சீன நாட்டார் பாடலொன்று பெருஞ்சுவரை நோக்கிச் செல்லும் பெண்ணின் கூற்றாக அமைந்து பெருஞ் சுவருக்குப் பின்னாலுள்ள கொடுமையை உணர்த்துகிறது

“பூக்கள் பூக்கின்ற பறவைகள் பாடுகின்ற
வசந்தமானது நண்பர்களையும்
நெருங்கியவர்களையும் காண அழைக்கிறது
எல்லாப் பெண்களும் தங்கள் கணவனுடன் குழந்தைகளுடனும் இருக்கிறார்கள்
அந்தோ! எளியேன்!
எனது கணவரது
எலும்புகள் புதைக்கப்பட்ட சுவரை நோக்கி நான் போகவேண்டும்
பெருஞ்சுவரே! பெருஞ்சுவரே! எங்கள்
பகைவர்களிடமிருந்து எங்களைக் காப்பாற்ற முடியுமென்றால்
எங்கள் அன்பிற்குரியவர்களை ஏன் காப்பாற்றக் கூடாது?”

என்பதாக அப்பாடல் அமைந்துள்ளது (Betty Wang 1965).

4.10. உலக அதிசயங்களுள் ஒன்றாகக் கருதப்படும் பெருஞ்சுவர் கட்டி முடிக்கப்பட்ட காலத்தில் சீன மக்களுக்கு ஏற்பட்ட பாதிப்பும் பெருஞ்சுவரால் ஏற்பட்ட சோக நிகழ்வுகளும் மேற்கூறிய கதை மற்றும் பாடல் வாயிலாக வெளிப்படுகின்றன.

4.11. எது நடந்ததோ அதை ஏறத்தாழக் கூறுவதே வரலாறு. அவ்வாறு நடந்த ஒன்றை மனிதர்கள் எவ்வாறு நினைவுகூர்கிறார்களோ அல்லது அதை விளக்க முற்படுகிறார்களோ அல்லது யதார்த்த வாழ்வில் அடைய முடியாததைக் கதையில் தேடி அடைய முற்படுகிறார்களோ அதுவே பழமரபுக்கதை என்ற கருத்து இச்சீனக்கதைக்கு முற்றிலும் பொருந்தும். கொடூரமான முறையில் வேலையாட்களின் உயிரைப் பறித்துக் கட்டப்பட்ட சீனப் பெருஞ்சுவர் இடிந்து விழ வேண்டும் முறையான சவ அடக்கமின்றி மாண்டுபோன மனிதர்களுக்கு மரியாதை செய்யவேண்டும் என்ற சீனப் பொதுமக்களின் விருப்பம் இக்கதையில் வெளிப்பட்டுள்ளது. அத்துடன் அம்மன்னனை முட்டாளாக்கி மகிழ்ந்துள்ளனர். எல்லாவற்றிற்கும் மேலாகச் சீனப் பெருஞ்சுவரின் பின்னால் உள்ள கொடூரம் இக்கதையின் வாயிலாக வெளிப்படுகிறது.

4.12. தமிழ் நாட்டில் பல்வேறு பகுதிகளிலும் பெரும்பாலும் தாழ்த்தப்பட்ட மற்றும் பின்தங்கிய சாதியைச் சேர்த்தவர்கள் ஆதிக்க சக்திகளுக்கும் அவர்கள் உருவாக்கிய சமூக மரபுகளுக்கும் எதிராகச் செயல்பட்டுள்ளார்கள். இதன் விளைவாக அவர்களின் ஆத்திரத்திற்கு ஆளாகிக் கொலை செய்யப்பட்டுள்ளார்கள். இவர்களில் பெரும்பாலோர் தெய்வமாக வணங்கப்படுகிறார்கள். இவர்களைத் தலவீரர்கள் (local heroes) என்று அழைக்கலாம். இவர்களைக் குறித்துப் பழம ரபுக்கதைகள் அவ்வப்பகுதிகளில் வழங்கி வருகின்றன. சில இடங்களில் இவர்களை மையமாகக் கொண்டு கதைப் பாடல்களும் உருவாகியுள்ளன. பரந்துபட்ட எல்லைக்குள் மேட்டிமையோரால் நிகழ்த்தப்படும் மாபெரும் நிகழ்ச்சிகளே வரலாறு என்ற கண்ணோட்டம் நம்மிடையே நிலை பெற்றுள்ளது. எனவே வட்டார அளவிலான மக்கள் வீரர்களைக் குறித்து நாம் கண்டு கொள்வதில்லை. ஆனால் அடித்தள மக்கள் வாலாற்று ஆய்வில் இவ்வீரர்களுக்கும் அவர்களது செயல் பாடுகளுக்கும் முக்கிய இடமுண்டு. இந்திய மக்கள் சகிப்புத் தன்மை கொண்டவர்கள்; பொறுமைசாலிகள்: அஹிம்சைவா திகள் என்று நம் மனத்தில் பதிய வைக்கப்பட்டுள்ள கருத்து எவ்வளவு போலியானது என்பதை வட்டார வீரர்களின் வரலாறு நமக்கு உணர்த்தும். தீமை அல்லது கொடுமையோடு இணங்கியோ, பணிந்தோ போகாது அதை எதிர்த்து நின்றமையாலேயே அவர்களில் சிலர் கொலை செய்யப் பட்டுள்ளனர். அது போன்றே ஆதிக்கச் சாதிகள் எவ்வளவு கொடூரமாக நடந்து கொண்டுள்ளன என்பதையும் இவ்வீரர்களின் சோகமுடிவுகள் வெளிப்படுத்துகின்றன. எனவே தமிழ் நாட்டில் நிலவிய நிலவுடைமைக் கொடுமை களையும் அவற்றிற்குப் பலியானவர்களையும் அறிந்துகொள்ள வாய் மொழிக் கதைகளே பெரிதும் துணைபுரிகின்றன. இக்கதைகள் மட்டுமின்றி இக்கதைகளுடன் தொடர்புடைய வீரர் வழிபாடு - வழிபாட்டுச் சடங்குகள் நம்பிக்கைகள் போன்றவற்றையும் சேகரித்து ஆய்வு நிகழ்த்தும் பொழுது பல புதிய வரலாற்று வீரர்களை இனங்காண முடியும்.

4.13. நாம் வாழும் இன்றைய காலக்கட்டம் ஒவ்வொரு சாதியும் தனக்கென ஒரு சமூக அங்கீகாரத்தையும் அடை யாளத்தையும் நிலைநாட்ட விரும்பும் காலமாகும். மேட்டிமையோராக விளங்கி ஆதிக்கம் செலுத்தி வந்த

பிராமணர்களும் வேளாளர்களும் பிற்படுத்தப்பட்ட மற்றும் ஒடுக் கப்பட்ட சமூகங்களின் இருப்பை உரிய முறையில் ஏற்றுக் கொள்ளவில்லை. விடுதலைக்குப் பின்னருங்கூட இந்நிலை தொடர்ந்தது. ஆனால் கடந்த 10 அல்லது 15 ஆண்டுக் காலங் களில் ஒவ்வொரு சமூகமும் தனது அடையாளத்தைத் தேடும் பணியில் ஈடுபட்டுள்ளன. இம்முயற்சியின் ஓர் அங்கமாகவே கட்டக் கருத்தையன் சுந்தரலிங்கம் - ஒண்டி வீரன் - தீரன் சின்ன மலை-வீரன் அழகுமுத்துக்கோன்-பெரும்பிடுகு முத்தரையர் என்ற வீரர்கள் இன்று வெளிப்பட்டுள்ளனர். இவர்களைப் பற்றிய செய்திகள் வாய்மொழி வழக்காறாகவே இடம் பெற்றுள்ளன. எனவே வாய்மொழி வழக்காறுகளின் துணையுடன் தான் தல வீரர்களை இனங்கண்டு வெளிப்படுத்த முடியும்.

5. நொடிக் கதைகளும் (anecdotes) வரலாறும்

5.1. சுருக்கமானதும் பெரும்பாலும் தனிப்பட்ட மனி தர்களை மையமாகக் கொண்டதுமான பழமரபுக் கதை வடிவமே நொடிக் கதை ஆகும் (சில நேரங்களில் கதை வடிவி லின்றித் துணுக்குச் செய்தியாகவும் அமையும்). ஓரளவுக்கு உண்மைத் தன்மையையும் பெரும்பாலும் கற்பனைத் தன்மை யையும் கொண்ட நொடிக் கதையானது புகழ் பெற்ற தனி மனிதர்கள் அல்லது ஒரு குறிப்பிட்ட வட்டாரத்தில் வாழ்ந்த முக்கியமானவர்கள் அல்லது ஒரு நிறுவனத்தில் உயர் பதவி வகித்தவர்கள். ஆகியோரின் வாழ்வில் நிகழ்ந்ததாகக் கருதப் படும் நிகழ்ச்சிகளை மையமாகக் கொண்டிருக்கும். இதன் காரணமாகத் தனி மனிதனின் அந்தரங்க விவகாரங்களை அறி வதில் ஆர்வமுடையவர்களுக்கும் வதந்திகள் மற்றும் அவதூறு பரப்புவர்களுக்கும் நொடிக் கதைகள் நன்கு பயன்படுகின்றன. அத்துடன் நலிந்தோரின் ஆயுதம் ஆக அமைந்து எதிர்ப்புணர்வை வெளிப்படுத்தவும் பயன்படுகின்றன.

5.2. தனி மனிதனின் பெயரை நேரடியாகக் கூறுவதாலும் நிகழ்ச்சி நடைபெற்ற காலத்தையும் களத்தையும் தெளிவாகக் கூறுவதாலும் நொடிக் கதைகளை உண்மையென்று பெரும் பாலோர் கருதுகின்றனர். ஒரு நாட்டில் உருவான நொடிக் கதையானது மற்றொரு நாட்டில் சிற்சில மாறுதல்களுடன் வழங்குவதுமுண்டு. ஒரு மனிதனை மையமாகக் கொண்டு உருவான நொடிக் கதை மற்றொரு மனிதனை மையமாகக் கொண்டும் வேறு மாற்றங்கள் இல்லாமல் வழங்குவதுமுண்டு.

5.3. வெறும் கற்பனை மட்டுமின்றிச் சில கருது கோள்களும்நொடிக்கதையால்ஏற்படலாம்.இதனடிப்படையில் ஆய்வாளர்கள் ஆய்வு மேற்கொள்ளவும் இடமுண்டு. இதற்குச் சான்றாக நெப்போலியனின் மரணம் குறித்த துணுக்குச் செய்தியைக் குறிப்பிடலாம்.

5.4. ஆங்கிலேயர்களால் ஹெலினாத் தீவில் சிறை வைக் கப்பட்டிருந்த **நெப்போலியன் போனபார்ட்** 1821-ஆம் ஆண்டில் இறந்து போனான். வயிற்றுப் புற்றுநோய்க் காரண மாக அவன் இறந்து போனதாகப் பரிசோதனை விளக்கியது. ஆனால் அவனது ஆதரவாளர்கள் நம்ப மறுத்தனர். நஞ்சூட்டி அவன் கொல்லப் பட்டதாக அவர்கள் கூறினர். இக்கூற்றை அவர்கள் நிரூபிக்கவில்லை. ஆயினும் உறுதி செய்யப்படாத இக்கூற்று பிரெஞ்சு மக்களிடம் வாய்மொழியாகப் பரவியது. பெரும்பாலோர் அது மக்களிடம் உண்மையென்று நம்பினர். நெப்போலியன் இறந்து ஒரு நூற்றாண்டு கழிந்த பின்னரும் கூட இக்கருத்துத் தொடர்ந்து நிலவியது.

5.5. நெப்போலியன் மரணமடைந்து 140 ஆண்டுகள் கழித்து ஸ்மித், ஃபார்ஷப்வுட் என்ற இரு மருத்துவர்கள் நெப் போலியன் இறந்த பின்னர் சேகரித்த தலைமுடியைப் பொருட் காட்சி ஒன்றில் தேடிப்பிடித்து ஆய்வு செய்தனர். சிறிய அளவில் தொடர்ச்சியாகக் கொடுக்கப்பட்டு வந்த ஆர்சானிக் நஞ்சு தான் நெப்போலியன் மரணத்துக்குக் காரணமென்பதை அறிவியல் அடிப்படையில் நிலைநாட்டினர்.

5.6. ஒடுக்கப்பட்டோரின் எதிர்ப்புணர்வின் வெளிப் பாடாகவும் நொடிக் கதை அமையுமென்பதற்குக் கன்னியா குமரி மாவட்டத்தில் வழங்கும் மூலம் திருநாள் குறித்த கதை ஒன்று சான்றாகும். திருவிதாங்கூரை ஆண்ட மன்னர்கள் அவர்கள் பிறந்த நட்சத்திரத்தின் பெயரால் அழைக்கப் படுவார்கள். மூலநட்சத்திரத்தில் பிறந்த மன்னர் ஒருவர் ஸ்ரீமூலம் திருநாள் எனப்பட்டார். இவரை மையமாகக் கொண்ட நொடிக் கதைகள் பல இன்றும் வழக்கிலுள்ளன. அவரைக் குறித்த கதை ஒன்று வருமாறு;

5.7. இன்றைய குமரி மாவட்டத்தில் மேற்கே உள்ள விளவங்கோடு பகுதியைச் சுற்றிப் பார்க்க மூலம் திருநாள் மன்னர் வந்தார். மன்னரின் வருகைக்கு முன்னேற்பாடு செய்ய அப்பகுதிக்கு வந்த பேஷ்கார் மக்களிடம், நன்றாகக் குளித்துத் தூய்மையான ஆடை அணிந்து மன்னரை வரவேற்கும் படிக்

கூறிச் சென்றார். குறித்த நாளில் மன்னரும் அங்கு வந்தார். ஒடுக்கப்பட்ட சாதிகளைச் சேர்த்த பெண்கள் மன்னரை வர வேற்கக் கூட்டமாக நின்றனர். அப்பெண்கள் கூட்டத்தை மன்னர் கடக்கும்போது இடுப்பு ஆடையைத் தூக்கித் தங்கள் பெண் உறுப்பைக் காட்டினார்கள். மன்னர் அக்காட்சியைப் பார்த்தாலும் ஒன்றும் கூறாது அமைதியாகச் சென்று விட்டார். கோபமாக வந்த பேஷ்கார் இப்படி அசிங்கமாக நடந்து கொண்டீர்களே என்று சத்தமிட, அம்மக்களும் பதற்றமின்றி, ‘இதுவரை வெள்ளாளர்களுக்கும் நாயர்களுக்கு திறந்த மார்பைக் காட்டி வந்தோம். அவர்களை விட மேலான மகா ராஜா வரும் போது அவர்களுக்குக் காட்டாத ஒன்றைக் காட்டுவதுதானே மரியாதை; அதனால் தான் மரியாதைக்காக இப்படிச் செய்தோம்; என்று கூறினார்கள். பேஷ்கார் பதில் எது வும் கூறாமல் திரும்பிச் சென்று விட்டார் (அ.கா. பெருமாள் 6.6.99),

5.8. மேலெழுந்தவாறு நோக்கினால் இக்கதை, மூலம் திருநாள் வாழ்வில் நிகழ்ந்த ஒரு நிகழ்ச்சியாகத் தோன்றும். சிலர் கொச்சையான அல்லது அசிங்கமான கதையாக இதனைக் கருதலாம். ஆனால் வரலாற்றுப் பின்புலத்தில் இக்கதையை நோக்கினால் சமூக எதிர்ப்புத் தன்மையுடன் நலிந்தோரின் ஆயுதமாக இக்கதை அமைந்துள்ளதைக் காணலாம்.

5.9. திருவாங்கூர் மாவட்டத்தின் ஒரு பகுதியாகக் குமரி மாவட்டம் இருந்தபோது மிகவும் இழிவான பண்பாட்டு ஒடுக்கு முறைகள் அங்கு நிலவின. அவற்றுள் ஒன்றாகப் பல்வேறு சாதிகளைச் சார்ந்த பெண்கள் மார்பை மறைக்கும் உரி மையற்றிருந்தனர். அரை நிர்வாணக் கோலத்திலேயே இப் பெண்கள் பொது இடங்களில் நடக்க வேண்டிய அவலம் நில வியது. ஆதிக்கச் சக்திகளாக அன்று விளங்கிய நாயர்களும் வெள்ளாளர்களும் இவ்விதி முறையைக் கடைப் பிடிக்கும்படி உறுதியாகப் பார்த்துக் கொண்டனர்.

5.10 இக்கொடுமையை எதிர்த்து கி.பி. 1822. கி.பி 1828-1829, 1858 என மூன்று கட்டங்களில் தென்திருவிதாங்கூர்ப் பகுதி நாடார் சமூகத்தினர் கிறித்தவ மிஷினரிகளின் ஆத ரவோடு போராட்டம் நடத்தி வெற்றி பெற்றனர். அதன் பின்னர் இக்கொடுமை ஒழிந்தது.

சனங்களும் வரலாறும்

5.11. 'தோள்சீலைப்போராட்டம்" என்றுஅழைக்கப்படும் மேற்கூறிய போராட்டம் நடந்து முடித்த பின்னர் தான், 1885இல் மூலம் திருநாள் பட்டத்திற்கு வந்தார். ஆயினும் பழைய கோப உணர்வின் வெளிப்பாடாக இக்கதை உருவாகியுள்ளது. மனித மாண்புகளை நீண்ட காலமாகச் சிதைத்து வந்த மன்னர் பரம்பரையைப் பழிதீர்த்துக் கொள்ளும் வழிமுறையாக இக்கதையை உருவாக்கியுள்ளனர்.

5.12 இது போன்று ஆதிக்கச் சாதிகளின் மீதான மற்றொரு கதை யாழ்ப்பாணத் தமிழர்களிடம் வழங்கி வருகிறது. ஸ்ரீலங்காவின் குடியரசுத் தலைவராகயிருந்த ஜெயவர்த்தனே, தான் இறந்த பிறகு தன் உடலை அடக்கஞ் செய்யப் பயன் படுத்தும் சவப்பெட்டி, சிறப்பான முறையிலிருக்க வேண்டுமென எண்ணினார். தான் உயிரோடு இருக்கும் பொழுதே அதை உரு வாக்கி வைத்துக் கொள்ள விரும்பி வேலைப் பாட்டுடன் கூடிய சவப்பெட்டி ஒன்றின் மாதிரி வடிவைத் தயாரித்தனுப்பும் படியும் சிறந்த மாதிரிகள் பரிசளிக்கப்படும் என்றும் விளம்பரம் செய் தார். இதனடிப்படையில் சவ பெட்டியின் மாதிரிகள் பல அவர் பார்வைக்கு வந்தன. அவ்வாறு வந்தவற்றுள் ஒரு பெட்டி அவரது கவனத்தைக் கவர்ந்தது. எனவே அதைத் தயாரித்தவரைத் தன்னைக் காண வரும்படி அழைத்தார். தன் முன் வந்த சவப்பெட்டித் தயாரிப்பாளரிடம் அவர் செய்த சவப் பெட்டியின் வேலைப் பாட்டைப் பாராட்டிவிட்டு 'ஒரு சந் தேகம்', என்றார். 'என்ன சந்தேகம்? எனக் கேட்டார் வடி வமைப்பாளர்'
'சவப்பெட்டி மூடியின் தலைப்பக்கத்தில் ஏன் கண்ணாடியைப் பதித்துள்ளீர்கள்? என ஜெயவர்த்தனே கேட்டார்
'நீங்கள் இறந்த பின்னர் உங்கள் உடல் காட்சிக்கு வைக்கப்படும் பொழுது பெட்டியை மூடிவிட்டாலும் முகத்தைத் தெளிவாகப் பார்ப்பதற்கு' என்றார் வடிவமைப்பாளர்.
'சரி, அதன் வெளிப்பகுதியில் பேட்டரியால் இயங்கும் வைப்பர் பொருத்தப்பட்டுள்ளதே ஏன்? அது' என ஜெயவர்த் தனே கேட்க, அதற்கு வடிவமைப்பாளர், 'உங்கள் சடலைத்தைப் பார்க்க வருபவர்கள் காறித்துப்புவார்களே அதைத் துடை க்கத்தான்! எனப் பதிலளித்தாராம்.

513. இந்தொடிக் கதை கற்பனை என்றாலும் ஜெய வர்த்தனே மீது ஈழத்தமிழர்கள் கொண்டிருந்த வெறுப்புணர்வை வெளிப்படுத்தி நிற்கிறது.

5.14. அமெரிக்காவில் ஆப்ரகாம் லிங்கனைக் குறித்து வழங்கும் நொடிக் கதைகளைத் தொகுத்து நூலாக்கியுள்ளனர். நம் நாட்டிலும் விடுதலைப் போராட்ட காலத் தலைவர்கள், ஆட்சிப் பீடத்தில் இருந்தோர் மற்றும் ஜமீன்தார்கள், உயர் அதி காரிகள் ஆகியோரை மையமாகக் கொண்ட நொடிக் கதைகள் வாய்மொழியாக வழக்கிலுள்ளன.

இவை இன்னும் சேகரிக்கப்படவில்லை. இவை யெல்லாம் தொகுக்கப்பட்டால் பொது மக்களின் மதிப்பீ டுகளைதாம் புரிந்து கொள்வதோடு அக்கால வரலாற்று நிகழ்வுகளையும் அறிந்து கொள்ள இயலும்.

6. வாய்மொழி வரலாற்றுக் களங்கள்

6.1. தமிழ்நாட்டைப் பொறுத்த அளவில் பிரமிப்பூட்டும் பல்லவர் மற்றும் பிற்காலச் சோழர் கால வரலாற்று மாயை யிலிருந்து சராசரித் தமிழன் இன்னும் மீளவில்லை. கல்கியும் சாண்டியல்யனும் விக்ரமனும் உருவாக்கிய வெகுசன வரலாற்று நாவல்களின் தாக்கம் தம் வரலாற்றுணர்வை மிகவும் குறுக்கி விட்டது.

6.2. சாதிப் மேலாண்மையும் அதன் அடிப்படையில் உரு வாக்கப்பட்ட ஒடுக்குமுறைகளும் பொருளாதாரச் சுரண்டல் களும் 'ஆசியக் கொடுங்கோன்மை' (Asian Despatism) என்றழைக்கப்படும் உடன்கட்டை, குழந்தை மணம், நரபலி, தீண்டாமை, தேவதாசி முறை போன்ற சமூகக் கொடுமைகளும் தமிழ்ச் சமூகத்தில் இடம் பெற்றிருந்தன. இன்றும் கூட இவற்றுள் சில நம் சமூக வாழ்வில் பழைய வடிவிலோ, புதிய வடிவிலோ இடம்பெற்றுள்ளன.

6.3. இக்கொடுமைகளை மக்கள் எதிர் கொண்டமையும் அவற்றிலிருந்து விடுபட அவர்கள் நடத்திய போராட்டங் களையும் நமது வரலாற்று நூல்கள் முறையாகப் பதிவு செய்யவில்லை. தமிழ் நாட்டில் குறிப்பாகத் தென் மாவட்டங் களில் நிகழ்ந்த கிறித்தவ மத மாற்றங்கள் கூட ஒரு வகையில் ஆதிக்கச் சாதியினருக்கு எதிரான போராட்ட வடிவம்தான். பல்வேறு பண்பாட்டு ஒடுக்குமுறைகளுக்கும் கரண்டலுக்கும், ஆளான ஒடுக்கப்பட்ட மக்கள் அதிலிருந்து விடுபடும் வழி முறைகளில் ஒன்றாக, குழும மத மாற்றத்தை மேற் கொண்டுள்ளனர். மதமாற்றம் தொடர்பாக வழங்கும் வாய் மொழி வழக்காறுகளில் மதமாற்றத்துக்கான உண்மையான காரணங்கள் இடம் பெற்றுள்ளன.

பண்ணை அடிமைகளாக வாழ்ந்த பல்வேறு தரப்பு மக்கள் ஒடுக்கப்பட்டமையும் சங்கம் வைத்து அதிலிருந்து விடுபட்ட செய்தியும் இன்னும் வரலாறாக எழுதப்படவில்லை. பெண்களுக்கு விதிக்கப்பட்ட தடைகள், விலக்குகள், அவர்கள் மீது ஏவப்பட்ட பாலியல் வன்முறைகள் ஆகியனவும் ஆவணங் களில் பதியப்படவில்லை. ராபின் ஹுட் போன்று இம் மண்ணில் உருவாகிய சமூகம் சார் கொள்ளையர் (social bandits) குறித்த பழமரபுக் கதைகளும் பாடல்களும் இன்னும் தொகுக்கப்படவில்லை. ஜமீன் நிலப்பகுதிகளில் நிலவிய பாலியல் கொடுமைகள், சித்திரவதைகள் ஆகியவனவும் இன்னும் பதிவு செய்யப்படவில்லை.

6.4. தமிழ்நாட்டில் உழவர் இயக்கம் குறித்த வரலாற்றை எழுத ஆங்கில மற்றும் காங்கிரஸ் அரசுகளின் ஆவணங்களும் அக்காலத்தில் வெளியான செய்தித் தாள்களும் மட்டும் பயன்படா சாணிப்பால், சவுக்கடி, கொக்கு பிடித்தல் போன்ற தண்டனைகளுக்கும் கள்ள மரக்கால், பண்பாட்டு ஒடுக்கு முறைகள் போன்ற கொடுமைகளுக்கும் ஆளான பண்ணை ஆட்களின் வாய்மொழி வழக்காறுகளையும் பதிவு செய்து பயன்படுத்தும் போதுதான் உண்மையான உழவர் இயக்க வரலாற்றை எழுதமுடியும். **சோமுசுப்பையா, இராமகிருஷ்ணன், வீரய்யன், சுபாஷ் சந்திரபோஸ்** ஆகியோர் எழுதியுள்ள நூல் களில் தஞ்சை மாவட்டப் பண்ணை ஆட்கள் அனுபவித்த கொடுமைகள் விரிவாக இடம் பெற்றுள்ளன. மக்களிடம் வழங்கும் வாய்மொழி வழக்காறுகளின் துணையுடன்தான் இக் கொடூரங்களைத் தம் நூல்களில் இவர்கள் பதிவு செய்துள்ளனர். இவற்றை நீக்கிவிட்டு அரசு ஆவணைங்களை நம்பி எழுதும் உழவர் இயக்க வரலாறு முழுமையான வரலாறு அல்ல.

6.5. மேற்கூறிய செய்திகளெல்லாம் பாடல்களாகவும் கதைகளாகவும், துணுக்குச் செய்திகளாகவும் மக்களிடையே வழங்கி வருகின்றன. இவற்றைத் தம் நினைவுப் பெட்டகத்தில் கொண்டுள்ளவர்கள் ஒவ்வொருவராக மறைய, பதிவு செய்யப் படாத இச்செய்திகள் ஆவணமாகாது அழிந்து போகின்றன. **பைனம் டேவிட்** (1973:11) கூறுவது போல 'வாய்மொழி வழக்காற்றுக்கு ஆதாரம் மக்களே. குறிப்பிட்ட காலத்தில் மக்கள் மாண்டு விடுகின்றனர். அவர்கள் இறந்தபின் அவர் களைக் கலந்து ஆலோசிக்க முடியாது'. எனவே வரலாற்று நிகழ்ச்சிகள் தொடர்பான வாய்மொழிச் சான்றுகளைக் காலங்

கடந்து தொகுக்க முயலும்பொழுது பல அரிய சான்றுகள் மாண்டு போன மக்களுடன் அடக்கம் செய்யப்பட்டு விடுகின்றன.

6.6. பிரமிக்கச் செய்யும் வரலாற்றுச் சான்றுகளை விட்டு விலகி, நம்மை அதிர்ச்சியடையச் செய்யும் கோபங்கொள்ளத் தூண்டும் பல்வேறு வாய்மொழித் தரவுகளைச் சேகரிக்கும் பணியை நாம் இன்றே தொடங்க வேண்டும். இதற்கடுத்த கட்டமாக இவற்றைப் பயன்படுத்தித் தமிழ் நாட்டின் உண் மையான சமூக வரலாற்றினை எழுதும் பணியை மேற்கொள்ள வேண்டும்.

6.7. வாய்மொழி வழக்காறுகள் ஒரு பக்கச் சார்புடை யனவென்றும் எனவே அதன் நம்பகத் தன்மை கேள்விக் குரியதென்றும் ஒரு கருத்து நிலவுகிறது. ஆராய்ந்து பார்த்தால் எல்லா ஆவணங்களும் ஏதேனும் ஒரு வகையில் ஒரு பக்கச் சார் புடையனவாகவே இருக்கும், மேலும் சில அரசு ஆவணங்கள் உண்மைகளைத் திட்டமிட்டு மறைக்கவும் செய்யும். உண்மையில் திட்டமிட்டுச் சுட்டுக் கொல்லப்பட்டவர்களை நேரடி மோதலில் இறந்து போனவர்களாக அரசு ஆவணங்கள் குறிப்பிடுவது வழக்கமான ஒன்றாகும். சான்றாக **சீவலப்பேரி பாண்டி**. என்பவன் நேரடி அரசு மோதலில் சுட்டுக் கொல்லப் பட்டதாக அரசு ஆவணங்களும் செய்தித் தாள்களும் குறிப் பிடுகின்றன. ஆனால் அவனைப் பற்றி நூல் எழுதிய சௌபா (1994:128, 130-134) காவல்துறை வாகனத்தில் அவனை ஏற்றிச் சென்று திட்டமிட்டே சுட்டுக் கொன்ற உண்மையை வாய்மொழி வழக்காறுகளின் துணை கொண்டு எழுதியுள்ளார். மேலும் பஞ்சம். கொள்ளை நோய்கள், புயல், வெள்ளம் போன் றவற்றில் பாதிப்புக்குள்ளாகும் மக்களின் துயரை அரசு ஆவணங்கள் விரிவாகப் பதிவு செய்வதில்லை. ஒரு சடங்கு போல் புள்ளி விவரங்களுடன் அவை பதிவு செய்யப்படுமே தவிர பாதிப்புக்குள்ளான மனிதர்களின் உணர்வுகளை அவற்றில் எதிர்பார்க்க முடியாது. ஆனால் நாட்டார் பாடல்கள் பாதிக்கப் பட்டவர்களின் மன உணர்வுகளைப் பதிவு செய்கின்றன.

6.8. இத்தொகுப்பில் இடம்பெற்றுள்ள மக்களின் இடப் பெயர்ச்சி கதைகள், சாதிகளின் தோற்றக் கதைகள் தொடர்பான கட்டுரைகள் வாய்மொழிக் கதைகளுக்கும் சமூக வரலாற் றிற்குமுள்ள பிணைப்பைப் புலப்படுத்துகின்றன. எதிர் காலத்தில் நாம் மேற்கொள்ள விருக்கும் பணியின் தொடக்கமாக இவை அமைகின்றன.

துணை நூற்பட்டியல்

இராசு, செ.1985 செந்தமிழ் வேளிர் எம்.ஜி.ஆர் ஒரு வரலாற்று ஆய்வு சென்னை.
சிவசுப்பிரமணியன், ஆ. 1977 வாய்மொழிக் கதைகள் தாமரை மலர் 38 இதழ் 5
சுபாஷ் சந்திரபோஸ், ச. 1999, மாவீரன் வாட்டக்குடி இரணியன் தஞ்சாவூர்
----------1999a. சாம்பவான் ஓடைச் சிவராமன். தஞ்சாவூர்,
சோமு சுப்பையா () மண்ணின் மைந்தர்கள். சென்னை,
சௌபா. 1994. சீவலப்பேரி பாண்டி சென்னை.
தூசிடைடிஸ். 1960 பெலப்பனீசியப் போர் வரலாறு. சென்னை.
வ்லாசோவ், எல், 1987, வேதியியலைப் பற்றி 107 கதைகள், சென்னை
வீரய்யன், கோ, 1998 தமிழ்நாடு விவசாயிகள் இயக்கத்தின் வீர வரலாறு. சென்னை. முஹம்மத் சாஹிப் ஹாஜி. 1949 திருநபி சரித்திரம். திருநெல்வேலி,
Author not known. 1983. Women In Chinese Folklore, China.
Betty Waug. 1965, Folksongs as Regulators of Politics, The Study of Folklore, Alan Dundes (Ed.)
Bynum David, E. 1973. Floklore and Traditional History, Richard M. Dorson. (Ed.) Paris Dipesh Chakrabarty 1998. Minority Histories, Subaltern Pasts, Economic and Political
Weekly February 28, 1998, Bombay.
Heda Jason () Concerning the "Historica" and the "Local" Legends and their Relvatives. Toward New Perspectives in Folklore. (Ed) Richard Bauman.
Vausinam Jan. 1961. (1965 translation) Oral Tradition: A Study in Historical Methodology, Chicago and London Aldine and Routledge & Kegan Paul.
Kirpal Singh. 1985. Origin and Concept of Oral History, The Punjab Part and Present vol,xix II Serial No: 38. Patiala.
wel Tang. 1984. Legends and Taes from History (1), Beijing
Zhukov E. 1983. Methodology of History Social Sciences Today, Mosco.
L' Historica.

----

2. தமிழகப் பழங்குடிகளின் இடப்பெயர்ச்சி வரலாறு

ஆ. செல்லபெருமாள்

I

இன வரலாறு

எழுத்தாதாரங்கள் அற்ற மக்கள், இடம் போன்றவற்றின் வரலாற்றை மீட்டுருவாக்கம் செய்தலை இன வரலாறு (ethino-history) எனலாம். மக்கள் வாழ்வின் எதார்த்தங்களை அடிப்படையாக வைத்து இன வரலாற்றுக் கருத்துகள் உருவாக்கப்படும். தொல் குடிகள் மற்றும் திணைக் குடிகளின் வரலாற்றைத் தொல்லியல் எழுத்து மற்றும் வாய்மொழி ஆதாரங்களை அடிப்படையாகக் கொண்டு மீட்டுருவாக்கம் செய்தலை அது குறிக்கும். அதுமட்டுமின்றி வரலாற்று ஆதாரங்களை இனவரைவியல் தரவுகளோடு இணைத்துப் புதிய கண்டுபிடிப்புக்களை அறிய இனவரலாறு உதவுகின்றது. அதாவது கடந்த காலத்தைச் சமகாலப் பண்பாட்டின் அடிப்படையில் உணர்தலையும் இன வரலாறு தனது நோக்கமாகக் கொண்டுள்ளது. மேலும் மேலாதிக்கக் குரலாகப் பெரும்பாலும் ஒலிக்கும் வரலாற்றுக்கு எதிர் வாதமாக இனவரலாற்றுக் குரல் ஒலிக்கும். இந்தியாவைப் பொருத்தவரை இந்த மேலாதிக்கக் குரல் மேற்கத்தியக் குரலாகவும் உள்ளது. அதாவது. இந்தக் குரல் இந்தியாவில் காலக்கிரம அரசியல் கதையாடல்கள் இல்லாததையும் இந்தியர்கட்கு வரலாற்றுணர்வின்மை இருப்பதாகவும் அவை இழித்துரைக்கின்றன. இத்தகைய சூழலில் இன வரலாறு என்பது பல்வகைப்பட்ட வரலாற்றுக் குரல்களைக் கண்டறியும், பனுவல்களுக்குப் புதிய அர்த்தங்களை உருவாக்குவது. திணை சார் வரலாறுகளை உருவாக்குவது, மைய வரலாறுகளைத் தகர்ப்பது போன்றவையும் இதனுள் அடங்கும்.

வரலாறும் மானிடவியலும்

இனவரலாற்றோடு தொடர்புடைய கருத்தாக்கங்களாக வரலாற்று இன ஒப்பியலையும் (Historical Anthropology) கூறலாம்.

வரலாற்று இன ஒப்பியல் என்பது இனக் குழுவினரிடையே வரலாற்றுத் தரவுகளைக் கண்டறியும் முறை யாகும். இனக்குழுக்கள் தங்கள் வரலாறுகள் இன்னதென பிரதி நிதித்துவப்படுத்தும் பாங்கினை இம்மானிடவியல் விளக்கும்.

வரலாறு என்பது கடந்த காலத்தை மீட்டுருவாக்கம் செய்வதைக் குறிப்பிடுவது போன்றே கடந்த காலத்தைப் புரிந்துகொள்ளும் தன்மையையும் உள்ளடக்கியதாகும்.

பதினெட்டாம் நூற்றாண்டு வரை வரலாற்றின் ஒரு பகுதியாகவே மானிடவியல் கருதப்பட்டு வந்தது. பத்தொன் பதாம் நூற்றாண்டிற்குப் பிறகு வரலாற்று அறிஞர்களின் கவனம் தேசிய அரசுகளைப் பற்றியதாக மாறிய வேளையில் மானிடவியலர் ஐரோப்பிய நாடுகளின் காலனி ஆதிக்கத்திற் குட்பட்ட மக்களின் மீது கவனஞ் செலுத்தினர்.

ஐரோப்பிய மக்களின் வரலாறுகள் ஆவணங்களில் காணப்பட்டன. ஆனால், மேலாதிக்கத்திற்கு உட்பட்டிருந்த மக்களின் பழக்கவழக்கங்கள் போன்றவற்றைக் களத்தில் (field) தான் தேடவேண்டியிருந்தது.

பதினாறாம் நூற்றாண்டில் சமயப் பரப்புநர்கள். புதுமை விரும்பிகள், வணிகர்கள், இராணுவத்தினர், நிர்வாகிகள் போன்றோர் 'திணைப்புறம்பான' (exotic) மக்களைப் பற்றி மானி டவியல் வரலாற்று (Anthropological History) உருவாக்கத்திலும். தொல் பண்பாட்டு நிறுவனங்களைப் பற்றியும் எழுதி வெளியிட்டனர். வரலாற்றில் பண்பாடுகளை அவ்வவற்றுக்குரிய காலக்கட்டத்தில் பொருத்தி. அவற்றில் எவற்றால் மாற்றங்கள் ஏற்பட்டன என்பதையும் வரலாற்று மானி டவியல் கணக்கிலெடுத்துக் கொள்கிறது.

மானிடவியல் தரவுகளை வரலாற்று மீட்டுருவாக்கத் திற்குப் பயன்படுத்த வேண்டிய அவசியம் ஒரு புறமி ருக்க வரலாற்றுத் தரவுகள் மானிடவியலாரால் பயன்படுத்தப் படுவதைப் பற்றிய மோர்லாண்ட் என்ற அறிஞரின் கூற்று நினைவு கூறத்தக்கது: மானிடவியலர் ஒரு குறிப்பிட்ட கருத்தை வலியுறுத்த அல்லது எடுத்துக்காட்ட கூற்றுகளை அதன் சூழல் பின்புலங்களின்றியும் அவற்றின் சார்புத் தன் மைகளை

ஆராயாமலும் பயன்படுத்துவதன் விளைவு சார்பற்றதும் கரவில்லாததுமான ஆய்வு முடிவினைத் தருவது மாகும். அதனால் அத்தகைய ஆய்வு முடிவுகளை வரலாற்றறிஞர்கள் ஒதுக்கித் தள்ளி விடுகின்றனர் (Moreland 1920: 126). எனவே மோர்லாண்ட் கூறும் முறையைத் தவிர்த்து வரலாற்று ஆய்வு மேற்கொள்ளப்படல் வேண்டும்.

உலகின் பிற பகுதிகளில் மேற்கொள்ளப்பட்ட வரலாற்று ஆய்வுகளைப் போலவே தமிழகத்திலும் பல விதமான வரலாற்று ஆய்வுகள் மேற்கொள்ளப்பட்டுள்ளன. பண்டைத் தமிழர் நாகரிகம். மூவேந்தர்களின் வரலாறு, பெரிய, சிறிய சமஸ் தானங்களின் வரலாறு, விடுதலைப் போர். சாதிகளின் வரலாறு, கட்சிகள் மற்றும் சமூக இயக்கங்கள். தலைவர்களின் வாழ்க்கை வரலாறு இப்படிப் பலவிதமான வரலாற்று முயற்சிகள் மேற் கொள்ளப்பட்டுள்ளன. இத்தகைய வரலாற்று மீட்டுரு வாக்கத்திற்கும் இலக்கியங்கள். தொல்லியல் ஆதாரங்கள், எழுத்து மற்றும் வாய்மொழி ஆதாரங்கள் பயன்படுத்தப்பட்டன.

II

தமிழ் நாட்டு மக்கள் தொகையில் மிகச் சிறிய அளவே உள்ள (சுமார் 3 சதவீதம்) ஆனால் வெவ்வேறு விதமான பண்பாட்டு மரபுகளை உடைய சுமார் 36 விதமான பழங்குடிகள் வசிக்கின்றனர். (பார்க்க பட்டியல் 1) இம்மக்கள் பெரும்பாலும் மலைகள், காடுகள், போன்றவற்றில் அதிகத் தகவல் தொடர்பு வசதிகளின்றித் தத்தமக்கான தனிக் கிளைமொழிகள். பண் பாட்டு மரபுகளைக் கொண்டிருக்கின்றனர். இப்படிப்பட்ட மக்களின் வரலாறுகளை எடுத்தெழுத "முறையான" வரலாற்று அறிஞர்கள் முயற்சி மேற்கொள்வதே இல்லை. அதற்குரிய காரணங்களாகக் கீழ்க் காண்பவை முன் வைக்கப்படுகின்றன.

முதலாவது, இந்தப் பழங்குடிகளின் வரலாற்றை எழுது வதற்கான ஆவணங்கள் ஏதுமில்லை; ஏனெனில் அவர்களின் கிளைமொழி இன்னும் கூட எழுத்து வடிவத்தினைப் பெற் றிருக்கவில்லை. இரண்டாவது, இந்தப் பழங்குடிகளிடம் பெரிய அளவுக்கு அதாவது எடுத்துச் சொல்லி விளக்குகின்ற அளவுக்கு மாற்றங்களோ, வரலாற்று நிகழ்வுகளோ ஏதுமில்லை. இந் தியாவின் கிராமங்களைப் பற்றிச் சென்ற நூற்றாண்டின் **அறிஞர் ஹென்றி மெய்ன்** கூறுவதாவது.

"Indian village constitution as the least destructible institution of society which never willingly surrenders any of its usage to innovations. Conquests and revolutions seem to have swept over it without disturbing or displacing it, and the most beneficent systems of government in India have always been those which have recognised it as the basis of Indian administration (Maine1876).

இந்தியாவின் கிராமங்களே இவ்வாறு மாறாத தன்மை கொண்டவை எனக் கருதிய இப்படிப்பட்ட அறிஞர்கள் பழங்குடிகளைப் பற்றி எப்படிப்பட்ட கருத்துக் கொண்டிருந்திருப்பர் என்பதைக் கூற வேண்டியிருக்காது.

பட்டியல்-1
தமிழ்நாட்டுப் பழங்குடிகளின் பட்டியல் (அரசாங்கத்தால் பட்டியலிடப்பட்டுள்ளவை)

1. அடியன்
2. ஆரநாடன்
3. புருவல்லன்
4. இருளர்
5. காடர்
6. கம்மாரா
7. காணிக்காரன்
8. கணியான்
9. காட்டுநாயக்கன்
10. கொச்சு வேலன்
11. கொண்ட காப்பு
12. கொண்டாரெட்டி
13. கோரகா
14. கோத்தர்
15. குடிய மேலக்குடி
16. குறிச்சான்
17. குறும்பர்
18. குருமான்
19. மஹாமலசர்
20. மலை ஆரயன்
21 மலைப்பண்டாரம்
22. மலை வேடன்
23. மலைக் குறவன்
24. மலசர்
25 மலையாளி
26. மலையக் கண்டி
27. மன்னான்
28. முதுகர்
29. முதுவன்
30. பல்லெயன்
31. பல்லியன்
32. பல்லியர்
33. பனியன்
34. சோளகர்
35. தொதுவர்
36. ஊராளி

மார்க்ஸ் தனது மூலதனம் நூலில் இந்தியா உள்ளிட்ட ஆசிய சமூகங்கள் மாறாத் தன்மை (unchangeableness) கொண்டவை என்கிறார் (Marx 1867: 374-76). மார்க்ஸின் கருத்துப்படி இந்தியாவின் கடந்த காலத்தில் அரசியல் எவ்வாறு மாறிய போதிலும் சமுதாய நிலை மாறவில்லை **(எஸ். ராம கிருஷ்ணன்** மற்றும் இருவர் 1971:22 23). தென்னிந்தியச் சமூகங்கள் இவ்வாறு மாறாத தன்மை கொண்டிருக்கவில்லை என்று **பர்ட்டன் ஸ்டெயின்** வாதிடுகிறார் (Burton Stein). மூன்றாவது தமிழகம் உள்ளிட்ட பல பழங்குடிகளின் வரலாற்றை எடுத்தியம்பாததற்கான காரணங்களாக மேற் சொல்லப் பட்டவை கூறப்பட்டாலும் இம்மக்களின் வரலாற்றைப் பிரஸ்தாபிப்பதில் அரசியல் லாபம் இல்லை என்பதும் பழங்குடிகளின் வாய்மொழி மற்றும் பண்பாட்டுக் கூறுகளை ஆதாரங்களாகக் கொண்டு விளக்குவதில் முறைப்படுத்தப்பட்ட வரலாற்றாளர்களுக்கு மனமில்லை என்பதுமே உண்மை.

எனவே தமிழ் நாட்டில் பழங்குடிகளின் கடந்த காலம் எப்படிப்பட்டதாக இருந்தது என்பதைப் பற்றிய இன வரலாற்று ஆய்வாக இந்தக் கட்டுரை அமைகின்றது. மேற்கண்டவாறு பட்டியலிடப்பட்டுள்ள பழங்குடியினர் பற்றிய வரலாறுகள் எழுத்து ஆவணங்களில் அதிகம் கிடைக்க வாய்ப்பில்லை. அதற்குக் காரணம் மேற்கண்ட மக்களிடையே எழுத்து மரபு அறவே இல்லை என்பது மட்டுமின்றி இந்த மக்களைப் பற்றிய வரலாறுகள் பதியப்பட வேண்டும் என்பதில் யாருக்குமே அக்கறையும் இருந்ததில்லை. அதற்குக் காரணம் இவர்கள் மிகச் சிறிய எண்ணிக்கையில், பெரிய சமுதாயத்துடன் தொடர் பற்ற நிலையில் எங்கோ கண் காணாமல் வாழ்ந்தனர். எனவே இப்படிப்பட்ட நிலையில் இத்தகைய பழங்குடிகளின் வரலாற்றை நாம் மீட்டுருவாக்கம் செய்ய வேண்டுமாயின் இனவரலாற்று முறையியலைப் பயன்படுத்துவதைத் தவிர வேறு வழி இல்லை. இனக்குழு வரலாற்று முறையியலைப் பயன்படுத்தி வரலாற்று மீட்டுருவாக்கம் செய்யும் போது அதற்குப் பயன் படுத்தப்படும் ஆதாரங்களைப் பற்றியும் இங்கு விவாதிப்பது தேவை. **ரிச்சர்ட் எம். டார்சனின்** கருத்துப்படி 'கடந்த காலத்து நிகழ்வுகளைப் பற்றித் தகவலாளி தரும் எந்த ஒரு கூற்றும் அவரது மரபினைச் சார்ந்த மக்களால் வரலாறாகக் கருதத்தக்க ஒரு பனுவலாம். இந்தக் கூற்றின் அடிப்படையில்

சனங்களும் வரலாறும்

தமிழ் நாட்டின் சில பழங்குடிகள் தங்களது கடந்த காலத்தை எப்படிச் சித்திரிக்கின்றனர் என்பதைப் பார்ப்போம்.

1. முதுவன்

மலைப் பகுதிகளில் வாழும் பழங்குடி இனம் மதுரையிலிருந்து இடம் பெயர்ந்து வந்ததாகச் சொல்லப் படுகிறது. திருவாங்கூர் மக்கள் தொகைக் கணக்கெடுப்பு 1901 (Travancore Census Report - 1901) இல் குறிப் பிட்டுள்ளதாக **வி. நாகம் அய்யா** எடுத்தெழுதுவதைக் கீழே காண்போம். பதினெட்டாம் நூற்றாண்டின் இறுதிக் காலக் கட்டத்தில் முதுவன்கள் முகலாயர்களின் படையெடுப்பினால் மதுரையிலிருந்து இப்போதுள்ள மலைப்பகுதிகளுக்குத் துரத்தப் பட்டனர். அவ்வாறு அவர்கள் மதுரையை விட்டு வரும் போது தங்களது முதுகில் மீனாட்சி அம்மனைச் சுமந்து கொண்டு வந்து நெரியமங்கலம் என்ற இடத்தில் சேர்ப்பித்தனர். இவ்வாறு முதுகில் சுமந்து வந்ததன் காரணமாக இவர்கள் முதுவன் என்றே அழைக்கப்படுகின்றனர். கேரளாவில் இவர்கள் தற்பொழுது தொடுப்புழா தாலுகாவில் மண்ணா ன்குளம். ஆனக்குளம், திரிக்கார் மலை போன்ற மலைப்பகுதி களில் வாழ்ந்து வருகின்றனர் (Nagam Aiya 1989: 418-419)

2. இருளர்

தமிழகத்தின் இரண்டாவது அதிக மக்கள் தொகையைப் பெற்றுள்ள பழங்குடி இனம் இருளர் இனம் ஆகும். கோவை, நீலகிரி, விழுப்புரம், திருவண்ணாமலை, சேலம், வேலூர், செங்கற்பட்டு, திருச்சி போன்ற மாவட்டங்களின் மலைப்பகுதிகளில் இருளர்கள் வசிக்கின்றனர். மலைப் பகுதிகளில் இவர்கள் வாழ்ந்தாலும் தாங்கள் முன்னொரு காலத்தில் சமவெளிப் பகுதிகளில் வாழ்ந்து வந்ததாகவும் பிறகு மலைப் பகுதிகளுக்குத் துரத்தப்பட்டதாகவும் கூறுகின்றனர். தற்போது நீலகிரி மலைப் பகுதிகளிலும் கோவை மாவட்டத்தில் அட்டப்பாடி ஆனைமலை, மருதமலை, சிறுவாணி ஆகிய மலைப் பகுதிகளிலும் வாழும் இருளர்கள் ஒரு காலத்தில் இப்போது கோவை மாநகர் இருக்கும் இடத்தில் வசித்து வந்ததாகவும் பிறகு ஒரு காலக்கட்டத்தில் வேறிடத்திலிருந்து வந்தபகைவர்கள் இவர்களை விரட்ட, இம்மக்கள் அவர்களுக்குப் பயந்து கோவையைச் சுற்றி இருக்கும் மேற்கூறப்பட்ட

மலைப்பகுதிகளில் குடியேறினராம் இக்கூற்றினை இருளர் களிடம் வழங்கி வரும் கதை வழியாக **ஆர். பெரியாழ்வார்** எடுத்துக் காட்டுகின்றார்.

"இருளர்களுடைய முன்னோர்கள் தாங்கள் தொடக் கத்தில் வாழ்ந்த இடத்திலிருந்து பகைவர்களால் வலுவந்தமாகத் துரத்தி அடிக்கப்பட்டார்கள். பகைவர்கள் கிணறுகளிலும் குளம் குட்டைகளிலும் நஞ்சைக் கலந்து பெருத்த உயிர்ச் சேதத்தை ஏற்படுத்தவே தங்கள் உயிருக்கும் தங்கள் நெருங்கிய உற்றார் உறவினரின் உயிர்களுக்கும் இதன் விளைவாக நேர்ந்த முடிவைக் கண்டு இருளர்கள்அஞ்சி நடுங்கினர். வேறு வழி யில்லாமல் இருளர்கள் பின்வாங்கிப் படிப்படியாக அடர்ந்த காடுகள் நிறைந்த பகுதிகள் நோக்கி வந்தனர். அவர்கள் பின் வாங்கிய நிலையில் ஒரு நாள் அவர்கள் எடுத்துச் சென்ற பொருட்களையும் கால் நடைகளையும் தங்களுடன் கொண்டு சென்றனர். ஆற்றங்கரையில் கால்நடைகளும் கருப்புச் செம்மறி ஆடுகளும் மேய்ச்சலுக்கும் தண்ணீர் குடிப்பதற்கும் அவிழ்த்து விடப்பட்டன. உணவின்றி, நீரின்றி வெகுதூரம் நடந்து வந்த களைப்பு மிகுதியால் இருளர்கள் நித்திரையில் தங்களை மறந்து அயர்ந்திருந்தனர். நள்ளிரவில் அனைவரும் ஆழ்ந்த உறக்கத்தில் இருந்த போது எதிரிகள் நடமாட்டம் மிக அருகில் இருப்பதை உணர்த்துவது போல் செம்மறி ஆடுகள் கத்தின. அமைதியான நள்ளிரவில் செம்மறி ஆடுகள் சேர்த்தாற் போல் கத்தி உறங்கிக் கொண்டிருந்தவர்களை எழுப்பின. இருளர்கள் விழித்துக் கொண்டு நோக்கிய போது எதிரிகள் கல் எறியும் தொலை விலிருந்து கள்ளத்தனமாக முன்னேறிக் கொண்டிருந்தனர். எதிரியின் தாக்குதலிலிருந்து இருளர்கள் தப்பி ஓடி யாராலும் அணுக முடியாத காட்டுப் பகுதியில் குடியேறினர் (பெரியாழ்வார் 1976 : 5 & 6,)

3.காணிக்காரர்

காணிக்காரர்களது வாய்மொழிப் பாடல்கள், கதைகளிலிருந்து இவர்கள் மதுரையிலிருந்து கேரளாவிற்குச் சென்றவர்கள் என்று தெரிகிறது (சக்தி வேல் 1980 : 139),

4.மலையாளி

மலையாளிப் பழங்குடி மக்கள் தமிழகத்தின் சேலம், வேலூர், கடலூர், திருச்சி மாவட்டங்களில் சேர்வராயன் மலை, கொல்லி மலை, ஜவ்வாது மலை, ஏலகிரி மலை, பச்சை மலைப் பகுதிகளில் வாழுகின்றனர். தமிழகத்தில் அதிக எண்ணிக் கையில் வாழும் பழங்குடியினர் மலையாளிகள் ஆவர். இவர்கள் காஞ்சிபுரத்திலிருந்து இம்மலைகளுக்குக் குடியே றியதாகக் கீழ்க்காணும் கதை வாயிலாக அறியப்படுகின்றது. சாதி விலக்குக்கு உட்பட்ட பெரியண்ணன், நடுவண்ணன், சின்னண்ணன் ஆகிய மூவரும் கைக்கோளர், வேடர், பள்ளர் பெண்களை மணந்து முறையே கல்ராயன், பச்சை மலை, கொல்லிமலைப் பகுதிகளுக்கு வந்து குடியமர்ந்தனர் (Aiyappan : 1948-143).

மலையாளிப் பழங்குடிகளின் இடப்பெயர்ச்சி குறித்து இன்னொரு கதையைக் கோவிந்தன் என்பார் தனது நூலில் குறிப்பிடுகின்றார். அது பின்வருமாறு: ‘முன்னொரு காலத்தில் காஞ்சிபுரத்தில் ஸ்ரீவைணவ கோத்ரத்தைச் சேர்ந்த காராளர் சிலர் வசித்து வந்தனர், இவர்கள் குலதெய்வம் கரிராமன் என்னும் கரிவரதராசப் பெருமாள். இந்தக் குல தெய்வத்தைப் பூசாரிகள் (இருளர்) தூக்கிச் சென்றனர். சாமி கனவில் தோன்றி இச்செய்தியைக் காராளர்க்குத் தெரிவித்தது. காராளர் ஒன்றுகூடி இறைவனைப் பிரார்த்திக்க இறைவன் அருள் பெற்று உற்சவரை எடுத்துச் சென்ற பூசாரியைப் பின்தொடர்ந் தனர். அவ்வாறு புறப்படும்பொழுது தங்கள் வீட்டில் நல் விளக்கேற்றி, நிறைகுடம் வைத்து ரோஜாப்பூப் போட்டு இறைவனை வழிபட்டுத் தங்கள் மனைவியரிடம், தங்களுக்கு ஏதாவது தீங்கு நேர்ந்தால் நல்விளக்கு அணையும்: நிறைகுடம் குறையும்: பூ வாடும் என்று கூறிப் புறப்பட்டனர். அவர்களுடன் ஒரு நாயும் புறப்பட்டது. வழியில் பாலாற்றில் வெள்ளம் பெருகி வரவே, நாய் கரை கடக்க மாட்டாமல் வீட்டிற்குத் திரும்பியது. நாய் மட்டும் திரும்பி வரவும் தங்கள் கணவன்மார் வராததையும் கண்ட பெண்கள், தங்கள் கணவன்மார் இறந்ததாகக் கருதித் தீ வளர்த்து இறங்கினர். இந்தச் செய்தியும் சாமி மூலம் அவர்களுக்குத் தெரிந்தது. ஆனாலும், தங்கள் தெய்வத்தை மீட்பதற்காக அவர்கள் மேலே பயணம் செய்தனர். கரியராமன் கோயிலில் (கல்ராயன்) பூசாரிகளுக்கும், காராளர்கட்கும் போர் நடந்தது. பூசாரிகள் இறந்தனர். தெய்வம் தான் அமர்ந்த இடமே

பெரிது என்று சொல்லி விட்டதால் தெய்வத்துடன் காராளர்களும் தங்கிவிட்டனர். பூசாரிகளின் மனைவிமாரைக் காராளர் மணந்தனர்.

இந்தப் பயணத்தின் போது. உற்சவரை மார்பில் அணைத்துத் தூக்கி வந்தவர்கள் 'மாரடையான்' என்று அழைக்கப்படுகின்றனர். உற்சவருக்குத் தேனை அபிசேகம் செய்யத் தேனடையை வில்லால் அறுத்தவன் "அறையன்' என்றும் அறுபட்ட தேனடையைத் தாங்கிப் பிடித்தவன் 'தேனடை' என்றும் பெயர் பெற்றனர். சாமி முன்னால் கட்டியம் கூறி வந்தவன் 'அளபெடையான்' என்றும் கொக்கரித்து வந்தவன் 'கொக்கரி' என்றும் கூறப்பட்டனர். இவர்களை மேற்பார்வை செய்து வந்தவன் பாண்டியன் என்று பெயர் பெற்றான். சாமிக்கு முன்னால் நெடுந்தடி ஏந்தி வந்தவன் 'நெடுந்தடி' ஆனான். இந்தக் கூட்டத்தில் இருந்த கரிய நிறத்தான் 'கருமுதலி' என்றும் அழைக்கப்பட்டனர். எடுத்தெறிந்து பேசும் இயல்புடையவன் 'குறும்பன்' என்றும் அமைதியாய் இருந்தவன் 'பெருந்தீ, எனவும் பெயர் பெற்றனர்.

இந்தக் காஞ்சி முதலிகள், தங்கியிருப்பதாகக் கூறும் நாடுகளைக் காணும் போது தங்கள் தெய்வமான ராமானுஜர் மைசூர் சென்ற போது அவரைப் பாதுகாப்பதற்குச் சென்ற முதலிகள் இவர்கள் என்றும் ராமானுஜர் திரும்பி வரப் பல நாள் ஆனதால் இவர்கள் அந்தந்த மலைப் பகுதியிலேயே தங்க நேர்ந்தது என்றும் கருத முடிகிறது. இவர்களுக்குத் தலைமை ஏற்றுச் சென்றவன் தன்னைப் பாண்டியன் என்று கூறிக் கொள்வதால், சோழர் ஆட்சியில் ராமானுஜருக்கு ஏற்பட்ட துன்பத்தின் போது, அதனை நீக்கப் பாண்டியன் ஒருவன், ராமானுஜரிடம் பற்றுக் கொண்ட காஞ்சி முதலிகளைக் கொண்டு ராமானுஜர் பத்திரமாக மைசூர் செல்லத் துணை புரிந்தனன் என்றும் அம் முதலிகளே இந்த மலையாளிகள் என்றும் யூகிக்க இடமுண்டு (கோவிந்தன் 1995 : 24 & 25),

III

தமிழகப் பழங்குடிகள் பெரும்பாலும் தாங்கள் இடம் பெயர்ந்ததைத் தங்களது வரலாறாக எடுத்துக் காட்டு கின்றார்கள். இந்தக் கருத்தை உண்மையா பொய்யா என்று பரிசோதிப்பதற்கு முன்பாக இவ்வாறு இடம் விட்டுப் பெயர்ந் ததாகத் தமிழகப் பழங்குடிகள் மட்டுமின்றி தமிழகம் உள்ளிட்ட இந்தியாவின் ஏராளமான சாதியச் சமூகங்களிடமும் பல ஐரோப்பிய நாடுகளின் சமூகங்களிலும் இக்கருத்துக் காணப் படுவதையும் நாம் உணர வேண்டும். எடுத்துக்காட்டாக ஹங் கேரியில் காக்கஸ்ட் (Kakasd) பகுதியில் தற்சமயம் வசிக்கும் ஸெக்லர்கள் (Szeklers) தாங்கள் ஏற்கெனவே வாழ்ந்த பகுதி யிலிருந்து விரட்டப்பட்டவர்களாகவே தங்களது பழங்கதை மூலம் எடுத்துக் கூறுகின்றனர் என்று லிண்டாடே அம்மையார் கூறுகின்றார் (Degh 1989), லிண்டா டேயின் கருத்துப் படி ஐரோப்பிய அமெரிக்க நாடுகளில் நாட்டுப்புறக் கதைகள் எல்லாம் வெகு வேகமாக மறைந்து கொண்டிருக்கும் வேளையில் அங்கு மக்களிடையே காணப்படும் விதவிதமான பழங்கதைகள் (legends) மட்டும் அழியாமல் இருக்கின்றன. (1989/65). இந்தக் கூற்று இந்தியாவுக்கும் பொருந்தக் கூடியது தான். ஐரோப்பிய நாட்டு இடப் பெயர்ச்சிக் கதைகளுக்கும் தமிழக சமூகங்கள், குறிப்பாகப் பழங்குடிகளின் இடப் பெயர்ச்சிக் கதைகளுக்கும் முக்கிய வேறுபாடு உண்டு. ஐரோப்பியச் சமூகங்களின் இடப் பெயர்ச்சிக் கதைகள் திட்டவட்டமாக ஆதாரப் பூர்வமாக சில நூற்றாண்டுகட்கு முன்பு நிகழ்ந்த இடப்பெயர்ச்சியை ஒட்டி எழுந்த வழக்காறுகளாம். ஆனால் தமிழகப் பழங்குடிகள் மற்றும் இந்தியச் சாதியச் சமூகத்தவரிடையே பரவலாக நிலவி வரும் இடப்பெயர்ச்சி பற்றிய கதைகளை, அப்படிப்பட்ட இடப் பெயர்ச்சிகள் உண்மையில் நடைபெற்றனவா என்பதை நாம் இனவரலாற்று முறையின் அடிப்படையிலோ அல்லது இதுகாறும் நிலவிவரும் ஏனைய வரலாற்று முறையியல்களைப் பயன்படுத்தியோ ஆராய வேண்டும்.

தமிழ்நாட்டுப் பழங்குடி மக்கள் கூறுகின்ற கதைகளை அவர்களின் வரலாறாக எடுத்துக்கொள்ள இயலுமா என்பது இப்போது நம்முன் உள்ள சிக்கல் ஆகும். இந்த இடத்தில் 'வரலாறு' என்ற சொல் குறிக்கும் பொருளையும் ஆராய வேண்டும். ஐரோப்பிய மொழிகளுள் ஆங்கிலத்தில் மட்டுமே

history என்ற சொல் கடந்த காலத்தைப் பற்றிய சம்பவங்களின் வருணனை என்ற பொருள்கொண்டு பயன்படுத்தப்படுகின்றது. மற்ற மொழிகளில் historia என்ற சொல் கதை என்பதைத் தான் பொருள்படுத்துகின்றது. அதே போலத் தமிழ் உள்ளிட்ட இந்திய மொழிகளில் ‘கதை’ என்ற சொல் ‘வரலாறு’ என்ற பொருள்படவும் பயன்படுத்தப்படுவதுண்டு.

தமிழகத்தில் மேற்குத் தொடர்ச்சி மலையிலும் கிழக்குத் தொடர்ச்சி மலையிலும் வாழும் பெரும்பான்மையான பழங் குடிகள் தாங்கள் ஒரு காலக்கட்டத்தில் சமவெளிப் பகுதிகளில் இருந்ததாகவும் பிறகு இப்போது வாழ்ந்து கொண்டிருக்கிற மலைப் பகுதிகளுக்கு வந்து சேர்ந்ததாகவும் கூறுவதையே கருதுகோளாகக் கொண்டு சில ஆய்வுகள் மேற்கொள் ளப்பட்டுள்ளன.

மற்ற ஆய்வு வினாக்கள்

1. எல்லாப் பழங்குடிகளிடமும் இப்படிப்பட்ட இடப் பெயர்ச்சிக் கதைகள் இருக்கின்றனவா?

2. தமிழகப் பழங்குடிகளின் இடப்பெயர்ச்சிக் கதை களுக்கும் இந்தியாவில் உள்ள ஏனைய சாதிகள், உலகின் மற்ற சமூகங்களிடையே காணப்படும் இடப்பெயர்ச்சிக் கதை களுக்கும் உள்ள வேறுபாடுகள் யாவை?

3. தாங்களும் சமவெளியில் உள்ள மற்ற சாதிகளைப் போன்றோரே என்று கூறிக் கொள்வதில் அவர்கள் இழக்கும் உரிமைகள் யாவை? பெறும் அந்தஸ்துகள் யாவை?

4. தமிழகச் சாதிகளின் இடப்பெயர்ச்சிக் கதைகளில் அவர்கள் விரும்பி இடம் பெயர்ந்ததாகக் கூறும்போது பழங்குடிகளின் இடப்பெயர்ச்சிக் கதைகளில் பழங்குடிகள் மட்டும் வலிந்து துரத்தப்பட்டதாகக் கூறுவதேன்?

5. தமிழகத்தின் சில பழங்குடிகளிடம் மட்டும் அப் படிப்பட்ட இடப்பெயர்ச்சி குறித்தான கதைகள் இல்லாமலிருப்பதற்கான காரணங்கள் யாவை?

6. விளிம்பு நிலை உணர்வு / விளிம்பு நிலை எதிர் உணர்வு, பண்பாட்டேற்றம் ஆகியவற்றுக்கும் பழங்குடிகள் தங்கள் வரலாறு இன்னதென முன்வைக்கும் கருத்துகளுக்கும் உள்ள தொடர்புகள் எவை?

7. பழங்குடிகளின் தோற்றப் புராணங்களுக்கும் அவர் களது பழங்கதைகள் போன்றவற்றிற்கும் உள்ள தொடர்புகள் யாவை?

முடிவுரை

பல நூற்றாண்டுகளாகச் சமவெளியில் வாழ்ந்த குடியானவச் சமூகங்கள் தங்களது வேளாண்மையைத் தொலை தூரங்களிலும் விரிவாக்க முனைந்தபோது அங்கிருந்த திணைக் குடிகள் காடு, மலைப் பகுதிகளுக்குத் துரத்தப்பட்டிருக்கக் கூடும். இது போன்ற இடப் பெயர்வுகள் ஓரிஸ்ஸாவில் நிகழ்ந்துள்ளதாக **ஃப்ஜி பெய்லி** என்பாரும் தென் னிந்தியாவில் நிகழ்ந்துள்ளதாகப் **பர்ட்டன் ஸ்டெயின்** போன்றோரும் நிறுவியுள்ளனர்.

துணை நூற்பட்டியல்

Chellaperumal, A. 1992, "Ethnohistory of Irulas of Coimbatore District, Tamilnadu: A
Short note, Folklore, 33: 41-44.
Dirks, Nicholas B. 1987.The Hollow Crown : Ethohistory of an Indian Kingdom...
Cambridge: Cambridge University Press.
Nagam Aiya, 1989, The Travancore State Manual Vol. II. Madras : Asian Educational
Services.
Dorson, Richard M. (Ed.). Folklore and Traditional History Paris : Mouton the Hague.
Aiyappan, 1948, Report on the Socio-economic Condition of the Aboriginal Tribes of the
Province of Madras.
Arokiaswamy M. 1956 The Kongu Country. Madras: Madras University Press.
Steen, Ann-blinda, 1985. The Context of an Illusion: The Problem of Tribe in South India (mimeo), Copenhagen : Institute of Ethnology and
Anthropology:
பெரியாழ்வார் ஆர். 1976 இருளர் வாழ்வியல் சென்னை : தமிழ் நூலகம்.
கார்ல் மார்க்ஸ் & பிரெடிரிக் எங்கல்ஸ். இந்தியாவைப் பற்றி. (தமிழாக்கம் எஸ். ராமகிருஷ்ணன், ஆ. எச். நாதன் & ஆர் கிருஷ்ணய்யா) (Colonialism). சென்னை : என்.சி.பி.எச்

---

3. அருந்ததியர் தோற்றக் கதைகள்

மாற்கு சே.ச

1.முன்னுரை

விருதுநகர் மாவட்டத்தில் அருந்ததியர்கள் ஓரளவு கணிசமான எண்ணிக்கையில் வாழ்கிறார்கள். சாதியப் படிமானத்தின் அடித்தளத்தில் இவர்கள் இருக்கிறார்கள். சக்கிலியர், பகடை, மாதாரி, தோட்டி, தொம்மான், செம்மான், ஆதி ஆந்திரர். ஆதி கர்னாடகர் எனப் பல பெயர்களால் இவர்கள் அழைக்கப்படுகிறார்கள். ஆனால் இவர்கள் ஆதிக்கச் சாதி யினர் கொடுத்த இப்பெயர்களை மறுத்து விட்டுத் தங்களைத் தாங்களே அருந்ததியர்கள் என்று அழைத்துக் கொள்கின்றனர். கலாச்சாரத்தில் இணைந்திருந்தாலும் பல பெயர்களால் பிரிந்து கிடக்கும் தங்களை இப்பெயரானது ஒன்று சேர்க்கும் என எண் ணுகின்றனர். நாமும் இவர்களை இப்பெயர் கொண்டே அழைப்போம்.

1.1. இந்தியச் சமூகமானது சாதிகளால் பிரிக்கப்பட்ட சமூகமாக இருக்கிறது. பிரம்மாவின் படைப்பிலேயே இந்த வித்தியாசம் இருந்ததாக ஒட்டு மொத்தமான கதை ஒன்று சொல்லப்படுகிறது. ஆனால் பெரும்பாலான சாதிகள் தங்களது தோற்றத்திற்கென்று தனித்தனியாகக் கதைகளை வைத் திருக்கின்றன. அக் கதைகளை அந்தச் சாதியினர் நம்புகின்றனர். அக்கதைகள் அந்தந்தச் சாதியினருக்கு ஓர் அர்த்தத்தை, ஒரு பிடிப்பை, ஓர் உயர்வை, ஓர் உலகப் பார்வையை ஓர் அடை யாளத்தை, ஒரு கண்ணோட்டத்தை. ஒரு குழும உணர்வைக் கொடுக்கின்றன.

1.2. அக்கதைகளை அச் சாதியினர் வெறும் கதைகளாகப் பார்ப்பதில்லை. வரலாற்றில் நடந்த நிகழ்ச்சியாகப் பார்க்கின்றனர். வரலாறு என்பது கால ரீதியான நிகழ்வுகளின் தொகுப்பு என்று ஒற்றைப் பரிமாண முறையில் புரிந்து கொள்ளப்பட்டிருக்கிறது. இது மட்டும் வரலாறு அல்ல, ஓர் இனம் எவ்வாறு காலங்காலமாக உருவாகிப் பரிணமித்து வந்திருக் கிறது என்பதனையும் அப்பரிணாம வளர்ச்சியில் தன்னை அடையாளப்படுத்திக் கொள்ள என்னென்ன காரணங்களை, செயல்பாடுகளை அவ்வினம் மேற்கொண்டதோ அவற்றையும் வரலாறு என்று நாம் புரிந்து கொள்ளுகிறோம்.

சனங்களும் வரலாறும்

1.3. இந்த வரலாறானது கதைகளாகக் கூறப்பட்டு வந்துள்ளன. அக் கதைகள் எளிதாக மக்கள் மனத்தில் பதிந்துள்ளன. அக்கதைகள் எழுத்து வடிவம் பெறாமல் வாய் மொழியாக, வாய்மொழி வரலாறாக ஒரு தலைமுறையிலிருந்து அடுத்த தலைமுறைக்கு எனக் கடத்தப்பட்டு வந்துள்ளன.

1.4. அருந்ததியர்களிடம் தங்கள் தோற்றம் பற்றிய கதைகள் இருக்கின்றன. இக் கதைகளை வரலாற்று நிகழ்ச்சி களாகவே நம்புகின்றனர். அருந்ததியர்கள் நம்பும் அவர் களது தோற்றம் பற்றிய கதைகளைக் கூறுவதும் அவர்களது பார்வையிலிருந்து அக்கதைகளைப் புரிந்து கொண்டு, அவற்றை ஆய்வு செய்வதும்தான் இக்கட்டுரையின் நோக்கம் ஆகும்.

2. தோற்றம் பற்றிய கதைகள்

அருந்ததியர்கள் அனைவருமே தாங்கள் கம்பளத்தார் பரம்பரையைச் சேர்த்தவர்கள் என்று நம்புகின்றனர். இதை நிரூபிக்கும் விதத்தில் பல கதைகளைச் சொல்லுகின்றனர். பல கோணங்களில், பல நிகழ்வுகள் மூலம் கதைகள் சொல்லப்பட் டாலும் இவை அனைத்திலும் அருந்ததியர்கள் கம்பளத்தார் பரம்பரையைச் சேர்ந்தவர்கள் என்பதே அடிக் கருத்தாக அமைந்துள்ளது.

ஒரு கதையை ஒருவர் சொல்லுவதற்கும் அதே கதையை மற்றொருவர் சொல்லுவதற்கும் சில வேறுபாடுகள் இருப்பது இயற்கை. ஆனால் இங்கே ஒரு கதை மற்றொரு கதையிலிருந்து மாறுபட்டுப் புதிய செய்திளை, தகவல்களைக் கொடுக்கிறது. இந்தமாற்றங்களைஅடிப்படையாகவைத்துஇம்மக்களிடமுள்ள கதைகளை ஆறு வகையாகப் பிரிக்கலாம். முதலில் இந்த ஆறு வகையான கதைகளையும் பார்க்கலாம்.

1. கடவுள் சொத்துப் பிரித்த கதை

ஒரு காலத்தில் கம்பளத்தார்களாகிய அண்ணன், தம்பி இருவர் வாழ்ந்து வந்தனர். இவர்களது சொத்து மாடுகள் மட்டுமே. இந்த மாடுகளை வளர்த்து, அதன் மூலம் கிடைக்கும் வருமானத்தில் நிறைவாக வாழ்ந் தனர். இவர்கள் எப்படி வாழ் கிறார்கள் என்று பார்க்க ஒருநாள் கடவுள் இவர்களிடம் வந்தார். சகோதரர்கள் இருவரும் மகிழ்வுடன் இருப்பதைக் கண்டு கடவுள் நிறைவடைந்தார்.

அப்பொழுது தம்பி கடவுளிடம் சொத்தைப் பங்கிட்டுக் கொடுக்கும்படிக் கேட்டார். ஆனால் அண்ணனுக்குச் சொத்தைப் பிரிக்க விருப்பமில்லை. தம்பி கட்டாயப்படுத்தவே அண்ணன் சொத்தைப் பிரிக்கச் சம்மதித்தார்.

இவர்களின் சொத்தாகிய மாடுகளைப் பிரித்துக் கொடுக்க எண்ணிய கடவுள் மந்தைக்கு இருவரையும் அழைத்துச் சென்றார். அங்கே ஏறக்குறைய சம விகிதத்தில் மாடுகள் நின்று கொண்டும்,படுத்துக் கொண்டும் இருப்பதைக் கண்டார். உடனே அவர் அண்ணனைப் பார்த்து "படுத்திருக்கும் மாடுகள் வேண்டுமா? நிற்கின்ற மாடுகள் வேண்டுமா?" என்று கேட்டார். "படுத்திருக்கும் மாடுகள் வேண்டும்" என்றார் அண்ணன்.

நின்று கொண்டிருந்த மாடுகளைத் தம்பி ஒதுக்கிய பொழுது படுத்திருந்த மாடுகளும் எழுந்து சென்று விட்டன. கிழட்டு மாடுகளும் நோஞ்சான் மாடுகள் மட்டுமே அண்ண னுக்குக் கிடைத்தன. இவற்றையே சொத்தாகப் பெற்ற அண்ணன் மிகவும் வறுமையில் வாழ்ந்தார். அந்த மாடுகளும் ஒவ்வொன்றாகச் சாக, வறுமையில் அந்த செத்த மாட்டுக்கறியை உண்ணும் நிலைக்கு அண்ணன் தள்ளப் பட்டார். செத்த மாட்டுக் கறியை அண்ணன் உண்டதால் அவரைத் தம்பி சாதியிலிருந்து விலக்கி விட்டார். இந்த அண்ணனின் வழிவந்தவர்கள் தான் அருந்ததியர்கள்; தம்பி வழி வந்தவர்கள் கம் பளத்தார்கள்.ஆவர்.

2. அண்ணன் தம்பி இருவர் கதை

ஆதியில் அண்ணன், தம்பி ஆகிய இருவர் வாழ்ந்தனர். இவர்கள் கம்பளத்தார் என்ற பிரிவைச் சார்ந்தவர்கள். இவர் களிடம் மாடுகள் அதிமாக இருந்தன. சகோதரர்கள் இருவரும் மாடுகளை மேய்த்து மகிழ்வுடன் வாழ்ந்து வந்தனர்.

ஒருநாள் இருவரும் மாடுகளை மலையில் மேய்த்துக் கொண்டிருந்த பொழுது வீட்டிற்குச் சென்று சாப்பாடு எடுத்துவரத் தம்பி புறப்பட்டார். அதிக நேரமாகியும் தம்பி வரவில்லை. அண்ணனுக்கு அதிகமாகப் பசித்தது.

பசியைப் பொறுக்க முடியாமல் அண்ணன் ஒரு கன்றுக் குட்டியைக் கொன்று கறி சமைத்து உண்டார் (செத்த மாட்டுக் கறியைச் சமைத்து உண்டார் என்றும் சிலர் கூறினர்). தம்பி உண்பதற்கு என்று மாட்டுக் கறியை எடுத்து வைத்தார்.

அதிக நேரம் கழிந்த பின் தம்பி உணவுடன் வந்தார். நடத்தவற்றைத் தம்பியிடம் கூறிய அண்ணன், தம்பிக்கு மாட்டுக் கறியை உண்ணக் கொடுத்தார். தம்பி அதிகம் கோபம் கொண்டார். மாட்டுக் கறியை அண்ணன் உண்டு குலப் பெருமையையே கெடுத்து விட்டார் என்று தம்பி குற்றம் சாட்டினார். மாட்டுக்கறி உண்டதால் அண்ணனுடன் இனித் தன்னால் வாழ முடியாது என்று முடிவு செய்த தம்பி பாகம் பிரிக்க வேண்டும் என்று கட்டாயப்படுத்தினார்.

"நின்றிருக்கும் மாடு வேண்டுமா? படுத்திருக்கும் மாடு வேண்டுமா?" என்று தம்பி அண்ணனிடம் கேட்டார். அதிக மாடு கள் படுத்திருப்பதைக் கண்ட அண்ணன் படுத்திருக்கும் மாடுகள் தனக்கு வேண்டும் என்று கேட்டார்.

உடனே தம்பி ஒரு புல்லாங்குழலை எடுத்து அதை ஊதிக் கொண்டே நடக்க ஆரம்பித்தார். நின்றிருந்த மாடுகளுடன் படுத்திருந்த மாடுகளும் எழுந்து தம்பியுடன் சென்று விட்டன. நொண்டி மாடுகளும் கிழட்டு மாடுகளும் தான் படுத்திருந்தன. அந்த மாடுகள் தான் அண்ணனுக்குச் சொத் தாகக் கிடைத்தன. அவையும் ஒவ்வொன்றாகச் சாக,

அந்த செத்த மாட்டுக் கறியை அண்ணன் உண்டார். கொடிய வறுமை யில் வாழ்ந்தார். அந்த அண்ணன் வழி வந்தவர்கள் அருந் ததியர்கள், தம்பி வழி வந்தவர்கள் கம்பளத்தார்கள் ஆனார்கள்.

3 அண்ணன் தம்பி மூவர் கதை

ஒரு பெற்றோருக்கு மூன்று பிள்ளைகள் இருந்தனர். மூத்தவர் பெயர் தெலுங்கு நாயக்கர்; இரண்டாமவர் பெயர் தொட்டிய நாயக்கர்; மூன்றாமவர் பெயர் கம்பளத்து நாயக்கர், மூன்று பேரும் திருமணம் முடித்து ஒரே குடும்பமாக மகிழ்வுடன் வாழ்ந்து வந்தனர். சகோதரர்கள் மூவரும் ஒற்றுமையுடன் இருந்தது போல் மனைவிகள் மூவரும் ஒற்றுமையுடன் இல்லை. அடிக்கடி சண்டையிட்டுக் கொண்டனர். சொத்துகளைப் பிரித்துத் தனியாகச் செல்ல வேண்டும் என்ற ஆவல் அவர் களிடம் இருந்தது.

அண்ணன்கள் இருவரும் மாடுகளை மேய்ப்பது வழக்கம். அதே போலத் தம்பி விவசாய வேலைகளைக் கவனிப்பார். மூவருக்கும் அவரவர் மனைவியர் உணவு கொண்டு செல்வது வழக்கம்.

ஒரு நாள் அண்ணன்கள் இருவரும் மாடு மேய்க்க வெகு தொலைவு சென்றுவிட்டனர். அவர்களது மனைவியர் அன்று அவர்களுக்கு உணவு கொண்டு வரவில்லை. பசியால் இருவரும் சோர்வுற்றனர். தான் சென்று உணவு பெற்று வருவதாகவும் அதுவரை தொட்டிய நாயக்கர் மாடுகளைப் பார்த்துக் கொள்ள வேண்டும் என்று கூறித் தெலுங்கு நாயக்கர் வீடு நோக்கிச் சென்றார்.

அங்கே வீட்டில் மூன்று மனைவிகளும் சமைக்காமல் தங்களுக்குள் சண்டையிட்டுக்கொண்டிருந்தனர். அவர்களது சண்டையை விலக்கி, சமாதானப்படுத்தி, உணவு சமைக்கச் செய்து, அதை எடுத்து வருவதற்கு அதிக நேரமாகி விட்டது.

இந்த நிலையில் பசி பொறுக்க முடியாத தொட்டிய நாயக்கர், ஒரு மாட்டை அடித்துக் கறி சமைத்துச் சாப்பிட்டு விட்டு அண்ணனுக்கு என்று கொஞ்சம் வைத்திருந்தார்.

அண்ணன் வரவும் நடந்ததைக் கூறிய தம்பி, மாட்டுக் கறியை அண்ணனுக்குக் கொடுத்து சாப்பிடச் சொன்னார். மாட்டை அடித்துச் சாப்பிட்ட தொட்டிய நாயக்கர் மேல் தெலுங்கு நாயக்கருக்கு அதிகக் கோபம். தொட்டிய நாயக்கரை வெறுக்க ஆரம்பித்தார். தொடர்ந்து அவருடன் வாழ அண்ணனுக்குப் பிடிக்கவில்லை.

கடைசித் தம்பியாகிய கம்பளத்து நாயக்கரிடம் தெலுங்கு நாயக்கர் நடந்ததைக் கூறினார். இருவரும் சேர்த்து தொட்டிய நாயக்கரை விலக்கி விடத் திட்டமிட்டனர். சொத்தைப் பிரிக்கவும் திட்டமிட்டனர் இருவரும் தொட்டிய நாயக்கரிடம் சென்று, மாடுகளைப் பார்க்காமல், "நிற்கின்ற மாடுகள் வேண்டுமா? படுத்திருக்கும் மாடுகள் வேண்டுமா?" என்று சொல்ல வேண்டும் என்று கேட்டனர். தொட்டிய நாயக்கருக்குப் பிரிந்து போக மனமில்லை. இருவரும் கட்டாயப்படுத்தியதால் "படுத்திருக்கும் மாடுகள் வேண்டும்" என்றார்.

தெலுங்கு நாயக்கர் ஜன்னல் வழியாக மாடுகளைப் பார்க்க அதிக மாடுகள் படுத்திருந்தன. உடனே புல்லாங்குழல் எடுத்து ஊத அந்த ஓசையில் எல்லா மாடுகளும் எழுந்து விட்டன. நொண்டி மாடுகளும் -கிழட்டு மாடுகளுமே படுத்திருந்தன.

அந்த மாடுகளைப் பத்திக் கொண்டு சென்ற தொட்டிய நாயக்கர் ஊருக்கு வெளியே தனியாக வீடுகட்டி வறுமையில் வாழ்ந்தார். மாடுகளும் ஒவ்வொன்றாகச் சாக ஆரம்பித்தன. பசிக் கொடுமையால் அந்த செத்த மாட்டுக் கறியை உண்டு வாழ்ந்தார். தெலுங்கு நாயக்கரும் கம்பளத்து நாயக்கரும், தொட்டிய நாயக்கரை ஊருக்குள்ளேயே வரக்கூடாது என்று சொல்லி அவர் நடமாடும் பகுதியைக் கோடிட்டு வரை யறுத்தனர்.

அதற்குப் பின் தெலுங்கு நாயக்கருக்கும் கம்பளத்து நாயக்கருக்கும் சண்டை வந்தது. தெலுங்கு நாயக்கர் நிலத்தை எல்லாம் எடுத்துக் கொண்டதுடன் மாடுகளையும் இரண்டாகப் பிரித்து அதிலும் ஒரு பங்கை எடுத்துக் கொண்டார். ஒரு பங்கு மாடுகள் மட்டுமே கம்பளத்து நாயக்கருக்குக் கிடைத்தது.

தான் ஏமாற்றப்பட்டதாகக் கம்பளத்து நாயக்கர் உணர்ந்தார். தான் தொட்டிய நாயக்கரை ஏமாற்றியதற்குத் தண்டனையாகத் தான் இந்த நிலை ஏற்பட்டதாக எண்ணினார். எனவே உடம்பில் சாம்பல் பூசிக் கொண்டு, உடுக்கை அடித்துக் கொண்டு கடவுள் தன்னை மன்னிக்க வேண்டும் என்று சாமியாடும் தொழிலைச் செய்ய ஆரம்பித்தார். தொட்டிய நாயக்கரை ஏமாற்றியதற்குத்

தண்டனையாகத் தன்னைத் தானே சாட்டையால் அடித்துக் கொண்டார். நடு இரவில் குடுகுடுப்பையை அடித்துக் கொண்டு தன் அண்ணன் தொட்டிய நாயக்கர் நன்றாக இருக்கிறாரா என்று பார்க்கச் செல்வார். நன்றாக இருக்கும்படி வாழ்த்துச் சொல்லிவிட்டு வருவார்.

இந்தக் கம்பளத்து நாயக்கர் வழி வந்தவர்கள் தான் கம்பளத்து இனத்தவர். தொட்டிய நாயக்கர் வழி வந்தவர்கள்தான் அருந்ததி இனத்தவர். தெலுங்கு நாயக்கர் வழிவந்தவர்கள்தான் நாயுடு இனத்தவர்.

4. சக்கம்மாள், அண்ணன், தம்பி - ஐவர் கதை

அக்காலத்தில் அண்ணன் தம்பி ஐந்து பேர் வாழ்ந்து வந்தனர். அவர்களது பெயர்கள் முறையே தொட்டிய நாயக்கர், ராஜ நாயக்கர், கம்பளத்து நாயக்கர், குடுகுடுப்ப நாயக்கர், புள்ளில் நாயக்கர். இந்த ஐந்து பேருக்கும் ஒரே ஒரு தங்கை இருந்தாள். அவள் பெயர் சக்கம்மாள். இவர்கள் வீடு, நிலம், மாடுகள் என்று அனைத்து வசதிகளுடன் வாழ்ந்தனர்.

தொட்டிய நாயக்கர் மாடுகளை மேய்த்தார்: ராஜநாயக்கர்: அரண்மனையில் வேலை செய்தார்; கம்பளத்து நாயக்கர் கோயிலில் வேலை செய்தார்; குடுகுடுப்பை நாயக்கர் தெருவில் பணி புரிந்தார்: புள்ளில் நாயக்கர் விவசாய வேலை செய்தார். இவ்வாறு வெவ்வேறு வேலை செய்தாலும் முக்கிய வேலை யாகிய மாடு மேய்க்கும் வேலையை அனைவரும் சேர்ந்தே செய்தனர்.

ஒருநாள் சக்கம்மாள் தனது சேலையைத் துவைத்துக் காயப்போட்டுவிட்டுக் குளத்தில் குளித்துக் கொண்டிருந்தாள். அப்பொழுது ஒரு காளை அச்சேலையைத் தாண்டி ஓடியது அப்படித் தாண்டும் பொழுது அதன் விந்து சேலையில் விழுந்தது. இது தெரியாத சக்கம்மாள் சேலையை எடுத்துக் கட்டிக் கொண்டாள். மாட்டின் விந்து சக்கம்மாளிடம் புகுந்தது அவள் கர்ப்பமானாள்.

தங்கைகர்ப்பம்அடைந்ததைக்கண்டஅண்ணன்ம்மார் கோபம் கொண்டனர். சக்கம்மாளிடம் கர்ப்பத்திற்கு யார் காரணம் என்று கேட்டனர். அதற்குச் சக்கம்மாள் காளை

ஓடிய சேலையைக் கட்டியது தவிர தனக்கு ஒன்றும் தெரியாது என்று கூறினாள். ஆனால் இவள் கூறியதைச் சகோதரர்கள் ஏற்றுக் கொள்ளவில்லை.

தங்கையின் செய்கையானது தங்களது குலத்திற்கு மிகக் கேவலமானது என்று எண்ணினர். இந்தக் கேவலம் தங்கையைக் கொன்றால் தான் நீங்கும் என்று நம்பினர். எனவே தங்கையைக் கொல்லச் சகோதரர்கள் ஐவரும் திட்டமிட்டனர்.

குறிப்பிட்ட நாளில் தங்கையை உணவு கொண்டு வரச் சொல்லிவிட்டு ஐவரும் மாடு மேய்க்கக் காட்டிற்குச் சென்று விட்டனர். தங்கை வந்ததும் வெட்டிக் கொல்வது என்று திட்ட மிட்டனர். குடுகுடுப்பை நாயக்கர் அரிவாளுடன் தயாராக இருந்தார்.

தங்கை வரும் நேரம் நெருங்கிய பொழுது ஒவ்வொருவரும் பயப்பட ஆரம்பித்தனர் ஏதாவது ஒரு காரணத்தைச் சொல்லி அந்த இடத்திலிருந்து சென்றுவிட நினைத்தனர்.

அரண்மனையில் மணி அடித்து விட்டதால் தான் உடனே அரண்மனைக்குச் செல்ல வேண்டும் என்று சொல்லி விட்டு ராஜ நாயக்கர் புறப்பட்டு விட்டார். சாமிக்குப் பூஜை செய்யும் நேரம் வந்துவிட்டதாகக் கூறிய கம்பளத்து நாயக்கரும் அவ்விடத்திலிருந்து சென்று விட்டார். தெருவில் வேலை இருப்பதாகக் கூறிய குடுகுடுப்பை நாயக்கர் அரிவாளைப் போட்டுவிட்டு ஓடிவிட்டார். வயலுக்குக் கட்டாயம் உடனே செல்ல வேண்டும் என்று புள்ளில் நாயக்கர் விரைந்து சென்று விட்டார். தொட்டிய நாயக்கர் மட்டும் காட்டில் இருந்தார்.

அப்பொழுது சக்கம்மாள் உணவு கொண்டு வந்தாள், சக்கம்மாளைக் கண்டதும் கடும் கோபம் கொண்ட தொட்டிய நாயக்கர் அவளை வெட்டத் தயாரானார்.

தொட்டிய நாயக்கரைத் தடுத்த சக்கம்மாள் தான் கொல்லப்படுமுன் வரம் அருளப் போவதாகக் கூறினாள். என்ன வரம் என்று தொட்டிய நாயக்கர் கேட்க, சக்கம்மாள் அருள்வாக்குக் கூற ஆரம்பித்தாள்.

“ராஜ நாயக்கர் அரண்மனை, வீடு என்று சகல செல்வங்களும் பெற்று மகிழ்வாக வாழ்வார்; கம்பளத்து நாயக்கர் கோயிலில் மணியடித்துப் பூசாரியாக

நிறைவுடன் வாழ்வார்; புள்ளில் நாயக்கர் நிலம் பெற்று அதன் மூலம் சகல செல்வமும் பெற்று வசதியாக வாழ்வார்; அரிவாள் எடுத்த குடுகுடுப்பை நாயக்கர் தெருத் தெருவாகச் சுற்றி நாய்கள் குலைத்து விரட்டும் அளவிற்குத் துன்பப்பட்டு வாழ்வார்: ஆனால் தொட் டிய நாயக்கர் சிரமப்பட்டு உழைத்தாலும் ஒன்றும் கிடைக்காமல் அனைவராலும் வெறுத்து ஒதுக்கப் பட்டுக் கீழானவராக வறு மையில் வாழ்வார்" என்று கூறினாள்.

இதைக் கேட்ட தொட்டிய நாயக்கர் கடுங்கோபம் கொண்டார். "ஒரு தேவடியாளா தனக்குச் சாபம் கொடுப்பது?" என்று சக்கம்மாளைத் திட்டியபடியே அவளது கழுத்தை வெட்டினார். தலை துண்டாகிப் போய் விழுந்தது.

"மகள் கொல்லப்பட்டாள்" என்று கேள்விப்பட்ட இவர் களது தாய் அழுது கொண்டே காட்டிற்கு ஓடி வந்தாள். சக்கம்மாளின் கர்ப்பத்திற்கான காரணத்தை அவர் தொட்டிய நாயக் கரிடம் கூறினாள். அவள் கூறியதும் சக்கம்மாள் கூறியதும் ஒன்று போலிருக்க உண்மை தெரியாமல் கொன்றுவிட்டேனே என்று தொட்டிய நாயக்கர் வருந்தினார், சக்கம்மாளைத் தெய் வமாக வணங்கினார். மற்ற சகோதரர்களும் அவளைத் தெய் வமாக வணங்க ஆரம்பித்தனர்.

ஒரு நாள் தம்பியைச் சாப்பாடு கொண்டு வரச் சொல்லிவிட்டு தொட்டிய நாயக்கர் மாடு மேய்க்கச் சென்று விட்டார். தம்பி சாப்பாடு கொண்டு வரத் தாமதமாகவே பசி பொறுக்க முடியாமல் இறந்து போன கன்றுக்குட்டி ஒன்றை அறுத்துச் சமைத்துச் சாப்பிட்டு விட்டார்.

அதன்பின் தம்பி உணவு கொண்டுவர, தொட்டிய நாயக்கர் தான் உண்டுவிட்டதாகக் கூறித் தம்பிக்கும் உணவு இருப்பதாகச் சொல்லிச் சாப்பிடச் சொன்னார், தம்பி சாப்பிடத் தயாரானார். உணவில் கறி இருப்பதைக் கண்டு இந்தக்கறி ஏது என்று கேட்டார். அண்ணன் நடந்தவற்றைச் சொன்னார். அதைக் கேட்டு கோபத்துடன் எழுந்த தம்பி, செத்த மாட்டை வெட்டித் தின்பவருடன் தன்னால் வாழ முடியாது என்று சென்று விட்டார். மற்றவர்களிடமும் நடந்தவற்றைக் கூற நான்கு

பேரும் ஒன்று சேர்ந்து அண்ணனுடன் உள்ள உறவைத் துண்டித்துக் கொள்ள முடிவு செய்தனர்.

ஒருநாள் சொத்துப் பிரிக்கும் சடங்கு நடந்தது. தொட்டிய நாயக்கர் தனக்குப் படுத்திருக்கும் மாடு வேண்டும் என்று கேட்டார். அனைவரும் அதற்கு ஒப்புக் கொண்டனர்.

ராஜநாயக்கர் அரசவையில் ஒலிக்கும் முரசை இசைக்கவும். சில மாடுகள் எழுந்து அவருடன் சென்று விட்டன. கம்ப ளத்து நாயக்கர் கோயில் மணியை அடிக்கவும் சில மாடுகள் எழுந்து அவருடன் சென்று விட்டன. குடுகுடுப்பை நாயக்கர் தனது உடுக்கையை அடிக்கவும் மற்றும் சில மாடுகள் எழுந்து அவருடன் சென்று விட்டன. புள்ளில் நாயக்கர் புல்லாங்குழல் ஊதவும் மீதமுள்ள மாடுகளும் எழுந்து அவருடன் சென்று விட்டன. தொட்டிய நாயக்கருக்கு இறுதியில் நடக்க முடியாத வயதான நொண்டி மாடுகளும், செத்த மாடுகளும்தான் கிடைத்தன.

அதே போல மற்ற சொத்துகளும் பங்கிடப்பட்டன. ஊருக்கு வெளியே உள்ள குடிசை தொட்டிய நாயக்கருக்குக் கொடுக்கப்பட்டது. ராஜ நாயக்கருக்கு நிலமும் விடும். கிடைத்தன. கம்பளத்து நாயக்கருக்கு கோயிலும், நிலமும் கிடைத்தன. குடுகுடுப்பை நாயக்கருக்கு தெருக்களும், நிலமும் கிடைத்தன. புள்ளில் நாயக்கருக்கு நல்ல விவசாய நிலம் கிடைத்தது. இவ்வாறு சக்கம்மாள் வாக்குப் பலித்தது

இந்தப் பாகப் பிரிவினையைக் கண்ட இவர்களது அன்னை மிகவும் வேதனைப்பட்டாள். அவள் தனது நான்கு இளைய மகன்களையும் அழைத்து "நீங்கள் தொட்டிய நாயக் கரை உறவிலிருந்து வெட்டி விட்டீர்கள். என்ன இருந்தாலும் அவர் உங்கள் அண்ணன், அவர் இல்லாமல் உங்கள் வீட்டில் எந்த விசேசமும் நடக்கக் கூடாது. இது தாயின் கட்டளை, அப்படி அழைக்க விருப்பம் இல்லை என்றால் தங்கடச் செடியை (ஆவாரஞ் செடி) அண்ணனாகப் பாவித்து அந்தச் செடிக்கு அடியில் வெற்றிலை, பாக்கு, பழம் போன்றவற்றை வைத்து மரியாதை செலுத்தி விட்டு அதன் பின்பு தான் விசேசம் நடை பெற வேண்டும்" என்று சொல்லிவிட்டுச்

செத்துவிட்டாள். அந்தப் பழக்கம் இன்று வரை தொடர்கிறது.

தம்பியர் சக்கம்மாளை நினைத்துச் சாமி கும்பிட்ட பொழுது சக்கம்மாள் வந்து அண்ணன் தொட்டிய நாயக்கர் இல்லாமல் தம்பியர் மட்டும் தன்னைக் கும்பிட்டால் தான் வரப் போவது இல்லை என்றும் அண்ணனையும் அழைத்துக் கும் பிட்டால் தான், வந்து அனைவருக்கும் நல்லது செய்வதாகவும் கூறினாள். ஆனால் அண்ணன் மட்டும் கும்பிட்டால் அவருக்கு மட்டும் தான் வந்து நல்லது செய்வதாகவும் கூறினாள். அதனால் தம்பியர் சக்கம்மாளைக் கும்பிடும் பொழுது அண்ணனைக் கூப்பிடுவர். இந்த அண்ணனாகிய தொட்டி நாயக்கரின் வழி வந்தவர்கள் தான் அருந்ததியர்கள் ஆவர்.

5. சக்கம்மாள், அண்ணன், தம்பி - எழுவர் கதை

பல்லாரி தேசத்தில் அண்ணன் தம்பிகளாகிய ஏழு பேர் வாழ்ந்து வந்தனர், அவர்களுக்குக் கொல்லவார், தோக்கலவார். மல்லவார் போன்ற பெயர்கள் உண்டு. (ஏழு பெயர்களும் தெரியவில்லை). இவர்களுக்குச் சக்கம்மா என்று ஒரு தங்கை இருந்தாள். இவர்கள் அனைவருமே மாடு மேய்த்து வாழ்ந்து வந்தனர்.

ஒரு நாள் இவர்களது தங்கை சக்கம்மாவைப் பாம்பு கடிக்க அவள் இறந்து விட்டாள், சக்கம்மாவை மூத்த அண்ணன் ஒரு கூடையில் வைத்து வழிபட்டு வந்தார். அதனால் அவருக்கு அதிக சக்தி கிடைத்தது. அந்த சக்தியை அவரால் தாங்க முடிய வில்லை. அவர் வாரம் ஒரு முறை ஏதாவது ஒரு மரத்தின் இலையைப் பார்ப்பார். உடனே அந்த இலை எரிந்து சாம்பலாகிக் கீழே விழுந்து விடும். அவர் மரத்தைப் பார்த்தாலும் மனிதர்களைப் பார்த்தாலும் அல்லது எந்தப் பொருளைப் பாத்தாலும் அந்தப் பொருள் எரிந்து சாம்பலாகி விடும். ஆகவே அவர் எதையும் பார்க்காமல் மரத்தின் இலையை மட்டும் பார்ப்பார். அப்படிப் பார்க்காவிட்டால் அந்தச் சக்தியை அவரால் தாங்கிக் கொள்ள முடியாது. எனவே கட்டாயம் மரத்தின் இலையை வாரம் ஒரு முறை பார்ப்பார்.

இப்படி இருக்கையில் தம்பிகள் தினமும் மாடு மேய்க்கச் செல்வார்கள். அண்ணன் அவர்களுக்கு உணவு சமைத்துக் கொடுப்பார். ஒரு நாள் வழக்கப்படி தம்பிகள் எல்லாரும் மாடு மேய்க்கச் சென்றனர். அண்ணன் சமைக்க ஆரம்பித்தார்.

அப்பொழுது ஒரு கன்றுக்குட்டி துள்ளி அங்குள்ள நீர்த்தொட்டியில் விழுந்து செத்து விட்டது. அதை அண்ணன் எடுத்து சமைத்து உண்டார். தம்பிகள் வந்தபொழுது தணுக்கு இலையை ஈர்க்கியால் கோர்த்துப் பெரிய இலையாகச் செய்து அவர்களுக்கு அதில் மாட்டுக் கறி உணவை வைத்துப் பரிமாறினார். தம்பிகள் 'இது என்ன? என்று கேட்க நடத்த வற்றை அண்ணன் அவர்களிடம் கூறினார். உடனே. தம்பிகள் எழுந்து அண்ணனைக் கோபத்தில், 'போடா சக்கிலியப் பயலே' என்று திட்டினர். அவர்கள் அவ்வாறு திட்டுவதற்குக் காரணம் இருந்தது.

அந்தக் காலத்தில் அனுப்பச் சக்கிலி என்று ஓர் இனம் இருந்தது. இந்த அனுப்பச் சக்கிலி பிறந்த பொழுது அவனது அம்மா இறந்து விட்டாள். எனவே அவன் வெள்ளாட்டுப் பாலைக் குடித்து வளர்ந்தான். அதனால் இந்த அனுப்பச் சக்கிலியர் வெள்ளாட்டுக் கறியைச் சாப்பிட மாட்டார்கள். வெள்ளாட்டுக் கறியைச் சாப்பிடுவது என்பது இவர்களுக்குப் பெற்ற அன்னையைச் சாப்பிடுவதற்குச் சமம். ஆனால் இவர்கள் மாட்டுக்கறி, செத்த மாட்டுக் கறி போன்றவற்றைச் சாப்பிடுவர். இவர்களை மனதில் நினைத்துத் தான் தம்பிகள் அண்ணனைச் "சக்கிலியப் பயலே" என்று திட்டினர்.

அதன்பின் தம்பிகள் ஒன்று சேர்ந்து தங்களால் அண்ணனுடன் வாழ முடியாது என்று கூறிவிட்டனர். பாகம் பிரிக்கப்பட்டது. 'நிற்கின்ற மாடுகள் வேண்டுமா? படுத்திருக்கிற மாடுகள் வேண்டுமா?' என்று தம்பியர் அண்ணனிடம் கேட்டனர். அண்ணன் 'படுத்திருக்கும் மாடுகள் வேண்டும்' என்று கேட்டார். அங்கே அதிகமான மாடுகள் படுத்திருந்தன. உடனே தம்பிகள் புல்லாங்குழல் ஊத படுத்திருந்த மாடுகள் அனைத்தும் எழுந்து சென்று விட்டன. ஒரே ஒரு மாடு மட்டும் தான் படுத்திருந்தது.

அதுவும் கிழட்டு மாடு. அந்த மாட்டைப் பத்திக் கொண்டு அண்ணன் ஊருக்கு வெளியே சென்று குடிசை போட்டு வாழ்ந்து வந்தார் போகும் பொழுது தம்பிகள் சக்கம்மாளை அண்ணனிடமிருந்து பறித்துக் கொண்டனர். அதனால் அவரது சக்தியும் அவரிடமிருந்து பறிக்கப்பட்டது.

அங்கே அண்ணனுக்கு யாரும் பெண் கொடுக்கவில்லை. ஆனால் அனுப்பச் சக்கிலி பெண் கொடுத்தார். அந்தப் பெண்ணுடன் வாழ்ந்த அண்ணன் பல குழந்தைகளைப் பெற்றார். தான் சக்கிலியன் இல்லை; எனவே தன்னை யாரும் சக்கிலியன் என்று அழைக்கக் கூடாது என்று எண்ணியே அண்ணன் அனுப்பச் சக்கிலியர்களுடன் தான் வைத்திருந்த அனை த்து உறவுகளையும் முறித்துக் கொண்டார். இந்த அண்ணன் வழி வந்தவர்கள் தான் தொட்டியச் சக்கிலியர் என்று அழைக்கப்படுகின்றனர்.

திருமணம் மற்றும் நல்ல காரியங்களுக்கு அண்ணனை அழைக்க விரும்பிய தம்பிகள் அண்ணனை நேராக அழை க்காமல் ஆவாரஞ் செடியை அண்ணனாகப் பாவித்து அதற்கு மரியாதை செய்து அண்ணனை அழைத்தார்கள். இந்த வழக்கம் இன்றும் நடைபெறுகிறது.

6. அண்ணன் - தம்பி ஒன்பது பேர் கதை

ஒரு காலத்தில் அண்ணன், தம்பி ஒன்பது பேர் வாழ்ந்து வந்தனர். அவர்களிடம் நிறைய மாடுகள் இருந்தன. அந்த மாடுகளை வளர்த்து மகிழ்வுடன் வாழ்ந்து வந்தனர்.

அப்பொழுது அவர்கள் வாழ்ந்த பகுதியில் மழையே இல்லாமல் கொடிய பஞ்சம் ஏற்பட்டது. எனவே பஞ்சம் பிழைப்பதற்காகத் தாங்கள் வாழ்ந்த இடத்திலிருந்து வேறு இடத்திற்குத் தங்களது மாடுகளுடன் புறப்பட்டனர்.

அப்படிச் சென்று கொண்டிருந்த பொழுது சகோ தரர்களில் ஒருவருக்கு அதிகம் பசித்தது. உண்ணாமல் உயிர் வாழ முடியாது என்ற நிலை ஏற்படுகிறது. அப்பொழுது அவர் கொடிய பஞ்சத்தால் செத்த மாட்டை அறுத்து அதன் கறி யை உண்டார். இதனைப் பார்த்த மற்ற சகோதரர்கள் அவரைச் சாதியிலிருந்து நீக்கி விட்டனர். நீக்கப்பட்டவரின் சந்ததியினர் தான் அருந்ததியர்கள்.

சனங்களும் வரலாறும்

3 கூட்டு விவாதத்தின் மூலம் ஆய்வு

மேலே கூறப்பட்ட ஆறு கதைகளையும் எவ்வாறு ஆய்வு செய்வது என்று எண்ணினேன் ஆறு கதைகளும் எனது உள்ளத்தில் பல்வேறு விதமான கேள்விகளை எழுப்பின. அந்தக் கேள்விகளுக்கான பதிலை நானே தேடுவது சரியான வழிமுறையாகபடவில்லை. அருந்ததியர்களே இதற்கான பதிலைக் கூறினால் தான் சரியானதாக இருக்கும் என்ற எண்ணம் என் மனதில் உதித்தது. இந்த எண்ணத்தின் பின்னணியில் இளைஞர்கள், இளம் பெண்கள், பெரியோர் முதலானவர்களை அழைத்து அவர்களோடு இணைந்து கூட்டு விவாதத்தின் மூலம் பதில் தேட முயற்சி செய்தேன். அந்தக் கூட்டு விவாதத்திலிருந்து கிடைத்த பதில்களைக் கீழ்க்கண்டபடி தொகுக்கலாம்.

3.1. அண்ணன் - தம்பி எண்ணிக்கை

இக்கதைகளை ஆராயும் பொழுது அண்ணன். தம்பி எண்ணிக்கையில் வேறுபாடுகள் இருக்கின்றன என்பதை அறிகிறோம். இரண்டு கதைகளில் அண்ணன், தம்பி இருவர் என்றும், மற்ற கதைகளில் மூன்று, ஐந்து, ஏழு, ஒன்பது என்றும் இருக்கின்றன. இந்த வேறுபாடுகள் கதைகளின் நம்பகத் தன்மையைக் கேள்விக்கு உட்படுத்துகின்றன என்று கூறலாம். ஆனால் அண்ணன், தம்பி எண்ணிக்கையில் உள்ள வேறுபாடுகள். நமக்குத் தான் சிக்கலாக இருக்கிறதே தவிர அருந்ததியர்களுக்குச் சிக்கலாக இல்லை.

கதை சொல்லிய அனைவருமே கம்பளத்தார்கள் ஒன்பது பேர் என்று சொல்லுகிறார்கள். இதில் அவர்கள் தெளிவாகவும் இருக்கிறார்கள். அந்த ஒன்பது கம்பளங்களின் பெயர்கள் என்ன என்று கேட்டபொழுது ஒருவர்கூட அந்த ஒன்பது பெயர்களையும் குறிப்பிடவில்லை. ஒரு சில பெயர்களை மட்டுமே குறிப்பிட்டனர். ஒன்பது கம்பளங்களின் பெயர்களும் தங்களுக்குத் தெரியவில்லையே என்று யாரும் கவலைப்படவில்லை. யார் அந்த ஒன்பதுபேர் என்பது அவர்களுக்குத் தேவையில்லாத கேள்வியாகப்படுகிறது. ஒன்பது கம்பளங்களில் தாங்கள் மூத்தவர்கள் அல்லது

ஒன்பது கம்பளங்களில் தாங்களும் ஒருவர் என்பதே முக்கியம் என்பது இவர்களின் நம்பிக்கையாக இருக்கிறது

அருந்ததிய மக்களின் இந்த நம்பிக்கையின் அடித்தளத்தில் கதைகளை ஆய்வு செய்யும் பொழுது மக்களின் ஒட்டுமொத்த நம்பிக்கைகளின் வெளிப்பாடு தான் கதைகள் என்று சொல்ல முடியாது. நம்பிக்கைகள் கதைகளின் வழியாக வெளிப்பட்டாலும் கதைகளுக்குள் அடக்க முடியாதவை: கதைகளையும் தாண்டியவை. கதைகளில் மக்களின் நம்பிக்கைகள் இருக்கின்றன என்று கூறலாம். ஆனால் கதைகளில் மட்டும்தான் நம்பிக்கைகள். கலாச்சாரங்கள், வரலா றுகள், மதிப்பீடுகள். அர்த்தங்கள் இருக்கின்றன என்று சொல்ல முடியாது. அருந்ததிய மக்களைப் புரிந்து கொள்ள, அவர்களது வரலாறுகளைத் தெரிந்து கொள்ளக் கதைகள் ஒருவழி என்று தான் கூறலாமே தவிர, கதைகள் தான் வழி என்று சொல்ல முடியாது. இது போன்று பல வழிகள் உள்ளன என்பதை நாம் ஏற்க வேண்டும்.

அதேபோல் சமூகம் நம்புவதை அந்தச் சமூகத்தின் கலாச்சாரத்திற்கு அப்பாற்பட்டவர், தனது கலாச்சாரப் பின்னணிலிருந்து முழுவதும் விடுபட்டு விட்டதாகக் கூறிக் கொண்டு ஆய்வு செய்வது எவ்வளவு தூரம் ஏற்புடையது என்பதும் விவாதத்திற்குரிய கருத்து ஆகும். நம்பிக்கை ஆய்வுக்கு அப்பாற்பட்டது. நம்பிக்கை காரண, காரியத்தைக் கடந்தது. புலன்களால் உணர முடியாதது. நம்பிக்கை ஓர் இனத்தின் இருத்தலுக்கு அர்த்தத்தைக் கொடுக்கிறது. விளக்கத்தைக் கொடுக் கிறது. மற்ற இனத்தவரால் இதை முழுவதும் உணர முடியாது.

ஒவ்வொரு கதையிலும் வெளிப்படையாகச் சில அர்த் தங்களும் மதிப்பீடுகளும் இருக்கும். மறைந்திருக்கும் மதிப்பீடுகளும் அர்த்தங்களும் இருக்கும். அருந்ததியர்களின் இந்தத் தோற்றக் கதைகளில் என்னென்ன அர்த்தங்கள், மதிப்பீ டுகள் வெளிப்படையாகவும் மறைந்தும் இருக்கின்றன என்று காண்போம்.

இக்கதைகளில் மறைந்திருக்கும் பொருளில் ஒன்று கம்பளத்தார். அண்ணன்-தம்பி ஒன்பதுபேர் என்பதுதான்!

அந்த ஒன்பது பேரும் ஒன்பது சாதிகளாக மாறுகின்றனர்' அந்த ஒன்பது சாதிகளில் அருந்ததியர் இனமும் ஒன்று.

3.2. கதைகளில் வரலாறு

அருந்ததிய இனம் எவ்வாறு தோன்றியது என்பதை இந்த ஆறு கதைகளும் விளக்குகின்றன. மனிதர்கள் எவ்வாறு தோன்றினார்கள் என்பதை ஒவ்வொரு மதமும் விளக்குகிறது. ஆதாம், ஏவாளை முதலில் கடவுள் படைத்தார் என்கிறது கிறிஸ்தவம். பிரமன் தனது உடலின் வெவ்வேறு பகுதியிலிருந்து நான்கு இன மக்களைப் படைத்தார் என்றும் அவ்வாறு படைக்கப்பட்டவர்கள் ஓர் இனத்திலிருந்து மற்ற இனத்தோடு ஏற்படுத்திக் கொண்ட திருமண உறவால் பல இனங்கள் தோன்றின என்றும் மனு சாத்திரம் கூறுகிறது. இதே போல ஒவ்வொரு மதமும் ஒவ்வொரு விதமாகக் கூறுகிறது.

ஒவ்வொரு உட்சாதியும் தங்களது தோற்றத்திற்கான கதைகளைக் கூறுகின்றன' அதே போல அருந்ததியர்கள் தாங்கள் கம்பளத்தாரிலிருந்து பிரிந்ததாகக் கூறுகிறார்கள். இக்கதையை அவர்கள் நம்புகிறார்கள். வரலாற்றில் நடந்த நிகழ்வாக இதை நம்புகிறார்கள். தாங்கள் பூர்வீகத்தில் ஆந்திராவில் இருந்ததாகவும் அப்பொழுது இந்தக் கதை நிகழ்ச்சி நடந்ததாகவும் கடைசிக் கதையைக் கூறியவர். தவிர மற்ற அனைவரும் கூறினர். கடைசிக் கதையைக் கூறிய அன்பர் தாங்கள் ஆந்திராவிலிருந்து தமிழகம் வந்த பொழுது இந்த நிகழ்ச்சி நடத்ததாகக் கூறினார்.

இதற்கான வரலாற்று ஆவணங்களைத் தேடிய பொழுது வே. மாணிக்கம் எழுதிய 'வீர பாண்டியக் கட்டபொம்மு விவாத மேடை' என்ற புத்தகத்தில் ஒரு வரலாற்று நிகழ்ச்சியைக் குறிப்பிடுகிறார். அது பின்வருமாறு:

"பெண் கொடுக்க மறுத்துப் புறப்பட்டு வரும்போது வழியில் நிகழ்ந்த நிகழ்ச்சிகளின் அடிப்படையில் சில கிளைப் பெயர்களும் கம்பளத்தாரிடம் வழங்குவதைக் காண முடிகிறது. வரும் வழியில் ஆற்றைக் கடந்து முதலாவது கரை சேர்ந்தது தோக்கலவார் பசு, எனவே தோக்கலவாருக்கு 'மூத்தாவுலவார்' என்னும் பெயர் ஏற்பட்டது என்று தேவதாஸ் நாயுடு பாஞ்சாலங் குறிச்சிச் சரித்திரத்தில் கூறுகிறார் (ப.17). இரவு புறப்படும் போது ஒரு குடும்பத்தினர் தூங்கிப் பின்னடைந்ததால் அவர்கள் 'நித்திரைவார்' என்று அழைக்கப்பட்டனர். வரும்போது பசியின் கொடுமையால். இறந்த மாட்டிறைச்சியைச் சாப்பிட்ட

வர்களைப் 'பெத்தலு' என்றும் பாதி வழியில் வேறு திசையில் திரும்பியவர்களை 'மல்லவார்' என்றும் ஓரிடத்தில் தங்கிக்கொண்டு வழியனுப்பி வைத்தவர்களை 'அனுப்பாலு' என்றும் அழைத்தனர்" (பக். 35).

இவ்வரலாற்றைப் பார்க்கும் பொழுது 'பெத்தலு' என்பவர்கள் தான் அருந்ததியர்கள் என்று கூறலாம். அப்ப டியானால் அருந்ததியர்கள் என்ற சாதி ஆந்திராவிலிருந்து தமிழகம் வரும் பொழுது தோன்றியது என்று கூறலாம். அப்படி யானால் இந்த அருந்ததியர் சாதி ஆந்திராவில் இருக்கக் கூடாது. ஆனால் ஆராய்ந்து பார்க்கும் பொழுது ஆந்திராவில் 'மாதிகா' என்று ஒரு சாதி இருக்கிறது. அது இங்குள்ள அருந்ததி யர்களுக்கு இணையாக இருக்கிறது. இங்கேயும் இவர்கள் "மாதிகா" அல்லது "மாதாரி" என்று அழைக்கப்படுகின்றனர். அப்படியானால் அந்த 'மாதிகா' என்ற சாதி எப்படித் தோன்றியது என்ற கேள்வி எழுகிறது.

இங்கே இறுதிக் கதையைக் கூறியவரைத் தவிர மற்ற அனைவரும் இந்த நிகழ்ச்சி ஆந்திராவில் தடைபெற்றது என்று கூறிய வாய்மொழி வரலாற்றை ஏற்க வேண்டியுள்ளது. தமிழகம் வரும் முன்பே ஆந்திராவில் இந்தச் சாதி தோன்றியுள்ளது என்ற வாய்மொழி வரலாற்றை மையமாக வைத்து, எழுதப்பட்ட வரலாற்றை மாற்றி எழுதவேண்டிய நிலை ஏற்பட்டுள்ளது எழுதப்பட்ட வரலாறு தான் சரியானது. நம்பகமானது என்ற மதிப்பீட்டை வாய்மொழி வரலாறு உடைக்கிறது. அடித்தள மக்கள் நம்பும் வாய்மொழி வரலாறு எழுதப்பட்ட வரலாற்றை விட நம்பகமானது என்று கூற முடியும்.

3.3. மாட்டுக்கறி: உயர்வும் தாழ்வும்

நாம் படித்த ஆறு கதைகளுமே சகோதரர்களில் ஒருவர் மாட்டுக் கறி உண்டதைக் கூறுகின்றன. மாட்டுக் கறியை உண் டதால் தான் சகோதரர் ஒதுக்கப்பட்டு அருந்ததியர் ஆனார் என்று அனைத்துக் கதைகளுமே கூறுகின்றன. முதல் கதையில் பாகப் பிரிவினைக்கு பின்புதான் மாட்டுக்கறி உண்டதாகவும் மற்ற கதைகளில் மாட்டுக்கறி உண்டதால்தான் பாகப்பிரிவினை ஏற்பட்டது என்பதையும் அறிகிறோம்.

இறந்து போன மாட்டை அறுத்து உண்டதாக ஐந்து கதைகளிலும் மாட்டைக் கொன்று உண்டதாக இரண்டு கதைகளிலும் இருக்கின்றன. ஐந்து கதைகளில் பசியால் மாட்டுக்கறி சமைத்து உண்டதாகவும் ஒரு கதையில் மட்டும்

நீரில் விழுந்து இறந்த கன்றை அறுத்துச் சமைத்ததாகவும் கதைகளின் வழியாக அறிகிறோம்.

அனைத்துக் கதைகளிலும் மாட்டுக் கறியைத் தான் உண்டார்கள் என்று இருக்கிறதே தவிர அந்த மாடு பசு மாடா, காளை மாடா என்று இல்லை.

ஆரம்பத்தில் கம்பளத்தார்கள் மாடு மேய்த்து வாழும் ஓர் இனக்குழுவாக இருந்திருக்கிறார்கள். இவர்களுக்கு மாடுகள் தான் வாழ்வு கொடுத்திருக்கிறது. எனவே அந்த மாடுகளை உண்ணுவதில்லை என்ற கலாச்சார வழக்கத்தில் இருந்திருக்கிறார்கள். இதே போன்ற பழக்கம் மாடு மேய்க்கும் இனக்குழுக்களிடையே இருந்திருக்கிறது.

ஆரியர்கள் மாடு மேய்க்கும் இனக் குழுவாக இருந்திருக்கின்றனர். இவர்களின் கலாச்சாரச் செயல்பாடுகள் வழியாகச் சாதியம் தோன்றி, இந்துக் கலாச்சாரமாகப் பரிணாமம் பெற்று, மாடு பற்றிய ஒரு விதமான பார்வையைக் கொண்ட இனமாக உருவாகியிருக்கிறது. அந்தப் பழக்கம் அப்படியே பரவ அது கம்பளத்தார்களிடமும் பரவியுள்ளது என்று நாம் புரிந்து கொள்ளலாம்.

மாட்டுக் கறியைச் சாப்பிடுவது மிகவும் கேவலமானதாக இந்துக் கலாச்சாரத்தில் உணரப்படுகிறது. சாதியப் படிமான முறையில் உணவுப் படிமான முறையும் அடங்குகிறது என்பதை நாம் அறிவோம். உணவின் அடிப்படையில் இருக்கும் சாதியப் படிமான முறையில் மாட்டுக்கறி, அதிலும் குறிப்பாக பசு மாட்டுக்கறி, இன்றும் குறிப்பாகச் செத்த மாட்டுக்கறி மிகமிகக் கேவலமாக உணரப்பட்டு, இதை உண்பவர்களை மிகவும் தாழ்ந்த சாதியாகக் கருதி ஒதுக்குகிறது இந்து மதம்.

இந்து வழக்கப்படி ஏதாவது ஒரு குற்றம் அல்லது தவறு செய்தால் அதற்குப் பரிகாரம் செய்து, தவறினால் வந்த தீட்டைப் போக்கிக் கொள்ளலாம். மிகப் பெரிய குற்றத்திற்குக் கூடப் பரிகாரம் செய்யும் வழக்கம் இருந்திருக்கிறது. ஆனால் இக்கதைகளில் மாட்டுக்கறி உண்ட மிகச் சிறிய குற்றத்திற்கு எந்தப் பரிகாரமும் இல்லை. சாதிய விலக்குத் தான் தீர்வு என்றே முடிவு செய்யப்படுகிறது. அடித்தட்டு மக்களின் மிகச் சிறிய குற்றங்கூட மிகப் பெரிய குற்றமாக, பரிகாரம் செய்ய முடியாத குற்றமாகக் கருதப்படுகிறது இந்த மிக உச்சகட்டத் தீர்ப்பானது, பசுமாட்டுக் கறியைத் தின்றதால் தான் கொடுக்கப்பட்டது என்று புரிந்து கொண்டே கதைகளை விளக்க முயல்வோம்’

இந்துக் கலாச்சாரத்தில் பசு மிகவும் புனிதமான விலங்காகக் கருதப்படுகிறது. 'கோமாதா' என்று கூறிப் பசுவுக்குத் தாய் அந்தஸ்து கொடுக்கப்படுகிறது. இவ்வாறு தாய் அந்தஸ்து பசுவுக்குக் கொடுக்கப்பட இரண்டு காரணங்களைக் கூறலாம். முதலில் தாயைப் போலப் பசு பால் கொடுக்கிறது. இரண்டாவதாகத் தாய் குழந்தையின் சிறுநீர், மலம் போன்ற அழுக்குகளைத் தூய்மைப் படுத்துவது போல் பசுவின் சிறுநீர், சாணம் முதலியவைகள் தீட்டைக் கழித்துத் தூய்மைப்படுத்தப் பயன்படுத்தப்படுகின்றன.

சாணம் வீட்டை மெழுகித் தூய்மை செய்யப் பயன்படுகிறது. சாணத்தை வறட்டியாக்கி எரிக்கப் பயன்படுத்துகின்றனர். அதிலிருந்து கிடைக்கும் சாம்பலானது பற்கள் முதற்கொண்டு, பாத்திரங்கள் வரை தூய்மைப்படுத்தப் பயன் படுகிறது. சாம்பல் திருநீறாகக் கருதப்பட்டு உடம்பில் பூசப்படுகிறது.

இவ்வாறு பசுவின் பால், சிறுநீர், சாணம் மூன்றும் முக்கியப் பொருளாக இந்து மதத்தில் எண்ணப்படுகிறது. இவ்வளவு உயர்வாகப் போற்றப்படும் பசுவைக் கொல்வது மிகப் பெரிய குற்றமாகக் கருதப்படுகிறது. பெரும்பாலும் அடித்தட்டு மக்களின் தோற்றத்தை ஆய்வு செய்யும்பொழுது, இவர்கள் செய்யும் மிகச் சிறிய தவறு தான் மிகப் பெரிய தவறாகச் சித்திரிக்கப்பட்டுக்கொடியதண்டனையும்கொடுக்கப்படுகிறது. அது போல இங்கே மாட்டுக் கறியை உண்டது பெற்ற தாயைக் கொலை செய்து, அவளது சதையைச் சமைத்து உண்ட கொடிய குற்றமாகத் தீர்ப்பிடப்படுகிறது.

தாய்ப்பாலைக் குழந்தை குடிப்பது போலப் பசுவின் பாலைக் குடிக்கலாம். ஆனால் தாயைச் சமைத்து யாரும் உண்பதில்லை. அதுபோல, பசுவைச்சமைத்து யாரும் உண்பதில்லை. இப்படிப்பட்ட உயர்ந்த நிலையில் பசுவை வைத்திருந்ததால் பசுவைத் தெய்வமாகக் கூட எண்ணி வழிபடுகின்றனர். அதனால் பசுவின் கறியை உண்பது என்பது மிகவும் கேவலமானதாக, கொடூரமானதாகச் சித்திரிக்கப்படுகிறது.

கம்பளத்தார்கள் கறி உண்ணும் வழக்கம் உடையவர்கள். ஆனால் மாட்டுக்கறியை மட்டும் உண்பதில்லை. அதனால் தான் மாட்டுக்கறியை உண்ட தனது சகோதரனைச் சாதியை விட்டே நீக்கி விட்டனர். இங்கே மாட்டுக்கறி உண்ணாமை ஒரு மிகப்பெரிய உயர்ந்த மதிப்பீடாக, அறமாகப் புரிந்து கொள்ளப்படுகிறது.

இக்கருத்து அண்ணன், தம்பி மூவர் கதையில் இன்னும் சிறப்பாக வெளிப்படுகிறது. இக்கதையில் மாட்டுக்கறி உண்ட சகோதரனைப் பாகம் பிரித்து அனுப்பி விடுகின்றனர். அதன் பின் மற்ற இரண்டு சகோதரர்களுக்கிடையே சிக்கல் எழுகிறது. மறுபடி பாகப்பிரிவினை செய்யப்படுகிறது. இந்தப் பாகப் பிரிவினையில் தம்பி, தான் ஏமாற்றப்பட்டதாக உணர்கிறார். முதலில் நடந்த அநீதியான பாகப் பிரிவினைக்கு உடந்தையாக இருந்ததற்குத் தண்டனையாகத் தான் இந்த இரண்டாவது பாகப் பிரிவினையில் தான் ஏமாற்றப்பட்டதாகத் தம்பி உணர்கிறார். அதற்காக வருந்துகிறார். அண்ணனுக்குச் செய்த துரோகத்திற்காசுத் தன்னைத் தானே சாட்டையால் அடித்துக் கொண்டு தனக்குத் தண்டனை கொடுத்துக் கொள்கிறார். குடுகுடுப்பையை அடித்துக் கொண்டு, இரவில் சென்று, அண்ணன் எப்படி இருக்கிறார் என்று பார்க்கச் செல்கிறார்.

இவ்வளவு செய்யும் தம்பி ஏன் அண்ணனோடு சென்று தானும் சேர்ந்து கொள்ளவில்லை? சொத்து இல்லாத அண்ணனோடு சொத்து இல்லாத தம்பி சேரலாமே! ஆனால் சேரவில்லை. தனக்குத்தான் சாட்டையடி கொடுத்தபடித் தண்டனை அனுபவிக்கத் தயாராக இருக்கிறாரே தவிர, அண்ண னோடு இணைந்து மாட்டுக்கறி உண்ணத் தயாராக இல்லை. அல்லது மாட்டுக் கறி உண்ட அண்ணனோடு இணையத் தயாராக இல்லை. காரணம் உணவின் அடித்தளத்தில் உள்ள பாகுபாட்டை விட்டுவிடத் தம்பி தயாராக இல்லை.

இப்பொழுது அருந்ததியர்கள் பார்வையில் இக்கதையைப் பார்க்கலாம். ஆறு கதைகளில் ஐந்து கதைகளில் பசியின் கொடுமை தாங்காமல் மாட்டுக் கறியை உண்டதாக இருக்கிறது. ஒரு கதையில் தண்ணீரில் விழுந்து இறந்த கன்றின் கறி வீணாகப் போகிறதே என்று எண்ணி உண்டதாக இருக்கிறது.

"பசி வந்தால் பத்தும் பறந்து போகும்" என்ற பழமொழிக் கேற்ப. அனைத்து மதிப்பீடுகளையும் அறங்களையும் தூக்கி எறிந்துவிட்டு மாட்டுக்கறியை உண்கிறார். பசி வந்தால் புலியும் புல் தின்னும் என்று கூறுவது போலப் பசி வர, அதுவரை கடைப்பிடித்து வந்த வழக்கத்தை விட்டு விட்டுப் பசியின் அடிப்படையில் புதிய மதிப்பீட்டிற்குச் செல்கிறார். பழைய மதிப்பீட்டை, அறநெறியை உடைக்கிறார். பசியில்

இருப்பவனால் தான் பழைய அறநெறிகளை உடைக்க முடியும், புதிய அறநெறிகளை உருவாக்க முடியும் என்பதற்கு இக்கதைகள் சிறந்த எடுத்துக்காட்டு அப்படி என்ன மதிப்பீட்டைக் கொடுக்கிறார் என்று பார்ப்போம்.

பசி என்றால் என்ன என்று தெரியாதவர்கள் உண்பதற்கு அதிகமாக வைத்திருப்பவர்கள், தங்களிடம் உள்ளதில் எதை உண்போம், எது சுவையாக இருக்கும் என்பது தான் அவர்கள் எண்ணமே தவிர கிடைத்ததை உண்போம் என்ற நிலை அவர்களுக்கு இல்லை. இவர்கள் தான் இந்த இந்த உணவு தீட்டானது என்று கூறுகின்றனர். உண்பதற்கு அதிகம் வைத்திருப்பவனின் அறநெறி இவ்வாறு தான் இருக்கிறது.

ஆனால் பசித்தவனுக்கு உணவில் தீட்டு என்பது கிடையாது. உண்ணக் கூடியது அனைத்தையும் உண்கிறான். உள்ளே செல்லும் உணவு தீட்டானது என்ற ஆதிக்கக் கருத்தியலை, மதிப்பீட்டை நெறியை உடைத்து உள்ளே செல்லும் எதுவும் மனிதனைத் தீட்டுப் படுத்துவதில்லை என்ற எண்ணத்திற்கு வருகிறான். அதனால் தீட்டானது என்று ஒதுக்கப் பட்டவற்றைத் தான் உண்பதோடு கூட சாமிக்கும் படைக்கிறான். தீட்டானது என்று எதையும் ஒதுக்குவதில்லை.

இந்துக் கலாச்சாரச் சூழலில் மனிதனிலிருந்து வெளியேறும் அனைத்தும் தீட்டானது என்று கருதுகின்றனர். இந்தத் தீட்டைப் போக்கக் குளிக்கின்றனர் அல்லது சுழுவுகின்றனர். ஆனால் அருந்ததியர்கள் உடலிலிருந்து வெளியேறும் சிறுநீர், மலம் போன்றவற்றைத் தீட்டானது என்று கருதி ஒதுக்குவதில்லை. அதைச் சுத்தப்படுத்துகின்றனர். மலம் உட்பட அனைத்தையும் துப்புரவு செய்யும் பணியில் ஈடுபடுகின்றனர். இதை உடல் உழைப்பாகத் தான் பார்க்கிறார்களே தவிர தீட்டு என்று ஒதுக்கவில்லை.

மாட்டுக் கறி சமைத்து உண்ட சகோதரன் தான் உண்டதோடு மட்டும் திருப்தியடையவில்லை. மாட்டுக் கறி தான், தான் இதுவரை சாப்பிட்ட கறிகளிலேயே மிகவும் சுவையானது என்று உணர்கிறார்' எனவே தான் பெற்ற இன்பத்தைத் தனது சகோதரனுக்குத் தெரியாமல் மறைத்திருக்கலாம். அவ்வாறு மறைக்காமல் சகோதரனையும் மாட்டுக்கறி உண்ண அழைக்கிறார். சகோதரர் இவரைச் சாதியிலிருந்து நீக்குகிறார். இந்தச் சாதி நீக்கம் என்ற இழப்பைத் தாங்கத் தயாராக இருக்கிறார். சாதியிலிருந்து நீக்க வேண்டாம் என்று கெஞ்சவில்லை அல்லது

மாட்டுக்கறி தின்ற தீட்டைப் போக்கப் பரிகாரம் தேடவில்லை. மீண்டும் மாட்டுக்கறி உண்பதற்காகச் சாதியிலிருந்து நீக்கப் பட்டதை ஏற்றுக் கொள்கிறார். இனி அவர் மாட்டுக்கறியை உண்பதற்காக மாடு சாகும் வரைக் காத்திருக்க வேண்டிய தேவை இல்லை. மாட்டைக் கொன்று உண்ணத் தயாராக இருக்கிறார். இங்கே மாட்டைக் கொல்வது பாவம் என்ற அற நெறியை மீறுகிறார்.

3.4. அநீதியான பாகப் பிரிவினையும் படித்தர முறையும்

நாம் பார்த்த ஆறு கதைகளுமே பாகப் பிரிவினை பற்றிக் கூறுகின்றன. முதல் கதையில் மட்டும் கடவுள் வந்து பாகப் பிரிவினை செய்தார் என்று காண்கிறோம். மற்ற கதைகளில் எல்லாம் சகோதரர்களே பாகப் பிரிவினை செய்கின்றனர்.

கடவுள் செய்து வைத்த பாகப் பிரிவினை உட்பட, அனைத்துப் பாகப் பிரிவினையுமே அநீதியான பாகப் பிரிவினை என்று தெளிவாகத் தெரிகிறது. நிற்கின்ற மாடுகள் வேண்டுமா? படுத்திருக்கும் மாடுகள் வேண்டுமா? என்று அண்ணனிடம் கேட்டுவிட்டு, அண்ணன் தனக்குப் படுத்திருக்கும் மாடுகள் வேண்டும் என்று கேட்ட பிறகு புல்லாங்குழல் ஊதி, படுத்திருக்கும் மாடுகளையும் எழுப்பித் தன்னோடு சேர்த்துக் கொண்ட தம்பியின் செயல் அநீதியானது என்பது அனை வருக்கும் புரியும்.

இந்தப் பிரிவினை அநீதியானது என்று கடவுள் உட்பட யாரும் கூறவில்லை. ஒருவனுக்கு அதிக எண்ணிக்கையில் மாடு கள்: மற்றவனுக்கு குறைந்த எண்ணிக்கையிலுள்ள கிழட்டு, நொண்டி மாடுகள். இந்தப் பாகுபாடு ஏன் என்ற கேள்வி எழுகிறது.

ஒரு கதை தவிர மற்ற கதைகளில் எல்லாம் மாட்டுக் கறியைத் தின்றதால் தான் பாகப் பிரிவினை ஏற்பட்டது என்று கூறப்படுகிறது. ஒரு கதையில் பாகப் பிரிவினைக்குப் பின்பு தான் மாட்டுக்கறி உண்ணப்படுகிறது. சிறிது யோசித்துப் பார்த் தால் பாகம் பிரிக்க வேண்டும் என்ற எண்ணம் சகோதரனிடம் இருந்தது என்று கூறலாம். அதாவது மற்றவனை விடத் தன்னிடம் அதிகமாக மாடுகள் இருக்க வேண்டும் என்ற எண் ணம் இருந்திருக்கிறது. மாட்டுக்கறி உண்டதைக் காரணம் காட்டிப் பாகப் பிரிவினை மற்றவர் மேல் சுமத்தப்பட்டிருக்கிறது.

அநீதியான முறையில் ஒருவர் அதிக மாடுகளைப் பெற்றார். இந்த அநீதி கடவுளாலும் நியாயப்படுத்தப்பட்டிருக்கிறது.

ஆனால் அண்ணனது பார்வை வேறு விதமாக இருக்கிறது. அண்ணன் - தம்பி என்ற சகோதர உறவை அண்ணன் விரும்பினார். இந்த உறவில் வயதில் மூத்தவர் என்ற மரியாதை மட்டும் தான் அண்ணனுக்கு இருந்ததே தவிர, உயர்ந்தவன் தாழ்ந்தவன் என்ற படிநிலை இல்லை. சமத்துவம் இருந்தது. பொதுவான பொருளாதார சமநிலை இருந்தது. மாட்டுக் கறியைக் கூடப் பகிர்ந்து கொடுக்கும் பகிர்தல் உணர்வு இருந்தது. குழும உணர்வு, உறவு இருந்தது. இந்த மதிப்பீடுகள், அறநெறிகள் உடைத்தெறியப்பட்டுச் சாதியத்தின் மதிப்பீடாகிய உயர்ந்தவன்-தாழ்ந்தவன் என்ற படிநிலை முறை புகுத்தப்பட்டது. இந்த மதிப்பீடுகளை உடைத்தெறிய நினைத்தவர் பாகப் பிரிவினை கோரியவரே ஆவர்.

இந்த அநீதியான பாகப் பிரிவினையை அண்ணன் எதிர்க்காமல் ஏன் பொறுமையாக ஏற்றார் என்றால் அண்ணன்களுக்கே உள்ள பரந்த மனதால் தான் என்று கூறலாம். குழும உணர்வு முக்கியமல்ல: உறவு முக்கியமல்ல; அன்பு முக்கியமல்ல: கூடி வாழ்வது முக்கியமல்ல; சகோதரத்துவம் முக்கியமல்ல; பகிர்தல் முக்கியமல்ல; சொத்துத் தான் முக்கியம் என்று எண்ணி அநீதியான வழியில் சொத்தை அபகரித்த தம்பியின் செயலை அண்ணன் கண்டு கொள்ளவில்லை

தம்பிதானே, அனுபவிக்கட்டும்: தம்பி கஷ்டமில்லாமல், மகிழ்வாக, நிறைவாக வாழட்டும் என்று விட்டு விடுகிறார். தம்பியின் மகிழ்வுக்காகத் தான் துன்பப்பட. இழிநிலையை ஏற்க, வறுமையை அனுபவிக்கத் தயாராக இருந்தார். எதிர்ப்புக் குரல் கொடுக்காமல் மகிழ்வுடன் இந்த நிலையை ஏற்றுக் கொண்டார். அண்ணனிடம் உள்ள இந்தப் பரந்த உள்ளம் தான் அவரின் வாரிசாகிய அருந்ததியர்கள் அனைவரிடமும் காணப்படுகிறது. அதே போல அநீதி வழியில் சொத்துச் சேர்க்க வேண்டும் என்று தம்பியிடம் இருந்த தன்னல எண்ணம் தான் படிநிலை முறைக்கு வித்திட்டது. சொத்து மேலும் மேலும் பிரிக்கப்பட்டு உயர்ந்தவன்-தாழ்ந்தவன் என்ற படித்தர முறை அதிகம் விரிவடைய அடித்தளமிடப்பட்டது. இந்தப் படித்தர முறை மேலும் விரிவடைந்து, வலுவடைந்ததைச் சக்கம்மாள், அண்ணன்-தம்பி ஐவர் கதை தெளிவாக விளக்குவதைக் காணலாம்.

இக்கதைகள் படிநிலை அமைப்பு முறை சரியானது என்று ஆதிக்கச் சாதிகளின் மதிப்பீட்டை நியாயப் படுத்துகின்றன. அதற்கு மாறாகக் குழும உணர்வு முக்கியம்; உறவு முக்கியம்; அன்பு முக்கியம்: சமத்துவம் முக்கியம்; கூடி வாழ்வது முக்கியம்; பகிர்தல் முக்கியம் போன்ற அற நெறிகள் அண்ணனால் வலியுறுத்தப் படுகின்றன என்று சொல்லலாம்.

3.5. வரமும் சாபமும்

அருந்ததியரின் தோற்றக் கதைகளில் இரண்டு கதைகளில் கிளைக் கதைகள் உள்ளன. இந்த இரண்டு கிளைக் கதைகளுமே சக்கம்மாள் பற்றியதாக இருக்கின்றன. சக்கம் மாளின் இறப்புப் பற்றி இரண்டு கதைகளுமே கூறினாலும் இரண்டு மாறுபட்ட தகவல்களைக் கூறுகின்றன. இவற்றை எப்படிப் புரிந்து கொள்ளலாம் என்ற கேள்வி எழுகிறது.

தாங்கள் கடவுளால் தேர்த்தெடுக்கப்பட்டு, உருவாக் கப்பட்ட இனம் என்ற நம்பிக்கை கம்பளத்தார்களிடம் இருக்கிறது. உலகில் அநீதி பெருகி விட்டதாகவும் மாந்திரீகத்தின் மூலம் பல தீமைகள் உலகில் நடப்பதாகவும் அதனால் நல்லவர்கள் மிகவும் துன்பப்படுவதாகவும் இந்தத் தீமைகளை அழிப்பதற்காகத் தான் கம்பளத்தார்கள் என்ற இனம் உருவானதாகவும் இவர்கள் நம்புகின்றனர். கம்பளத்தார் தோற்றம் பற்றிய கதையில் இது மிகவும் சிறப்பாக வெளிப்படுகிறது

தெய்வ ஆற்றல் தங்களிடம் இருப்பதாகக் கம்பளத்தார் நம்புகின்றனர். இந்த ஆற்றலைச் சித்து வேலை, மாந்திரீகம் என்ற விதத்தில் வெளிப்படுத்துகின்றனர். தங்களின் இந்த மாந்திரீக வேலை நன்மை செய்வதற்காகவும் தீய மாந்திரீக ஆற்றல்களை அழிப்பதற்காகவும் தானே தவிர தீயவற்றைச் செய்வதற்காக அல்ல என்றும் நம்புகின்றனர்.

இந்த ஆற்றல் பரம்பரை பரம்பரையாகத் தங்களிடம் இருப்பதாகக் கூறுகின்றனர். அண்ணன்-தம்பி கதைகளில் அண்ணனிடம் இந்த ஆற்றல் இருத்ததாக நாம் கதையில் காண்கிறோம். பாம்பு கொத்தி இறந்த சக்கம்மாள் கதையில், அண்ணன், இறந்த சக்கம்மாளை வழிபட்டுத் தனது ஆற்றலை அதிகப்படுத்திக் கொண்டார் என்று காண்கிறோம். அதே போல மற்ற கதையில் சேலையில் பட்ட மாட்டு விந்தால், தான் கருவுற்றதாகக்கூறிய சக்கம்மாள் அண்ணனைச் சபித்த

பொழுது "தேவடியாளா சபிப்பது?" என்று அவளைக் கொல்கிறார்." அப்பொழுதும் அவரது ஆற்றல், வரம் மறையவில்லை. எப்பொழுது அவர் மாட்டுக் கறியை உண்கிறாரோ அப்பொழுது அவரது ஆற்றலை மற்ற சகோதரர்கள் பறித்துக் கொள்கின்றனர். சாபம் அவரைச் சூழ்கிறது.

மாட்டுக்கறி உண்ட குற்றத்திற்குப் பரிகாரம் செய்து இழந்த ஆற்றலை மீண்டும் பெற்றிருக்கலாமே என்று அருந்ததி யர்களிடம் கேட்டதற்கு. மாட்டுக்கறி உண்டதை ஏற்றுக் கொண்டு பாகம் பிரிக்கச் சம்மதித்து அண்ணன் வாக்குக் கொடுத்து விட்டார். அந்த வாக்கை மீற முடியாது என்கின்றனர்.

இங்கு 'வாக்கு மீறாமை' என்ற அறநெறி முக்கியத்துவம் பெறுகிறது. இந்த அறநெறி அருந்ததியர்களிடம் மிகவும் தூக்கலாக இருக்கிறது. 'சாபம்' என்கின்ற மிகக் கொடுமையான தண்டனை 'வாக்கு மீறாமை' என்ற அறநெறியாக மாறியுள்ளது அல்லது மாற்றப்பட்டுள்ளது என்பதை அறியலாம். இக்கருத்தைக் கதை மூலமும் விளக்கலாம்.

சக்கம்மாள் அண்ணன்-தம்பி ஐவர் கதையில் சகோ தரர்கள். ஐந்து பேரும் ஒன்று சேர்ந்து சக்கம்மாளைக் கொலை செய்யத் தீர்மானிக்கின்றனர். ஆனால் கொலை செய்ய வேண்டிய நேரம் வந்த பொழுது மற்ற நான்கு தம்பிகளும் கொடுத்த வாக்கை மீறுகின்றனர். ஏதேதோ காரணம் சொல்லிக் கொலை செய்யாமல் ஓடிவிடுகின்றனர். இறுதி வரை உறுதி யாக இருந்து வாக்கு மீறாமல் சக்கம்மாளைக் கொலை செய்தது அண்ணனே!

இந்த 'வாக்குமீறாமை' என்ற அறநெறி அருந்ததியர்களின் வாழ்வில் பல தளங்களில் வெளிப்படுவதைக் காணலாம்.

"கத்தளவார்" என்று ஒரு சாதியினர் இருக்கின்றனர். இவர்கள் அருந்ததியர்களின் இடத்திற்கு வந்து அதிகாரத் தோரணையில் உணவு பெற்று உண்கின்றனர். ஒரு சில வாரங்கள். ஏன் ஒரு சில மாதங்கள் கூட அருந்ததியர்களின் பகுதியில் தங்கும் இவர்கள் அருந்ததியர்களிடம் இலவசமாக உணவு பெறுவதுடன் செலவுக்குப் பணமும் பெறுகின்றனர். பிறகு இவர்கள் அடுத்த அருந்ததியர் கிராமம் நோக்கிச் செல்கின்றனர்.

"ஏன் கத்தளவார்களுக்கு இவ்வாறு உதவுகிறீர்கள்?" என்று கேட்டால் தங்களது முன்னோர்கள் இவர்களைக் காப்பாற்றுவதாக வாக்குக் கொடுத்து விட்டனர்; அந்த வாக்கை மீற முடியாது. என்கின்றனர். எப்பொழுது, எந்தத் தலை முறையில் வாக்குக் கொடுக்கப்பட்டது என்று தெரியாத நிலையில் கூட அந்த வாக்கைக் கடைப்பிடிக்க வேண்டும் என்ற எண்ணம் ஒவ்வொரு அருந்ததியரிடமும் இன்றும் இருப்பது வியப்பாக இருக்கிறது"

3.6. குறியீடு

நாம் பார்த்த ஆறு கதைகளில் இரண்டு கதைகளில் ஆவாரஞ் செடி பற்றிய குறிப்புகள் இருக்கின்றன. இரண்டு கதைகளிலும் அண்ணனாகிய அருந்ததியரைக் குறிக்க ஆவாரஞ் செடி குறியீடாகப் பயன்படுத்தப்பட்டிருக்கிறது. கம்பளத்தார் வாழ்வில் ஆவாரஞ் செடி ஒரு முக்கிய இடத்தைப் பெறுகிறது.

கம்பளத்தார் தாங்கள் சக்கம்மாள் தெய்வத்தை வணங் குவதற்கு முன்பாகவும் திருமணம், சடங்கு போன்ற மகிழ்வான காரியங்கள் நடப்பதற்கு முன்பாகவும் ஆவாரஞ் செடியைத் தங்களது அண்ணனாகிய அருந்ததியராகப் பாவித்து, அண்ணனுக்குச் செய்ய வேண்டிய மரியாதையை அந்த ஆவாரஞ் செடிக்குத் தருகின்றனர்.

ஆவாரஞ் செடிக்கு அருகில் உள்ள புல் போன்றவற்றைச் செதுக்கி இடத்தைத் தூய்மைப்படுத்துகின்றனர். பின் தண்ணீர் தெளிக்கின்றனர். பின் செடிக்குச் சந்தனம், குங்குமம் இடுகின்றனர். பிறகு வெற்றிலை, பாக்கு, பழம் முதலியவை உள்ள தாம்பளத்தைச் செடிக்கு முன்பு வைக்கின்றனர். பின்பு கையெடுத்துக் கும்பிட்டுத் தங்களுடைய ஊர் விசேசத்திற்கு அல்லது வீட்டில் நடைபெறும் திருமணம், சடங்கு போன்ற நிகழ்ச்சிக்கு வந்து வாழ்த்துமாறு வேண்டுகின்றனர். திருமணம் என்றால் தாலி கொண்டு வருகின்றனர். அந்தத் தாலியை ஆவாரஞ் செடி மேல் வைத்து, வாழ்த்துமாறு கூறிவிட்டுப் பின் எடுத்துச்செல்கின்றனர்.இந்தப் பழக்கம் இன்னும் இருப்பதாகக் கம்பளத்தார்களும், அருந்ததியர்களும் கூறுகின்றனர்.

ஏன் இந்த ஆவாரஞ் செடி அருந்ததியர்களைக் குறிக்கிறது? கதையில் சக்கம்மாளின் தாய் இவ்வாறு செய்ய வேண்டும் என்று கூறியதால் அதைக் கம்பளத்தார்கள் செய்கி றார்கள் என்று கூறலாம். இதற்கு மேல் ஆவாரஞ் செடிக்கு

என்று ஏதாவது சிறப்பான குணங்கள் இருக்கின்றனவா? இக் கேள்விகளுக்கு வெவ்வேறு விதமான பதில்கள் கிடைத்தன.

சக்கம்மாளை ஆவாரஞ் செடியின் அருகில் கம்பளத்தார். தம்பதியினர் பார்த்தனர். அவளைத் தங்களது குழந்தையாகத் தத்தெடுத்து வளர்த்தனர் என்ற கதையைக் கம்பளத்தார்கள் கூறுகின்றனர். ஆவாரஞ் செடி தங்களுக்கு முக்கியமான செடி யாக இருப்பதால், ஆவாரஞ் செடியை அண்ணனாகப் பாவிக் கின்றனர்

ஆவாரஞ் செடிக்கு அருகில், ஆவாரஞ் செடியைச் சாட்சியாக வைத்துத் தான் மாடுகள் பிரிக்கப்பட்டன. எனவே தான் ஆவாரஞ் செடி அண்ணனாகக் கருதப்படுகிறது.

மாட்டுத் தோலை ஊறப் போட்டுப் பதப்படுத்த ஆவாரம் பட்டை உபயோகப்படுகிறது. அவ்வாறு ஊறப் போட்ட மாட்டுத் தோல் மிகவும் சிறப்பாக இருக்கும். இப்பட்டையில் ஊறப் போட்ட தோலால் செய்யப்பட்ட செருப்பை நாய் தூக்கிச் செல்லாது. எனவே இச்செடி அண்ணனாக உருவகப்படுத்தப் படுகிறது.

ஆவாரஞ் செடி கோடை காலத்தில் கூட வாடாமல் இருக்கும். இதன் வேர் மிகவும் ஆழமாகச் செல்லும். எளிதில் புடுங்க முடியாது. ஆற்று நீரில் அடித்துச் செல்லப்படும் ஒருவர் ஆவாரஞ் செடியைப் பிடித்துக் கொண்டால் தப்பிக்கலாம். அருந்ததியர்களுக்கும் ஆவாரஞ் செடியின் இந்தக் குணம் உண்டு.

ஆவாரஞ் செடி இலையை மடியில் வைத்துக் கொண்டால் பேய், பிசாசு போன்ற எந்தக் காத்தும், கருப்பும் ஒன்றும் செய்யாது. செய்வினை ஏவல் போன்ற எந்தத் தீமையும் அணுகாது. பயமில்லாமல் எங்கு வேண்டுமானாலும் செல்லலாம்.

மஞ்சள் நிறத்தில் இருக்கும் ஆவாரம் பூ மகிழ்வின், புனிதத்தின் அடையாளம்; ஆவாரம் பூ இல்லாமல் சக்கம் மாளைக் கும்பிட முடியாது. ஆவாரம் பூவின் வருகை அண்ணனின் வருகைக்குச் சமம்.

ஆ + வரம் என்பது தான் ஆவாரம் என்று மாறியுள்ளது. பெயரிலேயே வரம் பெற்ற செடி; ஆ என்றால் பசு, பசு நிறையப் பெற்று வாழ் என்று கடவுளிடம் வரம் பெற்ற செடியே ஆவாரஞ் செடியாகும்.

இக்காரணங்களால் ஆவாரஞ் செடி சிறப்புடையதாகக் கருதப்படுவதால் இச்செடியை அண்ணனாகப் பாவித்துக் கம்ப ளத்தார்கள் மரியாதை செலுத்துகின்றனர் என்று கூறுகின்றனர்.

ஆனால் குறியீடாகப் பயன்படுத்தப்பட்ட ஆவாரஞ் செடிக்கு தான் கம்பளத்தார்கள் மரியாதை செலுத்துகிறார்களே தவிர அருந்ததியர்களுக்கு அல்ல. அருந்ததியர்கன் கம்ப ளத்தார்களில் தெருக்களில் கூட நடக்கக் கூடாது. மந்தை வரை தான் செல்லலாம். அவ்வளவு அதிகமாகத் தீண்டத் தகாதவர் களாக அருந்ததியர்களை நடத்துகின்றனர்.?

மனிதர்களை விடக் குறியீடுகளுக்கு முக்கியத்துவம் கொடுக்கும் மதிப்பீடு இங்கு ஆதிக்கச் சாதியினரால் கடைப் பிடிக்கப்படுகிறது

3.7. அடையாளங்கள்

இக்கதைகளில் மாட்டுக் கறியும் புல்லாங்குழலும் அடை யாளங்களாகப் பயன்படுத்தப் பட்டிருக்கின்றன. கம்பளத் தார்கள் இந்த அடையாளங்களைப் பயன்படுத்துகின்றனர். மாட்டுக் கறியைத் தாழ்வின், கேவலத்தின் அடையாளமாகவும் புல்லாங்குழலை வெற்றியின் அடையாளமாகவும் பயன் படுத்துகின்றனர் என்று கூறலாம்.

ஆனால் அருந்ததியர்களின் பார்வையில் மாட்டுக்கறி தாழ்வின் அடையாளமாகப் படவில்லை. தாங்கள் மாட்டுக் கறியை உண்பதில்லை என்று போலியாகக் கூறவில்லை. தாங்கள் மாட்டுக் கறி தின்பவர்கள்தான் என்று துணிவுடன் கூறுகின்றனர். செத்த மாடாக இருந்தாலும் தெரு வழியாகத் தூக்கிச் சென்று, நடுத் தெருவில் அதை அறுத்து, ஒவ்வொரு வீட்டிற்கும் கூறு போட்டுக் கொடுத்துச் சமமாக, சமைத்து உண்கின்றனர்.

மாட்டுக் கூறி உண்பது தாழ்வு, கேவலம் என்று இச் சமூகம் கூறும் சூழ்நிலையில் மதுரையில், மாட்டை உண்பது என்பது தாழ்வு இல்லை. இது உயர்வே என்று காட்ட ஒரு மாட்டை ஊர்வலமாக மேள தாளத்துடன் அழைத்துச் சென்று, மாவட்ட ஆட்சியாளர் அலுவலகத்திற்கு முன்பாக அந்த மாட்டை அறுத்து, கறி சமைத்து அருந்ததியர்கள் உண்டார்கள். இதை ஒரு போராட்டமாக தடத்தினார்கள். இப்போராட்டம் மாட் டுக்கறி உண்பது தாழ்ந்தது என்ற நிலையிலிருந்து தங்க ளுக்கு விடுதலையை அளித்ததாகக் கூறுகின்றனர்.

இங்கே கேவலத்தின் அடையாளமாக ஆதிக்கச் சாதியினரால் கருதப்பட்ட மாட்டுக் கறியானது விடுதலையின் அடையாளமாக, போராட்டத்தின் அடையாளமாக, மாற்று மதிப்பீட்டின் அடையாளமாக மாறுகிறது.

அதே போல ஆதிக்கச் சாதியினரின் பார்வையில் வெற்றியின் அடையாளமாக இருக்கும் புல்லாங்குழலானது அருந்ததியர்களின் பார்வையில் ஏமாற்றுதலின், பித்தலாட்டத்தின், பொய்மையின் அடையாளமாக வெளிப்படுகிறது. குழல் இசைத்துப் படுத்திருந்த மாடுகளை அழைத்துச் சென்ற செயலானது களவுக்குச் சமம்: ஆதிக்கச் சாதியினர் அநீதியான முறையில்தான் செல்வம் சேர்த்தனர். அந்த அநீதியான செல்வச் சேர்த்தலுக்கு அடையாளமாகத் தான் புல்லாங்குழல் இருக்கிறது. ஏமாற்றுதலின் அடையாளம் புல்லாங்குழல் என்று கூறலாம்.

3.8. ஒரே சாதியில் உயர்வும் தாழ்வும்

தோற்றம் பற்றிய கதைகளில் ஐந்தாவது கதையில் பாகப் பிரிவினைக்குப் பின் அண்ணன் அனுப்பச் சக்கிலியப் பெண்ணைத் திருமணம் செய்து கொண்டார் என்றும் அதன் பின் அனுப்பச் சக்கிலியர்களுடன் எந்தத் தொடர்பும் வைத்துக் கொள்ளவில்லை என்றும் கதை கூறுகிறது.

தற்பொழுது அனுப்பச் சக்கிலியர் என்று ஒரு பிரிவினர் இருக்கின்றனர். இவர்கள் கன்னடம் பேசுகின்றனர். நாம் கதையில் குறிப்பிடும் அண்ணனின் இனத்தவர்கள் தொட்டியச் சக்கிலி என்று அழைக்கப்படுகின்றனர். இவர்கள் தெலுங்கு பேசுகின்றனர்.

இந்த இரண்டு பிரிவினருமே சக்கிலியர் என்று அழைக்கப்பட்டாலும் இவர்களுக்குள் பெண் கொடுப்பதும் இல்லை; பெண் எடுப்பதும் இல்லை. ஒரே விதமான கலாச்சாரம் இருந்தாலும் ஒரே பெயரில் (சக்கிலியர் அல்லது அருந்ததியர்) அழைக்கப்பட்டாலும் இவர்களிடையே எந்த விதமான உறவும் இல்லை. இரண்டு தனித்தனிச் சாதி போலச் செயல்படுகின்றன. இவ்வாறு செயல்பட இக்கதை அடித்தளமாக அமைகிறது என்று சொல்லலாம்.

இக்கதையின் மூலம் தொட்டியச் சக்கிலியர் தாங்கள் கம்பளத்தார் பரம்பரை என்பதை உணர்கின்றனர். எனவே தாங்கள் உயர்ந்தவர்கள் என்று காட்ட அனுப்பச் சக்கிலியருடன்

எந்தத் தொடர்பும் வைத்துக் கொள்ளாமல் இருப்பதாகக் கூறுகின்றனர். நடைமுறையில் அனுப்பச் சக்கிலியர்களை விடத் தாங்கள் உயர்ந்தவர்கள் என்ற எண்ணத்தில் தொட்டியச் சக்கிலியர்கள் வாழ்கிறார்கள்; நடக்கிறார்கள்.

இக்கதையில் மற்றொரு கருத்தும் வெளிப்படுகிறது. இக் கருத்துத் தான் அனுப்பச் சக்கிலியரின் கருத்தாகவும் இருக் கிறது. கதையின் படி அனுப்பச் சக்கிலியர்கள் தான் பூர்வீகச் சக்கிலியர்கள். எனவே தாங்கள் தான் ஆதியிலிருந்து இன்று வரை சக்கிலியர்களாகவே இருக்கிறோம். எனவே இந்த இரண்டு பிரிவினரிடையே யார் உயர்ந்தவர் என்று தீர்மானிக்க இடைவிடாத சண்டை நடந்து கொண்டே இருக்கிறது" இன் றைய தினமும் அந்தச் சண்டை நடந்து கொண்டு இருக்கிறது.

ஆதிக்கச் சாதியினரின் பிரித்தாளும் சூழ்ச்சியான "உன்னை விட நான் உயர்ந்தவன். என்னை விட நீ தாழ்ந்தவன்" என்ற மதிப்பீடு அருந்ததியர்களிடையேயும் இந்தக் கதைகளின் வழியாகப் புகுத்தப்பட்டுள்ளது என்பதை அறியலாம்.

3.9. அருந்ததியர் - கம்பளத்தார் உறவு

நாம் பார்த்த அனைத்துக் கதைகளுமே கம்பளத் தாரிலிருந்து தான் அருந்ததியர்கள் தோன்றினார்கள் என்று கூறுகின்றன. இக் கதைகளை இரண்டு பிரிவினருமே நம்புகின்றனர் என்று பார்த்தோம். இவ்வாறு இரண்டு பிரி வினரும் நம்புவதை வைத்து ஒரு முடிவிற்கு வரலாம்.

இருப்பினும் இவர்களிடையே உறவு இருந்தது என்பதை விளக்க வேறு ஏதாவது காரணிகள் இருக்கின்றனவா என்று ஆராயும் பொழுது ஒரு சில கலாச்சாரப் பழக்க வழக்கங்கள் இருவரிடையேயும் ஒன்று போல இருப்பதைக் காணலாம்.

தொட்டியச் சக்கிலி, அனுப்பச் சக்கிலி, முரசச் சக்கிலி, கொல்லச் சக்கிலி என்று பல பிரிவுகளாக அருந்ததியர்கள் இருக்கின்றனர் ஒவ்வொரு பிரிவிலும் ஜான கிளை, தாசரி கிளை என்று இரண்டு பிரிவுகள் உண்டு. ஒரு கிளை யிலுள்ளவர்கள் அண்ணன் - தம்பி முறையாகக் கருதப் படுகின்றனர். இவர்களுக்கு அடுத்த கிளையிலுள்ளவர்கள் அனைவரும் மச்சான் முறை வேண்டும். அந்தக் கிளையில்தான் பெண் எடுப்பர்; பெண் கொடுப்பர். ஒரே கிளையில் பெண் எடுப்பதோ அல்லது கொடுப்பதோ இல்லை. ஏனெனில் அண் ணன் - தங்கை உறவாக அது கணிக்கப்படுகிறது.

இதே போலக் கம்பளத்தார்களிடமும் ஜான கிளை, தாசரி கிளை என்று உண்டு. அருந்ததியர்கள் எத்தகைய கலாச் சாரப் பின்னணியில் கிளைகளைப் புரிந்து கொள்கிறார்களோ அதேபோன்றதொருபுரிந்துகொள்ளுதல்கம்பளத்தார்களிடமும் இருப்பதைக் காணலாம்.

பெண் வயதுக்கு வருதல், திருமணம், இறப்பு போன்ற சடங்குளை இருவரும் ஒன்று போலவே செய்கிறார்கள். உதார ணத்திற்கு வயதுக்கு வந்த பெண்ணைத் தனியாகக் குச்சில் கட்டி அமரச்செய்து சில நாட்கள் சென்ற பின் சில குறிப்பிட்ட சடங்குகளைச் செய்து அதன் பின்பே அப்பெண்ணை வீட்டிற்குள் அருந்ததியர்கள். சேர்க்கின்றனர். இதே போலத் தான் கம்பளத்தார்களும் சடங்குகளை நிறைவேற்றுகின்றனர்.

அருந்ததியப் பெண் வயதுக்கு வந்தால் தாய்மாமன் வந்து குச்சில் கட்டும் வழக்கம் இருக்கிறது. அதே போலக் கம்பளத்தார் பெண் வயதுக்கு வந்தால் தாய்மாமன் முறைக் கிளையைச் சார்ந்த அருந்ததியர்கள் வந்து தான் குச்சில் கட்டுகின்றனர். அந்தக் கிளையைச் சேர்ந்த அருந்ததியப் பெண் தான் இரவில் துணைக்குப் படுக்கிறாள். " சடங்கு கழிக்கும் பொழுது புதுச் செருப்பு தைத்துக் கொடுக்கின்றனர். திருமணத்திற்குக் குதிரையை அருந்ததியர்கள் பிடித்து வருகின்றனர். இன்னும் பல்வேறு விதமான வெளிப்பாடுகளில் சிலவற்றை ஏற்கெனவே பார்த்தோம்.

இவ்வாறு இரண்டு பிரிவினர்களிடையேயும் கலாச்சார ரீதியான ஒற்றுமையும் உறவும் இருப்பதைக் காணலாம். இதிலிருந்து இக்கதைக்குக் கலாச்சார ரீதியான பின்னணியும் அதனடித்தளத்தில்தோற்றத்தொன்மக்கதைஅடிப்படையிலான உறவும் இருக்கிறது என்ற முடிவுக்கு வரலாம்.

3.10. கதைகளை நம்பக் காரணம்

அனைத்துக் கதைகளுமே பாகப் பிரிவினை பற்றிக் கூறுகின்றன. அனைத்துக் கதைகளுமே பாகப் பிரிவினை அநீதியான விதத்தில் நடைபெற்றன என்று கூறுகின்றன. இருப்பினும் இந்த அநீதியான பாகப் பிரிவினையை நியாய மானது என்று வலியுறுத்தும் இக் கதைகளை அருந்ததியர்கள் நம்பக் காரணம் என்ன? "வாக்கு மீறாமை" என்ற அறநெறி புகுத்தப்பட்டாலும் பாகப் பிரிவினை தவறு என்றாவது கூறியிருக்கலாமே!

சமூகத்தின் அடித்தளத்தில் இருக்கும் இந்த நிலைக்குக் காரணம் தாங்கள் அல்ல என்று இவர்கள் நம்புகின்றனர். அநீதியான பாகப் பிரிவினையே இந்நிலைக்குக் காரணம் என்கின்றனர். இக்கதை சமூகத்தின் மீது குறை சொல்லுகிறது. எனவே இக்கதையை நம்புகிறோம் என்கின்றனர். வேறு ஒரு காரணத்தையும் கூறுகின்றனர். தாங்கள் கம்பளத்தார் பரம்பரை என்ற கருத்தை இக்கதை வலியுறுத்துவதால் சமூகத்தில் உயர்ந்த நிலையில் இருந்தவர்கள் என்ற கருத்தையும் இக்கதை கொடுக்கிறது: அது தங்களுக்குப் பெருமை என்கின்றனர்.

அதோடு கம்பளத்தார் வணங்கும் தெய்வமாகிய சக்கம்மாள் தங்கள் தெய்வம் என்றும் தாங்கள்தான் அத் தெய்வத்தை கம்பளத்தாருக்குக் கொடுத்ததாகவும் கூறுகின்றனர். இக்காரணங்களால் இக்கதைகளைத் தாங்கள் நம்பு வதாகக் கூறுகின்றனர்.

4.முடிவுரை

அருந்ததியர்களின் தோற்றக் கதைகளின் ஆய்வைத் தொகுக்கும் பொழுது ஒரு கருத்துத் தெளிவாகத் தெரிகிறது. ஒரே விதமான மதிப்பீடுகளை இக்கதைகள் கொண்டுள்ளன என்று சொல்ல முடியாது. சில கருத்துகள் சாதிய அமைப்பை நிலைநிறுத்துவனவாகவும் சில கருத்துகள் சாதிய அமைப்புக்கு எதிராக இருப்பதாகவும் ஆய்வின் முடிவு காட்டுகிறது. பல்வேறு பரிமாணங்களை உள்ளடக்கிய சிக்கலான கதைகளாக இவை இருக்கின்றன என்பதே இதன் சிறப்பு என்று கூறலாம். பல் வேறு மாறுபட்ட கருத்துகளை உள்ளடக்கிய இக்கதை களின்ஆய்வைக் கீழ்க்கண்டவாறு தொகுக்கலாம்.

ஒரு சமூகத்தின் தோற்றம் பற்றிக் கூறும் இக்கதைகளை அச்சமூகத்தின் ஒட்டு மொத்த நம்பிக்கைகளின், கலாச்சாரத்தில், வரலாற்றின், மதிப்பீடுகளின் முழுமை என்று சொல்ல முடியாது. ஆனால் இதைப் போன்ற பல்வேறு பரிமாணங்கள் இக்கதைகளில் வெளிப்படுகின்றன என்று கூறலாம்.

இக்கதைகளில் வரலாறு இருக்கிறது. இந்த வாய்மொழி வரலாறானது எழுதப்பட்ட வரலாற்றைக் கேள்விக்கு உட்படுத்துகிறது. எழுதப்பட்ட வரலாற்றைக் கதைகள் கூறும் வாய்மொழி வரலாற்றின் அடிப்படையில் பார்ப்பது வரலாற்றைச் சரியாகப் புரிந்து கொள்ள, அறிந்து கொள்ளத் துணையாக இருக்கும்.

தோற்றக் கதைகளில் மறைந்திருக்கும் அர்த்தங்களைப் புரிந்து கொண்டு, அதனடிப்படையில் மதிப்பீடுகளையும் அறநெறிகளையும் வரையறுப்பதில் கம்பளத்தார்களுக்கும் அருந்ததியர்களுக்கும் எதிர்மறையான நிலைப்பாடே இருந்திருக்கின்றன. இதனைக் கீழ்க்கண்டவாறு பட்டியலிடலாம்.

எண்	மதிப்பீட்டுத் தளம்	கம்பளத்தார் மதிப்பீடு	அருந்ததியகளின் மதிப்பீடு
அ	உணவு	சில உணவுகள் தீட்டானவை அதில் மாட்டுக்கறியும் ஒன்று. மாட்டுக்கறி உண்ணாமை உயர்ந்தது: உண்பது தாழ்ந்தது	எந்த உணவும் தீட்டானது அல்ல மாட்டுக்கறி மிகவும் சுவையுடையது: எனவே அது உயர்ந்தது. மாட்டுக்கறி உண்ணாமை குறைவுடையது எனவே தாழ்ந்தது

		பசுவதை கூடாது: பசுவதை பாவம் மனிதனுக்குள் செல்லும் உணவுகளில் சில தீட்டானவை. மனிதக் கழிவுகள் அனைத்தும் தீட்டானவை. மாட்டுக்கறி உண்டதால் ஆற்றல் பறிக்கப்பட்டது: சாபம் சூழ்ந்தது மாட்டுக்கறி தாழ்வின் அடையாளம். மாட்டுக்கறி உண்டதால் சாதி நீக்கம் தண்டனையாகக் கிடைக்கிறது.	உணவிற்காக பசுவைக் கொல்வது பாவம் அல்ல மனிதன் உண்ணும் எந்த உணவும் மனிதனைத் தீட்டுப் படுத்துவதில்லை அனைத்து மனித கழிவுகளும் தீட்டானவை அல்ல. கொடுத்த வாக்கை மீறாததே மிகப் பெரிய ஆற்றல் மாட்டுக்கறி விடுதலையின் அடையாளம் சாதியிலிருந்து நீக்கப்பட்டாலும் கம்பளத்தார் பரம்பரை என்பதில் கர்வம்.

ஆ	சொத்துக் காரணம் சேர்ப்பது	பாகப்பிரிவினை நியாயமானது படித்தரி முறை முக்கியம் சொத்து மிகவும் முக்கியம்: குறுக்கு வழியில் சொத்து சேர்ப்பது ஏற்பு	சமூகத்தின் ஏற்றத் தாழ்வுக்கு அநீதியான பாகப் பிரிவினையே குழும உணர்வு முக்கியம். உறவுகள்தான் முக்கியம்: உறவுகள் தான் மிகப்பெரிய சொத்து
இ	குறியிடுகள் அடையாளங்கள்	குறியீடுகள் தான் முக்கியம்; மனிதர்களல்ல புல்லாங்குழல் வெற்றியின் அடையாளம்	மனிதர்கள் தான் முக்கியம். குறியீடுகள் அல்ல. புல்லாங்குழல் ஏமாற்றத்தின் அடையாளம்

கலப்பு மணத்தால் மட்டுமே புதிய சாதிகள் தோன்றவில்லை. ஒரு சாதி ஏற்றுக் கொண்ட மதிப்பீட்டிற்கும் அறநெறிக்கும் எதிராக அச்சாதியினர் செயல்பட்ட பொழுது சாதி நீக்கம் செய்யப்படுகின்றனர். நீக்கப்பட்டவர்கள் புதிய சாதியாகின்றனர்.

அருந்ததியர்களின் பார்வையில் மாறுபட்ட மதிப்பீட்டின் மூலம் சாதியத்தை எதிர்ப்பது போன்ற தோற்றக் கதைகள் தோன்றினாலும் ஒரே சாதிக்குள் இருக்கும் உட்பிரிவுகளில் காணப்படும் உயர்வு - தாழ்வு என்ற பிரிவினையைக் கதைகள் நியாயப்படுத்துவதை அருந்ததியர்கள் ஏற்கின்றனர்.

சாதியத் தோற்றம் பற்றிக் கதைகள் கூறும் வரலாற்று உண்மையை, கதைகளுக்கு அப்பால் காணப்படும் கலாச்சார ஒற்றுமை உறுதிப்படுத்துகிறது.

கம்பளத்தார்கள் அருந்ததியர்களைத் தீண்டத் தகா தவர்களாக நடத்தினாலும் தாங்கள் நேரடியாகவோ, அல்லது குறியீடு மூலமாகவோ பங்கு கொண்டாலன்றி வழி பாடு முதற்கொண்டு திருமணம், வயதுக்கு வருதல் போன்ற அனைத்துச் சடங்குகளையும் கம்பளத்தார்கள் தனியாகக் கொண்டாட முடியாது என்பதில் அருந்ததியர்கள் தற்பெருமை கொள்கின்றனர்.

குறிப்புகள்

1. ஒன்பது கம்பளத்தார் பெயர்களைக் கேட்டபொழுது அருந்ததியர்கள் கூறிய பெயர்களின் பட்டியல் இது. இதிலிருந்து எந்த ஒன்பதைத் தேர்ந்தெடுப்பது என்பது கேள்விக்குரியது.

1.	நித்திரவார்	2.	கொல்லவார்
3.	பரவவார்	4.	தோக்கலவார்
5.	தொம்மரிவார்	6.	சில்லவார்
7.	பாலவார்	8.	கத்தளவார்
9.	வேக்கிலியார்	10.	மினிக்கி கம்பளம்
11.	ஏக்கல வார்	12.	காட்டு நாயக்கர்
13.	ராஜ கம்பளம்	14.	மாதிவார்
15.	அனாமதிவார்	16.	மாலவார்
17.	குள்ளவார்	18.	குறவார்
19.	வல்லக்கவார்	20.	இர்ரையா
21.	குரியையா	22.	எற கொல்லவார்
23.	தொட்டியவார்	24.	மடகலவார்
25.	எற சில்லவார்	26.	குரு சில்லவார்
27.	மல்லவார்	28.	இர்ரிவார்
29.	மேகலவார்	30	நாமகார்

2. வீரபாண்டிய கட்டபொம்மன் பற்றி ஆய்வு செய்த வே. மாணிக்கம் தனது முனைவர் பட்டத்திற்கான ஆய்வுக் கட்டுரையில் ஒன்பது கம்பளங்களின் பெயர்களையும் குறிப் பிடுகிறார். அவை பின்வருமாறு:

1. தோக்கலவார்
2. மேகலவார்
3. பாலவார்
4. பெல்லவார்
5. மல்லவார்
6. சில்லவார்
7. கொல்லவார் (இவர்கள் தான் அருந்ததியர்கள்)
8. குருசில்லவார்
9. எறசில்லவார்

3. 'கவலை' என்கின்ற புத்தகத்தில், அதன் ஆசிரியர் அழகிய நாயகியம்மாள் நாடார்கள் காளியின் பிள்ளைகள் என்று கூறுகிறார்.

4. சான்றாக, ஒரு கதையைச் சொல்லலாம். கொங்குனேஸ்வரர் அக்காலத்தில் கன்னியாகுமரியிலிருந்து காசிக்கு நடந்து சென்றார். அப்பொழுது கர்னாடகத்தில் உச்சினிமா காதால் பட்டினம் என்ற ஊரில் மணல் மழை பெய்து ஊரே அழிந்து, ஒரே ஒரு பெண் மட்டும் உயிரோடு இருந்தாள், கொங்குனேஸ்வரர் அப்பெண்ணை விரும்பியதால், பக்கத்து ஊரில் உள்ள மக்கள் அப்பெண்ணை அவருக்குத் திருமணம் செய்து வைத்துள்ளனர். தமக்குப் பிறக்கும் குழந்தைகளை அங்கங்கே விட்டுவிட வேண்டும் என்று கொங்குனேஸ்வரர் கூற அவரது மனைவியும் இதை ஏற்றுக் கொண்டாள். இவர்களுக்குப் பாபநாசர், உலகம்மாள் உட்பட ஏழு குழந்தைகள் பிறந்தன. பிறந்த குழந்தைகளை ஆங்காங்கே விட்டுவிட்டுச் சென்றனர். எதிர்பாராத விதமாகப் பாபநாசர் தனது தங்கை உலகம்மாளைத் தங்கை என்று தெரியாமல் திருமணம் செய்து கொள்கிறார். இவர்களது முதலிரவு அன்று உலகம்மா தலையிலிருந்த தழும்பை வைத்து அவள் தனது தங்கை என்று பாபநாசர் உணர்கிறார். தங்கையோடு உறவு கொண்டோமே என்று மிகவும் வருந்துகிறார். தங்கையைத் திருமணம் செய்த பாவத்தைக் கழிப்பதற்காகப் பாபநாசம் சென்று தீர்த்தம் ஆடினார். பிறகு அங்கேயே தங்கி விட்டார். இவர்களின் நினைவாக இங்கு மக்கள் கோயில் கட்டி வழிபடுகின்றனர். பாபநாசர் இங்குத் தங்கியதால் இவ்வூருக்குப் பாபநாசம் என்ற பெயரும் வந்தது.

5. தேவகோட்டைக்கு அருகில் உள்ள சிறுவாச்சி என்ற கிராமத்தில் கோயிலுக்குள் தலித் மக்கள் நுழைந்து சாமி கும்பிட்டதால் கோயில் தீட்டுப்பட்டு விட்டதாகக் கருதி, அத் தீட்டைப் போக்க, பசுமாடுகளைக் கோயிலுக்குள் நுழையச் செய்து, அதன் சாணம், சிறுநீர் போன்றவற்றால் ஆதிக்கச் சாதியினர் தீட்டைப் போக்கினார்கள்.

6.மாட்டுக்கறி தான் மிகவும் சுவையானது என்று அருந்ததியர்கள் கூறுகின்றனர். அனைத்துக் கறிகளையும் உண்ணும் தங்களால் தான் இதைக் கூற முடியுமே தவிர, ஒருசில கறிகளை உண்ணாமல் இருந்துவிட்டு, அல்லது கறியையே உண்ணாமல் இருந்துவிட்டு ஒரு முடிவிற்கு வரும் மற்றவர்களின் தீர்ப்பு ஏற்புடையதல்ல என்கின்றனர்.

சனங்களும் வரலாறும்

7. மலையில் தனியாக வேக்கிலியர் என்பவர் வாழ்ந்தார் இவர் மேல் உலகில் இருந்து ஏழு கன்னிகள் பூலோகம் வந்து குளிப்பதைக் கண்டார். ஒரு கன்னியின் சேலையை எடுத்தார். அதனால் அந்த தெய்வக் கன்னி மேலுலகம் செல்ல முடிய வில்லை. பூமியில் தங்கிவிட்டாள். அத்தக் கன்னிக்கும் வேக்கி லியாருக்கும் தெய்வ ஆற்றலால் குழந்தை பிறந்தது. இந்த வேக்கிலியர் வழி வந்தவர்கள் தான் கம்பளத்தார்கள். இவர்கள் தெய்வ அருள் பெற்றவர்கள். மாந்திரீகம் செய்யும் வல்லமை படைத்தவர்கள் என்று கூறுகின்றனர்.

8. சக்கம்மாள் எப்படிக் காளைமாட்டு விந்துபட்ட சேலையைக் கட்டியதால் கருவுற்றாளோ அதேபோல கருவுற்ற மற்றொரு பெண்ணின் கதையையும் கம்பளத்தார், அருந்ததியர்கள் நம்புகின்றனர். பால பத்தினி பாலக்கம்மாள் கதையில் பாலக்கம்மாள் காளைமாட்டு விந்துபட்ட சேலையைக் கட்டியதால் கருவுற்றாள். காளை மாடாக வந்தது கிருஷ்ணர். பாலக்கம்மாளைக் கொல்ல ஏழு வெவ்வேறு விதமான சோத னைகள் வைக்கப்பட ஏழு சோதனைகளிலும் பாலக்கம்மாள் வெற்றி பெறுகிறாள். இறுதியில் இவளது அண்ணன் கோபம் கொண்டு பாலக்கம்மாள் வயிற்றைக் கிழிக்க, வயிற்றிலிருந்து கன்றுக் குட்டி. ஒன்று துள்ளி ஓடியது. பின் பாலக்கம்மாளை கிருஷ்ணர் மணம் முடித்து அழைத்துச் சென்றார். வழியில் திருவில்லிபுத்தூர் அருகில் உள்ள திருவண்ணாமலையில் அவர்கள் தங்கினர். அந்த இடத்தில் கோயில்கட்டி வழிப டுவதாகவும் ஒரு கதை இருக்கிறது. இக்கதையிலும் பாலக் கம்மாள் கடவுளின் வரம் பெற்றவளாக, அதிகம் ஆற்றல் பெற்ற வளாகக் காட்டப் படுகிறாள். இங்கும் மூத்த அண்ணன் தான் பாலக்கம்மாளைக் கொலை செய்ய அவள் வயிற்றைக் கிழிக்கிறார். சக்கம்மாள் கதைக்கும் பாலக்கம்மாள் கதைக்கும் ஒற்றுமை இருப்பதைக் காணலாம்.

9. ஆலங்குளம் : கல்லம்மநாயக்கன்பட்டி ஆகிய இரண்டு ஊர்களுக்கிடையே செத்த மாடு தூக்கும் காணி யாருக்குச் சொந்தம் என்ற சிக்கல் ஏற்பட்டது. இச்சிக்கலுக்கு முடிவு ஏற்ப டாத நிலையில் இனி தண்ணீர் கூடக் குடிப்பதில்லை என்று இரண்டு கிராமத்தாரும் சபதமிட்டுப் பிரிந்தனர். என்றோ சபதமிட்ட அந்த வாக்கை இன்று வரை இரண்டு கிராமத்தினரும் காப்பாற்றி வருகின்றனர்.

10. பாரைப்பட்டி என்ற கம்பளத்தார்களின் கிராமத்திற்கு நம்மை அழைத்துச் சென்ற அருந்ததியர் ஒருவர். தம்மை மட்டும் கிராமத்திற்குள் அனுப்பிவிட்டு, ஊருக்கு வெளியே நின்று விட்டார். அவரையும் கிராமத்திற்குள் வர அழைத்த பொழுது தான் கம்பளத்தார்களின் கிராமத்திற்குள் நுழையக் கூடாது என்று கூறி வர மறுத்துவிட்டார்.

11. இந்தப் பிரிவினையை நியாயப்படுத்தும் வகையில் இவர்களிடம் மற்றொரு கதை இருக்கிறது. அது வருமாறு;

ஒருமுறை பார்வதியும் பரமசிவனும் பூமியைச் சுற்றிப் பார்க்க வந்தனர். அப்பொழுது பார்வதியின் செருப்பு அறுந்துவிட்டது. அறுந்த செருப்பைத் தைக்க எண்ணினர். வழியில் அண்ணன் - தம்பி இருவர் செருப்புத் தைத்துக் கொண்டிருப்பதைக் கண்டனர். அவர்களில் ஒருவரிடம் செருப்பைக் கொடுக்க அவர் தைத்துக் கொடுத்தார். கூலி கொடுக்காமல் செருப்பை அணிந்த பார்வதி பரமசிவனுடன் செல்ல ஆரம்பித்தாள். இவர்கள் கூலி கொடுக்காமல் செல்வதைக் கண்ட மற்றவர் செருப்புத் தைத் தவரிடம், "போய் கூலி வாங்கி வா!" என்று அனுப்பினார். செருப்புத் தைத்தவர் பரமசிவனிடம் சென்று கூலி கேட்க, தன்னிடம் எப்படிக் கூலி கேட்கலாம் என்று பரமசிவன் கேட்டார். "யாராக இருந்தாலும் கூலி கொடுக்க வேண்டும்" என்று செருப்புத் தைத்தவர் கண்டிப்பாகக் கூறினார். கோபம் கொண்ட பரமசிவன் சாபமிட்டாராம். செருப்பைத் தொட்டுத் தைத் ததால் செருப்புத் தைத்தவனைத் தொட்டியச் சக்கிலி என்றும் கூலி வாங்கி வரும்படி அனுப்பியதால் அனுப்பியவனை அனுப் பச் சக்கிலி என்றும் சாபமிட்ட பரமசிவன், *நீங்கள் இருவரும் யார் பெரியவர் என்று சண்டையிட்டுக் கொண்டே இருப்பீர்கள்" என்றும் சபித்தாராம். அதனால் தான் இன்றும் இந்த இருவரிடையே சண்டை தொடர்ந்து இருக்கிறது என்கின்றனர்.

12. வயதுக்கு வந்த கம்பளத்தார் பெண் குச்சிலில் இருக்கும் பொழுது அருந்ததிய ஆண்கள் தான் இரவில் காவல் காக்கும் வழக்கம் இருந்தது. அதனால் தான் பொம்மியைக் காவல் காக்க மதுரை வீரன் சென்றார். பொம்மிக்கும் மதுரை வீரனுக்கும் காதல் மலர, இருவரும் திருமணம் செய்து கொண்டனர். இதனால் ஆண்கள் காவலுக்குச் செல்லும் வழக்கம் மறைய, பெண்கள் காவலுக்குச் செல்லும் வழக்கம் தோன்றியது என்று கூறுகின்றனர்.

---

4. பள்ளர் இனக்குழு வரலாறு

ஆ.திருநாகலிங்கம்

1.முன்னுரை

தமிழகம் உள்ளிட்ட இந்தியாவில் சாதிகளின் தோற்றம் குறித்துப் பல்வேறு வகையான விவாதங்கள் நிகழ்ந்து வருகின்றன. தொடக்கக் காலக் கூட்டுச் சமுதாயத்தில் (primitive society) இருந்த குலங்கள் (clan) அகமண முறையை ரத்து செய்ததால் குலங்கள் பல இணைந்து இனக்குழுவாக வடிவம் பெற்றன. இந்த இனக்குழுக்கள் தமது சுயதேவையைப் பூர்த்தி செய்து கொண்டு வாழ்ந்ததால் பிற இனக்குழுக்களுடன் தொடர்பில்லாமல் அவற்றின் இயக்கம் அவற்றிற்குள்ளேயே அமைந்துவிடுகின்றது. இந்த நிலை நீண்ட காலம் நீடித்துக் கெட்டியானது அல்லது இறுகிப் போனது; சாதிகளின் தோற்றத்திற்குக் காரணமாக அமைந்துவிட்டது. இதனாலேயே **காரல் மார்க்ஸ்** சாதி என்பது குல இனக்குழு அமைப்பின் எஞ்சிய வடிவங்களில் ஒன்று என்றும் குல இனக்குழு உறவு சாதியின் வடிவிலேயே யாவற்றிலும் கடைக்கோடியான கண்டிப்பான வடிவத்தை மேற்கொள்கிற தென்றும் கூறினார்(1) எனலாம்.

இனக்குழுக்கள்அல்லதுசாதிகள் தொழிலடிப்படையாகக் கொண்டு பிறகு வர்ணப்படுத்தப்பட்டன(2). பெரும்பகுதி உடலுழைப்பாளிகளைக் கொண்ட சாதிகள் சூத்திர வர்ணத்தில் சேர்க்கப்பட்டன. உடலுழைப்பாளிகளை மட்டுமே கொண்ட சாதிகள் வர்ணங்களுக்கு வெளியில் வைக்கப்பட்டன. இவர்கள் நிலவுடைமையோடு நேரடியாகப் பிணைக்கப்பட்டிருந்தனர். நிலம் யார் கைக்கு மாறினாலும் இவர்கள் அவர்களுக்குக் கீழ் வேலை செய்ய வேண்டும். இவர்கள் உடைமை வர்க்கச் சுரண்டலுக்கும் தீண்டாமைக்கும் உள்ளானவர்கள். இந்த வகை இனக்குழுக்களே இன்றைய தமிழகத்தில் காணப்படும் தாழ்த்தப்பட்ட சாதியினர் ஆவர்.

பழந்தமிழகத்தில் இனக்குழு அமைப்பு இருந்தமையைச் சங்க இலக்கியங்கள் வாயிலாக அறிந்து கொள்ள முடிகின்றது. இனக்குழுத் தலைவன், சிறுகுடிக்கிழான். சீறூர் வண்மையோன், சீறூர் மன்னன் என்று சங்க இலக்கியங்கள் குறிப்

பிடுகின்றன(3). இனக்குழுத் தலைவர்கள் காலையில் கள்ளைக் குடித்து விட்டுத் தூசி நிறைத்த முற்றத்தில் உறங்குகின்றவர் களாவும்(4) ஆநிரைகளை விரைவில் கவர்ந்து வரக்கூடிய வர்களாகவும்(5) கைப்பொருள் ஏதும் இல்லாதவர்களாகவும் இருந்த நிலைமைகளைப் புறநானூறு எடுத்துக் காட்டு கின்றது(6) மருத நிலத்தில் தோன்றிய அரசுகளின் தோற்றத்தால் இனக் குழுக்கள் அழிந்தன. அரசர்களால் இனக்குழுத் தலைவர்கள் அடக்கி ஒடுக்கப்பட்டனர். அதியமானஞ்சி ஏழு குல அரசர்களை வென்று அவர்களின் குலக்குறிகளாகிய பன்றி, கலப்பை, மான், சிங்கம், வில், மீன் ஆகியவற்றைச் சேர்த்துத் தனது இலச்சினை யாக்கிக் கொண்டான் என்பதையும்(7) தலையாலங் கானத்துச் செருவென்ற நெடுஞ்செழியன், சேரன், செம்பியன், திதியன், எழினி, எருமையூரன், வேண்மான், பொருநன் ஆகிய ஏழு மன்னர் குல அரசர்களை வென்றான் என்பதையும்(8) சங்க இலக்கியங்களில் காண முடிகின்றது. பொதுவாகச் சங்க இலக் கியங்களில் இனக்குழுத் தலைவர்கள், சிற்றரசர்கள், பேரரசர்கள் ஆகிய மூன்று நிலையினர் வாழ்க்கை முறைகளையும் காண முடிகின்றது. இங்குச் சங்க காலம் தமிழகத்தில் ஒரு மாறுதல் நிலையைக் குறிப்பதாகும். அது இனக்குழு வாழ்க்கை அழிந்து நிலவுடைமையாக மலரும் காலக் கட்டத்தைக் குறிக்கின்றது என்று க. சிவத்தம்பி கூறுவதும்(9) மருதநிலவாழ்க்கை, பிற நில வாழ்க்கைகளிலிருந்து செழிப்பு மிக்கதாயிருந்தது. இங்குக் குழு வாழ்க்கை அழிந்தது. அரசு தோன்றியது; பிற மக்களையும் அரசில் இணைத்துக் கொள்ளப் பல போர்கள் நிகழ்ந்தன. ஒவ் வொரு குழுவாக அழிந்தன. கூட்டு வாழ்க்கை அழிந்து தனிக் குடும்ப முறையும் தனிச் சொத்துரிமையும் தோன்றுவது இயற்கை(10) என்று நா.வானமாமலை கூறுவதும் குறிப்பிடத் தக்கதாகும்.

இன்றைய தமிழகத்தில் தாழ்த்தப்பட்ட சாதிகளில் ஒன் றாகப் பள்ளர் இனம் இருந்து வருகின்றது. இவர்கள் தேவேந்திர குலத்தார், கடைஞன், காலாடி, மண்ணாடி, குடும்பன் ஆகிய பெயர்களிலும் அழைக்கப்படுகின்றனர். தமிழகம் முழு வதும் பள்ளர்களுக்குள் 130 குலப்பிரிவுகள் இருப்பதாகக் கூறப் படுகின்றது(11). இந்தக் குல வகையறாக்களுக்குள் இன்றும் மண உறவுகள் இல்லை என்பதும், இந்தக் குலங்கள் ஒவ்வொன்றிற்கும் தனித்தனிக் குல தெய்வங்கள் இருப்பதும்

பள்ளர் சாதி என்பது பல குலங்களை உள்ளடக்கிய இனக்குழு என்பதைத் தெளிவுபடுத்துகின்றது. இனித் தொடர்ந்து பள்ளர் இனக் குழுச் சமூகத்தின் வரலாற்றைக் காணலாம்.

2. பள்ளர் இனமும் வேளாண்மைத் தொழிலும்

இன்று, தமிழகத்திலுள்ள பல இனக்குழுவினரும் வேளாண்மைத் தொழிலில் ஈடுபட்டு வந்தாலும் பள்ளர் இனக் குழுவினர் மட்டுமே வேளாண்மைத் தொழிலோடு தனிப்பட்ட முறையில் நீண்ட வரலாற்றுத் தொடர்புடையவர்களாக இருந்து வருகின்றனர். இதனைப் பள்ளர்களையும் வேளாண்மைத் தொழிலையும் இணைத்துத் தனி நூல்களாகப் பள்ளு நூல்கள் தோன்றியிருப்பது கொண்டு அறியலாம். தமிழகத்திலுள்ள எந்த ஒரு இனக் குழுவினருக்கும் தனித் தொழிலோடு தொடர்புடைய நூல்கள் தோன்றாமை இங்குக் கருதத் தக்கதாகும்.

பள்ளர்களின் வாழ்க்கையைச் சித்திரிக்கும் பள்ளு நூல்களில் பள்ளர்கள் மழை வேண்டி வழிபட்ட தெய்வங்களாக

மாதவனார் கோதாரி
நல்லபுள்ளி
சோதிமுத்து மாரியாயி
கன்னிமார்
முனி
கருப்பனார்
செல்லாயி
பாம்பலங்காரர்
நல்லயப்பன்
பெரியகாளி
குமார மங்கைகாளி
முளசை முக்கிணீசர
உஞ்சினி பொன் காளியாயி
மணலிநகர் காளியாயி
நயினா சலவரதர்
எழுர் பண்ணாயி
இராசை நகர் கைலாசர்
அத்தனூர் அம்மை
உத்தமி புதுப்பட்டி குடாமணி
பருத்திப் பள்ளி அழகு நாச்சி

> மல்லை சோளீசரர்
> கருமானூர் கரகத்தலையாள்(12)

ஆகியவையும், மழைபெய்வதற்குரிய அறிகுறிகளாகத்
> தட்டான் தாழப் பறந்தால் மழைவரும்
> மேகம் கருத்து ஒன்றாய்க் கூடுதல்
> குளிர்ந்த காற்று வீசுதல்
> காற்று கழன்றடித்தல்
> தோகை மயில் மோகமுடன் ஆடுதல்
> தவளை கத்துதல்
> சிற்றெறும்பு இரைகொண்டு செல்லுதல்
> குகை எறும்பு குழிவாயில் கரைகட்டுதல்
> நட்சத்திரங்கள் அடுத்தடுத்து மின்னுதல்
> சில்வர் வண்டு கத்துதல்
> மான் மறிதளித்தல்
> கொம்பு சுற்றிக் காற்றடித்தல்
> மேல் திசை, தென் திசை மின்னல் வெட்டுதல்
> வெள்ளைப் பூச்சியும் கும்பிடு பூச்சியும் பறத்தல்
> மஞ்சள் வெயிலடித்தல்
> காலையில் கடற்கரையில் மேகம் திரளுதல்
> கண்ட வெயிலடித்தல்
> மேற்குத் திசையில் வானவில் தோன்றுதல்
> மலையாள ஈழத்து மின்னல்
> சேற்று நண்டு வளையை அடைதல்(13)

ஆகியவையும் கூறப்பட்டுள்ளன. வழக்காறுகளில் மழை பெய்தவுடன் பள்ளர்கள் உழுவதும் பள்ளியர்கள் நாற்று நடுவ துமான செய்திகள் இடம் பெற்றுள்ளன.

(அ) சந்தனக் கலப்பை கொண்டு பள்ளன் உழுவான்
> சாதிலிங்க நாத்து எடுத்து பள்ளி நடுவாள்(14)

பள்ளர்கள் நெல்லை அறுவடை செய்து பொங்கலிட்ட செய்திகளும் இடம் பெற்றுள்ளன.

(ஆ) நெல் விளைந்தவுடன் பள்ளரெல்லாம்
> முழுங்கிக் களிப்பேறி
> வளைந்து மல்லாண்டையப்பனுக்கு
> இளைந்தையாடு வெட்டிப்
> பொங்கலிட்டு நாட்கதிருங் கொய்துமே
> அலகுக் கதிர்க்கோட்டை வைத்து(15)

இ) பள்ளு நூல்களில் நெற்களின் வகைகளாகக் கீழ்க்கண்ட பெயர்கள் இடம் பெற்றுள்ளன. அவை வருமாறு :

அரியநாகன்
ஆணைக்கொம்பன்
இலுப்பைச் சம்பா
இரவாரி
வாசிச்சம்பா
கருஞ்சூரை
கருவாலன் சம்பா
கருங்குறுவை
கருமணல் வாரி
கம்பஞ்சம்பா
கற்பூர வாடை
கருத்த நெல்
கருப்புப் பாலி
கரியணிக்கட்டி.
அச்சதித்தவன்
ஆனைக் கோடன்
அதிக்கிராதி
ஈர்க்கச்சம்பா
கடம்பு வரகு
கண்ணாடிக் கூத்தன்
கல்லுண்டை
கருவாலன்
கடப்புச் சம்பா
கருப்புக் காலி
கருங்கூரை
கனகச் சம்பா
கலியுக ராமன்
கடுக்கான் பரிபாலன்
கத்தூரி வாணன்
காடைக் கருத்தான்
கார்த்தியச் சம்பா
குற்றாலன்
குறும்பை
குங்குமச்சம்பா
குதிரைவாலன்

குறுவைக் காலையான்
கொசும்பா நெல்
கோதுமைச் சம்பா
மல்லிகைச் சம்பா
மணவாரிவாலன்
மச்சுமுறித்தான்
மாணிக்க மாலை
முத்து விளக்கி
முளைநெடு மூக்கன்
மிளகுச் சம்பா
பன்றிக் கூரன்
பரிமளா ராமன்
புழுதி மிராட்டி
பொய்கைச் சம்பா
பொற்காளி
திருமங்கை யாழ்வான்
திருவரங்கச் செந்நெல்
காடைக்கன்னி
கார்க்குறுகை
குழவாழை
குறுவை
குட்டாடை
குறக்குக் கண்ணன்
குண்டைச் சம்பா
குங்கும வெள்ளை
கோதண்டராமன்
கோட்டைச் சம்பா
மதுரவேலி
மணல் வாரி
மணவாளன்
மாப்பிள்ளைச்சம்பா
முத்துச்சம்பா
மூங்கில் சம்பா
பவளச்சம்பா
பச்சை நாயகன்
பளைமுகன்
பூ பாலை பாலன்

பொட்டிச் சம்பா
பொன் நாயகன்
தில்லைக் கூத்தன்
தில்லை நாயகன்
துரைவாணன்
வரகஞ்சம்பா
வண்டாளை
சமுதத்திரம்
சின்னட்டிச்சம்பா
சீத்தா வல்லிக்குருவை
கருணை வாலன்
சூரியச் சம்பா
செவ்வாழன்
சொரணாலி
சொரிகுரும்பை
ராசபாலன்
யானைமுகன்(16)
செந்தாழைநெல்
காடன் கழுத்தன்
காலிங்கராயன்
வங்கிநாராயான் நெல்
தூயமங்கார் கஸ்தூரி
பொன்னிறமான சன்னச்சம்பா
தூயமல்லி
வர்ணபொற்பாளை
வரியான்
சம்பா முத்து
சிறை மீட்டான்
சீரகச் சம்பா
சுந்தர புழுகுச்சம்பா
செந்நெல்
செம்பிலி பிரியன்
சொல்லைச் சம்பா
ரங்கச் சம்பா
ராம பானம்
புன்னைச்சம்பா
முல்லைச் சம்பா

சின்னவாலன்
கம்மங்கூறு
மணகொத்தான்
புழுதிக்கார்(17)

பள்ளு நூல்களில் பள்ளன் கூறும் மாட்டு வகைகளாக

அத்தக் கருப்பன்
அன்றிக் காலன்
ஆனைச் சொரியன்
அழுக்கு மறையன்
ஆளை வெறிச்சான்
கட்டைக் காளை
கருமறையான்
கட்டுக் கொம்பன்
கருமறைக் காளை
கத்திக் கொம்பன்
கள்ளக் காளை
கருங்கூழை
கழற்சிக் கண்ணன்
காரிக்காளை
காராம்பசு
குண்டுக் கண்ணன்
முத்துக்குளம்பன்
கூழைச் சிவலை
கொண்டைத் தலையன்
ஏறுவாலன்
நெட்டைக்கொம்பன்
படப்புப்பிடுங்கி
பட்டிக்காலை
பசுங்காத்தான்
பொட்டைக்கண்ணன்
போருக்காளை
மஞ்சல் வாலன்
மஞ்சலி வாலன்
மயிலை
முறிகொம்பன்
முரிகாளை
கட்டைக்காரி

கட்டை வால் கூளை
கண்ணன் மயிலை
கள்ளக்காடன்
கட்டைக் கொம்பன்
கழல்வாய் விரியன்
கரும்பன்
காற்சிலம்பன்
குட்டைச்செவியன்
குட்டை நரம்பன்
குள்ளச் சிவப்பன்
நெட்டைப்பாக்கன்
எரிச்சுழியன்
நாரைக்கழுத்தன்
படலைக்கொம்பன்
பனங்காய் மயிலை
பால் வெள்ளை
பொங்குவாயன்
மட்டைக்கொம்பன்
மறைச்சிவலை
மஞ்சமயிலை
மேகவண்ணன்
முட்டிக்காலன்
சங்கு வண்ணன்
செம்மறைக்காளை
செம்பறையன்
சொறியன்
தல்லயன் காளை
துடை சேர் கூழை
வட்டப்புல்லை
வளை கொம்பன்
வர்ணக் காளை
வெள்ளைக் காளை
வெள்ளைக் கண்ணன்
பில்லைக் கொம்பன்
சிட்டிக் கொம்பன்
காரிமறை
மலை தகர்த்தான்

கட்டைவாயன்
குடவயிற் கிடா
முக்குளிக் கடா
செவலை எருது
செந்தலை வயிரன்
தளப்பன்
தறிகொம்பன்
தூங்கற் சுழியன்
வட்டச் செவியன்
வள்ளிக்கொம்பன்
வட்டக்கரியன்
வெள்ளைக்குடும்பன்
வெள்ளைப் போரான்
சின்னமயிலை
மறை எருது
வெள்ளை மொளை
சல்லக் கடகன்
மடு முழுங்கி
நெத்தி சிட்டிகிடா(19)

ஆகியவையும் சொல்லப்படுகின்றன.

(ஈ) பள்ளன் நெல் அளந்த வரலாறு பின்வருமாறு பள்ளு நூல்களில் இடம் பெற்றுள்ளது(20)

தெய்வங்களுக்கு நெல் அளத்தல்

விக்கினேஸ்வரர்	16 பொதி
சென்னராயர்	100 பொதி
வடிவேலர்	500 பொதி
பாம்பலங்காரர்	300 பொதி
வடிவேலர்	500 பொதி
திருச்சங்கோடு ஈசர்	500 பொதி
பனிமலைக் காவலர்	100 பொதி
சிற்றம்பலர்	100 பொதி
நல்லபுள்ளியம்மன்	100 பொதி

புலவர்களுக்கு நெல் அளத்தல்

தமிழ் உரைக்கும் அஞ்ச படிக்காரர்	100 பொதி
முத்துப்புலவன்	800 பொதி

கூளியாளுக்கு நெல் அளத்தல்

சத்திரச் செலவு மணவரைச் செலவு 700 பொதி
அணைக்கட்டுக் கூரைக்கட்டு ஆள்படி 100 பொதி

மேலே குறிப்பிடப்பட்ட செய்திகளிலிருந்து பள்ளர் களுக்கும் வேளாண்மைக்கும் உரிய நெருங்கிய தொடர்பினை அறியலாம். பள்ளர்கள் மழை வேண்டி வழிபடும் தெய்வங்களில் மாரிமாயி, கன்னிமார், முனி கருப்பனார், செல்லாயி, பெரிய காளி, சூடாமணி ஆகியவை சிறு தெய்வங்களாக இராம நாதபுரம், திருநெல்வேலி வட்டாரங்களில் பள்ளர் இனத் தினரால் வழிபடப்பட்டு வருகின்றன(21). மழை பெய்வதற்குரிய அறிகுறிகளாகப் பள்ளு நூல்களில் குறிப்பிடப்படும் தட்டான் தாழப்பறந்தால் மழைவரும். குளிர்ந்த காற்று வீசுதல், கொம்பு சுற்றிக் காற்றடித்தல், தவளை கத்துதல், மின்னல் வெட்டுதல், மஞ்சள் வெயிலடித்தல், கண்டவெயிலடித்தல் சேற்று நண்டு வளையை அடைத்தல் ஆகியவை வேளாண்மைத் தொழில் செய்யும் காலங்களில் மட்டுமல்ல; மற்றக் காலங்களிலும் பள்ளர்களால் சொல்லப்பட்டு வரும் வழக்காறுகளாகும். இவை தவிர்த்து சனி மூலையில் மின்னுதல், மதுரை மூலை மின்னுதல், தொலக்காலு புடுங்கி மின்னல், குளிர் காலத்தில் சனிமூலையில் காற்றடித்தல் போன்ற மழை அறிகுறிக்கான செய்திகளாக இராமநாதபுரம் மாவட்டம் பரமக்குடி வட்டாரத்தில் பள்ளர் களால் சொல்லப்படுவதை இன்றும் காண முடிகின்றது.

2.1. பள்ளர்கள் கலப்பை கொண்டு உழுவதும் பள்ளப் பெண்கள் நாற்று நடுவதும் தமிழகத்தில் பரவலாகக் காணப் படக்கூடிய ஒன்றாகும். இந்த உழு தொழிலை மிக விரைவாகச் செய்யக் கூடியவர்களாகப் பள்ளர் இனத்தினர் உள்ளனர். நெல் அறுவடையைத் தனித்தனியாகவும் மொத்தக் கூலிக்குப் பே சியும் செய்தல் கோயம்புத்தூர் மற்றும் தஞ்சை மாவட்டப் பள்ளர்களிடம் சம காலங்களில் காணப்படுகின்றன(22). மேலும் நெல் மற்றும் மாட்டு வகைளை அடுக்கிக் கூறும் மரபு மதுரை, நெல்லை மாவட்டங்களில் வாழும் பள்ளர்களிடம் உள்ளமையை இன்றும் நாம் காணலாம்(23). நெல் அறுவடைக்கு முன்பும் பின்பும் நிலத்தை வழிபடுவது பள்ளர்களிடம் நடைமுறையில் உள்ள . வழக்கங்களில் ஒன்றாகும்.

2.2. இன்று இராசபாளையம், திருவில்லிபுத்தூர். திருநெல்வேலி புதுக்கோட்டைப் பகுதிகளில் கண்மாயையும் குளத்தையும் பாதுகாத்து வருபவர்களாகப் பள்ளர்கள் உள்ளனர். விருதுநகர் மாவட்டம் திருவில்லிபுத்தூர் பகுதிகளிலுள்ள பிள்ளையார்குளம். செந்நெல்குளம், வேப்பங்குளம் ஆகிய ஊர்களிலுள்ள நிர்வாகம் முழுமையாகப் பள்ளர்களிடம் உள்ளதும் அவற்றின் நிரந்தர நிர்வாக உறுப்பினர்களாக சில்லி இருப்பக் குடும்பர், மாரிமுத்துக் குடும்பர் ஆகியவர்கள் இருப்பதும் இங்குக் குறிப்பிடத்தக்கதாகும்(24). மேலும் குளத்தைப் பராமரிப்பதற்காக நெல்மூட்டையையும் அத்துடன் வாய்மடை நெல்லையும் எடுத்துக் கொள்கின்றனர்(25). மாலையில் மடையை மூடி, மடையிலுள்ள மீனை எடுத்துச் செல்லவும் பள்ளர்கள் உரிமை பெற்றுள்ளனர்(26).

2.3. திருநெல்வேலி மாவட்டத்தில் பள்ளர்களிடம் வழக்கிலுள்ள மங்கல வாழ்த்துப் பாடல் ஒன்றில் பெண்ணிற்குக் கொடுத்து விட்ட சீதனங்களைப் பட்டியலிடும் போது குங்குமச் சம்பா, சங்குமுத்து, வெள்ளைச் சம்பா, மணல்வாரி மிளகுச் சம்பா ஆகியவற்றையும் பயிறு வகைகளாகத் தட்டப்பயிறு, மொச்சப்பயிறு, பாசிப்பயிறு ஆகியவற்றையும்(27) கொடுத்துவிட்டதாகச் சொல்லப்பட்டிருப்பன பள்ளர்கள் வேளாண்மையுடன் கொண்ட தொடர்பைத் தெரிவிப்பதாக அமைகின்றன. பூச்சியம்மன் வில்லுப்பாட்டு பள்ளர்களைப் பண்ணை விவசாயத்துடன் தொடர்புபடுத்திப் பேசுகின்றது(28). மெச்சும் பெருமாள் கதை பள்ளர்களை வேளாண்மைத் தொழில் செய்வதற்காக அழைத்து வந்து குடியமர்த்தியமையைக் குறிப்பிடுகின்றது(29).

2.4. பள்ளர்களுக்கும் வேளாண்மைக்கும் உரிய தொடர்பு குறித்த நாட்டுப்புறப் பாடல்கள் பல காணப்படுகின்றன. பாடல் ஒன்றில்

புற்று புற்று நாகரே
பூமி இடம் கொண்டவரே
பனிப்பிரம்பு போலே
வால் அழகு நாகரே
சிறு களகு போலே
பட மெடுக்கும் நாகரே
குண்டு முத்து போலே
கண்ணழகு நாகரே!

பள்ளர்மகன் பள்ளன்
தேவேந்திரக் குடும்பன்
கொட்டி மண்வெட்டி எடுத்து
குளத்தருகே போனான்.
இருபுறமும் பாதம் ஒடுங்கி
வழிவிடுவாய் நாகரே(30)

என்று பள்ளன் மண்வெட்டி எடுத்து வேலை செய்தமை குறிப்பிடப்பட்டுள்ளது. இதுபோலப் பள்ளப்பெண் மடை திறந்தமையையும், பள்ளன் சம்பா நெல் விதையெடுத்து விதைப்பு செய்தமையையும் பின்வரும் பாடல் விவரிக்கின்றது;

பள்ளிபசுபள்ளி தெய்வேந்திரப் **பள்ளி**
மம்பட்டி தோளிலிட்டு மடதொறக்கப்போனா
தான்போய் வெள்ளம் தனியே புறப்படவே
அரசசம்பா பேர்பாதி நீர்ச்சம்பா பேர்பாதி
பள்ளன் மகன் பள்ளன் தெய்வேந்திரப் **பள்ளன்**
சம்பா விதையெடுத்து சரியான நேரம் பார்த்து
விதைப்பெட்டி கையிலெடுத்து
சீவியெறித்தான் வீச்சுக்கு ஏழுவிதை
அவன் தேவேந்திரப் **பள்ளன்**(31).

மதுரைச் சொக்கரைப் பற்றிப் பாடப்படும் பாடல் ஒன்றில் பள்ளர்கள் நெல்லடித்துக் கோட்டை கட்டிப் பொலி விட்ட செய்தி விவரிக்கப்படுகின்றது(32). இவை அனைத்தும் பள்ளர் இனமக்கள் வேளாண்மைத் தொழிலுடன் இன்றும் மிக நெருங்கிய தொடர்பு கொண்டு வாழ்ந்து வருகின்றமையைக் குறிப்பிடுகின்றன.

2.5. தமிழகத்தில் வழங்கி வரும் நாட்டுப்புறக் கதைகள் பள்ளர்களுக்கும்-வேளாண்மைக்கும் உரிய தொடர்புகள் குறித்துப் பேசுகின்றன. அவற்றின் சுருக்கங்களைக் காணலாம்:

கதை -1

இராமநாதபுரம் மாவட்டம் விசையன்குடி, என்ற ஊரில் பள்ளர் மக்கள் வாழ்ந்து வந்தனர். இவ்வூரில் வாழ்ந்த பள்ளன் ஒருவனுக்குக் குழந்தை இல்லாததால் ஆசாரி சாதியைச் சேர்ந்த ஒரு குழந்தையைத் தத்து எடுத்து வளர்த்து வந்தான். பள்ளன் வயல் வேலைகளைக் கவனித்து வரும் போது ஒரு நாள் மதியச் சாப்பாடு வீட்டிலிருந்து வர நேரமாகின்றது. நேரம் தாழ்த்திச் சோறு கொண்டு போனால் கோபப்படுவான் என்று அஞ்சிய பள்ளர் குடும்பத்தினர் வளர்ப்பு மகளாகிய ஆசாரிப் பெண்ணிடம் சோறு கொண்டு போகச் சொல்கின்றனர், சோறு கொண்டு வந்தது யார் என்பதைப் பாராமல் பள்ளன் திட்டி விடுகின்றான். அப்பெண் உடைமரத்தில் தூக்குப்போட்டு இறந்து விடுகின்றாள்(33).

கதை -2

இராமநாதபுரம் மாவட்டத்தில் சாலைக் கிராமம் கிரா மத்தில் பள்ளர்கள் வாழ்ந்து வருகின்றனர். சேதுராமக் கிழவன் என்ற பள்ளன் மறவர் சாதிக்காரர் ஒருவரின் மனைவியை விரும்பினார். இதனால் சேதுராமக்கிழவன் தனது வேலையான வயல் வேலைகளைச் செய்து வரும்போது மறவருக்கும் பள்ள ருக்கும் தகராறு ஏற்பட்டது. இதனால் பயந்த பள்ளர் அங்கிருந்து மதுரைப் பகுதிக்குக் குடியேறி விட்டனர்(34)

கதை – 3

மாடக்குளம் என்ற ஊரில் முற்காலத்தில் பள்ளர் சாதியைச் சேர்ந்த கணவனும், மனைவியும் வயல் வேலைகளைக் கவனிக்கச் சென்றனர். தங்கள் குழந்தையைத் தெற்கு மடைக் கரையில் உட்கார வைத்துவிட்டு வயலுக்குள் சென்று விட்டனர். சிறிது நேரத்திற்குள் திரும்பி வந்து பார்த்தபோது குழந்தை இல்லை. பின்னர் மடைக்குள்ளிருந்து குழந்தையின் சிரிப்புச் சத்தம் கேட்கவே அங்கு சென்று பார்த்தனர். குழந்தையைக்கூப்பிட்டும்வரவில்லை. அக்குழந்தையின் வயதிற் கொத்த குழந்தைகளை மடையருகே விளையாடச்

செய்தால் அதைக் கண்டு வரலாம் என எண்ணி அப்படிச் செய்தும் வர வில்லை. கொட்டு மேளங்கள் வைத்து ஒலி எழுப்பியும் பயனில்லை. இந்நிலையில் அங்கிருந்த கூட்டத்தாரில் ஒருவருக்கு தெய்வ அருளேறிக் குழந்தையை மடைக் கருப்பசாமி எடுத்துச் சென்று விட்டதாகவும் தெய்வமாகி விட்டதாகவும் கூறியது. அன்றிலிருந்து அந்த ஊரில் பிறக்கும் குழந்தைகளுக்கு மடக்கருப்பசாமி, மடக்கருப்பாயி என்று பெயரிட்டு அழைத்து வந்தனர்(35)

இந்தக் கதைகளின் செய்திகளிலிருந்து பள்ளர்கள் வேளாண்மைத் தொழில் செய்து வந்த நிலைகளையும் தமக்கு வைத்துக் கொள்ளும் பெயர்கள் கூட வேளாண்மைத் தொழில் நிகழ்ச்சிகளுடன் தொடர்புள்ளமையையும் ஒவ்வொரு இடங் களிலும் ஏற்பட்ட சிக்கல்கள் காரணமாக வேறு இடங்களுக்குக் குடியேறிச் சென்று வாழ்ந்துள்ளமையையும் அறியமுடிகிறது.

2.6. நாட்டுப்புறக்கதைகள் மட்டுமல்லாது பள்ளர் களையும் வேளாண்மையையும் தொடர்புபடுத்தித் தொன்மக் கதைகளும் மக்களிடம் வழங்கி வருகின்றன. அவை வருமாறு:

கதை -1

ஈஸ்வரனும் ஈஸ்வரியும் ஏழைமக்களுக்குப் படியளந்து கொண்டிருக்கும் போது உலக மக்கள் எல்லாம் ஈஸ்வரன் காலில் விழுந்து தமக்குச் செல்வம் பணம் போன்றவை வேண்டு மென்று வரம் கேட்டனராம். பள்ளன் மட்டும் காலில் விழுந்து நெல், மம்பட்டி, வயலும் வரமாகக் கேட்டானாம் ஈஸ்வரன் ஈஸ்வரி மகிழ்ச்சியடைந்து அந்த வரமளித்தனராம். அன்றி லிருந்து பள்ளர்கள் நெல்லையும் நெல் விவசாயத்தையும் செய்து வருகின்றனர்(36).

கதை – 2

தேவேந்திரனுக்கும் இந்திராணிக்கும் பிறந்த குழந்தைப் பள்ளிக்கூடம் சென்று அங்குப் படிக்காமல் உழவு வேலை செய்து விளையாடியதால், அக்குழந்தை விருப்பப்படிப் பூலோகம் வந்து வேளாண்மை செய்து வாழ்ந்தது. அக்குழந்தையின் வழிவந்தவர்களே பள்ளர்கள்(37).

சனங்களும் வரலாறும்

கதை – 3

ஒரு காலத்தில் இந்திரனின் வியர்வை தண்ணீரில் வளர்ந்திருந்த செடியில் விழுந்ததாகவும் அதிலிருந்து ஒரு குழந்தை தோன்றியதாகவும் அக்குழந்தை வயலில் விவசாயம் செய்து வந்ததாகவும் அக்குழந்தையே பள்ளர்களின் முதாதை யராகும்(38).

மேற்கண்ட கதைகளில் கற்பனை கலந்திருந்தாலும் பள்ளர்களுக்கும் வேளாண்மைத் தொழிலுக்கும் ஒருவகைத் தொடர்பிருந்தமையைக் குறிப்பிடுகின்றது என்பது தெளிவு.

2.7. இராமநாதபுரம் மாவட்டத்தைச் சேர்ந்த பள்ளர்கள் நெல் தானியங்களை வைக்கோல் புரியில் செய்யப்பட்ட கோட்டையில் வைக்கோல் போர் போலச் சேர்த்து வைப்பது உண்டு. இதை அடிப்படையாகக் கொண்டு

கோட்டை
பெரிய கோட்டை
சின்னக் கோட்டை
கோட்டை முத்து
கோட்டச்சாமி
கோட்டைக் கருப்பன்
கோட்டைப் பிள்ளை
கோட்டை ராமன்
கோட்டைப் பயல்
கோட்ட கிட்ணன்

போன்ற பெயர்களை மனிதர்களுக்கு வைத்துள்ளனர்(39). இந்தப் பெயர்கள் பள்ளர்கள் வாழும் சுமார் பதினைந்து ஊர்களில் பெருவாரியாகக் காணப்படுகின்றன. இவை அனைத்தும் ஆண்கள் பெயர்களாக உள்ளன, மதுரை மாவட்டப் பள்ளர் மக்கட் பெயரை ஆராயும் மு.முத்தையா இந்தப் பெயர்கள் நாட்டைக் காவல் காத்தவர்களையும் நெல் கோட்டையைக் காவல் காத்தவர்களையும் நினைவுபடுத்தும் பெயராக இருக்கலா மென்று கூறுவது இங்கு நினைவு கூறத்தக்க தாகும்(40).

2.8. பள்ளு இலக்கியங்களில் நாற்று நடும் பள்ளப் பெண்களின் பெயர்களாகக் குறிப்பிடப்படும்

செம்பி
குப்பி
பொன்னி
ராமி

சின்னி
மொட்டச்சி
யாழனி
காளி
முத்துவீரி
நல்ல மூக்கி
செல்லிவீரி
மாரிப்பள்ளி
கொண்டி(41)

ஆகியவை இன்றும் பள்ளர் இனப் பெண்களின் பெயர்களாக. உள்ளமையை இராமநாதபுரம் மாவட்டம் புலிக்குளம், செய்யாமங்கலம், ஊர்க்குடி, வாலாங்குடி, கீழ்க்கொடுமலூர் மேலக்கொடுமலூர் கோனேரியேந்தல், புதுக்குடி, சங்கங் கோட்டை ஆகிய ஊர்களில் காணலாம். மேற்கண்ட பெயர் களில் மூக்கி, வீரி, காளி, மொட்டச்சி, செம்மி ஆகிய பெயர்கள் மிகுதியாகக் காணப்படுகின்றன. மேலும் இந்த வட்டாரத்தில் வாழும் பள்ளர்களுக்கு நெல்லுக்கஞ்சி, கம்மங்கூழு, பொங்கச் சோறு, பழைய சோறு, கூழு உருண்டை ஆகிய பட்டப் பெயர்கள் பெரும் வழக்கிலுள்ளன. பெரும்பாலும் பட்டப் பெயர்களைச் சொல்லி அழைக்கும் வழக்கமே பள்ளர் இன மக்களிடம் மிகுந்துள்ளன.

இவையனைத்துமே பள்ளர் வாழ்வு வேளாண்மையை மையமிட்டே சுழல்கின்றது என்பதையே காட்டுகின்றன என லாம்.

2.9. பள்ளர்கள் வேளாண்மைத் தொழில் செய்யும் மக்கள் என்று எட்கர் தர்ஸ்டன் (Edgar Thurston)(42) ந.சி.கந்தை யாபிள்ளை(43) கல்வெட்டு அறிஞர் ஆர் நாகசாமி(44), அ. தட்சணாமூர்த்தி(45), பூர்ணலிங்கம்பிள்ளை(46) குருசாமிச் சித்தர்(47). தேவாசீர்வாதம்(48), தேஞானசேகரன்(49) ஜெ ஹெச்ஹட்டன்(50) (J.H.Hutton), எம்.சீனிவாச அய் யங்கார்(51), ஜெ.ஹெச் நெல்சன்(52)(J.k. Nelson) " வின்சுலோ (Winslow)(53) ஆகியோர் கருதுகின்றனர். மேலும் ஏ.வி. சுப்பிர மணிய அய்யர் பள்ளர் தொழில் குறித்துப் பின்வருமாறு எழுதுகின்றார்:

“மக்களின் முக்கிய உணவாகப் பயன்படும் நெல் பண்டைக் காலம் தொட்டு தமிழகத்திலும் பிற பகுதிகளிலும் பயிரிட்டு வந்தது பலரும் அறிந்ததாகும். இதைப் பண்டு தொட்டுப் பயிரிட்டு வருபவர்கள் பள்ளர்கள் ஆவர். இவர்களது பழக்கவழக்கம் மற்ற மரபினரிலிருந்து முற்றிலும் மாறு பட்டதாகும். இன்றைய நாளில் பல்வேறு பிரிவினரும் நெற் பயிர்ச் சாகுபடியில் ஈடுபட்டு வருவதும் நாமறிந்ததாகும். ஆனால் இது சாகுபடி தகராறு காரணமாகவே யாம். எனினும் இந்நெல் சாகுபடி பெரும்பாலும் பள்ளர்களின் கையிலேயே இன்றும் நீடித்து வருவது அது அவரது பரம்பரைத் தொழில் என்பதை மெய்ப்பிப்பதாக உள்ளது. இத்தொழிலைச் செய் வதில் அவர் மிகவும் பெருமை கொள்வர். இதில் அவருக்கு ஈடானவர் தமிழகத்தில் ஒருவரும் இல்லை எனில் அது மிகையாகாது(54).”

இவற்றிலிருந்து பள்ளர்களின் பரம்பரைத் தொழில் வேளாண்மை என்பதையும் மற்ற குலத்தினர் வேளாண்மைத் தொழில் செய்வது இடையில் ஏற்பட்ட மாற்றத்தால் உண்டானது என்பதையும் வேளாண்மைத் தொழிலில் பள்ளர்கள் தம்மை அய்க்கியப்படுத்திக் கொண்டவர்கள் என்பதையும் அறி யலாம்.

3.மள்ளர்-பள்ளர்

தமிழகம் முழுவதும் பரவிக்கிடக்கக்கூடிய பள்ளர் இனம் பற்றி கி.பி. 16-ஆம் நூற்றாண்டிற்குப் பிற்பட்ட தமிழ் இலக் கியம், கல்வெட்டு, பட்டயச் சான்றுகளில் விரிவாகப் பேசப் பட்டுள்ளன. இந்தப் பள்ளர் இனக்குழு இதற்கு முன் இலக்கியம் மற்றும் பிற சான்றுகளில் இடம் பெற்றுள்ளதா என இங்கு ஆராயப்பட வேண்டியது தேவையாகின்றது. பள்ளு நூல்களில் முக்கூடற் பள்ளு.

மள்ளர் குலத்தில் வரினும் இரு பள்ளியர்க்கோர்
பள்ளக் கணவன் எனின்(55)

என்றும்

வையாபுரிப்பள்ளு
பள்ளர்கள் எல்லோரும் ஏர்பூட்டி

பள்ளியர் எல்லோரும் நாற்றெடுத்து(56)

என்றும்

செங்கோட்டுப்பள்ளு
மள்ளர்கள் பள்ளியருடனே கடிவந்து

பள்ளரும் பள்ளியருடனே கூடிவந்து போற
மள்ளரும் பள்ளிமார்களும்(57)

என்றும்

பொய்கைப்பள்ளு
பண்ணை மள்ளச் சாதிக் குடும்பன்(58)

என்றும்

பேரூர்ப் புராணம்(59)
வந்தனர் பயிலவன்கண் நாதரே
வல்செய் மள்ளராய் விரவி
முந்துறம் பட்டிப் பள்ளனை யடுத்து

என்றும் கூறுகின்றன. மேற்குறிப்பிட்ட பாடல் வரிகள் அனைத்தும் மள்ளர்களும் பள்ளர்களும் ஒன்றே என்பதைத் தெளிவு படுத்து கின்றன. வீரமாமுனிவர் தான் எழுதிய தேம் பாவணியில் களித்த மள்ளர்கள் தூண்டும் ஏற்று இனம்(60) என்று வரும் தொடரிலுள்ள மள்ளர்கள் என்ற சொல்லிற்குப் பள்ளர்கள் என்றே பொருள் எழுதியிருப்பதும்(61) முக்கூடற் பள்ளு உரை யாசிரியர் சேதுரகுநாதன் மள்ளர் என்பவர் பள்ளரே(62) என்று உரையெழுதியிருப்பதும் இங்கு மனங்கொள்ளத் தக்கதாகும்.

3.1. மள்ளர் தான் இன்றைய பள்ளர்கள் என்ற கருத்தை இக்கால அறிஞர்கள் பலர் கூறியுள்ளனர். அவர்கள் கூறியுள்ள கருத்துகள் வருமாறு:

அ. பெரும்பாணாற்றுப்படையில் பாடப் பெற்றுள்ள மன்னன் இளந்திரையனின் காஞ்சி மாநகரத்தில் பார்ப்பனர் குடியிருந்தனர். அவரது குடியிருப்புக்கு ஒரு பக்கம் வலைஞர் தெருவும் இன்னொரு பக்கம் வணிகர் தெருவும் இருந்தன. இவற்றைச் குழ்ந்து மன்னர் அல்லது பள்ளர் (உழவர்) கல்வினைஞர் சேரிகளும் இருந்தன. ஒரு கோடியில் இடையரின் பள்ளியும் அதற்கு அப்பால் ஒதுக்குப் புறமாய் எயினர் மற்றும் அவரது தலைவர் வாழும் பறைச்சேரியும் அமைந்திருந்தன. மள்ளர் தெருக்களை ஒட்டி ஆலயமும் இளந்திரையனின் அரண்மனையும் இருந்தன(63).

ஆ. சங்க இலக்கியத்தில் வரும் வீர இனத்திற்குப் பேர் போன மள்ளர் பள்ளரின் மூதாதையோர் ஆவர்(64).

இ. இன்று தென்னகத்தில் நிலப்பிரபுக்களை(65) அண்டித் தொழில்புரிந்து வரும் பள்ளர் மள்ளர் என்பதின் உச்சரிப்பு வேறுபாடேயாகும்.

ஈ. தமிழ் இலக்கியத்தில் வரும் மள்ளர் பிற்காலத்தில் பள்ளர் என வழங்கப் படலாயினர்(66).

உ பண்டைய மள்ளரே இன்றைய பள்ளர்(67)

ஊ. பள்ளர் என்பது மருத நிலத் தலைமக்களாகிய மள்ளர்(68).

எ.மள்ளர் குலத்தவராகிய இன்றைய பள்ளர் தம்மைத் தேவேந்திர குலத்தார் என வழங்கி வருகின்றனர்(69).

ஏ. சங்க இலக்கியங்களில் குறிப்பிடப்படும் மள்ளர் எனும் மருத நில மக்களே இன்று பள்ளர், தேவேந்திரகுல வேளாளர்கள் என்று அறியப்படுகின்றனர்(70);

ஐ. மள்ளர்தான் பிற்காலத்தில் பள்ளர் என்றும் தேவேந்திரர் என்றும் அழைக்கப்பட்டனர். பள்ளு நூல்களில் மள்ளர் என்பது ஒரு குலம், சாதி என்றே குறிக்கப்படுகின்றது(71).

மேற்கண்ட சான்றுகள் அனைத்துமே இன்றைய பள்ளர்கள் முற்காலத்தில் மள்ளர் என்று வழங்கப்பட்டுள்ளனர் என்பதைத் தெளிவுபடுத்துகின்றன. இவை தவிர்த்துப் பழங்காலத்தில் மள்ளர் என்று வழங்கப்பட்டவர்களே இன்றைய பள்ளர் இனத்தினர் என்ற கருத்தை ஆணித்தரமாக முன்வைக்கும் குருசாமிச்சித்தர் 17, 18 ஆம் நூற்றாண்டுகளில் பள்ளர் தாம் மள்ளர் என்று குறிப்பிடும் நூல்களைத் தனது நூல் ஒன்றில் எடுத்துக் காட்டுவது(72) மேற்கண்ட கருத்தை மேலும் வலுப் படுத்துவதாக அமைகின்றது.

3.2. கி.பி.16-ஆம் நூற்றாண்டிற்குப் பிறகு தோன்றிய இலக்கியங்களில் பள்ளர் தொழிலாகப் பெரும்பகுதி வேளாண்மையே கூறப்பட்டுள்ளது. இதற்கு முன் இலக்கியங்களில் குறிப்பிடப்படும் மள்ளர்களின் தொழில் என்ன என்பது விவாதிக்கப்பட வேண்டியதாகின்றது. கி.பி. 16-ஆம் நூற்றாண்டிற்குப் பிறகு எழுந்துள்ள தேம்பாவணி(73), பேரூர்ப்புராணம்(74), ஆற்றூர்ப் புரணம்(75), தியாகராசர் லீலை(76), குசேலோபாக்கியம்(77), பரஞ்சோதியின் திருவிளையாடற் புராணம்(78), பெரும்பற்றப் புலியூர் நம்பியின் திருவிளையாடற்புராணம்(79). எல்லநாயனாரின் திருவாவூர்க் கோவை(80) அரிகேசநல்லூர் புராணம்(81), மருதவனப் புராணம்(82). பழனியப்பபிள்ளைத்தமிழ்(83) ஆகிய நூல்களில்

மள்ளர் என்று வருமிடங்களில் வீரர், உழவர் என்ற பொருளைக் குறித்தே வழங்கியுள்ளன. கி.பி.8-ஆம் நுற்றாண்டு தொடங்கித் தோன்றியவையாகக் கருதப்படும் நிகண்டு நூல்களில் மள்ளர் என்பதற்குப் பின்வருமாறு பொருள் கூறப்பட்டுள்ளது.

3.3. முதல் நிகண்டு நூலாகக் கருதப்படும் திவாரக நிகண்டு பள்ளர் என்பதற்கு

அருந்திறல் வீரருக்கும் பெருந்திரள் உழவருக்கும்
வருந்தகைத்தாகும் மள்ளரெனும் பெயர்(84)

என்றும்

பிங்கல நிகண்டு
செருமலை வீரருந் திண்ணியோரு
மருதநில மாக்களும் மள்ளரென்ப(85)

என்றும்

ந.கதிரைவேற்பிள்ளையின் தமிழ்மொழியகராதி மள்ளர் என்பதற்கு உழவர், படைவீரர் என்று பொருள் கூறி யிருப்பதும்(86), பொருளகராதி மருத நில மக்கள் என்பதில் பள்ளர்கள், மள்ளர்கள் ஆகிய இருவரையும்(87) சேர்த்திருப்பதை நோக்கவும். மள்ளர் என்பவர் வேளாண்மை, போர் ஆகிய இரு தொழில்களையும் செய்யக் கூடியவர்களின் பொதுப் பெயராக வழங்கி வந்தமை தெரிகின்றது.

3.4. கி.பி. 16-ஆம் நூற்றாண்டிற்கு முற்பட்ட இலக்கியங் களில் பள்ளர் என்ற சொல்லாட்சி காணப்படவில்லை. இதற்கு இணையான சொல்லாக மள்ளர் என்ற சொல்லே காணப் படுகின்றது. இச்சொல் சிலப்பதிகாரம்(88), சீவக சிந்தா மணி(89), பெருங்கதை(90), திருஞானசம்பந்தரின்தேவாரம்(91), திருவாசகம்(92), யசோதரகாவியம்(93), சூளா மணி(94), கம்ப இராமாயணம்(95), கச்சியப்ப முனிவரின் கந்த புராணம்(96), பெரிய புராணம்(97) ஆகிய நூல்களில் காணப் படுகின்றது. இங்கெல்லாம் மள்ளர் என்ற சொல் வீரரையும் உழவரையுமே குறித்து வந்துள்ளது. இந்த நூல்கள் அனைத்தும் சங்க காலத்திற்கு அடுத்த காலகட்டங்களிலிருந்து பள்ளு நூல்கள் காலகட்டம் வரையில் பல்வேறு காலங்களில் தோன்றி யவையாகும்.

3.5. இனிச் சங்க இலக்கியங்களில் மள்ளர் என்ற சொல் பயின்று வந்துள்ள நிலைகள் குறித்துக் காணலாம். இச்சொல் சங்க இலக்கியங்களில்

மகளிர் மலைத்தல் அல்லது மள்ளர்
உடனறு மேல் வந்த வம்ப மள்ளர்(98)

சனங்களும் வரலாறும் 102

எள்ளி வந்த வம்ப மள்ளர் (99)
ஏமுற்றுக் கழித்த மள்ளர்க்கு (100)
சிறுவர் மள்ளரும் உளரே (101)
முமூஉ வள்ளூரம் உனக்கும் மள்ள(102)
இழை நிலை நெகிழ்ந்தமள்ளர் கண்டிரும்(103)
இடைச் சுரத்து இறுத்த மள்ள விளர்த்த(104)
மள்ளர் மள்ளன் தொல்லோர் மருகன்(105)
சுரம் செல் மள்ளர் கரியல் தூற்றம் (106)
போர்வேட்டு எழுந்த மள்ளர் கையதை (107)
கலிகொள் மள்ளர் வில்லிசை உடைய(108)
விழவுப் படா மள்ளரின் முடிவு(109)
களங்கொல் மள்ளரின் முழங்கு அத்தம்(110)
பேர்செறி மள்ளரின் புகுதரும் உரன்(111)
ஒள் இழை மகளிரொடு மள்ளர் மேன(112)
வாணுதல் கணவ மள்ளர் ஏறே(113)
ஆடுபெற்று அழிந்த மள்ளர் மாறி(114)
போர்படு மள்ளர் போந்தொடு தொடுத்த(115)
வெம்போர் மள்ளர் தென்கிணை கறங்க(116)
மல்லன் மன்றத்து மதவிடை கெண்டி(117)
மல்லற் பேரூர் மடியின் மடியா(118)
மள்ளற் குழீஇய விழவினானும்(119)
அட்டமள்ளர் ஆர்ப்பு இசைவெரூஉம்(120)
மணம் கொளற்று இவரும் மள்ளர் போரே(121)
மள்ளர் அன்ன தடங்கோட்டு எருமை(122)
மள்ளர் கோட்டின் மஞ்ஞை ஆலும்(123)
மள்ளர் அன்ன மரவம் தழீஇ(124)
கருபுகவனர் போல் மள்ளரும் உடைத்தே(125)
ஆயிரம் விரித்த கைம் மாய மள்ள(126)

ஆகிய 30 இடங்களில் இடம் பெற்றுள்ளது. இவற்றில் 16 பாடல்களில் மள்ளர்கள் வீரராகவும், உழவர்களாகவும் பேசப் பட்டுள்ளனர். அதாவது ஒரே பாடலில் மள்ளர்கள் வீரர் களாகவும் உழவுத் தொழில் செய்பவர்களாகவும் பாடப் பட்டுள்ளனர். ஏனைய 14 பாடல்களில் மள்ளர்கள் வீரர்களாக மட்டுமே பாடப்பட்டுள்ளனர். உழவுத் தொழில் செய்யக்கூடிய மள்ளர்கள் வேளாண்மைத் தொழில் அல்லாத காலங்களில் வீரர்களாகவும் பணியாற்றி வந்துள்ளனர். இதனையே மள்ளர் பற்றி வரக்கூடிய சங்க இலக்கியப் பாடல்கள் தெரிவிக்கின்றன.

தேவநேயப் பாவாணர் பள்ளர் என்பது மள்ளர் மருத நிலத்தில் வாழும் உழவர்; பாலை நிலத்து மறவர் படைஞராகும் முன் மருத நிலத்து உழவரே போர்த் தொழில் செய்து வந்தனர். அதன் பின்பும் உழவர் போர்த் தொழிலை விட்டுவிட வில்லை(127). என்று கூறுவது இங்குக் குறிப்பிடத்தக்கதாகும்.

3.7. சங்க காலத்தில் ஏர்க்களம் பாடுதல், போர்க்களம் பாடுதல் என்ற இரு களம் பாடும் நிலைகள் இருந்துள்ளன. அவற்றில் ஏர்க்களம் பாடுதல் சங்க இலக்கியங்களில் காணப் படவில்லை(128). போர்க்களம் பாடுதல் மன்னர் புகழ்ச்சிக்குக் காரணமாயுள்ளது. ஆனால் ஏர்க்களம் பாடுதல் உழவர்களைப் பற்றியதாகையால் இலக்கியத்தில் இடம் பெறவில்லை. அதே வேளையில் ஏர்க்களப்பாட்டின் உருவகமாகப் போர்க்களப் பாடல்கள் சித்திரிக்கப் படுவதைப் புறநானூற்றுப் பாடல்கள் மூலம் அறிய முடிகின்றது(129). இதனால் ஏர்க்களத்தைப் புகழ்ந்து பாடியவர்களே போர்க்களத்தையும் புகழ்ந்து பாடியுள்ளனர் என்பது தெரிய வருகின்றது. போர் வீரனை வாள் ஏர் உழவன்(130), வில் ஏர் உழவன்(131) என்று சங்க இலக்கியங்கள் குறிப்பிடுவது உழவர்களே வீரர்களாக இருந்துள்ளனர். என்பதையே காட்டுகிறதெனலாம்

4.முடிவுரை

இதுகாறும்கூறியவற்றிலிருந்து பின்வரும்செய்திகளைத் தொகுக்கலாம்:

அ. குலங்கள் அகமணத்தை விட்டுப் புறமணத்தை ஏற்ப டுத்தியதன் மூலம் இனக்குழுக்கள் தோன்றியுள்ளன. இனக் குழுக்களே சாதிகளின் தோற்றத்திற்கு அடிப்படைக் காரணமாக அமைந்தன.

ஆ.நிலவுடைமைச் சமூகத்தின் தோற்றம், உழைப்பாளி களை மட்டுமே கொண்டிருந்த சமூகம் தீண்டத் தகாதவர்களாக மாற்றம் பெறுவதற்குக் காரணமாக அமைந் ததெனலாம்.

இ. பழந்தமிழகத்தில் இனக்குழு வாழ்க்கை இருந்துள்ளது என்பதையும் மருத நிலத்தில் தோன்றிய அரசுகளே இனக் குழுவின் அழிவிற்குக் காரணமாக அமைந்தன என்பதையும் சங்க இலக்கியங்கள் வாயிலாக அறிந்து கொள்ள முடிகின்றது.

ஈ. வேளாண்மைத் தொழிலில் மற்ற இனங்கள் இன்று ஈடுபட்டாலும் பள்ளர் இனம் மட்டுமே வேளாண்மைத் தொழி லில் மிக நெருக்கமான இனமாக இருந்து வந்துள்ளதென்பதைப்

பள்ளு நூல்களும் சமகாலச் சமுதாய நாட்டுப்புற வழக்காறுகளும் தெளிவு படுத்துகின்றன.

உ. தமிழக வரலாற்றில் சங்க காலம் தொடங்கி இன்று வரை மள்ளர் என்னும் பள்ளர் இனம் மனித சமுதாய வாழ்க் கைக்கு இன்றியமையாத வேளாண்மையை உற்பத்தி செய்யக் கூடிய இனமாகவும் மக்களைப் பாதுகாத்துக் கொள்ளும் வீர இனமாகவும் இருந்துள்ளது என்பதை இவ்வாய்வு தெளிவு படுத்துகின்றது.

ஊ. பள்ளு நூல்களும் முன்பு தோன்றிய இலக்கியங்களும் சங்க இலக்கியங்களும் வேளாண்மை மற்றும் போர்த் தொழிலைச் செய்து வந்த இனமாகச் சுட்டும் மள்ளர் இனத்தின் வழி வந்தவர்களே இன்றைய பள்ளர் இனத்தினர் என்பதை இவ் வாய்வு முடிந்த முடிபாக முன்வைக்கின்றது. மேலும் இந்த இனம் தமிழக வரலாற்றில் உயிர்நாடியாக இருந்துள்ளது என்பது முற்றிலும் முறையானது எனலாம்.

குறிப்புகள்

1. கொ.அ.அனதோநோவா சிம போன்காரநலெவின். இந்தியாவின் வரலாறு மிகத் தொல் பழங்காலம் முதல் 18-ஆம் நூற்றாண்டின் நடுப்பகுதி வரை (மொ.பெ) இராம பாஸ்கரன், பக் 57.

2. சி அறிவுறுவோன், சாதிக்கும் தீண்டாமைக்கும் எதிரான போராட்டம் பற்றி (ஒரு பக்கப் பிரசுரம்).

3. கா.சுப்பிரமணியன், சங்ககாலச் சமுதாயம் (ஆய்வுக் கட்டுரைகள்), பக் 41.

4. புறம். 316.

5. புறம். 257.

6.புறம்.328.

7. புறம் 99 (துரைசாமி பிள்ளை உரை).

8. புறம். 76. அகம் 36.

9.நா. வானமாமலை, கலைகளின் தோற்றம், ஆராய்ச்சி ஜூலை - 1971, பக். 285

10.௸.

11. சி. பரமேஸ்வரி, தேவேந்திரகுல வேளாளர் சமூக வரலாறும் பண்பாடும் (அச்சில் வராத பி.எச்டி ஆய்வேடு), பக் 46-49,

12. குருசாமிச்சித்தர் 'மோரூர் நல்ல புள்ளியம்மன் பள்ளேசலில் மள்ளர் வரலாறு பண்பாடுகள்', மள்ளர் மலர், பக், 22-23.

13. சி.பரமேஸ்வரி, மு.நூ, பக். 164.

14.அக்காண்டியம்மாள் (65) பள்ளர், பழைய வத்தலக்குண்டு. திண்டுக்கல் மாவட்டம், 15.10.97.

15. சி.பரமேஸ்வரி, மு.நூ. பக். 169.

16. ௸. பக். 177-180.

17. குருசாமிச்சித்தர், கட்டி மகிபன் பள்ளில் மள்ளர் என்னும் தேவந்திர குல வேளாளர் வரலாறு, மள்ளர் மலர், பக். 5-7.

18.தே.ஞானசேகரன், தேவேந்திரரும் வேளாண்மையும் (அச்சில் வராத கட்டுரை), பக். 15-20.

19. குருசாமிச்சித்தர், மு.நூ.

20.ஷ

21.க.ஆறுமுகம் (70) புலிக்குளம், பரமக்குடி வட்டம், இராமநாதபுரம் மாவட்டம், நாள். 10.08.99.

22,1.சி. அறிவுறுவோன் (55), அம்மையகரம், திருக்காட்டுப்பள்ளி அஞ்சல், தஞ்சை மாவட்டம் 17.08.99.
2.இ. மனோகரமன்னர் (50), நால்வர் நகர் கோயம்புத்தூர் -46 2007 99

23.1.க.மாலய் (65) நாங்குனேரி, திருநெல்வேலி மாவட்டம் 15.06.99.
2. க.பாக்கியம் (60) புலிக்குளம், பரமக்குடி வட்டம், இராமநாதபுரம் மாவட்டம்.

24. த. அய்யனார் 'குளத்துப் பள்ளரும் குள உரிமையும்', தமிழர்பண்பாட்டுவரலாறு(தொகுப்பு||)(ப.ஆ)குருசாமிச்சித்தர் & தே. ஞானசேகரன், பக். 218.

25. ௸. , 219

26.௸. ,

27.மு.தங்கவேலு, மங்கல வாழ்த்துப்பாடல், தமிழர் பண்பாட்டு வரலாறு (தொகுப்பு 11), (ப.ஆ) மு.நூ. பக் 179-180.

28.ஆ.சிவசுப்பிரமணியன், (ப.ஆ) பூச்சியம்மன் வில்லுப்பாட்டு.

29.சி. பரமேஸ்வரி, நாட்டுப்புறக் கதைப்பாடல்களில் தேவேந்திரர்களின் வீர வரலாறு, மள்ளர் மலர், பக். 5.

30. சோமலெ. தமிழ்நாட்டு மக்கள் மரபும் பண்பாடும், பக், 56,

31. தே.ஞானசேகரன், வத்தலக்குண்டு ஊராட்சி ஒன்றிய நாட்டுப்புறப் பாடல்கள் (அச்சில் வராத எம்.பில்ஆய்வேடு), பக். 148.

32. இரா. தேவாசீர்வாதம், பள்ளர் அல்ல மள்ளர் ஆம் மன்னர், பக் 130-132.

33. பி.எ.1

34. பி.எ.2.

35. பி.எ.3.

36. சிபரமேஸ்வரி, முநூ. ப-ம் 19.

37. மி.எ.4.

38. சி. பரமேஸ்வரி, முநூ. 20.

39. அ.கிழவன் (80), வினோபா நகர், பரமக்குடி வட்டம், இராமநாதபுரம் மாவட்டம் 05-08-99.

40 மு. முத்தையா, வாய்மொழியாகக் கூறியது. 13.08.99.

41. அடிக்குறிப்பு எண்:17.

42. The Pallans are a class of agricultural labour....The name is said to be derived from palam, a pit, as they were standing on low ground when the castes were originally formed. It is further suggested that the name may be connected with cultivation, as they are experts and which is always carried out on low ground..... Edgar Thurston, Castes and Tribes at Southern India, Vol-V, PP.473-475,

43. ந.சி. கந்தையாபிள்ளை, தென்னிந்திய குலங்களும் குடிகளும், பக் 65.

44. ஆர். நாகசாமி, யாவரும் கேளீர், பக், 173.

45. அ. தட்சணாமூர்த்தி, தமிழர் நாகரிகமும் பண்பாடும், பக் 24.

46. மேற்கோள்எடுத்தாளப்பட்டது இரா.தேவாசீர்வாதம், மு.நூ. பக் 76.

47. குருசாமிச்சித்தர், தமிழ் இலக்கியத்தில் பள்ளர் (மள்ளர்) தேவேந்திரகுல வேளாளர் (அடிப்படைச் சான்றுகள்), பக். 19.

48. இரா. தேவாசீர்வாதம், மு.நூ, பக், 2,

49. தே. ஞானசேகரன், சாதியின் தோற்றமும் வளர்ச்சியும், மள்ளர் மலர், பக், 8.

50. 'Pallan as exterior low caste of agricultural labour J.H Hutton, Caste in India P. 288.

51. There was no such caste as pallar but instead we find in early Tamil literature Mallar and Kadaignar the latter appearing as a subdivision of Pallar Caste. They are chiefly found in the Pandya Country and correspond to the traditional occupation to the Palli or Vanniyar Caste of Tamil Nadu. These people are agricultural Labourers and soldier's M. Srinivasa Ayyangar, Tamil Studies, P. 71.

52. The Pallas are said to have sprung from the intercourse of a sudra with a Brahmin woman. What others say Devendran created them (Pallas) for the purpose of labouring on behalf of vellalas. Whatever may have been their origin, it seems to be tolerably certain that in ancient times they were the slaves of the vellalas and were regarded as chattels and they were brought by vellalas into the Pandya Country.JH. Nelson, Madurai Country 1868 as found at P. 473, Caste and Tribes of Southern India Edgar Thurston Vol. V.

53. மேற்கோள்எடுத்தாளப்பட்டது இரா.தேவாசீர்வாதம், மு.நூ. பக் 82.

54. It is common knowledge that the tilling of the soil and the cultivation of the stable food or paddy have been for long in the hands of a well known community in this area as in any other area of the land. The community is known as Pallas who constitute the important group of Harijans in Gandhlan Parlour and of the Scheduled Caste in the legal terminology with a special culture of its own. Though in recent generations some people of other communities have also taken to paddy cultivation as a matter of necessity owing to agrarian trouble of other causes the bulk of the work even today is in the hands of the latter who take pride in this hereditary occupation and whose skill in the technique of paddy cultivation is unsurpassed. Inspite of economic backwardness the community has been having a happy existence and would not give up the customs, manners, and way of life for all the world.

A.V. Subramania Ayyar, Tamil Studies Sec. I. 14, Peasant Life in Tamilagam PP.67-68.

55. முக்கூடற். செ:12.
56. வையா, செ: 176
57. செஸ், செ: 197.
58. பொய், செ: 25.
59. பேரூர், பள்ளு. 28.
60. தேம்பா. பா.32.
61. ஷ, 32 உரை.
62. சேதுரகுநாதன், முக்கூடற்பள்ளு - முன்னுரை

63. By way of introduction it is hilady desirable to present before the readers a description of an ancient desirable to present before the readers a description of an ancient town or village in which the regional classification of the tribes explained above is clearly discernible, we shall first take the city of kanchipuram as described in perumpanatrupadai, a Tamil work of the 3rd or 4th Century A.D. In the heart of the town was the Brahmin quarters where neither the dog nor the fowl could be seen.

They were flanked on the one side by fishermen (வலைஞர்) Street and on the other by those of the traders (வணிகர்) and these were surrounded by the cheris of Mallar-Pallar (உழவர்) and the toddy drawers. Then far-removed from them were situated at one extremity of the city the pallis of the Idayar and beyond them lay the isolated paracheri of the Eyinar and their chiefs. Next to the Mallar (உழவர்) street were the temple of Tiruvekka and the palace of king Ilanthirayan.
M. Srinivasa Ayyangar, Tamil Studies P. 76.

64. The ancient heroic tribe called mallar described in the sangam classic were probably the ancestors pallars A.R. Hanumanthan, Untouchability of Historical Study.P. 100.

65. Pallan a low dependant caste-employed under the feudal lords a peasant tribe dwelling in the south in supposed to be change of mallar (மள்ளர்) Winslow, Dictionary, P. 745.

66. மேற்கோள் எடுத்தாளப்பட்டது இரா. தேவாசீர்வாதம், மு.நூ. பக். 119.

67. ந.சி. கந்தையாபிள்ளை, தமிழர் சரித்திரம், பக், 206.
68, சோ, இலக்குமிதரன் பாரதி, நமது சமூகம், பக் 218.
69. சி. பரமேஸ்வரி, மு.நூ, பக்.8.

70. இரா. தேவாசீர்வாதம், மு.நூ, பக். 129.
71. குருசாமிச்சித்தன் மு.நூ.
72. சுஷ,
73. தேம்பா நாட்டு செ : 32.
74 பேரூர் பள்ளு செ-ள : 24-30, 34-36, 39-41,
75 ஆற்று திருநா செ-ள் 14, 19, 30.
76. தியாக திரு செ-ள் 79, 86, 91, 96, 97, 98, 101, 105, 107, 110, 112, 113,127, 132, 133, 135, 136.
77. குசேலம் செ-ள்: 5, 233,
78. பரஞ்சோதி முனிவர், திருவிளையாடற் புராணம், திருநா, செ-ள் 8, 19, 23, 25.
79.பெரும்பற்றப் புலியூர் நம்பி, திருவிளையாடற்புராணம், தண செ-ள் 23, 67.
80. திருவா. செ-ள் 92, 202, 404,
81. அரி. செ : 18.
82. மருத செ: 33
83 பழனி தால செ-ள்: 9, 24.
84. குருசாமிச்சித்தன், மு.நூ, பக். 177.
85. பிங்கலம் 3938.
86 குருசாமிசித்தன், மு.நூ. பக் 181.
87, சுஷ, பக் 182
88. சிலம்பு புகார். அந்தி 12-20, கட. 28-34.
89. சீவக செ-ள். 55, 275, 284, 972, 1614,
90. பெருங் உந் செ: வ-ள் 164-180.
91 சம்பந்தர், தேவாரம், 2-திருமுறை, செ: 10.
92 திரு. திருச் செ: 27.
93. யசோ செ: 34.
94 சூளா செ: 842.
95. கம்ப. ஆற்று, செ-ள் 16. நாள். 3, 10, 32, 57.
96. கந்த திரு. செ-ள் 1, 6, 14, 21, 25, 48, பெரி. திருமலை, செ : 25.
97, புறம் 10.
98. சுஷ, 77.
99. சுஷ, 78,
100. சுஷ, 84.
101. சுஷ, 89.
102. சுஷ, 219.
103. சுஷ, 251.

104, க்ஷ, 254.
105. க்ஷ, 399.
106. அகம். 21.
107. க்ஷ, 144.
108, க்ஷ, 185.
109. க்ஷ, 186.
110. க்ஷ, 227.
111. க்ஷ, 316
112. பதிற், 13.
113. க்ஷ, 38.
114. க்ஷ, 63.
115. க்ஷ, 66
116. க்ஷ 90.
117. பெரும் : வ-ள் 139-147.
118. க்ஷ, வ-ள் 253-256.
119. க்ஷ, 631.
120. ஐங். 34.
121. க்ஷ, 364.
122. குறு. 94.
123. க்ஷ, 371.
124, க்ஷ, 400.
125. க்ஷ, 432.
126 பரி, திருமால் வ-ள் 34-43.
127. தேவநேயப்பாவாணர், ஒப்பியன் மொழி நூல் பக்44
128 கா. சுப்பிரமணியன், மு.நூ. 97.
129. புறம். 369, 373,
130. புறம். 368.
131. புறம் 371,

பின்னிணைப்பு
1. உடையம்மன் கதை

இராமநாதபுரம் மாவட்டம், விசையான்குடி என்ற ஊரில் பள்ளர் மக்கள் வாழ்ந்து வந்தனர். இவ்வூரில் வாழ்ந்த பள்ளன் ஒருவனுக்குக் குழந்தை இல்லாததால் ஆசாரிச் சாதியைச் சேர்ந்த ஒரு பெண் குழந்தையைத் தத்து எடுத்து வளர்த்து வந்தான்.

பள்ளன் வயல் வேலைகளைக் கவனித்து வந்தான். ஒரு நாள், அவனுக்கு மதியச் சாப்பாடு வீட்டிலிருந்து வர நெடுநேரம் ஆயிற்று. நேரம் தாழ்த்திச் சோறு கொண்டு போனால் கோபப் படுவான் என்று பள்ளன் குடும்பத்தினர் எண்ணினர். அதனால், வளர்ப்பு மகளிடம் வயலுக்குச் சென்று சோறு கொடுத்து விட்டு வரச் சொன்னார்கள்.

தம் வீட்டாரில் யாரோ ஒருவர் நேரங் கழித்துச் சோறு கொண்டு வந்திருக்கிறார்கள் என்று எண்ணிப் பள்ளன் பசிக் கொடுமையால் திட்டினான். இந்நிலையைக் கண்ட அப்பெண் ஊனாங்கொடியைப் பிடுங்கி, மரத்தில் தூக்குப் போட்டு இறந்துவிட்டாள்.

ஐயோ! மோசம் போனோமே; யார் சோறு கொண்டு வந்தது. என்று பார்க்காமல் திட்டியதால் வளர்ப்பு மகள் (ஆசாரி சாதிப்பெண்) இறந்துவிட்டாளே என்று பள்ளன் வருந்தினான். வீட்டிற்கு வந்து நடந்ததைக் கூறிய பின்பு. இனி ஆசாரி சாதி யினர் வந்து பிள்ளையைக் கேட்டால் என்ன செய்வது என்று எண்ணி இரவோடு இரவாக அவ்வூர்ப் பள்ளர்கள் யாவரும் குடி பெயர்ந்தனர்.

இச்செய்தியை அறிந்து ஆசாரிச் சாதி மக்கள் பின் தொடர்ந்து வந்தனர். பள்ளர் சாதி மக்கள் யாவரும் மதுரை அருகே வைகை நதியின் மேற்புறத்தில் உள்ள கரையில் உள்ள ஒரு உடைமரத்தின் (உடைசாலி-முள்மரம்) கீழ் வந்து தங்கினர். மீண்டும், இம்மக்களைத் தொடர்ந்து வந்த ஆசாரி மக்கள் வைகை நதியின் கிழக்குக் கரையை நெருங்கினர். இவ்வமயம், பள்ளர் மக்கள் தங்கள் குலதெய்வத்தை (அய்யனார்) வேண்டவே இவர்கள் தங்கியிருந்த மரத்தடியில் தங்கியிருந்த அம்மன்' வைகையில் வெள்ளப் பெருக்கெடுத்து ஓடச் செய்தாள். இத னால், ஆசாரி மக்கள் வெள்ளத்தினைத் தாண்டி வரமுடியாமல் தங்கள் ஊருக்குத் திரும்பினர்.

இவ்வாறாக, எதிரிகள் மூலம் வரவிருந்த துயரைக் களைந்ததும் பெய்த பெருமழைக்குக் குடைபோல் நின்று காத்ததும் உடைமரத்தினடியில் தங்கியிருக்கும் உடையம்மன் என்று கூறுகின்றனர். முற்காலத்தில் நடந்ததாகக் கருதப்படும் இச்செய்தியினைக் கொண்டு குழந்தைகட்கு உடையம்மாள், உடையார், உடையாத்தாள் என்று பெயரிட்டுள்ளனர்.

தகவல் உடையம்மாள் (60)
மாடக்குளம்
இரா முத்தையா, பள்ளர்
மக்கட் பெயர்கள் என்ற
நூலிலிருந்து எடுக்கப்பட்டது.

2. குதிரைக்காலில் மாண்ட ராக்கு கதை

இராமநாதபுரம் மாவட்டம் சாலைக் கிராமத்தில் பள்ளர்கள் வாழ்ந்து வந்தனர். இவ்வூரில் வாழ்ந்து வந்த சேது ராமக்கிழவன் மனைவியை மறவர் சாதிப் பெரியவர் (பெயர் குறிப்பிடவில்லை) விரும்பினார். அவளைக் கடத்திச் செல்லவும் முயற்சித்தார். சேதுராமக் கிழவன் வயலுக்குத் தண்ணீர் பாய்ச்சச் சென்ற பொழுது மறவர் சாதியாருக்கும் இவருக்கும் தகராறு ஏற்பட்டது.

இவ்வேளையில், பள்ளனொருவனுக்கும் மறவர் சாதிப் பெண்ணுக்கும் தொடர்பிருந்திருக்கிறது. இச்செய்தியையும் அறிய வந்தால் இருவேறு சமூகத்திற்கிடையே கலவரம் நடைபெறும் என்று எண்ணினர். இதனால், வீட்டில் விளக்கைப் பொருத்தி வைத்துவிட்டு இரவோடு இரவாகப் பள்ளர் மக்கள் மதுரைப் பகுதிக்குக் குடிபெயர்த்தனர்.

இச்செய்தியைக் கேள்விப்பட்ட மறவர் சாதியினர் பள்ளர்களைத் தொடர்ந்து வந்தனர். திருப்புவனம் அருகே இரு சமூகத்தாரிடையேயும் சண்டை நடைபெற்றது. இரண்டு பிரிவிலும் பலர் இறந்தனர். சேதுராமக் கிழவனின் தங்கை (இராக்கு) நிறைமாதக் கர்ப்பிணியாக இருந்தாள். தன் சாதியாருடன் சண்டை செய்து கொண்டுள்ள எதிரிகளால் தனது கற்புக்கும் உயிருக்கும் கெடுதல் நேரிடும் என்று எண்ணினாள். அவ்வூரருகே இருந்த மடப்புரம் காளியம்மன் கோவிலுக்குள் சென்றாள் தன் முன்கால்களை மேலே தூக்கிய நிலையில் உள்ள குதிரையின் காலில், தனது சேலையை மாட்டி தூக்குப்போட்டு இறந்தாள்.

சேதுராமக்கிழவன் வழியினர் இப்பெண்ணையும் தெய்வமாக எண்ணி 'குதிரைக்காலில் மாண்டராக்கு' என்ற பெயரில் வழிபடுகின்றனர். குலதெய்வ வழிபாட்டில் துணைத் தெய்வமாகக் கருதுகின்றனர். இவள் நிறைமாதக் கர்ப்பிணியாக இருந்து இறந்ததால், கர்ப்பிணிப் பருவத்தில் பெண்கள் விரும்பும் உணவுப் பண்டங்களை (அத்தப் பணியாரம், அவித்த கோழி முட்டை,) இத்தெய்வத்திற்குப் படையலாகப் படைக் கின்றனர்.

இத்தெய்வத்தின் பெயரையெண்ணி சேதுராமக் கிழவனைச் சேர்ந்த கொடிவழி வாரிசுகள் குழந்தைகட்கு ராக்கு, ராக்காயி, ராக்கம்மாள், முத்துராக்கு, பொன்ராக்கு என்று பெயரிட்டுள்ளனர்.

தகவல் பி.இராமன் (ஜோஸ்யர்) (50)
தும்மலப்பட்டி
மதுரை மாவட்டம்

3. மடக்கருப்பசாமி கதை

மதுரையருகே மாடக்குளம் கிராமம் உள்ளது. இவ்வூரின் மேற்குப் பக்கம் பரந்த கண்மாய் உள்ளது. இதிலிருந்து தண்ணீர் வயல்களுக்குச் சென்று பாய்வதற்கு 'மடைகள்' அமைக் கப்பட்டுள்ளன. இதனைக் 'கலுங்கு' என்றும் குறிப்பிடுவர். மாடக்குளம் கண்மாயின் கிழக்குப் பகுதியில் உள்ள தெற்கு மடை (சுவாலீசுவரி அம்மன் கோவில் மலையடிவாரம்) அருகே மடைக்கருப்பசாமி பீடம் வைத்து வழிபடப் பெறுகின்றது. இத் தெய்வம் பற்றி வழங்கப்படும் கதை இங்குத் தரப்படுகின்றது.

முற்காலத்தில் கணவனும் மனைவியும் வயல் வேலைகளைக் கவனிக்கச் சென்றனர். தங்களுடைய குழந்தையைத் தெற்கு மடைக் (கண்மாய்) கரையில் உட்கார வைத்துவிட்டு வயலுக்குள் சென்றுவிட்டனர். சிறிது நேரத்திற்குள் குழந்தை இருந்த இடத்திற்கு வந்து பார்த்த பொழுது குழந்தையைக் காணவில்லை. பின்னர், மடைக் குள்ளிருந்து குழந்தையின் சிரிப்புச் சத்தம் கேட்கவே அங்குச் சென்று பார்த்தனர். குழந்தையைக் கூப்பிட்டும் வெளி வரவில்லை அக்குழந்தையின் வயதிற் கொத்த குழந்தைகளை மடையருகே விளையாடச் செய்தால் அதைக் கண்டு வெளியில் வரலாம் என்று எண்ணினர். அவ்வாறு செய்தும் பலனில்லை. பின்பு கொட்டு மேளங்கள் வைத்து ஓசையெழுப்பினர் அவ்வமயமும் குழந்தை வெளியே வரவில்லை.

இந்நிலையில், அங்கிருந்த கூட்டத்தார்களில் ஒருவர் மீது தெய்வ அருளேறி தாம் மடைக்கருப்பசாமி என்றும் குழந்தையை எடுத்துச் சென்றுள்ளதாகவும் கூறினார். அக்குழந்தையைத் திரும்பக் கேட்டபொழுது, அது தெய்வக் குழந்தை: இப்போது தெய்வத்தோடு தெய்வமாகி விட்டது என்றார். மேலும் தம்மை வணங்கி வரவேண்டும்; நல்ல பலன்கள் ஈடேறும் என்றும் கூறினார்.

இத்தெய்வத்தின் வலிமையையெண்ணி வழிபாடு செய்வதோடு குழந்தைகட்கும் மடையடியான், மடைக்கருப்பு, மடைக்கருப்பாயி, கருப்பன், கருப்பையா, கருப்பசாமி, போன்ற பெயர்களைச் சூட்டி வருவதை இன்றளவிலும் காண முடிகிறது.

தகவல் உ. பிச்சை (70)
மாடக்குளம்
மதுரை மாவட்டம்.

4. தேவேந்திரன் கதை

தேவேந்திரனுக்கும் இந்திராணிக்கும் ஒரு குழந்தை பிறக்கின்றது. அக்குழந்தையைப் பள்ளிக்கு அனுப்புகிறார்கள். ஆனால் அக்குழந்தை அப்பள்ளியில் படிக்காமல் குழிதோண்டி, தண்ணீர் பாய்ச்சி, உழவு செய்து விளையாண்டுகிட்டு இருந்தானா. இதைக் கேள்விப்பட்ட தேவேந்திரனும், இந்திராணியும் "உனக்கு என்ன வேலை பிடிக்கும்" என்று கேட்டனர். "நான் உழவு வேலை செய்கிறேன்." என்று சொல்ல, "வேறு என்ன வேண்டும்" என்று கேட்டனர். "எனக்கு நாலு பெண்கள் வேலை செய்வதற்குத் துணைக்கு வேணும்" என்று கேட்டான். உடனே "போடா மடப்பயலே" என்று சொன்னாராம். தேவேந்திரன் அன்றிலிருந்து உழுகிறதும், நெல் விதைக்கிறதும் மடை வேலைப் பார்ப்பதும் இவனோட மக்களான தேவேந்திர மக்களுக்கு ஆகிப் போச்சாம்மா.

இரா. பரமேஸ்வரி, மு.நூ.
ப.19

5.தெய்வங்களின் தோற்றக் கதைகள்

ஆறு. இராமநாதன்

மக்களிடையே வழங்கப்படும் தெய்வங்களின் தோற்றக் கதைகளை அடிப்படையாகக் கொண்டு புராண இலக்கியங்களைப் படைக்கும் மரபு நம்மிடையே இருந்து வருகிறது. படைப்பாளியின் கற்பனையும் இதில் இணைந்திருக்கும். மக்களிடையே தெய்வங்களைப் பற்றி வழங்கிவரும் தகவல்களைச் சேகரித்துப் பாதுகாக்கும் பணி 1713-இல் **பார்த்தலோமியோ சீகன்பால்** என்னும் செருமானியப் பாதிரியாரால் தொடங்கப்பட்டது. இவர் தமிழகத்தில் வழிபடப்படும் தெய்வங்களைப் பற்றிய விவரங்களைத் தொகுத்து 'மலபார்' கடவுளரின் குடிவழிப் பட்டியல்' (Genealogy of South Indian Gods) என்னும்நூலை எழுதினார். இந்நூல் 1869-இல் அச்சிடப்பட்டது. டபிள்யு.டி எல்மோர் (1913), ஹென்றி ஒயிட்ஹெட் (1921) போன்றோர் தென்னிந்தியக் கடவுளர்களைப் பற்றிய - குறிப்பாக நாட்டுப்புறத் தெய்வங்களைப் பற்றிய - விவரங்களைச் சேகரித்து ஆராய்ந்தனர்.

இந்த நூற்றாண்டின் பிற்பகுதியில் பல்வேறு நோக்கங்களுக்காகத் தமிழக மற்றும் அயல்நாட்டு அறிஞர்கள் நாட்டுப் புறத் தெய்வங்கள் குறித்த விவரங்களைச் சேகரித்து ஆராய்ந் துள்ளனர். அவர்களுள் நா. வானமாமலை (1971), தி. நடராசன் (1980), ஏ.என். பெருமாள் (1985), ச.கணபதிராமன் (1986), இரா. பாலசுப்பிரமணியன் (1986), தே. லூர்து (1987), க. சாந்தி (1987), ஸ்டூவர்ட் பிளாக்பர்ன் (1988), ஆ. சிவசுப்பிரமணியன் (1989), ஆறு. இராமநாதன் (1989, 1991), அல்ப் உறில் டபைட்டல் (1991), தே. ஞானசேகரன் (1992), ஆ. தசரதன் (1994, 1995, 1996) ஆகியோரின் பணிகள் கவனத்தில் கொள்ளத்தக்கவை, சமீப காலத்தில் வெளிவந்த நூல்கள் மற்றும் இதழ்களுள் நாட்டுப்புறத் தெய்வங்கள் குறித்த விளக்கவியல் ஆய்வுகள் பல காணப்படுகின்றன. இவ்வாறு இதுவரை வெளி வந்த நூல்களில் தெய்வங்களின் தோற்றம் குறித்து இரு நூறுக்கும் மேற்பட்ட கதைகள் இடம் பெற்றுள்ளன. தெய்வங்கள் உருவாகும் முறைகளையும் சமய நிறுவனங்கள் வளர்ச்சி பெறும் நிலையையும் இவை தெளிவுபடுத்துகின்றன.

சனங் களின் கடந்தகால மற்றும் நிகழ் கால வரலாறுகளை அறிந்து கொள்ள இவை மிகச்சிறந்த சான்றுகளாக அமையத் தக்கவை. ஆயினும் தெய்வத் தோற்றக் கதைகள் ஒன்றுபோல் கொள் ளத்தக்கவை அல்ல. அவற்றை ஆய்வுக்கு எடுத்துக் கொள்ளும் போது மிகுந்த கவனம் தேவைப்படுகிறது.

I

தெய்வங்களின் தோற்றக் கதைகளை 1. புராண இலக்கியங்களில் காணப்படும் பெருந்தெய்வங்களின் தோற்றக் கதைகள், 2.நாட்டுப்புற எழுத்துமரபான கதைப்பாடல்கள் வாயிலாக அறியப்படும் நாட்டுப்புறத் தெய்வங்களின் தோற்றக் கதைகள், 3. வாய்மொழி மரபிலிருந்து சேகரிக்கப்படும் நாட்டுப்புறத் தெய்வங்களின் கதைகள் என்று மூன்றாகப் பிரித்துக் காணலாம்.

1.பெருந்தெய்வங்கள் அல்லது நிறுவன சமய தெய்வங்களின் தோற்றக் கதைகளுள் பல தனித்தன்மை கொண்டவை.

சிவனின் தோற்றம் குறித்துக் கதைகள் காணப் படவில்லை. ஆனால் சிவன் பல தெய்வங்கள் தோன்றுவதற்குக் காரணமாக இருப்பதாகக் கதைகள் உள்ளன.

தேவர்களின் வேண்டுகோளுக்கிணங்கி அரக்கர்களை அழிப்பதற்காகச் சிவன் சக்தியுடன் கூட, அவனிடமிருந்து வெளிப்பட்ட தவ வலிமை வாய்ந்த கருவைத் தீக்கடவுள் தாங்கிச் சென்று சரவணப் பொய்கையில் விட, அங்கே முருகன் பிறந்தான் (கணபதி, 1984:9), தில்லைக் காளியோடு நடன மாடிய போது சிவனின் உக்கிரச் சிலம்பு ஆறு பொறிகளாகச் சரவணப் பொய்கையில் விழ, ஆறு பொறிகளும் ஆறு குழந்தை களாகப் பிறந்து பின் ஒன்றாகியது என்று முருகன் பிறப்பு பற்றி மற்றொரு கதை கூறுகிறது (சிலம்பு நா. செல்வராசு, 1992 : 46). பார்வதியின் சிலம்புப் பரல்களிலிருந்து வீரபாகு உள்ளிட்ட நவ வீரர்கள் பிறந்தனர். சிவன், மோகினி வடிவிலிருந்த திருமாலைக் கூடியதால் அய்யனார் பிறந்தார் (ஆ. தசரதன், 1994: 4-5).

கிருஷ்ணரும் இராமரும் அவதாரங்கள் என்பதால் பிறப்பில் தெய்விகத் தன்மை கூறப்பட்டாலும் தாயின் வயிற் றிலேயே பிறக்கிறார்கள். ஆனால் இராமரின் வேள்வியில் வள்ளி பிறப்பதாகக் கதை உள்ளது (சிலம்பு நா. செல்வராக,

1992 : 51). 'விஷ்ணு அம்சமாகிய கலைக்கோட்டு மகரிஷிக்கும் லட்சுமி அம்சமாகிய மானுக்கும் மகளாக வள்ளி பிறப்பதையும் மற்றொரு கதை கூறுகிறது (மேற்படி. நூல், 52). திருமாலின் கொப்பூழிலிருந்து பிரமன் பிறக்கிறான். பார்வதி குளிக்கச் செல் லுமுன் காவலுக்காகத் தன் அழுக்கைத் திரட்டிப் பிடித்து உயிர்ப்பிக்கப் பிள்ளையார் பிறக்கிறார்.

இதுபோன்ற எண்ணற்ற கதைகள் உள்ளன. இவை காலத்தால் மிகத் தொன்மையானவையாக, பிறப்பு தொடர்பாக மக்கள் சரிவர அறியாத காலத்தில் தோன்றியவையாக இருக்க வேண்டும். அதனால் தான் பொய்கையிலிருந்தும் நெற்றிக் கண்ணிலிருந்தும் ஆணும் ஆணும் இணைவதிலிருந்தும் ஆணின் கொப்பூழிலிருந்தும் மான் வயிற்றிலிருந்தும் வேள்வியிலிருந்தும் சிலம்பிலிருந்தும் அழுக்கிலிருந்தும் பிறப் புகள் நடைபெறுகின்றன. இயல்பான பிறப்புகளையுடைய கிருஷ்ணர், இராமர், பரசுராமர் கதைகள் காலத்தால் பிற்பட் டவையாகலாம். வடவர் கலப்பால் இத்தகைய புராணக் கதை கள் தமிழகத்தில் பரவியதாகக் கருதப்படுகிறது. இத்தகைய கதைகள் புராண இலக்கியங்களாகப் படைக்கப்பட்டுள்ளன. எழுத்து மரபோடு தொடர்புடைய மேல்தட்டு மக்களிடையே இத்தகைய கதைகள் செல்வாக்குப் பெற்றுள்ளன. அவர்தம் வாழ்க்கையின் நம்பிக்கைகளாக, விழாக்களாக, சடங்குகளாக இக்கதைகள் செயல்படுகின்றன. இக்கதைகள் வாய் மொழி யாகப் பரவி அடித்தட்டு மக்களின் படைப்புகளிலும் ஊடுருவியுள்ளதைக் காண முடிகிறது. குழந்தையில்லாத பெண்ணுக்கு சாமியார் மிளகு தர, அம்மிளகுகளுள் ஒன்று தவறி விழுந்து பரணில் சென்று தங்கிப் பெண் குழந்தையாவதும் சாமியார் தரும் மாம்பழத்தை உண்பதால் பெண்கள் கருவுறு தலுமான செய்திகள் நாட்டுப்புறக் கதைகளில் இடம் பெறுகின்றன. உயர்ந்த பிறப்பு என்பதைக் குறிக்கவே இத்த கைய 'இயல்புக்கு மாறான பிறப்பு' என்று கூறுமளவு எழுத்து மரபில் இடம்பெறும் பெருந் தெய்வங்களின் அல்லது அத் தெய்வங்களோடு தொடர்புடைய தெய்வங்களின் பிறப்புக் கதைகள், அமைந்துள்ளன.

2.சனங்களின் சாமிகள் அல்லது நாட்டுப்புறத் தெய்வங்களின் தோற்றக் கதைகள் எழுத்து வடிவிலும் நமக்குக் கிடைக்கின்றன. எழுத்து வடிவம் என்று குறிப்பிட்டது செவ் விலக்கிய எழுத்து வடிவத்தையல்ல; வில்லுப்பாட்டு, உடுக்கடிப்

பாட்டு, பம்பைப் பாட்டு என்று பலவாறாக வழங்கப்படும் நாட்டுப்புற எழுத்து மரபான கதைப் பாடல்களையே யாகும்.

"ஒரு தெய்வத்திற்குக் கதைப்பாடல் இல்லை என்றால் அது கோவில் விழா அளவில் குறுகிவிடும். குறிப்பிட்ட ஊருக் கோ இனத்திற்கோ உரியதாக அடங்கி ஓர் ஆண்டிற்கு ஒருமுறை நினைவுபடுத்துவதாக மட்டும் அமைந்துவிடும். எனவே, மக்கள் தங்கள் தெய்வங்கள் மேல் பாடல் கட்டும்படி ஏற்பாடு செய் தனர். இவ்வாறு கதைப்பாடல்களில் பாடப்படும் தெய்வங்கள் ஊர்விட்டு ஊர் பெயர வாய்ப்புள்ளது" (சு. சண்முகசுந்தரம், 1995-96 : 165)

கொங்கு வட்டாரங்களில் உடுக்கடித்துப் பாடப்படும். அண்ணன்மார் சுவாமி கதை, தமிழகத்தின் வடமாவட்டங்களில் பம்பையடித்துப் பாடப்படும் காத்தவராயன் கதை, துரோபதை யம்மன் கதை முதலியன வழிபாடுகள் நிலைத்திருப்பதற்கும் பரவுவதற்கும் காரணமாக இருந்து வந்துள்ளன என்பதை அறியலாம். இவ்வகையில் திருநெல்வேலி, கன்னியாகுமரி மாவட்டங்களில் சிறுதெய்வ வழிபாட்டின் அங்கமாகச் செல் வாக்குப் பெற்று விளங்கும் வில்லுப் பாடல்கள் குறிப்பிடத் தக்கவை. தமிழகத்தின் பிற பகுதிகளில் காணப்படாத அளவு மிகுதியான எண்ணிக்கையில் தெய்வங்களின் தோற்றக் கதைகள் வில்லுப் பாடல்களாக இப்பகுதியில் கிடைக்கின்றன.

"நாட்டார் தெய்வம் மக்களால் வழிபடப்பட்டு செல் வாக்குப் பெறும் நிலையில் வில்லிசைப் பாடல்களில் இடம் பெறும் கட்டாயத்தைப் பெற்று விடுகின்றன. இந்நிலையில் இவை புதிய பரிமாணங்களைப் பெறுதல், மக்களின் நம்பிக்கைக்கு மேலும் பாத்திரமாதல் ஆகிய தன்மைகளைப் பெறுகின்றன. இதனால் வழிபாடு அளவில் மட்டும் நிலை பெறும் நாட்டார் தெய்வங்களை விட வழிபாடு பெறுதலோடு வில்லிசைப் பாடல்களில் இடம் பெறும் நாட்டார் தெய்வங்கள் பெரும் மதிப்பை அடைகின்றன" (அகா. பெருமாள், 1997 : 139)

நாட்டுப்புறத் தெய்வங்களின் தோற்றம் குறித்து வில்லுப் பாடல்கள் கூறும் செய்திகளை வகைப்படுத்தி விளக்கியுள்ளார் அகா.பெருமாள் (1997: 133-35), அவர் கருத்துகளைப் பின்வருமாறு சுருக்கமாகச் சுட்டலாம்;

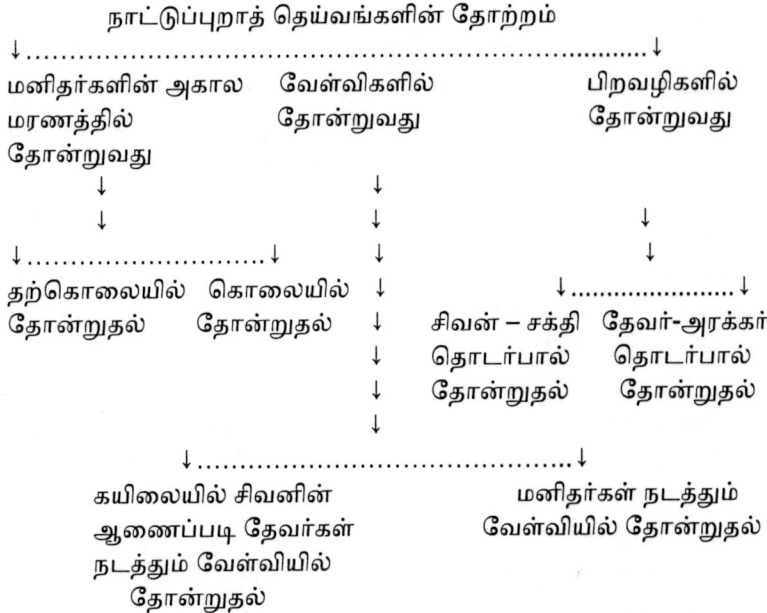

நாட்டுப்புறாத் தெய்வங்களின் தோற்றம்

- மனிதர்களின் அகால மரணத்தில் தோன்றுவது
  - தற்கொலையில் தோன்றுதல்
  - கொலையில் தோன்றுதல்
- வேள்விகளில் தோன்றுவது
  - கயிலையில் சிவனின் ஆணைப்படி தேவர்கள் நடத்தும் வேள்வியில் தோன்றுதல்
  - மனிதர்கள் நடத்தும் வேள்வியில் தோன்றுதல்
- பிறவழிகளில் தோன்றுவது
  - சிவன் – சக்தி தொடர்பால் தோன்றுதல்
  - தேவர்-அரக்கர் தொடர்பால் தோன்றுதல்

வேள்விகளிலும் பிற வழிகளிலும் தோன்றும் நாட்டுப்புறத் தெய்வங்கள் ‘சிவன், திருமால் போன்ற பெருநெறித் தெய்வங்களிடம் வரம் பெற்ற பின்னரே நாட்டார் தெய்வங்கள் என்னும் மதிப்பைப் பெறுகின்றன’ என்பதை அ.கா. பெருமாள் (1997 835) தெளிவுபடுத்துகின்றார். தெய்வத் தோற்றக் கதைகள் நாட்டுப்புற எழுத்து மரபில் கதைப் பாடல் களாகப் பதியப்படும்போது அவை செவ்விலக்கியப் புராண மரபின் தாக்கம் பெற்றவையாக ஆகி விடுகின்றன என்பதை உணரமுடிகிறது. வில்லுப்பாடல்களில் இடம் பெற்றுள்ள இத்தகைய தாக்கம் அப்பாடல்கள் வழங்கப்படும் பகுதிகளின் தெய்வத் தோற்றக் கதைகளுக்கு ஒரு வட்டாரத் தன்மையை அளிக்கிறது எனலாம்.

தமிழகத்தின் பிற பகுதிகளில் காணப்படும் கதைப் பாடல்களில்இத்தகையவட்டாரத்தன்மையைக்காணவியலுமா என்று செவ்விலக்கியப் புராண மரபின் தாக்கம் தெரியவில்லை. ஆனால் இவற்றிலும் காணப்படுகிறது என்பதில் ஐயமில்லை.

நாட்டுப்புறத் தெய்வங்களின் வரலாறுகளோடு அவற்றின் உருவங்கள், இயல்புகள், வழிபாட்டு முறைகள் போன்றவற்றைக் கதைப் பாடல்கள் பதிந்து வைத்துள்ளன. அடித்தள மக்களின் வாழ்க்கையிலும் வழிபாட்டு முறைகளிலும் இத் தகவல்கள் பெரும் பங்காற்றுகின்றன.

3. வாய்மொழி மரபில் காணப்படும் நாட்டுப்புறத் தெய்வங்களின் தோற்றக் கதைகளில் புராண மரபின் தாக்கம் மிகக் குறைந்தளவு காணப்படுவதால் அவை மிகுந்த முக்கியத்துவம் வாய்ந்தவையாகக் காணப்படுகின்றன. முந்நூறு, நானூறு ஆண்டுகளுக்கு உட்பட்ட காலத்தில் தோன்றிய கதைகள் இவை. முப்பது ஆண்டுகளுக்கு உட்பட்ட காலத்தில் தோன்றிய கதைகளும் இதில் அடங்கும். தெய்வங்கள் உருவாதல், வழிபாடுகள் வளர்ச்சி பெறுதல் போன்ற பல தகவல்களை இத்தகைய கதைகள் நல்குகின்றன. சனங்களின் வரலாற்றினை அறிய இத்தகைய கதைகள் பெரும் பங்காற்றவியலும்.

மேற்குறித்த மூன்று பிரிவுகள் தனித்தனியே சுட்டப்படும் அளவு தனித் தன்மைகள் கொண்டவை. அதே நேரத்தில் அவை ஒன்றுக்கொன்று தொடர்புடையவை. ஒன்றுள் ஒன்று ஊடுருவத்தக்கவை. இடையறாமல் ஊடுருவிக் கொண்டிருப்பவை. இதனை மனதில் கொள்ள வேண்டும். நாட்டுப்புறத் தெய்வங்களின் தோற்றக் கதைகள் குறித்துக் காண்பதால் பின்னிரு பிரிவுகளில் காணப்படும் தரவுகள் கவனத்தில் கொள்ளப்படுகின்றன.

II

நாட்டுப்புறத் தெய்வங்கள் எவ்வாறு தோன்றுகின்றன அல்லது வழிபாட்டுக்குரியவையாக ஏற்றுக் கொள்ளப்படுகின்றன? இதனைப் புரிந்து கொள்வதற்கு தே. ஞான சேகரன் (1992) பதிப்பித்துள்ள 'நாயக்கர் காலம் - நாட்டார் தெய்வக் கதைகள்' என்ற நூலினைச் சான்றாகக் கொள்ளலாம். நூலில் உள்ள கதைகள் 'நாயக்கர் காலக் 'கதைகள்' என்று பதிப்பாசிரியர் கூறும் கருத்து ஏற்றுக்கொள்ளத் தக்கதல்ல, (நூலில் உள்ள 94 கதைகளுள் 75 கதைகள் (பிற்காலத்தவை). ஆயினும் பழைய மதுரை மாவட்டத்தில் 57 ஊர்களில் 19 சாதிகளைச் சேர்த்த 74 தகவலாளர்களிடமிருந்து சேகரிக்கப்பட்ட 94 கதைகள் இடம்பெற்றுள்ள இந்நூல் தெய்வக் கதைகளின் தொகுப்பில் குறிப்பிடத்தக்கது. இக்கதையில் 186 தெய்வங்களைப் பற்றிய குறிப்புகள் இடம் பெற்றுள்ளன. இவற்றுள் மரவழிபாடு குறித்த ஒரு கதையும், பாம்பு வழிபாடு குறித்த இரு கதைகளும் ஊற்று வழிபாடு குறித்த ஒரு கதையும் ஆக நான்கு கதைகளும் அடங்கும். எஞ்சிய 112 தெய்வங்களும் தோன்றிய (அல்லது மக்களால் வழிபாட்டிற்குரியதாக ஏற்றுக்கொள்ளப்பட்ட) விவரங்களைப் பின்வருமாறு வகைப்படுத்திக் கூறலாம்:

1. பிறப்பிலேயே தெய்வமாகப் பிறத்தல்

பிறக்கும் போது தெய்வமாகவே - தெய்வ ஆற்றலுடன் பிறப்பதாக இவ்வகைக் கதைகள் அமையும்.

2. மூலக் கோவிலிலிருந்து பிடிமண் எடுத்து வந்து புதிய இடத்தில் உருவாக்கப்படும் பிடிமண் தெய்வங்கள்

இத்தகைய பிடிமண் தெய்வங்களைப் பொறுத்தவரை பலவற்றுக்கு அவை தோற்றம் பெற்ற கதைகள் தெரிவதில்லை. ஞானசேகரனின் நூலில் இடம்பெறும் பிடிமண் தெய்வங்களுக்கும் தோற்றக் கதைகள் தெரியவில்லை. முயற்சி செய்தால் அறியலாம். .ஆ. சிவசுப்பிரமணியன் (1989:14-15) ஆரிச்சன் முதலான பிடிமண் தெய்வங்களின் தோற்றக் கதைகளைக் கூறுவதைக் காணலாம்

3. பூமியிலிருந்து அல்லது பெட்டியிலிருந்து அல்லது பிற வழிகளில் கண்டெடுக்கப்படும் தெய்வங்கள்

நடந்து செல்லும்போது கால் இடற, பூமியை வெட்டிப் பார்த்தால் தெய்வச்சிலை இருக்கும். வழிபட்டும் பயன் தரவில்லை என்னும் நிலையில் சிலைகளைப் பெட்டியில் வைத்து ஆற்றில்விட, அதனைக் கண்டெடுத்தவர் வழிபடுவர். ஆற்றிலோ, குளத்திலோ பூமியை வெட்டும் போதோ கிடைக்கும் சிலையை வழிபடுவர். இவ்வகைக் கதைகள் முன்பே தோற்றம் பெற்று வழிபாட்டிற்கு உரியனவாக இருக்கும் தெய்வங்களின் மறுஉயிர்ப்பு என்று கூறலாம்.

4. மரணத்தில் தோன்றும் தெய்வங்கள்.

இத்தகைய தெய்வங்களே எண்ணிக்கையில் மிகுதி முன்னர்க் கூறிய மூன்று வகைகளில் சுட்டப்படும் தெய்வங்கள் கூட மரணத்தில் தோன்றியவையாக இருக்கக்கூடும். காலப் போக்கில் அவற்றுக்குரிய. தோற்றக் கதைகள் மறைந்திருக்கலாம்.

தே.ஞானசேகரன் நூலில் இடம்பெறும் 82 தெய்வங் களின் கதைகள் அவை அகால மரணத்தில் தோன்றியவை என்பதைத் தெரிவிக்கின்றன. அக் கதைகளின் விவரங்களைத் தொகுத்து நோக்கும்போது அவற்றுள் கொலை, தற்கொலை, விபத்து, இயற்கை ஆகிய நான்கு வகையான மரணங்களைக் காணமுடிகிறது. அதனைப் பின்வருமாறு பட்டியலிடலாம்:

தெய்வங்கள் இறந்த முறை	ஆண்	பெண்
1.கொலை		
1.1. போரில் கொல்லப்படல்	4	-
1.2. திருடன் என்று தவறாகக் கொல்லப்படல்	2	-
1.3. உயர்சாதிப் பெண்ணை மணந்ததால் கொல்லப்படல்	3	-
1.4.கலப்புக் காதலால் ஏற்பட்ட சாதிக் கலவரத்தில் கொல்லப்படல்	2	-
1.5. மந்திரவாதி-இவனால் தீங்குவரும் என்று சந்தேகித்ததால் கொல்லப்படல்	1	-

1.6. தெய்வப்பிறவி என்று நினைத்ததால் கொல்லப்படல்	1	-
1.7. முனி அடித்துக் கொல்லல்	1	-
1.8. திருட்டுக் கூட்டத் தலைவன் மற்றும் இரவுடிஅடித்துக் கொல்லப்படல்	2	-
1.9. நடந்தையில் சந்தேகம் காரணமாகக் கொல்லல்	-	2
1.10. கர்ப்பிணியாக்கிக் கொல்லல்	-	2
1.11. கட்டாய மணத்தை மறுத்ததால் தந்தை மகளைக் கொல்லல்	-	1
1.12.பெண் பிற ஆடவனை மனதால் நினைத்ததால் கொல்லல்	-	3

2.தற்கொலை

2.1. வயிற்றுவலி தாங்காமல் தூக்கிட்டு இறத்தல்	1	-
2.2 கொலையைப் பார்த்துத் துயரம் தாங்காமல் தற்கொலை	3	3
2.3. தீயில் விழுந்திறத்தல்		
2.3.1. கற்பைக் காப்பாற்றிக் கொள்ளத் தீயில் விழுந்திறத்தல்	-	9
2.3.2.விருப்பமற்ற மணத்தி லிருந்து தப்பத் தீயில் விழுந்திறந்தல்	-	8
2.3.3. கலப்புமணம்-கணவன் கொல்லப்பட்டதால் தீயில் விழுந்திறந்தல்	-	8
2.3.4. கணவனை இழந்து உடன்கட்டையேறல்	-	3
2.3.5.சாதி வேறுபாட்டால் கோயிலுக்கு வரக்கூடாது என்றதால் தீயில் விழுந்திறந்தல்	-	1
2.3.6. தீக்குளிப்புக்கான காரணம் தெரியவில்லை	-	1

2.4. கலப்புக் காதலால் கலவரம் ஏற்பட, தன்னால் தான் கலவரம் ஏற்பட்டதென்று தற்கொலை செய்து கொள்ளல்	-	1
2.5. கிழிந்த உடையுடன் வீடு திரும்ப அவமானப்பட்டுத் தற்கொலை செய்து கொள்ளல்	-	1
2.6. கோயிலில் முதல் மரியாதை கிடைக்காததால் தற்கொலை செய்து கொள்ளல்	-	1
2.7. மலடி என்பதால் தற்கொலை செய்துகொள்ளல்	-	1
2.8. தற்கொலைக்கான காரணம் தெரியவில்லை	-	1

3. விபத்து

3.1. ஆற்று வெள்ளத்தில் மற்றும் கிணற்றில் மூழ்கி இறத்தல்	1	3
3.2. பாம்பு கடித்து இறத்தல்	2	1
3.3. உணவு விக்கி இறத்தல்	-	2
3.4. தீவிபத்தில் இறத்தல்	-	1
3.5. திருவிழாக் கூட்டத்தில் சிக்கி இறத்தல்	-	1

4. இயற்கை

4.1. முனிவர் இறத்தல்	1	-
4.2. குருசாமி இறத்தல்	1	-
4.3. உண்பதைப் பிறர் பார்த்தால் இறப்பவர் அவ்வாறே இறத்தல்	1	-
4.4. பருவமடையும் வயதில் இறத்தல்	-	1
4.5. உடல்நலமின்றி இறத்தல்	-	1
4.6. நிறைமாதக் கர்ப்பிணி இறத்தல்	-	1

இந்தப் பட்டியல் செய்திகள் நமக்குப் பல உண்மைகளை உணர்த்துகின்றன.

மரணமுற்றுத் தெய்வமானவர்களுள் ஆண்களைவிட பெண்களே மிகுதியாக உள்ளனர்.

விபத்து மற்றும் இயற்கையில் மரணமடைந்தவர்களைவிட கொலை மற்றும் தற்கொலை செய்து கொண்டவர்களே மிகுதியாகத் தெய்வமாக்கப்பட்டுள்ளனர்.

அனைத்து இறப்புகளிலும் ‘அகால மரணம்’ என்ற ஒரு பொதுத் தன்மை காணப்படுகிறது. பிரிவு 4.1, 4.2. இரண்டும் விதிவிலக்கு ஆயினும் முனிவர் (4.1) தூக்கிட்டு இறந்ததாகவும் ஒரு கதை வடிவம் கிடைக்கிறது என்பதை மனதில் கொள்ளலாம். ‘அகால மரணமடைந்தோர் ஆவி அவர்களுக்கு விதிக்கப்பட்ட நாள்வரை சுற்றிக் கொண்டேயிருக்கும்’ என்னும் நம்பிக்கையும், ‘அகால மரணத்திற்குக் காரணமானவர்களை அந்த ஆவி தண்டிக்கும். என்னும் அச்சமும் ‘அந்த ஆவியை வழிபட்டால் தண்டனையிலிருந்து தப்பி நன்மை பெறலாம்’ என்னும் ஆசையும் நாட்டுப்புறத் தெய்வங்களின் தோற்றத்திற்கு அடித்தளமாகின்றன என்பதை அனைத்துக் கதைகளும் தெளிவு படுத்துகின்றன. அகால மரணமடைந்தவரின் ஆவி துன்புறுத்தியது அல்லது கனவில் வந்து கூறியது அல்லது தன் தெய்வீகத் தன்மையை வெளிப்படுத்தியது - அதனால் வழிபாடு தொடங்கப்பட்டது என்பதே கதைகளின் முடிவுகளாக இருந்தன.

‘சமுதாயத்திற்கு நன்மை புரிந்தவர்கள், நல்லவர்கள், மகான்கள் போன்றோர் தெய்வ நிலைக்கு உயர்கின்றனர்’ போன்ற பொதுக்கருத்து நிலவுகிறது. இது உண்மை தான். ஆயினும் திருடர்கள், இரவுடிகள் கூட தெய்வமாக்கப் பட்டுள்ளனர். (1.8) என்பதையே தெய்வத் தோற்றக் கதைகள் தெளிவுபடுத்துகின்றன.

பட்டியலை நோக்கினால் விபத்து மற்றம் இயற்கை மரணங்கள் ஆண், பெண் இருசாராருக்கும் பொதுவாகவே உள்ளன. ஆனால் கொலை, தற்கொலையை நோக்கும்போது அதற்கான காரணங்கள் ஆழ்ந்த சித்தனைக்குரியவையாக உள்ளன.

ஆண்கள் கொலை செய்யப்பட்டதற்குப் போர் (1.1), திருடன் என்ற சந்தேகம் (1,2), கலப்பு மணம் (1.3,1.4), மூட நம்பிக்கை (1.5-1.7), தீமை செய்வோர் (1.8) என்று பல கார

ணங்கள் இருந்தாலும் பெண்களின் கொலைகளுக்கு ஆணாதிக்கச் செயற்பாடுகளே காரணங்களாக (1,9-1.12) உள்ளன என்பதை அறிய முடிகிறது.

தற்கொலைகளுக்கான காரணங்களும் ஆழ்ந்த சிந்தனைக் குரியவையாக உள்ளன. வயிற்றுவலி (2.1) காரணமாகத் தற்கொலை செய்து கொள்வது பொதுவானது. இளகிய மனம் காரணமான தற்கொலை (2.2), ஆண், பெண் இரு சாராருக்கும் பொது. சாதிவெறி காரணமான பாதிப்புகள் (2.3.3, 2.3.5, 2.4) இரு சாராருக்கும் பொதுவாயினும் அதனால் பாதிக்கப்பட்ட பெண்களே வழிபடும் தெய்வங்களாக உள்ளனர். இவர்களின் பாதிப்பு மிகுதி என்பது காரணமாக இருக்கக்கூடும். ஆயினும் இக்கருத்து ஆழ்ந்த ஆய்வுக்குரியது. பாலியல் வன் முறை (2.31) உள்ளிட்ட ஆணாதிக்க சமூகக் கொடுமைகளால் (2.3.2, 2.3.4, 2.4, 2.5, 2.7) பெண்கள் மிகுதியான பாதிப்புக்குள்ளாகின்றனர் என்பதைப் பட்டியல் வாயிலாக அறிய முடிகிறது.

பட்டியலில் இடம்பெற்றுள்ள கொலை மற்றும் தற் கொலை போன்றவற்றுக்கான காரணங்கள் அடித்தள மக்கள் வாழ்ந்த மற்றும் வாழ்ந்து கொண்டிருக்கும் வாழ்க்கையைப் படம்பிடித்தும் காட்டுகின்றன. மக்களின் பழக்க வழக்கங்கள், நம்பிக்கைகள் சாதி மோதல்கள், மேலாதிக்கங்கள் உள்ளிட்ட பல்வேறு சமூக நிகழ்வுகளைப் பிரதிபலிக்கின்றன.

பழைய மதுரை மாவட்டத் தரவுகளை அடிப்படையாகக் கொண்ட இந்தப் பட்டியல் தமிழகத்தின் பிற பகுதிகளுக்குப் பொருந்துமா? இறந்தோர் வழிபாட்டில் உருவான தென் மாவட்டத் தெய்வங்களை மேற்கண்ட (பட்டியலில் உள்ள) நான்கு பிரிவுகளில் வகைப்படுத்தலாம் என்று ஆ. சிவசுப் பிரமணியமும் (1989:12) குறிப்பிடுகின்றார். மேலும் இரா. பாலசுப்பிரமணியன் (1986), சோ, கண்ணதாசன் (1995), சு. சண்முகசுந்தரம் (1996), சுந்தரேசன் (1996), மு. கண்ணன் (1996), கு. கண்ணன் (1996), சு. இராசரத்தினம் (1997), கோ. அருட்கலை (1998), மு. முருகையன் (1998), சிலம்பு நா. செல் வராசு (1998), அ.கா.பெருமாள் (1997), சொ. மணிவண்ணன் (1999), சி. மகேசுவரன் (1999), வ. ஜெயா (1999), மு. பாண்டி (1999), மு.கலியாணிகுமார்(1999), வெ.அமுதா(அச்சிடப்படாத கதைகள்) போன்ற பலருடைய ஆய்வுகளில் இடம் பெற்றுள்ள தமிழகத்தின் பல பகுதிகளில் வழிபடப்படும் அறுபதுக்கு மேற் பட்ட தெய்வங்களின் தோற்றக்கதைகளும் இப்பகுப்பில் அடங்குவனவாகவே உள்ளன.

தெய்வங்களின் பெயர்களைப் பிறழ அறிவதால் அதற்கேற்பத் தெய்வத் தோற்றக் கதைகள் உருவாகின்றன என்பதைச் சான்றுகள் தெளிவுபடுத்துகின்றன. சான்றாக மாரி யம்மன் கதையைக் கூறலாம். தன் மனைவி ரேணுகாதேவி மனக்கற்பு தவறிவிட்டதாகக் கருதி அவளைக் கொல்லுமாறு மகன் பரசுராமனிடம் சமதக்கினி முனிவர் கூற. தந்தை சொற் படி பரசுராமன் தாயின் தலையை வெட்டிக் கொன்றபின் அவளை உயிர்ப்பித்துத் தருமாறு தந்தையிடம் வேண்டினான். உயிர்ப்பிக்கும் மந்திரத்தை மகனுக்குக் கூறுகிறார் முனிவர், தாயின் தலைக்குப் பதிலாக வேறு தலையை வைத்து உயிர்ப்பித்து விடுகிறான் பரசுராமன். தலை மாறியதால் மாறி யம்மனாயிற்று (ஆ.தசரதன், 1995), சிவபுராணக் கதை இது. இதன் பல்வேறு வடிவங்கள் காணப்படுகின்றன. வண்ணார் சாதிப் பெண்ணின் தலையைப் பொருத்துவதாக ஒரு கதை (தே ஞானசேகரன், 1992: 70 – 71) கூறுகிறது இதனையொத்த மற்றொரு கதைத் தெய்வத்தின் பெயர் ‘மாத்தம்மா’ என்பதாகும் (வ.ஜெயா, 1999 : 114-15) இது பட்டியலின் 1.12 என்ற பிரிவில் அடங்கும்

பூசணிக்காய் வெடித்து அதில் ‘மல்லைய சாமி தோன் றியதாக ஒரு கதையில் (துளசி. இராமசாமி, 1985:80) கூறப் படுகிறது. ஈனாத வெள்ளாடு அச்சாமிக்குப் பால் கொடுத் ததாகவும் இக்கதை கூறுகிறது. இத்தகைய அற்புத நிகழ்ச் சிகளைக் கூறி தெய்வத்தின் தோற்றம் கூறப்படுகிறது. பிறக்கும் போதே தெய்வமாகப் பிறத்தல் என்னும் பிரிவில் அடங்கும் கதை இது.

பிற கதைகளும் இவ்வாறு மேற்கண்ட பகுப்பில் அடங்கத் தக்கனவாகவே உள்ளன.

தினமும் இலட்சக் கணக்கானோர் அகால மரண மடைகின்றனர். அவர்களுள் ஒரு சிலரே தெய்வமாக்கப்ப டுகின்றனர். இதற்கு என்ன காரணம்? எளிதில் விடையளிக்க இயலாத வினா இது. மரணத்திற்குப் பின்னர் அவர்களோடு தொடர்புடையவர்களுக்கோ அதற்குக் காரணமானவர் களுக்கோ ஏற்படும் தீமைகள், மனப் பிரமைகள், கனவுகள் போன்றவை தெய்வ உருவாக்கத்திற்குக் காரணங்களாகின்றன. இயற்கை மற்றும் உளவியல் சார்ந்த நிகழ்வுகளோடு தொடர்பு டையதாக இருப்பதால் தெய்வங்கள் தோன்றுவதை முன் கூட்டியே அனுமானிக்க இயலாது. தெய்வங்கள் புதிது புதிதாகத் தோன்றிக் கொண்டு தான் உள்ளன. புதிதாகத்

தோன்றும் தெய் வங்கள் சிலவற்றைப் பற்றிய விவரங்களை உடனுக்குடன் சேகரித்து ஆய்வு மேற்கொண்டால் ஒருவர் தெய்வமாக்கப் படுவதற்கு என்னென்ன காரணங்கள் செயற் படுகின்றன என்பதை அறிய இயலும்.

III

தெய்வங்களின் தோற்றக் கதைகளை வரலாற்றாய்வுக் கான தரவுகளாக எடுத்துக் கொள்ளும்போது மிகுந்த கவனம் தேவை.

தெய்வத் தோற்றக் கதையை மட்டுமே ஆய்வுக்கு எடுத்துக் கொள்வது பயன் தராது. அது வழிபாட்டின் அங்கம் மட்டுமே. தெய்வச்சிலை இருப்பின் அதன் விவரம், கோயில் இருப்பின் அதன் விவரம், கதையின் பல்வேறு வடிவங்கள், பாடல்கள், (ஏதேனும் இருப்பின்) வழிபாட்டில் நிகழ்த்தப்படும் அனைத்துச் சடங்கு முறைகள், வழிபடுவோர் தம் கருத்துகள், கோயில் உரிமையாளர் கருத்து, பூசாரியின் கருத்து போன்ற பல செய்திகள் பல கட்டங்களாகச் சேகரிக்கப்பட வேண்டும். பல்வேறு வயதினையுடைய, பல்வேறு சாதிகளைச் சேர்ந்த, பல்வேறு ஊரிலுள்ள ஆண், பெண் இருபாலாரிடமிருந்தும் செய்திகள் சேகரிக்கப்பட வேண்டும். ஒரு தெய்வத்திற்கு இவ் வாறு சேகரிக்கப்பட்ட விவரங்களைப் பிற தெய்வத் தோற்றக் கதைகளோடு ஒப்பிட வேண்டும். இவ்வாறெல்லாம் செய்தால் மட்டுமே தெய்வத்தின் வரலாற்றினை மீட்டெடுக் இயலும்.

ஒரு கதையின் வெவ்வேறு வடிவங்களைச் சேகரிக்கும் போது ஒரு தெய்வம் எவ்வாறு காலத்திற்கேற்பப் புனிதப் படுத்தப்படுகிறது என்பதைப் புரிந்துகொள்ள இயலும். திருமணம் செய்து கொள்ளாமல் பெரியவர் ஒருவருடன் சேர்ந்து வாழ்ந்த ஒரு பெண், பெரியவர் இறந்தபோது உடன்கட்டையேறி இறந்தாள். தீப்பாஞ்சாயி என்று வழிபடப்பட்டாள். இவளைப் பற்றிய கதையின் பல்வேறு வடிவங்களைச் சேகரித்துப் பார்த்தபோது, ‘பெரியவர் அப்பெண்ணைத் தன் மகளாக வளர்த்தார்’ என்னுமளவு புனிதப்படுத்தும் முயற்சியை அறிய முடிந் தது. அதுமட்டுமல்லாது அத்தெய்வ வழிபாடு 1973-க்குப் பிறகு ஒரு குடும்ப வழிபாட்டிலிருந்து வளர்ச்சி பெற்று வைணவத் தலமாகி, தீப்பாய்ந்த நாச்சியார் திருக்கோயிலாக’ வளர்ச்சி பெற்று விட்டதையும் அறியமுடிந்தது (ஆறு. இராமநாதன், 1991).

நாட்டுப்புறத் தெய்வங்களின் தோற்றக் கதைகளில் சில கதைக்கூறுகள் (folk motif) திரும்பத்திரும்ப இடம்பெறுகின்றன. பெண் தீப்பாய்ந்து இறக்கும்போது அவளுடைய முந்தாணிச் சேலை, கருகமணி. எலுமிச்சம் பழம் மட்டும் கருகாமலிருந்தது. அதனை எடுத்து வைத்து வழிபட்டார்கள்.

சாதி மீறிய காதல் காரணமாக ஊரைவிட்டு ஓடிப்போகும் காதலர்கள் மறைந்திருந்த இடத்தை இடையர்கள் காட்டிக் கொடுக்க, காதலர்கள் கொல்லப்படுவர். அவர்களின் ஆவி இடையர்களின் ஆடுமாடுகளை அழிக்க, இடையர்கள் அக் காதலர்களை வழிபட்டனர்.

தெய்வத்திற்குச் சிலை செய்யும்போது கல் பொக்கையாகி விட சிலை செய்தவர் கவலைப்படுவர். அவர் கனவில் தெய்வம் வந்து 'பொக்கையான இடமே குத்துப்பட்ட இடமாதலால் கவலை வேண்டாம்' என்று கூறும்.

இதுபோன்ற கதைக்கூறுகள் பல கதைகளில் இடம் பெறும். இவற்றைக் கவனத்தில் கொள்ள வேண்டும்.

தெய்வங்களின் வழிபாடு வளர்வதற்கேற்பக் கோயிலின் உரிமைகள் மாறுபடும். சான்றாகத் தாழ்த்தப்பட்ட மக்களால் உருவாக்கப்படும் கோயில்கள் வளர்ச்சி பெறும்போது அவர்களுக்கு நெருக்கமான பிற்படுத்தப்பட்ட மக்களின் ஆதிக்கத்திற்கும் பிற்படுத்தப்பட்ட மக்கள் உருவாக்கும் கோயில்கள் வளர்ச்சி பெறும் போது முற்படுத்தப்பட்ட - பிராமணர்களின் ஆதிக்கத்திற்கும் சென்று விடுவதைத் தெய்வத் தோற்றக் கதைகள் தெளிவு படுத்துகின்றன.

தெய்வங்களின் தோற்றக் கதைகளை வரலாற்றாய்வுகள் எடுத்துக்கொள்ளும் போது மிகுந்த கவனத்துடன் செயற்பட்டால் அவை மறைக்கப்பட்ட மக்களின் வரலாற்றினை அறிய பெரிதும் துணையாக இருக்கும்.

துணை நூற்பட்டியல்

அருட்கலை, கோ. 1998. 'புதுச்சேரியில் அங்காளம்மன் வழிபாடு.

தன்னனானே, நாட்டுப்புறவியலுக்கான அரையாண்டிதழ். காவ்யா, பெங்களூர்,

இராசரத்தினம், சு. 1997, 'தருமபுரி மாவட்ட அரியக்கா பெரியக்கா வழிபாடு களம். (நாட்டுப்புறவியல் ஆய்வுகள்), தஞ்சாவூர், நாட்டுப்புறவியல் ஆய்வாளர் மன்றம்,

இராமசாமி, துளசி. 1985, நெல்லை மாவட்ட நாட்டுப்புறத் தெய்வங்கள்.
சென்னை. உலகத் தமிழாராய்ச்சி நிறுவனம்.

இராமநாதன், ஆறு. 1989. பழைய இராமநாதபுரம் மாவட்டநாட்டுப்புறவியல் அளவாய்வு, (அச்சிடப்படாதது) தஞ்சாவூர், தமிழ்ப் பல்கலைக்கழகம்.

1991, 'சிறு தெய்வ ஆய்வு முறை அறிமுகமும் தீப்பாய்ந்தம்மன் வழிபாட்டு ஆய்வும்: (நாட்டுப்புறவியல் ஆய்வு முறைகள். தஞ்சாவூர். தமிழ்ப் பல்கலைக்கழக ஆய்வு வெளியீடு.

கண்ணதாசன், சோ, 1995, 'பட்டாணி இராவுத்தர் வழிபாடு', களம் (நாட்டுப்புறவியல் ஆய்வுகள்) தஞ்சாவூர், நாட்டுப்புறவியல் ஆய்வாளர் மன்றம்.

கண்ணன், கு. 1996. 'பெத்தையன் பெரியாச்சி வழிபாடு களம் (நாட்டுப்புறவியல் ஆய்வுகள்) தஞ்சாவூர்: நாட்டுப் புறவியல் ஆய்வாளர் மன்றம்.

1996 'கசம் காத்த சுவாமியின் வழிபாடும் சமூகப் பின்புலமும்' களம் (நாட்டுப்புறவியல் ஆய்வுகள்) தஞ்சாவூர்: நாட்டுப் புறவியல் ஆய்வாளர் மன்றம்.

கணபதிராமன், ச. 1986. திருநெல்வேலிப் பகுதியில் சிறுதெய்வ வழிபாடு, தூத்துக்குடி: திருமகள் நூலகம்.

கல்யாணிகுமார், மு. 1999 'மயிலன் வழிபாடும் தேவேந்திர சமூகமும், தமிழர் பண்பாட்டு வரலாறு தொகுப்பு -II, கோவை தமிழர் பண்பாட்டுச் சமூக ஆய்வு மன்றம்.

கிருட்டிணசாமி, க 1980, கொங்குநாட்டுப்புறப் பாடல்கள் - தொகுதி. 2. சென்னை: மக்கள் வெளியீடு.

குளத்தூரான், க 1994, தஞ்சை நகரிய சக்திக் கோயில்கள் தஞ்சாவூர்: தமிழ்ப் பல்கலைக்கழகம்.

சக்திவேல்.க. 1988, நாட்டுப்புறவியல் நூலடைவு. சிதம்பரம் மணிவாசகர் பதிப்பகம்.

சண்முகந்தரம்.க. 1995, 'பாலம்மாள் வழிபாட்டுக் கதையில் வன்முறையும் சாதிய அமைப்பும், தன்னனானே, நாட்டுப் புறவியலுக்கான காலாண்டிதழ் பெங்களூர்: காவ்யா

சண்முகம்பிள்ளை, ஆ 1994, நாட்டுப்புறவியல் நூலடைவு (1985-1994) ஆய்வேடு தஞ்சாவூர்: தமிழ்ப் பல்கலைக்கழகம்.

1995 'பாடை கட்டி மாரியம்மன் கோயில்-மரபு மாற்றம் தன்னனானே. நாட்டுப்புறவியலுக்கான காலாண்டிதழ், பெங்களூர்: காவியா.

சிவசுப்பிரமணியன், ஆ. 1989 பூச்சயம்மன் வில்லுப்பாட்டு சென்னை: என்.சி.பி.எச்: வெளியீடு.

சுந்தரேசன், சி. 1996. பழங்குளத்து அய்யனார் வரலாறும் வழிபாடும். தஞ்சாவூர் குந்தவை பதிப்பகம்:

செல்வராசு, நா, 1992. வள்ளிமுருகன் வழிபாடு. புதுச்சேரி காரனேஷன் வெளியீடு

1998, 'கன்னியக்கோயில்', தன்னனானே, நாட்டுப் புறவியலுக்கான அரையாண்டிதழ் பெங்களூர்; காவ்யா.

ஞானசேகரன், தே. 1992 நாயக்கர் காலம்-நாட்டார் தெய்வக் கதைகள் மதுரை: கியூரி பப்ளிகேஷன்ஸ்.

தசரதன், ஆ. (பதிப்), 1994, அய்யனார் கதைப்பாடல் சென்னை: தமிழ் ஓலைச்சுவடிகள் பாதுகாப்பு மையம்.

(பதிப் 1995) மாரியம்மன் கதைப்பாடல் சென்னை. தமிழ் ஓலைச் சுவடிகள் பாதுகாப்பு மையம்.

(பதிப்.) 1996, அருஞ்சுனை காத்த அய்யனார். சென்னை: தமிழ் ஓலைச்சுவடிகள் பாதுகாப்பு மையம்.

நடராசன், தி (பதிப்.). 1980. உடையார் கதை மதுரை: கூடல் பப்ளிஷர்ஸ்.

பாண்டி. மு. 1999, 'மறைநாட்டுக் கருப்பணசாமி. தமிழர் பண்பாட்டுவரலாறு, தொகுப்பு -II கோவை: தமிழர் பண்பாட்டு சமூக ஆய்வு மன்றம்.

பாலசுப்பிரமணியன் இரா. 1980. 'சிறு தெய்வ வழிபாட்டுக் கதைகள் - ஓர் ஆய்வு' நாட்டுப்புறவியல் இந்தியத் தமிழ் நாட்டுப் புறவியல் கழகத்தின் காலாண்டிதழ்.

பெருமாள், ஏ.என். (பதிப்), 1983 வெள்ளைக்காரன் கதை சென்னை: உலகத் தமிழாராய்ச்சி நிறுவனம்.

பெருமாள்.அ.கா.1997.'வில்லிசைக்கதைப்பாடல்களில் நாட்டார் தெய்வங்கள்'. தன்னனானே. நாட்டுபுறவியலுக்கான காலாண்டிதழ் பெங்களூர்: காவ்யா.

மகேசுவரன், சி. 1999. 'பாரியூர் சூரசித்தன் (பள்ளர்) சமாதிக் கோவில் வாயிலாக அறியலாகும் மள்ளர் இனக்குழு வரலாறு'. தமிழர் பண்பாட்டு வரலாறு, தொகுப்பு -II, கோவை: தமிழர் பண்பாட்டு சமூக ஆய்வு மன்றம்.

மணிவண்ணன், சொ. 1999 'சிந்தை கவர்ந்த சிறுதெய்வ வரலாறு. தமிழர் பண்பாட்டு வரலாறு, தொகுப்பு-II, கோவை: தமிழர் பண்பாட்டு சமூக ஆய்வு மன்றம்.

மருததுரை, அரு 1994. வளநாடு பொன்னர் சங்கர் வரலாறு. முசிறி: அருணா வெளியீடு,

முருகையன், அரங்க மு. 1998 'புதுச்சேரியில் பச்சை வாழியம்மன் வழிபாடு'.தன்னனானே,நாட்டுப்புறவியலுக்கான அரையாண்டிதழ் பெங்களூர்: காவ்யா,

லூர்து, தே. 1987. 'ஐயனார் வழிபாடு-சமூக உறவும் மோதலும்': பாளையங்கோட்டை: நாட்டார் வழக்காற்றியல் இதழ்

வானமாமலை, நா. 1971, முத்துப்பட்டன் கதைப்பாடல் மதுரை: மதுரைப் பல்கலைக் கழக வெளியீடு.

வேலுசாமி, ம. 1983. மதுரை மாவட்ட கிராம சமுதாயங்கள் சிலவற்றுள் காணப்படும் நாட்டுப்புறச் சமயம்-ஒப்பாய்வு. முனைவர் பட்ட ஆய்வேடு, (அச்சிடப்படாதது). மதுரை: மதுரை காமராசர் பல்கலைக்கழகம்.

ஜெயா, வ. 1999, 'கவரா நாயுடு இன மக்களின் குலதெய்வ வழிபாடு', தமிழர் பண்பாட்டு வரலாறு. தொகுதி - II கோவை: தமிழர் பண்பாட்டு சமூக ஆய்வு மன்றம்.

Blackbum, Stuart H. 1988. Singing of Birth and Death. Philadelphia: University of Pennsylvania Press.

Elmore, W.T. 1984. Dravidian Gods in Modern Hinduism. New Delhi: Asian Educational Services.

Meyer Evelin, 1984. Anka:laparame:cuvari. University of Heidelberg.

Hiltebeitel, Alf, 1991. The Cult of Draupati. Vols. 102, Chicago: University of Chicago.

Kinsley, David. 1987. Hindu Goddesses: Visions of the Divine Feminine in the Hindu Religious Tradition. Delhi: Motilal Banarsidass.

Shanti, G. 1987. Folk-Deities and Festivals in Rural Tamilnadu. Dept. of Linguistics Thanjavur: (unpublished) Tamil University.

Whitehead, Henry. 1983. The Village Gods of South India. New Delhi: Cosmo Publications.

6. சாதிகளின் இடப்பெயர்ச்சிக் கதைகள்

தே.லூர்து

இங்கு ஆய்வுக்காக எடுத்துக்கொள்ளப்பட்ட கதை யாடல்கள் (narratives) எல்லாம் மக்களின் இடப்பெயர்ச்சி பற்றியவை. இந்தக் கதையாடல்கள் எல்லாம் கள ஆய்வின் மூலம் நேரடியாகச் சேகரிக்கப்பட்டவையல்ல. இதற்கு முன்னர் பலர் பல்வேறு முறைகளில் பல்வேறு நூல்களில் பதிவு செய்தி ருப்பவற்றையே நான் இங்கு ஆய்வுக்கு எடுத்துக் கொண்டுள்ளேன்.

இவை கம்மவார் நாயுடு, கவுண்டர், தோற்பாவைக் கூத்துக் கலைஞர்களான மராட்டியக் கணிகர், உதக மண்ட லத்தில் வாழும் படகர், நகரத்தார் என்று சொல்லப்படும் நாட்டுக் கோட்டைச் செட்டியார், குமரிப் பகுதியில் வாழும் ஏழூர்ச் செட்டியார், செஞ்சிப் பகுதியில் வாழ்ந்த சமணர், சமண சமயத்தைச் சார்ந்த உடையார்கள், வடக்கேயிருந்து திருநெல் வேலிப் பகுதிக்கு வந்த கோனார்கள், போன்றோர் இடம் பெயர்ந்து வந்தமை பற்றிய கதையாடல்களே. கி.ராஜ நாராயணன் எழுதிய 'கோபல்ல கிராமம்' நாவலிலும் நீல, பத்மநாபன் எழுதிய 'தலைமுறைகள்' நாவலிலும் தொ.மு.சி. ரகுநாதன் எழுதிய 'இளங்கோவடிகள் யார்?', மயிலை சீனி. வேங்கடசாமி எழுதிய 'சமணமும் தமிழும்' என்ற ஆய்வு நூல்களிலும் அ.கா.பெருமாள் எழுதிய 'தோல்பாவைக்கூத்து' என்ற நூலில் பரம சிவராவின் நேர் காணலிலும் இருந்து இக்கதையாடல்கள் தொகுக்கப்பட்டுள்ளன. தாமிரபரணிக் கரையில் வண்ணார் பேட்டையில் வாழ்ந்த வில்லுப்புலவர் மயிலேறி என்ற வேலு அவர்கள் நோட்டில் எழுதி வைத்திருந்த 'மங்காத்தியம்மன் கதைப்பாடலை நான் படி எடுத்து வைத்துள்ளேன். முழுக்க முழுக்க இடம் பெயர்ந்து வந்தமை பற்றிய பாடலாக அமைந்த கதையாடல் இதுவாகும்.

இவற்றுள் கணிகர் பற்றிய பரமசிவராவின் கதையாடலே தகவலாளியால் சொல்லப்பட்ட நாட்டார் வழக்காறாகும். புலவர் மயிலேறி நோட்டில் எழுதி வைத்திருந்த 'மங்காத்தியம்மன் கதை' அவரோ அல்லது அவர் சொல்ல வேறு யாரோ ஒருவரால் எழுதி வைக்கப்பட்டது. இது

பனுவலாக்கம் (Texiulization) பற்றிய சிக்கலாகும். மேலும் இக்கதையாடல் பாடப்பட்ட கோவில் எது அல்லது கோவில்கள் எவை? இவற்றைக் கேட்ட நாட்டார் யார்? இப்பொழுதும் இதனை யாரேனும் ஒரு வில்லுப்புலவர் பாடி வருகிறாரா? என்ற வினாக்களுக்குத் தற்போது விடையில்லை. இது ஏட்டில் உறைந்துபோன ஒன்று. கவுண்டர் ஆந்திரத்திலிருந்து இடம்பெயர்ந்ததாக ஒரு கதையை சி.பொன்னுத்தாய் 'தொன்மைக் கதைகளும் வாய்மொழி வரலாறும்' (1998:84-85) என்ற நூலில் வெளியிட்டுள்ளார்.

இங்குச் சேகரிக்கப்பட்ட வழக்காறுகளும் பரமசி வராவின் பனுவல் தவிர ஏனையவை வெவ்வேறு வகைக் கதையாடல்களுக்குள்ளிருந்தும் திரட்டப்பட்ட கதையாடல் பனுவல்களாகும். வெவ்வேறு கதையாடல்களிலிருந்து வெவ்வேறு நோக்கங்களுக்காகச் சுருக்கப்பட்ட வடிவங்களாகும். கி.ராஜநாராயணன் என்ற நாவலாசிரியர் 'கோபல்ல கிராமம்' என்ற நாவலில் மங்கத்தாயார் என்ற கதாபாத்திரம் கம்மவார் நாயுடுக்கள் ஆந்திரத்திலிருந்து இடம்பெயர்ந்ததைச் சொல்வதாக அமைத்துள்ளார். குமரி மாவட்டத்தில் வாழும் ஏழூர்ச் செட்டிமார், பூம்புகாரிலிருந்து இடம்பெயர்ந்து வந்ததை நீல பத்மனாபன், 'தலைமுறைகள்' என்ற நாவலில் உண்ணாமலை ஆச்சி என்ற கதாபாத்திரம், திரவி, விசாலம் என்ற தன் பேரப் பிள்ளைகளுக்குச் சொல்லும் கதையாடலாக அமைத்துள்ளார். நான் இவற்றை என் போக்கில் சுருக்கிப் பிற்சேர்க்கையில் இணைத்துள்ளேன். இவ்விரு நாவல்களும் இனவரைவியல் நாவல்கள் (ethnographic novels) என்பது குறிப்பிடத்தக்கது. படகர்களைப் பற்றிய கதையாடல் பிலோ இருதயநாத் அவர்களால் கள ஆய்வில் சேகரிக்கப்பட்டு எழுதப்பட்டு ஆ. சிவசுப்பிரமணியனால் அவருடைய கட்டுரையின் தேவைக் காகச் சுருக்கப்பட்டது. மயிலை சீனி வேங்கடசாமி சமணமும் தமிழும்' என்ற ஆய்வு நூலில் சமணர்கள் இடம் பெயர்ந்து மைசூர் சென்றமை, உடையார் பாளையம் சென்றமை பற்றிக் குறிப்பிட்டதோடு, அவர்கள் இடம்பெயர்ந்து சென்றிரு க்கக்கூடிய கால கட்டத்தையும் (கி.பி. 1478) குறிப்பிடுகின்றார். இவற்றுக்கு ஆதாரங்கள் எவை என்று அவர் குறிப்பிடவில்லை. அவர் எழுதியவற்றை அப்படியே நான் பிற்சேர்க்கையில் தந்துள்ளேன். அடுத்து நாட்டுக்கோட்டை நகரத்தாரின்

இடப்பெயர்ச்சி பற்றிய செய்திகள் எல்லாவற்றையும் பல்வேறு நூல்களிலிருந்து ரகுநாதன் தொகுத்துத் தந்துள்ளார். அவற் றையும் அப்படியே பின்னிணைப்பில் கொடுத்துள்ளேன். திருநெல்வேலியில் வாழும் கார்காத்த வேளாளர் தஞ்சை மாவட்டத்திலிருந்து இசுலாமியர் பெண் கேட்டதால் இடம் பெயர்ந்தோர் என்றும் இசுலாமியரிடமிருந்து பெண்டிரைக் காப்பாற்ற 'விளக்கிடு கல்யாணம்' என்ற சடங்கு நடத்தப் படுவதாகவும் அவர்கள் கூறுகின்றனர். அச்சடங்கு பற்றிய விவரங்களைக் கட்டளைகைலாசம் எழுதித்தரப் பின்னி ணைப்பில் சேர்த்துள்ளேன்.

இவற்றுள் எந்தவொரு பனுவலும் நாட்டாரின் அன்றாட வாழ்வில் இயல்பாக நிகழ்த்தப்படும் சந்தர்ப்பச் சூழலில் தொகுக்கப் படவில்லை என்பது குறிப்பிடுதற்குரியது. ஆதலின் இவையெல்லாம் நாட்டார் வழக்காற்றியலுள் அடங்குமா? என்ற கேள்வி மிகப் பொருத்தமான ஒன்றாகும்.

நாட்டார் வழக்காறுகளை அவற்றின் சந்தர்ப்பச் சூழலில், அன்றாட வாழ்வில் நிகழ்த்தப்படும்போது சேகரித்து ஆய்வு செய்வதே நாட்டார் வழக்காற்றியல் ஆய்வு எனப்படும். ஆனால் நாட்டார் வழக்காறுகளை இயல்பான சூழல்களில் சேகரிக்காது, குழல்களுக்கு அப்பால் சேகரிக்கப்பட்டவற்றை எடுத்துக் கொள்ளும் நிலை இன்று காணப்படுகின்றது. குறிப் பிட்ட நோக்கங்களுக்காகத் திருத்தி அமைக்கப்பட்ட வற்றையும் புதிதாகப் புனைந்து கண்டு பிடிக்கப்பட்டவற்றையும் கூட நாட்டார் வழக்காறு என்று ஆய்வு செய்யத் தொடங்கியுள்ளோம். நாட்டார் வழக்காறுகள் பல்வேறு நோக்கங்களுக்காக எழுத்திலக்கியங்களில் எடுத்தாளப்பட்டுள்ளன. மேலும் வாய்மொழி வழக்காறுகள் ஏட்டில் ஏறி. அவை படிக்கப்பட்டு மீண்டும் வாய்மொழியாக வழங்கப்படுகின்றன. நாட்டார் கலை வடிவங்கள் போன்மை மூலம் தொழில் ரீதியாக மொத்தமாக உற்பத்தி செய்யப்படுகின்றன. இத்தகைய பல்வேறு சிக்கல்களையும் ஒதுக்கித் தள்ளாது ஆய்வு செய்யவேண்டிய நிலையும் உள்ளது. இத்தகைய நிகழ்வுகளுக்கு (phenomena), 1962-இல் எல்லாவற்றையும் உள்ளடக்கும் ஒரு பதமாக (overarching term) ஃபோக்லோரிஸ்முஸ் '(Folkloris-mus)' என்பதனை ஜெர்மானிய **அறிஞர் ஹன்ஸ்மோசர்** (Hans-moser) அறிமுகப்படுத்தினார். இப்பதத்திற்குப் பதிலாக 'ஃபோக்லோரிசம்' (Folkdorism) என்று ஆங்கிலத்தில் வழங்கி

வருகின்றனர். இச்சிக்கல் இன்று தமிழ் நாட்டார் வழக்காற்றியலுள்ளும் தலையெடுத்துள்ளது. ஆதலின் இந்தக் கருத்தாக்கத்தை 'நாட்டார் வழக்காற்றியம்' என்று நான் குறிப்பிடுகிறேன். நேரடியாகக் கள ஆய்வு செய்யாது பிறருடைய பதிவுகளிலிருந்து எடுத்துக் கொள்ளப்படுவதால் இது நாட்டார் வழக்காற்றியம் பற்றிய ஆய்வாகும்.

நாட்டார் வழக்காறுகளை அவற்றின் அன்றாடச் சந்தர்ப்பச் சூழலில் வைத்துப் படிக்கவில்லை என்றால், நாட்டார் வழக்காற்றியல், எச்சங்களைப் பற்றிய (survivals) ஆய்வா கப் போய்விடும். இருப்பினும் இந்த நாட்டார் வழக்காற்று ஆய்வுகள் எல்லாம் ஏதோ ஒரு வகையில் பயனுடையவையாக அல்லது மற்றொரு கோட்பாட்டை உருவாக்குவதற்கு அல்லது இக்கோட்பாடுகளை எல்லாம் இணைத்து அவற்றின் பொருள்கோடலுக்கு உறுதுணையாக அமைந்துள்ளன.

வரலாறு, வாய்மொழி வரலாறு, வாய்மொழி மரபுகள் என்ற கலைச் சொற்களை முதலில் வரையறுத்துக் கொள்வோம். வரலாறு என்பது வேறு, வாய்மொழி வரலாறு என்பது வேறு. வரலாறு என்பது கால வரன்முறையில் நிகழ்வுகளைத் தொகுத்து எழுதுவதாகும். வர்க்க முரண்பாடுகளைச் சொல்வதாக இருந்தாலும் அல்லது வேறு எந்த முறையில் கருத்தாக்கம் செய் தாலும் கால வரன்முறையில் சொல்வதையே வரலாறு என்கிறோம். இன்று மன்னர் வரலாறுகளை விடுத்து மக்கள் வரலாறுகளில் ஆய்வாளர் கவனம் செலுத்தத் தொடங்கி யுள்ளனர்.

சமகாலச் சம்பவங்களையும் சந்தர்ப்பங்களையும் பற்றிய நினைவுகள், கேள்வியறிவு. கண்ணாரக் கண்ட சான்றுகளின் விபரங்கள் ஆகியவற்றை வாய்மொழி வரலாற்றாசிரியன் மூலச் சான்றாதாரங்களாகக் கொள்கிறான், அதாவது தகவலாளிகள் வாழ்ந்த காலத்தில் நிகழ்ந்தவற்றையே சான்றுகளாகக் கொள்கின்றனர். இது வாய்மொழி மரபுகளினின்றும் வேறுபட்டதாகும். வாய்மொழி மரபுகள் சமகாலத்தைச் சார்ந்தவைகளல்ல. அவை எப்போதோ படைக்கப்பட்டு வாய்மொழி வழியாகத் தகவலாளியின் வாழ்வுக் காலத்தினைக் கடந்து வந்து சேர்ந்தவை. வாய்மொழி மரபுகள் என்ற தொடர், வழக்காறுகளையும்அதாவது வாய் மொழிப் படைப்புக்களையும் அவற்றின் படிமுறையையும் (Process) சுட்டும்.

வாய்மொழி மரபுகள் தனிச்சிறப்பியல்பு கொண்ட ஒருவகை வரலாற்று மூல ஆதாரங்கள். வாய்மொழி மூலம் பரப்பப்படுவதற் கென்று ஒரு பொருத்தமான வடிவில் உரு வாக்கப்பட்ட சான்று மூலங்கள், மானுடர்களின் அடுத்தடுத்த பரம்பரையின் நினைவாற்றலின் ஆற்றலைப் பொறுத்து அவற்றின் நிலைபேறு அமையும். இந்தத் தனிக்கூறுகள் வரலாற்றாய்வாளனுக்குச் சிக்கல்களை உருவாக்குகின்றன. இவை வாய்மொழி மூலங்களாக அல்லது வரலாற்று ஆதாரங் களாகப் பயன்படுத்தத் தகுதியற்றவையா? அவற்றின் நம்பகத் தன்மையைச் சோதித்தறிவதற்கு ஏதேனும் வழிவகைகள் உண்டா? என்ற வினாக்கள் பெரிதும் கவனத்திற்குரியவை. உலகில் எழுத்து வழக்கற்ற மக்கள் வாழும் பகுதிகளில் பழங்காலத்தை மீட்டுருவாக்கம் செய்தற்கு வாய்மொழி மரபுகளே முதன்மையான சான்றாதாரங்களாகப் பயன்படு கின்றன. மேலும் எழுத்து வழக்குடைய மக்களிடையிலும் கூட மிகவும் பழங்காலத்து வரலாற்று மூல ஆதாரங்கள் வாய்மொழி மரபுகளை அடிப்படையாகக் கொண்டே அமைகின்றன. இவ்வாறாக, வாய்மொழி மரபுகள் தனிப் பண்புக் கூறுகளைக் கொண்ட நடைமுறை ரீதியான ஆய்வின் பயன்பாட்டி ற்குரியவை என்பதனையும் அவற்றின் நம்பகத் தன்மையைச் சோதித்தறியும் முறைகளையும் நாம் பெரிதும் கவனத்தில் கொள்ள வேண்டும்.

இன்று உலகின் பல்வேறு சமூகங்கள் எழுத்து வழக்கால் பாதிக்கப்படாதுள்ளன. சில சமூகங்களில் எழுத்து வழக்கும் வாய்மொழி மரபுகளும் காணப்படுகின்றன. வாய்மொழி மரபுகளிலிருந்து பெறக்கூடிய வரலாற்றுச் செய்திகள் பற்றி முதலில் கவனத்தில் கொள்ள வேண்டியது என்னவென்றால் அவை மரபின் வழக்காற்று வகைமைக்கேற்ப (genre) வேறுபடும். மரபுகளின் வகைமைப்பாடுகளை ஆய்வு செய்தால் அவை ஒவ்வொன்றின் பண்புக் கூறுகளும் பெரிதும் வேறுபடும். மேலும் அவையெல்லாம் ஒரு குறிப்பிட்ட முறையில் வரலாற்றுச் சார்புடையவை; அவற்றிற்கென்று சில குறிப்பிட்ட எல்லைகள் (limitations) இருந்தாலும் பழமை பற்றிய சில குறிப்பிட்ட இயல்புகள் பற்றிய தகவல்களைத் தருவதில் பயன்பாடு டையவை.

வாய்மொழி மரபுகளுக்கென்றே சில எல்லை வரையறைகள் உண்டு; அதே போன்று அரசியல் ஒழுங் கமைப்பின் காரணமாக அதற்கென்றே ஒரு பக்கச் சார்பு (ஒரு தலைச்சார்பு) என்ற இயல்பும் காணப்படும்; இந்த அரசியல் என்ற ஒருதலைச் சார்பினால் பல்வேறு மரபுகள் காணப்படும்; மேலும் பண்பாட்டுக் காரணக்கூறுகளாலும் ஓரளவு வேறு பாடுகள் காணப்படும். வாய்மொழி மரபுகளில் காணப்படும் செய்திகளுக்கு ஓர் எல்லையுண்டு; இதனை வரலாற்றாய்வாளன் கவனத்தில் கொள்ள வேண்டும். அதாவது, வாய்மொழி மரபுகளை மட்டும் கொண்டு வரலாற்றை எழுதிவிட முடியாது. எழுத்துச் சான்றுகள், தொல்லியல் ஆய்வு, பண்பாட்டு வரலாறு, மொழியியல், உடற்கூற்று மானிடவியல் போன்ற மற்ற புலங்களின் துணை கொண்டு வரலாற்றை எழுத வேண்டும்; ஆனால் இந்தப் புலங்களுக்கும் சில எல்லைகள் உண்டு என்பதை நினைவில் கொள்ளவேண்டும். நமக்குக் கிடைத்த செய்திகளை எல்லாம் ஒருங்கிணைத்துப் பழமை பற்றிய நம் அறிவை விரிவாக்கிக் கொள்ளலாம். இருந்த போதிலும் இந்த உத்திகள் எல்லாவற்றையும் பயன்படுத்தினாலும் பழமை பற்றிய எல்லாச் சம்பவங்கள் குறித்தும் ஒரு முழுமையான அறி வைப் பெற முடியாது.

வரலாற்றுப் பொருள்கோடல்

எத்தகைய சான்றாதாரமாக இருப்பினும், வரலாற்று ஆய்வுமுறையியலைப் பயன்படுத்தித் தேவையான கவனம் செலுத்தும்போது, பழங்காலம் பற்றிய நம்பகமான செய்தி களைத் தருதற்குரிய வரலாற்று மூலங்கள் வாய்மொழி மரபு களாம். ஒரு பண்பாட்டினையும், அதன் மொழியையும் முழுமை யாக முன்னதாகவே அறியாமல், அப்பண்பாட்டின் வாய்மொழி மரபுகளை முழுமையாக அறிய முடியாது என்பதே இதன் பொருளாகும். எழுத்துச் சான்றுகளைக் கொண்டு வரலாற்றை எழுதுவோர் இக்கருத்தை ஏனோ தானோ என்று எடுத்துக் கொள்கின்றனர். ஆனால் வாய்மொழிச் சான்றுகளைப் பயன்படுத்துவோர் பண்பாடு, மொழி என்பனவற்றில் கவனம் செலுத்த வேண்டும். சிலர் எழுத்துச் சான்றுகள் பழங்காலச் சம்பவங்களை வெளிப்படுத்துகின்றன. என்றும் அவற்றை உண்மைகள் என்று ஏற்றுக் கொள்ளலாம் என்றும் கற்பனை செய்து கொள்கின்றனர்; ஆனால் வாய்மொழிச் சான்

றாதாரங்கள் நிச்சயமற்ற செய்திகள் குறித்துப் பேசுகின்றன என்று கருதுகின்றனர்; அதாவது நிகழ்ந்திருக்க முடியாத, நடைபெற்றிராத சம்பவங்கள் பற்றிப் பேசுவதாக எண்ணுகின்றனர், உண்மைகளின் பொருள்கோடலால் தான் எந்தவொரு வரலாற்றுத் தொகுப்பும் உருவாக்கப்படுகிறது என்பதையும் இவ்வாறாக நம்பகத்தன்மையின் அடிப்படையிலேயே இவை உருவாக்கப்படுகின்றன என்பதனையும் மறந்து விடுகின்றனர். வரலாற்றுச் சொல்லாடல்கள் எல்லாம் ஒருவகைப் பொருள் கோடல்களே (interpretation) என்பதில் ஐயமில்லை. சங்க இலக்கியங்களை வைத்து வரலாறு எழுதும் போது ஒரு நாட்டை மற்றொரு அரசன் வென்றான் என்பதற்கு என்ன பொருள்? மற்றொரு நாட்டின் மீது படையெடுத்து ஆநிரைகளை மட்டும் கவர்ந்து வந்தானா? அல்லது அரச பதவியிலிருந்து பகையரசன் இறந்தானா? அல்லது கொல்லப்பட்டானா? அல்லது விரட்டப் பட்டானா? அல்லது வெற்றி பெற்றவன் மற்ற நாட்டைத் தன் நாட்டுடன் இணைத்துக் கொண்டானா? நிர்வாகம் முழுவதையும் மாற்றி விட்டானா? இந்த வினாக்களுக்கு ஏதேனும் ஒரு சாத்தியப்பாட்டினைக் கொண்டு ஒவ்வொரு வரலாற்றாசிரியனும் விடையிறுக்கலாம்.

இதனைப் போன்று மற்றொரு வழக்காற்றைப் பற்றிப் பார்ப்போம். படகர்கள் இடம்பெயர்ந்தது குறித்து இரண்டு வடிவங்களைப் (versions) பிலோ இருதயநாத் தம் நூலில் தருகிறார். ஒன்று, பெண் கேட்டவன் இசுலாமிய அரசன் என்று கூறுகிறது. மற்றொன்று, திப்புசுல்தான் என்று கூறுகிறது. பெயர் சுட்டப் பட்டதாலேயே பெண் கேட்டவன் திப்புசுல்தான் என்று கருதலாமா? இசுலாமியர் தாம் பெண் கேட்டனரா? திப்பு சுல்தான் கேட்டாரா? அவருடைய படைத் தலைவர்கள் அல்லது வட்டார ஆளுநர்களாக இருக்கக் கூடாதா? தடியெடுத்த தண்டல்காரன் ஒருவனாக இருக்கக் கூடாதா? பெண் தூக்குவது ஓரிடத்தில் தான் நடந்திருக்குமா? திப்பு சுல்தானுக்கு எத்தனை மனைவியர்? அவருடைய வரலாற்றையும் மைசூர்ப் பகுதியில் படகர்களையும் இசுலாமியரையும் திப்புவையும் பற்றி வழங்கும் வழக்காறுகள், படகர்களின் வழக் காறுகள் எல்லாவற்றையும் ஆய்ந்துதான் முடிவுக்கு வரவேண்டும்.

ஆகவே, தான் கையாளும் சான்றுகளைப் பொருள் கொள்ளுதற்கு, விளக்குதற்கு ஒவ்வொரு வரலாற்றாய்வாளனும் கடமைப்பட்டிருக்கிறான். வரலாறு பற்றிய ஓர் எல்லையற்ற அறிவை அவன் கொண்டிருக்க முடியாது; மேலும் அவனுடைய கைப்பொறுப்பில் இருக்கும் ஆதாரச் செய்திகளைக் கொண்டு ஒன்றுக்கு மேற்பட்ட பொருள் கொள்ளவியலும் சாத்தியப்பாடும். உண்டு. இத்துடன் வரலாற்றாய்வாளன் சொந்தமாகச் சிலவற்றையும் இணைக்கிறான். அதாவது, தன்னுடைய நுண்ணியல் தேர்வுத் திறத்தையும் இணைக்கிறான். தன்னுடைய மூலச் சான்றாதாரங்களை வெளிப்படுத்துவதன் மூலம், அப்பனுவல்களைக் கொண்டு அவன் செய்த பொருள் கோடலுக்கான காரணங்களை அவனுடைய வாசகர்கள் அறிந்து கொள்ளமுடியும்

கருதுகோள்கள் பலவற்றின் சாத்தியப்பாடுகளுக்கிடையிலான ஒரு தேர்வு தான் (தெரிந்தெடுத்த ஒன்று) பொருள் கோடல்; மேலும் எந்தவொரு கருதுகோள் மிகவும் உண்மையானதைப் போன்றிருக்குமோ அதனைத் தேர்ந்தெடுப்பவன் தான் நல்ல வரலாற்றாய்வாளன். நடைமுறையில் அதில் உண்மையாக நிகழ்ந்ததற்கான சாத்தியப்பாடு இருக்குமே தவிர அதற்கு மேல் எதுவுமிருக்காது; ஏனென்றால் சென்றதினி மீளாது கழிந்து போய்விட்டது; பழைய சம்பவங்களை முதன்மை நிலையில் கவனித்தறியும் சாத்தியப்பாடு முழுமையாகத் தவிர்க்கப்பட்டு விட்டது. வரலாறு என்பது நம்பகத்தன்மையின் (இப்படி நிகழ்ந்திருக்கலாம்) கணக்கீடு என்பதற்கு மேல் வேறில்லை. ஆவணங்களைப் பொருள் கொள்வது என்பதைப் பொறுத்த வரையில் மட்டுமல்லாது, வரலாற்று ஆய்வுமுறை யியலைக் கையாள்வதைப் பொறுத்தவரையிலும் கூட இதுவே உண்மை. ஒரு கூற்று உண்மை அல்லது பொய் அல்லது நம்பகத்தன்மை கொண்டது என்று எவ்வாறு தீர்மானிப்பது? இந்த மூன்று கருதுகோள்களுள் ஒவ்வொன்றிலும் வெவ்வேறளவிலான நம்பகத்தன்மைகள் உள்ளன; இவற்றுள் பெரிதும் நம்பகமான ஒன்றையே வரலாற்றறிஞன் தேர்ந்தெடுக்க வேண்டும். இரண்டு பனுவல்களை ஒப்பிடும்போது அவற்றிற்கிடையே ஒப்புமை காணப்பட்டால், அந்தப் பனுவல் களுக்கு ஒரு பொதுவான தோற்றம் இருக்கிறதா இல்லையா என்று ஆய்வாளன் தீர்மானிக்க வேண்டும். இங்கும்கூட அவன்

சாத்தியப்பாடுகளையும் நம்பகத் தன்மையையும் மதிப்பிட வேண்டும். வரலாற்று அறிவியல் என்பது ஏனைய அறிவியல்களைப் போல நம்பகத் தன்மையைக் கொண்டது தான். இன்றைய அறிவியல் புலங்கள் நல்வாய்ப்பு (chance), நம்பகத் தன்மை (probability) என்ற கருத்தாக்கங்களையும் பயன்படுத்துகின்றன.

முற்று முழுமையான உண்மை (absolute truth) என்ற ஒன்றில்லை. மேலும், பழங்காலம் பற்றிய நம் அறிவை அடிப் படையாகக் கொண்டு வரலாறு பற்றிய மாறாத விதியை' உருவாக்க முடியாது. உண்மை எப்பொழுதும் நம்முடைய அறிவாற்றலுக்கு எட்டாத நிலையில்தான் இருக்கிறது. ஆனால் ஏறத்தாழ உண்மைக்குச் சரியாயிருக்கிற அல்லது அதனை ஒத்த ஒன்றைத்தான் நாம் அடைய முடியும். நாம் நம் பொருள்கோடல்களைச் செப்பம் செய்யலாம்; நிச்சயம் என்று சொல்லத் தக்க அளவுக்கு நம்பகத்தன்மைகளைத் திரட்டலாம்; ஆனால் முற்றுமுழுதான உண்மையை எட்ட முடியாது.

இதுவரை வரலாறு பற்றியும் வரலாற்றின் நம்பகத்தன்மை பற்றியும் பார்த்த நாம் வரலாற்றுச் சான்றா தாரங்களாகிய வாய்மொழி மரபுகளின் அல்லது வாய்மொழி வழக்காறுகளின் வகைமைப்பாடு பற்றிக் காண்போம்.

இந்தக் கதையாடல்கள் எத்தகைய வழக்காற்று வகைமைகள்(1) (genres) என்பது குறித்துத் தமிழ் நாட்டார் வழக்காற்றியலர் இன்னும் கவனம் செலுத்தவில்லை. இக்கதையாடல்கள் இன்ன வகைமைகள் என்று பெயர் சூட்டி வகைமைப்படுத்தும் பண்பு நாட்டாரிடம் உள்ளதா என்ற ஆய்வில் யாரும் ஈடுபடவில்லை. நாட்டாரே தத்தம் வழக்காறு களைப் பெயரிட்டு வகைமைப்படுத்துவதை இன வகைமை' (ethnic genres) என்பர். அப்படி வகைமைப்படுத்தும் முறை இருப்பின் எத்தகைய அடிப்படையில் எத்தகைய அலகுகளைப் பயன்படுத்துகின்றனர் என்பவற்றைக் கவனிக்க வேண்டும். ஆனால் இத்தகைய வகைமைப்படுத்தும் இயல்பு இருப்பதாகத் தெரியவில்லை. மாறாக ஆய்வாளர்களே இந்த வழக்காறு களுக்கு ஒரு பெயரைச் சூட்டிவிடும் பழக்கமும் உள்ளது. இதனை 'ஆய்வு வகைமைகள் என்பர்'.

கதையாடல்கள் எல்லாவற்றையும் ஒட்டுமொத்தமாகக் கதையென்றே குறிப்பிடுகின்றனர் என்பது என்னுடைய ஊகம். சிலவேளைகளில் 'கட்டுக்கதை' என்று குறிப்பிடுகின்றனர். நாட்டார் வகைமைப்படுத்தா விட்டாலும் ஆய்வாளன் ஆவணப் புலத்தில் சேர்ப்பதற்காக வகைமைப்படுத்த வேண்டும் என்பது நாட்டார். வழக்காற்றியல் ஆய்வாளர் சிலரின் கருத்தாகும். (Bescom 1965 Horko 1983).

இடப்பெயர்ச்சி பற்றிய பல்வேறு சாதியாரின் மகட்கொடை மறுப்புக் கதையாடல் வடிவங்கள் எத்தகைய வழக்காற்று வகைமைகளுக்குள் அடங்கும் என்று காண்பதும் முக்கியமாகும். இதற்கென்று யாரேனும் ஏதாவது முறையியலை வகுத்திருக்கிறார்களா?

வில்லியம் பாஸ்கம் கதையாடல்களை எல்லாம் வேறுபடுத்திக் காட்டுதற்கு ஓர் ஒழுங்கமைப்பை உருவாக்கியிருக்கிறார். பல்வேறு பண்பாடுகளைச் சேர்ந்து கதையாடல்களையும் அக்கதையாடல்களை அவர்கள் வகைமைப்படுத்துவதையும் கொண்டு ஓர் ஒழுங்கமைப்பை உருவாக்குகிறார். அதில் புராணக்கதை பழமரபுக்கதை (legend) நாட்டார் கதை (folktale) என்பவற்றை ஒப்பிட்டு வேறுபடுத்திக் காட்டுகிறார். அவற்றின் அகப்புறப் பண்பு கூறுகளைக் கொண்டு அவர் வகைமைப்படுத்துகிறார். அவர் தம்முடைய கற்பனையில் தோன்றிய ஓர் ஒழுங்கமைப்பை உருவாக்கி விடவில்லை என்பது இங்குக் குறிப்பிடுதற்குரியது. இக்கட்டுரையின் தேவைக்காக அவர் தரும் பட்டியல் ஒன்றை நான் இங்கே தருகிறேன் (காண்க பின்னிணைப்பு - ப. 143).

இந்த அடிப்படையில் பாஸ்கம் அவற்றை வகைமைப்படுத்துகிறார். பழமரபுக் கதைகளெல்லாம் பெரும்பாலும் புனிதமானவை (sacred) என்பதனை விடச் சாதாரணமானவை (secular). மேலும், அவற்றின் முதன்மையான பாத்திரங்கள் மானுடர்கள், இடப் பெயர்ச்சிகள், போர்கள், வெற்றிகள், பழங்கால வீரர்கள், தலைவர்கள், அரசர்கள், அரசாளும் அரச மரபில் இன்னாருக்குப் பின் இன்னார் வந்தார் என்ற வம்சாவழிகளைப் பற்றி அவை விவரங்களைச் சொல்லுகின்றன. இந்த முறையில் அவை எழுத்து வரலாறுகளின் மற்றொரு பகுதியான வாய்மொழி மரபுகளாம். ஆனால் அவை புதைக்கப்பட்ட புதையல்கள், ஆவிகள், புனிதர்கள் போன்றோரின் உள்ளூர்க் கதைகளையும் உள்ளடக்கியவையாக அமையும் (1965).

பழமரபுக் கதைகள் எல்லாம் வரலாற்றுண்மைகளைக் காலவரிசை முறையில் பொதித்து நினைவில் நிறுத்தி வைக்கப்பட்டவை என்று கொள்ள வேண்டியதில்லை. எல்லா வழக்காறுகளையும் ஒரே மாதிரியாக எடுத்துக் கொள்ள வேண் டியதில்லை. சில பழமரபுக் கதைகள் சமூக வரலாற்றை எழுது வதற்கான சிலவற்றைக் கொண்டிருக்கும். இந்த ஆய்வில் பயன்படுத்தப்பட்டுள்ள கதையாடல்களும் சமூக வரலாற்றை எழுதவே பயன்படும். ஆனால் வாய் மொழிக் கதையாடல்கள் வரலாற்றுச் சம்பவங்களையும் நிகழ்வு களையும் உண்மை யாகவே பொதிந்து வைத்திருக்கும் என்பதும் உண்மைகளை எந்த அளவு இந்த மரபுகள் போற்றிப் பாதுகாத்து வைத்திருக்கும் என்பதும் அவ்வம் மரபைப் பொறுத்தே அமையும்.

வரலாற்றைப் பற்றி இந்துக்கள் கொஞ்சம் கூடக் கவலைப்படவில்லை. வரலாறு (history) என்பதன் பொருள் (original meaning) துருவித் தேடுதல் என்பதாகும்.; துருவித் தேடுவதில் இந்துக்கள் ஒருபோதும் கவனம் செலுத்தவில்லை என்கிறார் கால்டுவெல் (1989:1), ஆனால் கதைப்பாடல்களில் எந்த அளவு உண்மைகள் பொதிந்து வைக்கப் பட்டுள்ளன என்பதையும் மேலை நாட்டார் எழுதிய நூல்களையும் பிற சான்றா தாரங்களையும் கொண்டு வே. மாணிக்கம் நிறுவியுள்ளார் (1994),

பழமரபுக் கதைகளின் பண்புக் கூறுகளாக இங்குக் குறிப்பிடப் பட்டவை எல்லாம் பல பண்பாடுகளையும் ஆராய்ந்து உருவாக்கியவையாகும். ஆதலின் முன்னதாகவே உருவாக்கிக் கொண்டு கதைகளின் மேல் இவை திணிக்கப் படவில்லை. இந்த அடிப்படையில் இடப்பெயர்ச்சி பற்றிய கதைகள் எல்லாம் ஏதோ ஒரு சமூகத்தார் முதலில் தாம் வாழ்ந்த இடத்தை விட்டு இடம் பெயர்ந்ததைப் பற்றியே பேசுகின்றன. இங்கு மனிதர் கள்தான் கதாபாத்திரங்கள். ஆளும் கணத்தாரின் எதேச்சதிகாரம் மக்களின் குடும்ப வாழ்வைக் கூடக் குலைத்து விடுவதைச் சுட்டுவனவே இக்கதைகள். இயற்கை இறந்த பாத்திரங்கள், நிகழ்ச்சிகள் பெரிதும் காணப்படவில்லை. ஆதலின் இவற்றைப் பழமரபுக் கதைகளுள் அடக்குவதே சரியாகும்.

கதைக்கூறுகள் (motifs)

இந்த இடப்பெயர்ச்சி பற்றிய கதைகளின் ஆய்வுக்குக் கதைக்கூறுகள் பற்றிய ஆய்வு மிக மிக இன்றிய மையாததாகும்(2). முதலில் கதைக்கூறுகள் என்றால் என்ன வென்று பார்ப்போம். நாட்டார் வழக்காற்று வகைமைகளுன் (genres) எந்தவோர் உருப்படியையும் ஆய்வு செய்வதற்குரிய பகுதிகளைச் சுட்டுதற்காக, நாட்டார் வழக்காற்றியலில் 'கதைக்கூறு' என்ற பதம் பயன்படுத்தப் படுகிறது. கதையாடல் கதைக்கூறுகள் (narrative motifs) சில வேளைகளில் மிக எளிய கருத்தாக்கங்களைக் கொண்டுள்ளன. மரபுவழிக் கதை யொன்றில் காணப்படும் எந்தவொரு கூறினையும் உள்ளடக்கு தற்காகக் கதைக்கூறு என்ற பதம் நெகிழ்வாகப் பயன்படுத்தப் படும் வேளையில், ஒரு கூறு ஒரு மரபின் உண்மையான பகுதியாக அமைய, அதனை நினைவுகூர்ந்து திரும்பத் திரும்பக் கூற அதில் ஏதாவது இருக்கவேண்டும். அது சாதாரணமானதாக இல்லாது அசாதாரண மானதாக இருக்கவேண்டும். கதையில் வரும் தாயொருத்தி கதைக்கூறாக (motif) முடியாது; கொடிய தாய் ஒருத்தி கதைக்கூறு ஆகலாம். ஏனென்றால் அவள் குறைந்தபட்சம் வழக்கத்திற்கு மாறாகப் பாசமற்றவளாகக் காணப்படுகிறாள். வாழ்வின் சாதாரணப் படிமுறைகள் கதைக் கூறுகளல்ல. ஒருவன் உடையணிந்து கொண்டு நகரத்துக்குப் போனான் என்பது நினைவு கூர்தற்குரிய கதைக் கூறன்று. ஆனால் இளவரசன் தன் மாயத் தொப்பியை அணிந்துகொண்டு (பிறர் தன்னைக் கண்டுபிடிக்க முடியாது, தடுக்கக்கூடிய, உருவத்தை வெளிப்படுத்தாத தொப்பி), மந்திரக் கம்பளத்தில் ஏறி, ஏழு கடலுக்கு அப்பாலுள்ள தங்கத் தீவுக்குப் பறந்தான் என்பதில் இளவரசன், மாயத் தொப்பி, மந்திரக் கம்பளம், ஏழு கடல், தங்கத் தீவு எல்லாம் கதைக்கூறுகள். இந்தக் கதைக் கூறுகள் பரம்பரை பரம்பரையாகக் கதை சொல்வோரையும், கேட்போரையும்திருப்தி செய்துள்ளதால் நிலைத்து நிற்கின்றன.

ஸ்டித் தாம்ப்சன் கதைகளிலிருந்து கதைக்கூறுகளைப் பிரித் தெடுக்கிறார். அவர் மூன்று நிலைகளில் கதைக்கூறுகளைப் பிரித்தெடுக்கிறார். அதாவது கதாபாத்திரங்கள் (actors). உருப்படிகள் (items), செயல்கள் (actions) என்று பிரிக்கிறார்(3).

இந்தக் கதைக்கூறுகள் (motifs) எல்லாம் அமைப்பியல் ஆய்விற்குப் பயன்படும் அமைப்பியல் அலகுகளாகிய (structural units) வினைகள் (functions) அல்ல(4).

இந்தக் கதைக்கூறுகள்தாம். புதுமைகளையும் ஏற்படுத்துபவை. கதையாடல் ஒன்று அமைப்பியல் அடிப்படையில் ஒரே மாதிரியாக இருந்து நாடுகளில் வழங்கி வந்தாலும் பண்பாட்டிற்கேற்பத் தழுவியமைத்து உள்ளூர் மயமாக்கம் செய்து திணைசார் மாதிரி வகைப்படுத்துதற்கு (ecotypilcation) இக்கதைக்கூறுகளே காரணமாம்.

இங்கு ஆய்வுக்கு எடுத்துக்கொள்ளப்பட்ட பழமர புக்கதைகளில் வரும் கதைக்கூறுகள் வருமாறு:

1. ஒட்டு மொத்தமாக ஒரு சாதியார் இடம்பெயர்தல்
2. பெண்ணின் தெய்விக அழகு
3. பெண்களின் அசாதாரணமான அறிவுத்திறம் பவளங்களைக் கோத்தல்
4. பெண் 27 அடிக்கூந்தலில் கட்டிப் பால் கறக்கும் திறம்
5. (பசு) மாட்டுக்கறி உணவு
6. உணவை மறுத்தல்
7. அறுத்துக்கட்டாத சாதி
8. பெண்களைக் கொன்றுவிட்டுப் புறப்படல்(5)
9. பெண்களைக் கொல்லாது ஆடவர் பெண்டிர் எல்லோரும் புறப்படல்
10. ஆண் நாயை (மர நாயை) மணப்பந்தலில் கட்டுதல்
11. ஆடவர் மட்டும் புறப்படல்
12. வெவ்வேறு சாதிப் பெண்களை மணந்து பல பிரிவுகளாதல்
13. ஆற்றில் வெள்ளம், வேண்டுதலினால் வருதல்
14. வெள்ளம் வற்றி வழிவிடல்(6)
15. மரங்கள் விழுந்து, பின்னர் பாலமாக அமைந்து நிமிர்தல்
16. இடம் பெயரும் போது தம் தெய்வங்களையும் கூடையில் தூக்கி வருதல்
17. கூடையை இறக்கி வைத்த இடத்தில் தெய்வம் வேரூன்றுதல்,(7)

(இறுதியில் குறிப்பிடப்பட்ட தெய்வங்களின் இடப்பெயர்ச்சி குறித்து நா. இராமச்சந்திரனும் (1987) சி.பொன்னுத்தாயும் (1998) விரிவாக எழுதியுள்ளனர்).

கதைக்கூறுகளைக் கதையாடல் திறத்துக்கு முக்கியத்துவம் வாய்ந்தவை என்றும் சமூக முக்கியத்துவம் வாய்ந்தவை என்றும் இரண்டாகப் பிரித்துக் கொள்ளலாம். கதைக்குச் சுவையையும் கதை கேட்பதில் ஈடுபாட்டையும் எதிர் பார்ப்பையும் கற்பனைச் சிறப்பையும் அளிப்பவற்றையே கதை யாடல் முக்கியத்துவம் வாய்ந்தவை என்கிறோம். மேலும் கதை யாடல் முக்கியத்துவம் வாய்ந்த கதைக் கூறுகள் பரவலாகக் காணப்படுபவை; சில வேளைகளில் உலகளாவிய முறையில் (universal) காணப்படுபவை: சமூக முக்கியத்துவமுடைய கதைக்கூறுகள் சமூகத்தின் பண்பையும் சமூகங்கட்கிடையிலான ஏற்றத் தாழ்வையும், முரண்பாடுகளையும் உணர்த்தக் கூடியவை.

இடப்பெயர்ச்சி பற்றிய கதைகளில் எல்லாம் திருடனும் போற்றும் பெண்ணின் தெய்விக அழகு (கம்மவார்), விற்பன்னராலும் செய்ய முடியாத செயற்கரிய செயலைச் செய்யும் பெண்டிர் (பவளங்களைக் கோத்து பாவையராகிய ஏழூர்ச் செட்டிமாரின் முன்னோர்), நெடிய கூந்தலில் கன்றுக் குட்டிகளைக் கட்டிப் பால் கறந்த படகர் பெண் ஆகிய கதைக்கூறுகளே காரணங்களாக அமைகின்றன. இத்தகைய கதைக்கூறுகள் இன்னும் பல்வேறு கதைகளில் காணப்படலாம். இவற்றுள் நெடிய கூந்தல் என்ற கதைக்கூறு பொதுவாகக் காணப்படுவது ஆண்வாடை ஆகாத அல்லிக்கு அறுபது பாகம் கூந்தலை அல்லியரசாணி மாலையில் காணலாம். இதற்கு ஏதேனும் குறி யீட்டுப் பொருண்மை (symbolie mearing) இருக்க வேண்டும்(8). படகர் பெண்ணுக்கு 27 அடிக்கூந்தல் இந்த எண்ணுக்குப் படகர் பண்பாட்டில் ஏதேனும் முக்கியத்துவம் உண்டா என்று காணவேண்டும்.

பெண் கேட்ட அரசனின் படையினர் துரத்தி வரும் போது ஆற்றில் வெள்ளம் வந்து விடுகிறது. இக்கதைக்கூறு பல்வேறு விதமாகக் குறிப்பிடப்படுகிறது. மகட்கொடை மறுத் தோர்(9) ஆற்றைக் கடப்பதற்கு முன்னரே வெள்ளம் வர, தெய்வ அருளால் மரம் அல்லது மரங்கள் விழுந்து பாலமாக அமைய அல்லது மக்கள் மரங்களைப் பிடித்துக் கொள்ள அவை நிமிர்ந்து அவர்களைக் காப்பாற்றுகின்றன; அல்லது மக்களுக்குப் பால மாகப் பிடித்துக் கொள்ள அவை நிமிர்ந்து அவர்களைக் காப்பாற்றுகின்றன; அல்லது மக்களுக்குப் பாலமாக மரங்கள் அமைய, ஆடுமாடுகள் கடக்க ஆற்றுநீர் வற்றி விடுகிறது;

அல்லது ஆற்றைக் கடந்த பின் தெய்வ அருளால் வெள்ளம் வந்து துரத்தி வந்தோரைத் தடுக்கிறது. இந்தக் கதைக்கூறு இந்திய அளவிலும் உலக அளவிலும் காணப்படுகிறது. கண்ணன் சிறையில் பிறக்க, வசுதேவர் தூக்கிச் செல்லும் போது ஆறு வற்றி வழி விடுகிறது. எகிப்தில் பாரவோனின் அடிமைத் தளையிலிருந்து இஸ்ராயேலரை மோசஸ் மீட்டுச் செல்லும் போது செங்கடல் பிளந்து வழிவிட்டுப் பகைவர் வரும் போது இணைந்து அவர் களை அழித்து விடுகின்றது.

இனிச் சமூக முக்கியத்துவம் வாய்ந்த கதைக்கூறுகளை ஆய்வோம். கம்மவார் நாயுடு, கணிகர், படகர், ஏழூர்ச் செட்டிமார். நாட்டுக்கோட்டை நகரத்தார், சமணர், கார்காத்த வேளா ளர் எல்லோரும் ஆதிக்கச் சாதியினர்; தங்கள் சாதிப் பெண்ணை மணம்புரிய விரும்பியதால் அனைவரும் ஒட்டுமொத்தமாக இடம் பெயர்ந்து வந்துவிட்டதாக அச்சாதிகளைச் சார்ந்தோ ரிடமும் இக்கதைகளைக் கேட்ட பிறரிடமும் ஒரு நம்பிக்கை உள்ளது. அதாவது இந்தப் பழமரபுக் கதைகள் இடப்பெயர்ச்சிக்கு ஆவணங்களாகப் பயன்படுகின்றன. மக்கள் மனத்தில் ஒரு மாயையை ஏற்படுத்துகின்றன. ஏன் இந்தச் சடங்கைத் தொடர்ந்து காலங்காலமாகச் செய்து வருகிறீர்கள் என்று கேட்டால், இன்னின்ன காரணங்களுக்காக என்று சடங்குகட்கு விளக் கமளிக்கும் கதைகளைப் போல இவை இடப்பெயர்ச்சிக்கு விளக்கமளிக்கின்றன. கதையாடல்களின் சுவையும் ஈர்க்கும் திறனும் இந்த விளைவை மக்கள் மனதில் ஏற்படுத்துகின்றன. ஒரு குடும்பம் மட்டும் இடம் பெயர்ந்து சென்றிருந்தாலும் ஒட்டுமொத்தமாக ஒரு சாதியினர் அனைவரும் இடம் பெயர்ந்து விட்டனர் என்று கொள்வது ஒரு மரபாகவும் ஆகி விடுகின்றது.

ஒரு குடும்பம் இடம் பெயர அவர்களின் சாதிசனங்கள் எல்லாம் இடம்பெயர்ந்து விட்டனர் என்று கூறுவது பற்றிய வழக்காறுகள் ஆப்பிரிக்காவிலும் இருப்பது குறித்து ரூத் ஃபின்னகன் (Ruth Finnegan) 1996 குறிப்பிடுவது காண்க.

ஒரு வட்டாரத்திற்கு முதன்முதலாக வந்து சேருதல் பற்றிய ஒரு கதையாடலை (இது பொதுவாக அடிக்கடி காணப் படுகிற தலைப்பு) ஒரு சாதி மக்கள் எல்லோரும் இடம்பெயர்ந்தது பற்றியது என்று பொருள்கொள்ள வேண்டிய தேவையில்லை. அவ்விடத்திற்கு உண்மையாக வந்து சேர்ந்த விவரங்கள் துல்லியமாகச் சரியாக இருந்தாலும், ஏற்கெனவே குடியேறிய

ஒரு பகுதிக்கு ஒரு நல்ல சான்று (Gabon) காபன் வாய்மொழி மரபாகும். குறிப்பிட்ட இடப் பெயர்ச்சிகளின் மரபுகளை நேர்பொருளில் எடுத்துக் கொண்டால் 300 ஆண்டுகட்கு முந்தைய மக்கள் வாழாத வெறுங்காட்டிலிருந்து தான் காபன் மக்களின் வரலாற்றைத் தொடங்க வேண்டும். அந்த ஆளற்ற காட்டிற்குப் பல்வேறுபட்ட மக்கள் திடீரென்று ஊடுருவி விட்டார்கள் என்று தொடங்க வேண்டும்; ஆனால் உண்மையில் இந்த வட்டாரத்தில் மக்கள் இதற்கு முன்னரே குடிபுகுந்து விட்டார்கள் என்பது ஆவணங்கள், தொல்லியல் சான்றுகளால் தெளிவாகின்றது.

முன்னர் வந்து குடிபுகுந்து நிலைத்துவிட்ட மக்களிடையிலும் பயணங்கள், வெற்றிகள். வந்து சேருதல் பற்றிய அடிக்கருத்துகள் கதைகளில் மிகச் சாதாரணமாகக் காணப்படுபவை; ஒட்டுமொத்தமாக இடம் பெயர்தல்கள் அல்லது குறிப்பிட்டுச் சுட்டக் கூடிய இராணுவ நடவடிக்கைகளின் பதிவுகள் என்று நேரடியாக ஏற்றுக்கொள்வதில் ஒருவர் மிகுந்த எச்சரிக்கையாக இருக்க வேண்டும் (1996).

ஒரு சாதியினர் ஒட்டுமொத்தமாக இடம் பெயர்ந்து சென்றார்கள் என்பதை விட வெவ்வேறு கால கட்டங்களில் இடம் பெயர்ந்து சென்றார்கள் என்பதே பொருத்தம். இதற்குக் கதைஞர்கள் ஏதேனும் சான்று தருகிறார்களா? ஒரேயொரு கதையில் இதனைக் காணமுடியும். இது குறித்துப் பிலோ இருதயநாத்துக்கு ஏளிங்கி எண்ணுவின் கதையைச் சொன்ன படகரின் கருத்தைக் காண்க: “சில நாட்களுக்குப் பின் இவர்களைப் போலவே (ஏளங்கி எண்ணுவின் கூட்டத்தாரைப் போலவே) மைசூரி லிருந்து வந்த படகர்கள் நீலகிரியில் ஏற்கெனவே இருந்ததைக் கண்டார்கள் இவர்களுக்குப் பிறகும் மைசூர் கன்னட மக்கள் மற்ற ஊர்களுக்குச் சென்றார்கள். சிலர் மைசூர்ச் சண்டைக்குப் பிறகும் பல ஊர்களுக்குச் சிதறுண்டு போனார்கள்” (1991: 26-27).

தமிழ் நாட்டிற்கு வெளியேயிருந்து இடம் பெயர்ந்து கம்மவார் குலமக்கள் ஒட்டுமொத்தமாக இடம் பெயர்ந்தவர் களல்லர். இன்னும் ஆந்திரநாட்டில் கம்மவார் குலமக்கள் வாழ்ந்து வருவதே இதற்குச் சான்றாகும்.

ஒட்டுமொத்தமாக இடம் பெயர்ந்ததற்குச் சில விதி விலக்குகளும் உண்டு ஒட்டுமொத்தமாக இடம் பெயர்ந்து சென்ற சாதியாரென்று செட்டியார்களைச் சொல்லும் மரபு

காணப்படுகின்றது. பதியெழுவறியாப் பழங்குடிகள் நிறைந்த பூம்புகார் நகரச் செட்டியார்கள் கூண்டோடு இடம் பெயர்ந்து வாழவில்லை. அங்கு வணிகத்தின் காரணமாக விரல்விட்டு எண்ணக்கூடிய சிலரே பூம்புகார் சென்று குடியேறியுள்ளனர். செட்டியார்களுக்கென்று ஒரு சத்திரம் பூம்புகாரில் உள்ளது. இன்றும் நகரத்தார் அங்குச் சென்று பட்டினத்தாருக்கு விழா வெடுத்து வருகின்றனர்.

பூம்புகாரிலிருந்து தான் நாட்டுக்கோட்டைச் செட்டியார் குடிபெயர்ந்தனர் என்பதை ரகுநாதன் ஏற்றுக் கொள்கிறார். இடம் பெயர்ந்ததற்கான காரணங்களையும் சுருக்கித் தருகிறார். ஒன்று சுந்தரபாண்டியன் என்னும் பாண்டிய மன்னன் சோழ தேசம் சென்று சோழ மன்னனின் அனுமதியின் பேரில் வணி கர்களை அழைத்து வந்து தன் நாட்டில் குடியேற்றினான் என் பது; மற்றொன்று சோழ மன்னன் வணிகர்களுக்கும் வணிகர் குலப் பெண்களுக்கும் கொடுமைகள் இழைத்தான். அதன் கார ணமாக அந்தக் கொடுமைகளைச் சகிக்கமாட்டாது அவர்கள் தப்பிப் பிழைத்துச் சோழ நாட்டின் எல்லைக்குத் தெற்கே வந்து குடியேறினர் என்பது.

இவற்றில் எது உண்மை? எது பொருத்தமானது? என்ற கேள்விகளை ரகுநாதனே எழுப்பிப் பாண்டியன் அழைத்து வரவில்லை என்பதற்குத் தெளிவாக விடையிறுத்துள்ளார். பாண்டி நாடும் வணிகத்தில் சிறந்த நாடு தான் என்பதற்குப் பல்வேறு சான்றுகளைத் தருகிறார். மதுரையிலும் புகார் நகர வணிகர் குலத்தினர் இருந்தனர் என்பதையும் கூறிப் பாண்டியன் அழைத்து வரவில்லை என்பதை உறுதி செய்கிறார்.

அடுத்துப் பூங்கொன்றை வேலங்குடிச் சிலாசா சனத்தின்படிச் செட்டியார்கள் தங்கள் சாதிமுறை நியாயங்கள் வருத்துள்ளனர். அதன்படிக் கடலுக்கு மேற்கு, பிரான் மலை க்குக் கிழக்கு, வைகைக்கு வடக்கு, வெள்ளாற்றிற்குத் தெற்கு என்று செட்டி நாட்டெல்லை வகுத்தனர். மேலும் வெள்ளா ற்றைத் தாண்டி நகரத்தார் பெண்டிர் செல்லக்கூடாது. விடை யிறுக்கிறார். இது ஏன் என்பதற்கும் ரகுநாதன் விடையிறுக் கிறார்.

வணிகர்குலப் பெண்ணைச் சோழன் சிறையெடுக்க, வணிகர் வேண்ட, விடுவிக்கிறான். வணிகர் அவளைக் கொன்று விடுகின்றனர். இக்கதை பூங்கொன்றை வேலங்குடிச் சிலாசாசனத்திலும் காணப்படுகிறது. ஆனால் சுந்தர

பாண்டியன் வணிகரை அழைத்து வந்தபின் 450 ஆண்டுகட்குப் பின் இச்சம்பவம் நடந்ததாகக் கூறப்படுகிறது. தூக்கிச் செல்லப்பட்ட பெண் யார் என்பதும் (பூங்கொன்றை வேலங்குடியில் மாணிக்க பெருமாள் தெருவில் வசித்து வந்த நேமம் கோவிலைச் சேர்ந்த இளநலமுடையான் முத்துவீரப்பச் செட்டியார் குமாரனாகிய அருணாசலம் என்பவனுடைய புத்திரியான ஐந்து வயதான முத்துமீனாள்) தூக்கிச் சென்ற அரசன் யார் என்பதும் அதில் கூறப்பட்டுள்ளது. ஆனால் தூக்கிச் சென்ற அரசன் சோழன் அல்ல; மாறாக, செட்டி நாட்டுப் பகுதிக்குள் வேட்டைக்கு வந்திருந்த காருண்ய ராஜனே அவ்வாறு தூக்கிச் சென்றான் என்றே அதில் கூறப்பட்டுள்ளது. மற்றபடி அவர் வணிகர்களை அச்சுறுத்தி அந்தப் பெண்ணைத் திருப்பியனுப்பிய பிறகு, வணிகர்கள் அந்தப் பெண்ணைச் "சந்தி நியாய முறைப்படி செய்துவிட்டு" அரச தண்டனைக்குத் தயாராகச் சென்ற போது, அரசன் மிகவும் வருந்தி, ஒரு பெண் பழிபோதும், நீங்கள் ஒன்றும் தரவேண்டாம். போய் வாருங்கள் என்று மன்னித்து அனுப்பியதாகவும் அந்தக் கதை கூறுகிறது" (ரகுநாதன், 1984: 372-373),

"காருண்ய பாண்டியன் என்ற பெயரைச் சோழன் என்று மாற்றி அப்படியே தம் நூலில் மாற்றிவிடுகிறார் வயி.அ. இராமநாதன்" என்கிறார் ரகுநாதன். மேலும் வைகையாற்றைத் தாண்டிக் குடும்பத்துடன் போகக்கூடாது என்பதனால் பெண்ணைத் தூக்கியவன் பாண்டியனாகவும் இருக்கலாம் என்கிறார் ரகுநாதன்,

மேலும் பூங்கொன்றை வேலங்குடிச் சிலாசாசனத்தில் கூறப்பட்டுள்ள நகரத்தார் வரலாறு "கலியுகம் வருஷம் 4389 சருவதாரி வருடத்தில் நடந்த கலகத்தில் அரியூர்ப்பட்டினம் எடுபட்டுப் போனதினால் அந்த ஊரில் இருந்த மேலைத் தெரு வாராகிய அறுபத்து நான்கு வைசியர்கள் திசைதப்பி மலையாளம் போய்ச் சேர்ந்து கோட்டாற்றங்கரையில் குடியிருப்பு நிலையைப் பெற்று வருவதாகக் கூறுகிறது (ரகுநாதன், 1984: 374)

நகரத்தார் வரலாறு கலி 4389 ஆம் ஆண்டில் மலையாளத்துக் கோட்டாறு சென்றதாகக் கூறுகிறது. நாகர் கோவில் கோட்டாற்றில் வணிகராமன், வைசிரவணன் (வைசிய சிரவணன்) என்ற பிரிவினர் முன்னர் இருந்தனர். இவர்கள் காவிரிப் பூம்பட்டினத்திலிருந்து வந்ததாகக் கூறிக்கொள்வர்.

இப்பொழுதும் தாம் எழுதும் பிரமாணங்களில் தம் பெயருக்கு முன் இப்பொழுதும் நகரம் என்ற அடைமொழியைச் சேர்த்து எழுதுவது வழக்கம் (சதாசிவம், 1957:100 -காண்க தொ.மு.சி. ரகுநாதன் 1984 : 375).

இவற்றையெல்லாம் கூறி இறுதியில் வணிக வர்க்கத்தி னருக்கும் நிலவுடைமை வர்க்க அரசனுக்கும் ஏற்பட்ட முரண்பாடே காரணம் என்கிறார் ரகுநாதன். செட்டியார்கள் செட்டி நாட்டிலிருந்து இடம் பெயர்ந்ததை (பூம்புகாரிலிருந்து என்று சொல்லிக்கொண்டாலும்) ஏழூர்ச் செட்டிமார் கதை மேலும் உறுதி செய்கிறது. கோட்டாற்றில் மட்டுமல்ல; இரணியல் பழவடை, பத்மநாபபுரம், பறக்கை மிடாலம், கொளச்சல், திருவிதாங்கோட்டிலும் குடியேறினர்; பிற பெண்டிரை மணந்து பல பிரிவுகளாயினர். குமரி மாவட்டத்தில் வழங்கும் கதை வடி வங்களைத் தொகுப்பின் நகரத்தார் வரலாற்றின் இடைவெளியை நிரப்பலாம். ஓரளவு சமூக உண்மைகளை இவை பிரதி பலிக்கின்றன எனலாம்.

திருநெல்வேலிப் பகுதியில் வாழும் கார்காத்தார் சோழ நாட்டில் இசுலாமிய அரசன் பெண் கேட்டதால் இடம் பெயர்ந்த தாகச் கூறிக்கொள்கின்றனர். இவர்கள் இக்கதையை விளக்கு வதற்கு ஒரு சடங்கினையும் கூறுகின்றனர். இச்சடங்கினை 'விளக்கீட்டுத் திருமணம்' என்கின்றனர். பொங்கலன்று 5, 7, 9 ஆம் வயதடைந்த சிறுமியருக்கு ஒரு தாலியைப் பெண்ணின் தாய் வயிற்றுத் தாத்தா கட்டுவார். ஏனென்றால் சிறை பிடிப்பது பற்றி ஒரு விளையாட்டும் தமிழ்நாட்டின் பல பகுதிகளில் வழக்கிலுள்ளது. ஒரு குடம் தண்ணியெடுத்து ஒரு பூப்பூத்தது' என்று ஒரு பாட்டு உண்டு (வே. மாணிக்கம், 1987), இவையெல்லாம் இசுலாமியர் பெண்ணைத் தூக்கிச் சென்றதற்குச் சான்றுகளாகுமா? கார்காத்தாரைத் தவிர வேறு சாதியாரிடம் இச்சடங்கு ஏன் காணப்படவில்லை? தாலி கட்டிய பெண்ணைத் தூக்கிச் செல்ல மாட்டார்கள் என்றால் இச்சடங்கினை எளிதாக ஏனையோரும் பின்பற்றியிருக்க லாமே? இவ்வாறு ஏமாற்றுதற்காகத் தாலி கட்டுகின்றனர் என் பது இசுலாமியருக்குத் தெரியாது போயிற்றா? இவை அவி ழ்க்கப் படாமல் விடப்படும் சில புதிர்களாம்.

இடப்பெயர்ச்சிக்குரிய பெண்கேட்டது ஒரு சில குடும் பத்தினரைப் பொறுத்தவரை உண்மையான காரணமாக இருக் கலாம். சாதியார் அனைவரையும் பொறுத்தவரை இது இன்னும்

நுணுக்கமான ஆய்வுக்குரியது. அதாவது ஒவ்வொரு படை யெடுப்பு நடக்கும் போதும் பெண் மக்களைத் துன்புறுத்துவது வழக்கமாகவே இருந்து வந்துள்ளது. இன்று ஈழத்தில் நடை பெறும் நிகழ்வுகளும் நிகழ்ந்த சம்பவங்களும் இதற்குச் சான் றுகளாம். ஆதலின் தம் பெண்டிருக்குத் தொல்லை வரும் என்ற அளவில் மக்கள் இடம் பெயர்வது இயல்பே. கம்மவார்கள் இசுலாமியர் பெண் கேட்டு இடம் பெயர்ந்தார்கள் என்றால், அவர்களைச் சார்ந்த துமால் கிருஷ்ணப்ப நாயக்கன் சமணரைப் பெண்கேட்டுக் கொடுமைப்படுத்துகிறான்.

ஆந்திரத்திலிருந்தும், மகாராட்டிரத்திலிருந்தும் கருநாடகத்திலிருந்தும் குடிபெயர்ந்தவர்கள் காலத்திலும் பிற்காலச் சோழர் காலத்திலும் மதுரை நாயக்க மன்னராட்சியிலும் மராட்டியர் ஆட்சியிலும் பலர் இடம் பெயர்ந்திருக்கலாம்.

ஆந்திர, மராட்டிய, கருநாடக மன்னர்கள் படையெடுத்து வந்த போது போர் வீரர்களாக வந்து தங்கியோர், போருக்குப் பின்னர் அரச கருமங்களுக்காகக் குடிபெயர்ந்தோர், பஞ்சம் பிழைக்க இடம் பெயர்ந்தோர். ஆற்றங்கரையோரமாகக் குடியி ருந்து வெள்ள அழிவுகளால் இடம் பெயர்ந்தோர் என்று பல காரணங்களால் இடம்பெயர்ந்து உள்ளனர். இருப்பினும் இடம் பெயர்ந்து சென்றோரிடையே கதைகள் வழங்காவிட்டாலும் ஒரு கதையை அவர்கள் மேல் ஏற்றிச் சொல்லிவிட முடியும்.

துமால் கிருஷ்ணப்ப நாயக்கன் பெண் கொடுக்காத சமணர் பலரைக் கொன்றான். சிலர் தப்பித்து மைசூர் செல்ல, காங்கேய உடையார் என்பவர் உடையார்பாளையத்தில் குறுநில மன்னரிடம் அடைக்கலம் புகுந்தார் என்று மயிலை சீனி. வேங்கடசாமி எழுதுகிறார். காங்கேய உடையார் திரும்பவும் செஞ்சி சென்று சமணத்தைச் செழிக்கச் செய்தார். ஆனால் இக்கதை அப்பகுதிகளில் வாழும் உடையார் சாதியினரிடையே பரவியுள்ளதா என்பது தெரியவில்லை. ஆனால் உடையார் சாதியைச் சார்ந்தோர் தமிழ்நாட்டின் கிழக்குப் பகுதிகளில் தஞ்சை, திருச்சி, புதுக்கோட்டை, சிவசங்கை, இராமநாதபுரம் பகுதிகளில் பரவலாக வாழ்ந்து வருகின்றனர். இராமநாதபுரம் மாவட்டம் (கடலாடி) மாரந்தை வரை வாழ்ந்து வருகின்றனர். இவர்களிடம் அரசன் பெண் கேட்டு இடம் பெயர்ந்த கதை வழக்கிலில்லை. மாறாகக் காவிரிக் கரையில் வாழ்ந்தபோது வெள்ளம் கரை புரண்டோடிய

காலங்களில் சில நூற்றாண்டுகளுக்கு முன் இடம் பெயர்ந்ததாகக் கூறுகின்றனர். இவர்களிடையே இன்றும் வழக்கிலிருக்கும் 'காணி' என்ற பிரிவுகள், குளத்தூரான் காணி, அரியலூரான் காணி என்பவை சான்றுகளாகும். மேலும் சில குடும்பத்தினரை அவர்கள் முன்னர் வாழ்ந்த ஊரின் பெயர்களைக் கொண்டே வழி வழியாகச் சுட்டுவர். உண்மை இவ்வாறிருக்க மேற் குறிப்பிட்ட கதையை இச்சாதியாருக்கும் ஏற்றிச் சொல்லிவிட முடியும். அதனை எளிதில் பரப்பிவிடவும் முடியும்.

மகட்கொடை மறுத்து இடம் பெயராது வேறு காரணங் களுக்காகக் குடிபெயர்ந்தோர் மீது இக்கதை இணைக்க ப்பட்டிருக்கக் கூடும் என்பதற்கு ஒரு சான்று காண்போம். 'தொன்மக்கதைகளும் வாய்மொழி வரலாறும்' என்ற சி.பொன்னுத்தாய் எழுதிய நூலின் பிற்சேர்க்கையில் ஏழாவது கதையாகக் காஞ்சிபுரம் காமாட்சியம்மன் கதை (1998 : 84-85) என்பதை வெளியிட்டுள்ளார். அவர் யாரிடமிருந்து இக்கதையைச் சேகரித்தார் என்பதைத் தகவலாளர் பட்டியலிலிருந்து கண்டு பிடிக்க முடியவில்லை. இக்கதை கவுண்டர்களின் இடப் பெயர்ச்சி பற்றிய கதை. மேலும் இக்கதையைச் சொன்னவர் கவுண்டரல்லர், ஏனென்றால் தகவலாளர் பட்டியலில் கவுண்டர் சாதியினர் யாருமில்லை. கவுண்டர் ஆந்திர நாட்டிலிருந்து இடம் பெயர்ந்து இசுலாமியர் பெண் கேட்டு மாட்டுக்கறி உணவை உண்ணாது வந்தவர்கள் என்று கூறப்படுகிறது. ஆனால் கவுண்டர் தெலுங்கு பேசுவோருமல்லர்; ஆந்திரத் திலிருந்து இடம் பெயர்ந்தோருமல்லர். இந்தக் கதையைக் கவுண்டரல்லாத ஒருவர், கவுண்டர் மேல் ஏற்றிக் கூறியுள்ளார். இவ்வாறு ஒரு கதையை மற்றொரு சாதியாரின் மீது ஏற்றிச் சொல்லும் மரபு இருந்திருக்க வேண்டும். அல்லது அவ் வச்சாதியாரே தத்தம் சாதியுடன் இணைத்துக் கொண்டிருக்க வேண்டும்.

மங்காத்தியம்மன் கதையில் பெண்கொடுக்க மறுப் பதற்குக் காரணமாக அமையும் முக்கியக் கதைக்கூறு அறுத்துக் கட்டாத சாதி என்பதாகும். இக்கதைக்கூறு மயக்கப் பண்பு கொண்ட தென்பதால் முக்கியத்துவம் பெறுகின்றது. தமிழ் மொழியையும் பண்பாட்டையும் அறிந்தோருக்கு மட்டுமே புரியக் கூடியது. மொழியியல் அடிப்படையிலும் பண்பாட்டுப் பொருள்கோடல் அடிப்படையிலும் இந்த மயக்கம் உரு

வாகிறது. எதனை அறுத்துக்கட்டாத சாதி? என்ற வினாவைக் கேட்டால் மயக்கந் தீரும். ஆனால் 'அறுத்துக் கட்டுதல்' என்ற தொடர் நேர் பொருளில் பயிர்களை அறுத்துக் கட்டுவதையே சுட்டும். ஆனால் பெண் கேட்ட அகம்படியரிடம் கோனார் தாங்கள் அறுத்துக் கட்டாத சாதி என்கிறார். உருவகப் பொருளி லேயே சொல்கிறார். அதாவது தமிழ் நாட்டில் அறுத்துக்கட்டாத சாதி என்பது மணமுறிவு செய்துகொண்டு, மற்றொரு கணவ னையோ மனைவியையோ தேடாத சாதியென்றும் கணவன் இறந்த பின் மறுமணம் செய்து கொள்ளாத சாதி என்றும் பொருள்படும். இந்தக் காரணத்தைக் கூறித்தான் அணைஞ்ச பெருமாள் கோனார் பெண் கொடுக்க மறுக்கிறார். ஆனால் பெண் கொடுக்க மறுத்த அணைஞ்ச பெருமாள் கோனார் உருவ கமாகச் சொன்ன செய்தியைச் சரியான நேரத்தில், தம்முடைய வேளாண்மையை ஒப்படி செய்யும் நேரத்தில் அறுத்துப் போட்ட கதிர்களைக் கட்டவிடாது செய்துவிடுகிறான் அகம்படிய மன்னன். கதைக்கூறளவில் இது முக்கியமானது.

எனினும் அறுத்துக்கட்டாத சாதி என்பது சாதிப் படிநிலைகளைத் தரம்பிரிக்கும் ஓர் அளவுகோலாகப் பயன்படுவது காண்க. ஒரு காலத்தில் மறுமணம் செய்து கொள்வது என்பது தாழ்வாகக் கருதப்பட்டது. பொருந்தாத் திருமணத்தால் மணமுறிவு செய்வதையும் தாழ்வாகக் கருதினர். இந்த நிலையில் ஆடவர் மறுமணம் செய்து கொண்டாலும் பெண்டிர் மறுமணம் செய்யாமை உயர்வுக்கு அடையாளமாகக் கருதப்பட்டது.

மேலும் ஓர் ஐயம் எழக்கூடும். அதாவது தமிழகத்தில் கோனார்களுள் பல பிரிவினர் அறுத்துக் கட்டுவோராக இருக்க, அறுத்துக் கட்டாத சாதி என்பது பொருந்துமா? பார்ப்பனர் தவிர, தமிழகச் சாதிகள் எல்லாம் முன்னர் அறுத்துக் கட்டுவோர்தாம்.

ஆனால் சிலரிடம் இந்த மறுமண முறைகள் பல்வேறு காரணங்களால் தவிர்க்கப்பட்டுள்ளன. இப்பல்வேறு காரணங்களுள் ஒன்றாக இராமானுசரின் தாக்கத்தைக் கொள் ளலாம் என்பது ஒரு கருதுகோள்.

அதிகாரத்திலிருக்கும் சாதிக்குப் பயந்து, செய்த வேளாண்மையை அறுத்துக் கட்டப்போகும் போது, 'அறுத்துக்கட்டாத சாதி என்று நீ தானே சொன்னாய், இப்பொழுது அறுத்துக் கட்டுகிறாயே, நிறுத்து என்று நேர்பொருள் கொண்டு தடுக்க முடிகின்றது. இத்தகைய

கதைக்கூறுகள் தாம் ஒரு கதை யாடலை உள்ளூர் மயமாக்குதற்கும் (localization) பண் பாட்டிற்கேற்பத் தழுவியமைத்தற்கும் காரணமாகின்றன.

இன்றளவும் சாதிகள் நிலைபெற்றுள்ளன. இச்சாதிகள் ஓர் அடுக்கமைப்பில் அமைந்துள்ளன. இந்தச் சாதி அடுக்கமைவுப் படிநிலைகள் (hierarchical rankings) வட்டாரத்திற்கு வட்டாரம், கிராமத்திற்குக் கிராமம் வேறுபடும். ஒரே சாதிக்குள்ளும் அடுக்கமைவுகள் உண்டு. பரிவர்த்தனை பற்றிய ஆய்வு (transactional analysis) மேற்கொண்டு படிநிலை அமைப்புக்களைக் கண்டு அதாவது யார் யார் வீட்டில் உணவு உண்பர் என்பது கொண்டு இந்தப் படிநிலையைக் உணரலாம். மரக்கறி உணவு உண்போர் உயர்ந்தோர்; இறைச்சி உண்போர் தாழ்ந்தோர் என்ற இனமைய வாதமும் உண்டு. இங்கும் கூட ஆடு, கோழி (பன்றியையும்) உண்போர்-உயர்ந்தோர் என்றும் பசு மாடு தின்போர் தாழ்ந்தோர் என்ற கருத்தும் நிலவுகிறது. இந்திய நாட்டில் பசு தனிச்சிறப்பிடம் பெற்ற ஒன்று வணக்கத்துக்குரிய ஒன்று தாயோடு சமமாகக் கருதப்படும் (கோமாதா) ஒன்று. ஆதலின் பசுவைக் கொல்லுதல் தாயைக் கொன்றதற்குச் சமம். ஆதலின் இசுலாமியர். மாட்டிறைச்சி உண்போர் என்பதால் மிக எளிதாக இக்கதைக் கூறு மனத்தில் பதிந்து விட்டது. ஆதலின் இசுலாமியருக்குப் பெண் கொடுக்க இசைந்தாலும் பசுமாட்டுக் கறியைக் கண்டு தான் ஓடி வந்து விட்டதாகக் கதையாடல்கள் அமைகின்றன. இக்கதைக் கூறு ஓடி வருவதற்குரிய முக்கியக் காரணக் கூறாக அமைகிறது (பசுவைக் கொல்லக் கூடாது என்ற வைதிக நெறிக்குரிய கருத்தாக்கம் சமண பௌத்தத்திற்குரியது).

இந்தக் கதையாடல்களில் ஒரேயொரு வடிவில் மட்டும் காணப்படும் கதைக்கூறு பெண் கேட்ட சாதியாரிடமிருந்து பெண் கொடுக்க மறுத்த சாதியார் உணவை ஏற்றுக் கொள் ளாமையாகும். அதாவது மங்காத்தி அம்மன் கதைப்பாடலில் பெண் கேட்ட அகம்படியர் சாதியாரிடமிருந்து கோனார்கள் உணவை உண்ணாது உரக்குழியில் புதைத்து விட்டு வருவ தாகக் காணப்படுகிறது. இக்கதைக்கூறு சாதிகளின் ஏற்றத் தாழ்வை நிர்ணயிப்பதற்கு உதவுகிறது. இருப்பினும் இவ்விரு சாதியினரின் படிநிலை இடத்திற்கு இடம் வேறுபடும்.

தமிழ் நாட்டுக்கு வெளியேயிருந்து இடம் பெயர்ந்து ஆந்திர நாட்டிலிருந்தும் 'மராட்டியத்திலிருந்தும்' கர்நா டகத்திலிருந்தும் வந்துள்ளனர். ஆந்திர நாட்டினரும்,கர்நாட கத்தினரும், மராட்டியரும் தமிழகத்தின் சில பகுதிகளைப் பல் வேறு காலக்கட்டங்களில் ஆண்டுள்ளனர். ஆதலின் இங்குக் குடி பெயர்ந்து வந்தோர் எல்லோரும் இசுலாமியர் பெண் கேட்டதால் தான் அவ்வளவு பேரும் இடம் பெயர்ந்து வந்தனர் என்று கொள்ள முடியாது.

இசுலாமியர் பெண் கேட்ட கதைக்கூறு தமிழ் நாட்டிற்கு வெளியேயிருந்து வந்தவர்களைப் பற்றிய கதையாடல் களிலேயே பெரும்பாலும் காணப்படுகின்றது. மேலும் பெண் கொடுக்கச் சம்மதித்து, அல்லது வலுக்கட்டாயத்தினால் பெண் கொடுக்கச் சென்று அங்கு பசுமாட்டுக் கறி உணவு (அல்லது பசுமாட்டுத் தலை கூடையில் கவிழ்த்து வைத்திருப்பது கண்டு) சமைத்திருப்பதைத் கண்டு ஓடி வந்ததாகச் சொல்லப்படுகிறது. ஆனால் படகர்களின் இடப்பெயர்ச்சிக் கதையில் பெண் கேட்டவர் இசுலாமியர் என்றாலும் மாட்டுக்கறி பற்றிய பேச்சில்லை (இக்கதைக் கூறு சொல்லப்படாது விடுபட்டி ருக்கலாம்).

மகட்கொடை மறுப்பது என்ற அடிக்கருத்து (theme) இலக்கியங்களிலும் காணப்படும் ஒன்றாகும். இது குறித்துக் கைலாசபதி பின்வருமாறு எழுதுகிறார். புதிதாக அரச பதவியையும்-அதிகாரத்தையும் அடைந்த அரசர்கள் செல்வச் செழிப்பினராக இருந்த போதிலும் அவர்களுக்குப் பழம் பெரும் கால்வழி மரபில் மறுப்பதென்பது பாணர்களால் கிளர்ச்சியூட்டும் விபரங்களுடன் கையாளப்படும். இஃதோர் துன்பியல் பண்பு கொண்ட வீரநிலை அடிக் கருத்தாகும். தொல்காப்பியமும் புறப்பொருள் வெண்பா மாலையும் இதனைப் பற்றிக் காஞ்சித் திணையில் குறிப்பிடுகின்றன. இதனை 'மகட்பாற் காஞ்சி என்பர். இந்த அடிக்கருத்துப் பற்றிப் பன்னிரு புலவர்கள் பாடி யதாக இருபத்தோரு பாடல்கள் உள்ளன. இங்கு இதனை மூன்று விதமாகக் கையாளுகிறார்கள். எந்தவிதமான அழ குறுத்தலுமில்லாமல் அடிக்கருத்தைச் சுருக்கமாகக் கையாள்வது குறித்தது முதல் சான்றாகும். இருப்பினும் ஒவ்வொரு சம்பவத்திலும் குறைந்த பட்சம் மூன்று பிரிவினரைப் பற்றி இவ்வடிக் கருத்து விளக்குகிறது. பெண்கேட்ட அரசன், பெண்ணின் தந்தை அல்லது சகோதரர்கள், பெண் என்ற மூன்று பிரிவாக விளக்குகிறது (Kalasapathy, 1968: 202)

மேலும் இவ்வடிக்கருத்து, சிற்றிலக்கியங்களிலும் பேசப் படுகின்றது. சிற்றிலக்கியங்களில் வரும் 'மறம்' என்ற பிரிவு பெண் கேட்டவனை மிகக் கடுமையாகப் பழித்துப் பேசுகிறது. இதன் உச்சக்கட்டம் தான் மகட்கொடை மறுத்து வெளி யேறுவோர் மணப்பந்தலில் ஆண் நாயைக் கட்டிவைக்கும் செயல். வாயால் பழிக்காது குறியீட்டு முறையில் பழிக்கும் செயல் வலிமைமிக்கது. எங்கள் வீட்டுப் பெண் நாயைக் கட்டிக் கொள்வதற்குக் கூட நீ தகுதியற்றவன் என்று குறிப்பாகப் பழித்துக் காட்டுகின்றது. மகட்கொடை மறுப்பதென்பது தொன்று தொட்டு இருந்து வரும் ஒரு மரபாகும். இதற்குரிய காரணம் யாது? இதற்குச் சாதிய அமைப்புகளே காரணம் என்று எளிதாக விடையிறுத்து விடலாம்..

இருப்பினும் ஆளும் வர்க்கத்தினர் எவராக இருந்த போதிலும், அவர் இசுலாமியராக இருந்தாலும், சோழ மன்னனாக இருந்தாலும் துமால் கிருஷ்ணப்ப நாயக்கனாக இருந்தாலும் அகம்படிய அரசனாக இருந்தாலும் வேறு யாராக இருந்தாலும் அரசன் வீட்டுக் கோழி முட்டை அம்மியையும் உடைக்கும் என்பதற்கேற்பப் பெண்டாளுவது அல்லது பெண்டிரைச் சிறையெடுப்பது ஒரு பொதுவான கூறாகும். அரசனுடைய அரண்மனைக்குப் புல்லுக்கட்டுத் தூக்கி வந்த பெண் அழகாக இருந்தால் அவள் புல்லுக்கட்டு நாச்சியார் ஆகிவிடுவதும் ஓலைக்கட்டுத் தூக்கி வருபவள் அழகாக இருந்தால் ஓலைக்கட்டு நாச்சியார் ஆகிவிடுவதும் நம் தமிழ்நாட்டில் கேள்விப்பட்ட ஒன்றுதான். ஆளும் அதிகார வர்க்கம் பாலியல் வன்முறையில் ஈடுபடுவதனை ஆ.சிவசுப்பிரமணியன் (1995) மிக விரிவாக ஆய்ந்துள்ளார்.

இந்தக் கொடுமைகள் எல்லாம் காலங்காலமாக இன்றளவும் நாம் கேள்விப்பட்டு வரும் கொடுமைகள்தாம். ஆளும் அதிகார வர்க்கங்களிலிருந்து இன்றையக் காவல்துறை வரை வேலியே பயிரை மேயும் இந்த உயர்ந்த செயலைச் செய்து வருதல் விதி விலக்கன்று.

அதிகாரம் செலுத்தப்படுவதற்காகவே அமைந்தது. அதிகாரத்தின் உச்சம் அடக்கியாளுவது தான்; அடிமைப்படுத்துவதுதான்: பொன்னையும், பொருளையும் பறித்துக் கொள்வதைவிட ஒரு சமூகத்துப் பெண்டிரை இழிவு படுத்துவதே அதிகாரத்தின் உச்சக்கட்டமாகும். மேலாதிக்கச் சாதிகள் அடித்தள மக்களை மட்டுமல்லாது தமக்கு எதிரிகளை

இழிவுபடுத்த அவரது மகளிரைச் சிறையெடுத்து வேள மேற்றுவதும் கூந்தலை அறுப்பதும் பாலியல் வன்முறைக் காட்படுத்துவதும் எழுதப்படா வரலாறு. தமிழில் காணப்படும் வசவுகள் ஒருவனின் தாயையும் தமக்கையும் பாலியல் ரீதியாகப் பழிப்பது காண்க.

இடம் பெயர்ந்து சென்றதற்கான பல்வேறு காரணக் கூறுகள் இருந்தாலும் கதையாடல்களில் பயன் படுத்தப்படும் கதைக்கூறு மகட்கொடை மறுப்புத்தான். இது குறித்து ஆ. சிவசுப்பிரமணியன் பின்வருமாறு கூறுகிறார். இவ்வாறு வெளியேறுவதற்குச் சாதிப்பற்று மற்றும் சாதியத் தூய்மை உணர்வு மட்டும் காரணமல்ல, "பத்தோடு பதினொன்று அத்தோடு இதுவும் ஒன்று" என மன்னன் அல்லது ஜமீன்தாரின் அந்தப்புரத்தில் தம் குலப்பெண் அடைக்கப்படுவதையும் அவனது மறைவிற்குப் பின் அப்பெண்ணும் அவளது பிள்ளைகளும் எவ்வித உரிமையுமின்றி அவலத்திற்கு ஆளாவதையும் விரும்பாத காரணத்தால்தான் பெண் கொடுக்க விருப்பமின்றி இடம் பெயர்ந்துள்ளனர் (1995: 155).

சிவசுப்பிரமணியன் மேலே குறிப்பிடும் இரு காரணங்களும் முக்கியமானவை. ஆனால் முதன்மையான காரணம் எது என்பது ஆய்வுக்குரியது. தமிழ்நாட்டு வரலாற்றுப் பின்புலத்திலேயே இதனைக் காணவேண்டும். தமிழ்நாட்டு மன்னர் பலர் பலதார மணம் செய்து கொண்டோர் அல்லது பல மனைவியரைச் சேர்த்துக் கொண்டோர் ஆவர். சுந்தர பாண்டியன் 500 மனைவியர் இருந்தும் அழகாக இருந்ததால் தம்பியின் மனைவியைக் கவர்ந்து கொண்டான் என்பது வரலாறு. ஆனால் அரசியல் காரணங்களுக்காக அரசர்கள் பல பெண்டிரை மணந்துள்ளனர். ஆய்வுக்கு எடுத்துக்கொண்ட கதைகள் மகட்கொடை மறுத்தமையைக் குறிப்பிட்டாலும் சிலர் விரும்பியோ விரும்பாமலோ பெண் கொடுத்துள்ளனர் என்பதும் உண்மை. அரசனின் மறைவுக்குப் பின்னர் தத்தம் மகளிரின் வாரிசுகள் அரசுக் கட்டிலேறச் சூழ்ச்சி செய்தோரும் உள்ளனர். பல பெண்டிரை மணந்து கொண்ட அரசன் இறந்த போது அவனோடு சேர்த்து எரிக்கப்பட்ட (உடன்கட்டை ஏறக் கட்டாயப்படுத்தப்பட்ட) கொடுமைகளும் எண்ணிலடங்கா. இக்கொடுமைகளை எல்லாம் புனிதமானவை என்று எண்ணியிருந்த மக்களும் ஏராளம்.

ஆதலின் தங்கள் மகளிர் துன்புறக்கூடாது என்று அவர்களைக் கொன்றுவிட்டு இடம் பெயர்ந்ததாகச் சொல்வது முதன்மையான காரணமாகாது. மாறாகத் தங்கள் குலத்தின் மானத்தையும், கௌரவத்தையும் காப்பாற்றிக் கொள்ளவே இத்தகைய செயல்கள் நடைபெறுகின்றன.

பெண் கொடுக்க மறுப்போர் உயர்ந்தோராக இருந்தாலும் தாழ்த்தப்பட்டோராக இருந்தாலும் இந்தச் சாதிகள் தத்தம் தூய்மையைப் (போலியான சுத்த ரத்தக் கொள்கை) பாதுகாத்துக் கொள்ளவே விரும்புகின்றன. ஆனால் இன்று எந்தச் சாதியும் தூய்மையானதன்று. ஆனால் சாதி என்பது ஓர் எதார்த்தம் இந்த எதார்த்தம் (reality) பருண்மையானதன்று (not concrets); ஆனால் மனரீதியான எதார்த்தம் (mental reality) ஆகும். இந்த மனரீதியான எதார்த்தத்தை மக்கள் நம்புகின்றனர். அதற்குக் குறியீட்டு அடிப்படையிலான அடையாளங்களை ஏற்படுத்திக் கொள்கின்றனர். அக்குறியீடுகளாகத் தம் பெண்டிரைக் கருதுகின்றனர். ஆதலின் தம் பெண்டிரைப் பிறர் விரும்புவதை ஏற்றுக் கொள்ள மறுக்கின்றனர். காதலித்துத் திருமணம் செய்து கொள்வதைக் கூட எதிர்க்கின்றனர். மள்ளர் பெண்ணும் மறவர் ஆணும் காதலித்து உடன்போக்குச் செல்லப் பெண்ணின் உடன்பிறப்புகள் அவர்கள் இருவரையும் கொன்றுவிட்ட கதை தான் பூச்சியம்மன் வில்லுப்பாட்டு (ஆ. சிவசுப்பிரமணியன் 1989).

குலப்பெருமையையும் மானத்தையும் காக்கத் தம் பெண்டிரைக் கொன்றுவிட்டு வந்தவர்கள் வேறு வேறு சாதிப் பெண்டிரை மணந்தாலும் பல பிரிவுகளாகிவிட்டாலும் ஒவ்வொரு சாதியைச் சார்ந்தோரும் தத்தம் சாதியைத் தூய்மையானதென்று மனரீதியாகக் கருதிகொள்கின்றனர். சாதிக் கலப்புத் திருமணம் நடத்தாலும் பெண்ணின் சாதியை விடப் பிள்ளைகள் ஆடவனின் சாதியினராகவே கருதப்படுகின்றனர். பெண் கொடுக்க மறுத்து இடம் பெயர்ந்து வந்து வேறு வேறு சாதிப் பெண்டிரை மணந்தாலும் ஆடவனின் சாதியாகவே கருதப்பட்டு நிலைநிறுத்தப்படுகின்றது. கலப்புத் திருமணங்களே சாதியொழிப்பிற்கு அடிப்படை என்று ஒரு தீர்வைக் கொண்டுவரும் பொழுது அதுவே சாதிய இறுக்கத்திற்குரிய ஒரு முடிச்சாகி விடுகின்றது. உண்மையில் இன்று இரத்தக் கலப்பற்ற தூய்மையான எந்தச் சாதியும் இல்லை யென்றாலும் தத்தம் பெருமை பாராட்டவும் சாதியைப்

பாதுகாத்துக் கொள்ளவுமே இக்கதைகள் சொல்லப் படுகின்றன. இவற்றின் நிலைபேற்றுக்கும் இதுவே காரணம்.

மேலும் மகட்கொடை மறுத்தது பற்றிய கதைகள் இரண்டாஞ் சாதி அக்ரகாரங்களில் (சூத்திரர்) மட்டுமே காணப் படுகின்றன(11). ஒடுக்கப்பட்ட மக்களிடம் அரசன் பெண் கேட்டு அவர்கள் மறுத்ததாகவும் இடம் பெயர்ந்ததாகவும் எனக்குக் கதைகள் கிடைக்கவில்லை. இதற்குக் காரணம் என்ன? ஒடுக்கப்பட்ட மக்கள் சொல்லொணாக் கொடுமை களுக்கு ஆட்படுத்தப்பட்டவர்கள். சாணிப்பால் குடிக்கச் செய்து சாட்டையடிக்குட் படுத்தப்பட்டார்கள். அடிமைகளைப் போல் விற்கப்பட்ட காலக்கட்டங்களும் உண்டு(12) இந்த நிலையில் ஒடுக்கப்பட்டோருடைய பெண் மக்கள் நிலவுடைமையாளரின் உடைமையாகவே கருதப்பட்டனர். ஒடுக்கப்பட்ட மக்களின் பெண்டிர் நிலவுடைமையாளரின் வீடுகட்குத் திருமணத்திற்கு முன்னர் அனுப்பி வைக்கப்பட வேண்டும் என்ற எழுதப்படாத விதிகளும் இருந்தன. பெண்டிர் தோள்சீலை அணியக்கூடாது. மாராப்புப் போடக்கூடாது என்று தடுக்கப்பட்ட நிலையும் இருந்தது. இத்தகைய நிலையில் ஒடுக்கப்பட்டோரின் உரிமைக்காக, மானத்தைக் காப்பதற்காக யாரும் வரவில்லை. கஞ்சி குடிப்பதற்கில்லாத, அதன் காரணங்கள் இவை என்னும் அறிவுமில்லாத நிலையில் வாழ்ந்தோரை எல்லா விதத்திலும் ஒடுக்கியோர் பாலியல் ரீதியான கொடுமைகள் செய்ததில் வியப்பு மில்லை. அவர்களிடையே இடப் பெயர்ச்சிக்கான இத்தகைய கதையுமில்லை.

துணை நூற்பட்டியல்

இராமச்சந்திரன், நா. 1987: குமரி மாவட்டச் சமூகக் கதைப் பாடல்களின் இயல்புகளும் சிக்கல்களும், பாளையப்கோட்டை: தமிழ் ஆய்வு மையம், தூய சவேரியார் கல்லூரி (அச்சிடப்பெறாத பி.எச்.டி பட்ட ஆய்வேடு),

சண்முகலிங்கன், கா. 1995 : தமிழ் நாட்டார் வழக் காற்றியல் கொழும்பு: இந்து சமய கலாசார அலுவல்கள் திணைக்களம்

சிவசுப்பிரமணியன். ஆ. 1984 அடிமை முறையும் தமிழக மும், சென்னை : நியூ செஞ்சுரி புக் ஹவுஸ்.

சிவசுப்பிரமணியன், ஆ. 1989 பூச்சியம்மன் வில்லுப்பாட்டு சென்னை: நியூ செஞ்சுரி புக் ஹவுஸ்.

சிவசுப்பிரமணியன், ஆ. 1995, "அடித்தள மக்கள் மீதான பாலியல் வன்முறையும் நாட்டார் வழக்காறுகளும்,

நீலபத்மனாபன் 1992 தலைமுறைகள்: நாகர்கோவில் : ஜெயகுமாரி ஸ்டோர்ஸ்.

பொன்னுத்தாய், சி. 1998. தொன்மக்கதைகளும் வாய் மொழி வரலாறும். மதுரை : கொ. பெ. சின்னமாயன் வெளியீடு

பிலோ இருதயநாத் 1991 நீலகிரி படகர்கள் சென்னை : வானதி பதிப்பகம்.

பெருமாள், அ.கா: 1996. தோல்பாவைக் கூத்து நாகர் கோவில் வருண் பதிப்பகம்.

மாணிக்கம், வே. 1987, "நாட்டுப்புற விளையாட்டு - ஒரு சமூகவியல் பார்வை". இராமநாதன். ஆறு (பதி). நாட்டுப் புறவியல் தொகுதி II அண்ணாமலைநகர் : இந்திய நாட்டுப் புறவியல் கழகம்

மாணிக்கம், வே 1994. கட்டபொம்மு கதைப்பாடல்கள் ஒரு வரலாற்று அணுகுமுறை. மதுரை காமராசர் பல்கலைக் கழகத்திற்கு பி.எச்.டி பட்டத்திற்காக அளிக்கப்பட்ட ஆய்வேடு.

ரகுநாதன், தொ.மு.சி. 1984 இளங்கோவடிகள் யார்? சிலப்பதிகாரம் பற்றிய ஒரு சமூகவியல் ஆராய்ச்சி, மதுரை : மீனாட்சி புத்தக நிலையம்.

ராஜநாராயணன், கி. 1976. கோபல்ல கிராமம் சென்னை: வாசகர் வட்டம்

லூர்து, தே. 1997, நாட்டார் வழக்காற்றியல் சில அடிப்படைகள் பாளையங்கோட்டை: நாட்டார் வழக்காற்றியல் ஆய்வு மையம்.

வேங்கடசாமி, மயிலை. சீனி. 1954 சமணமும் தமிழும் சென்னை; திருநெல்வேலித் தென்னிந்திய சைவசித்தாந்த நூற்பதிப்புக் கழகம்.

Bascom, William, 1965. The Forms of Folklore: Prose Narratives" Journal of American Folklore Vol 78, No. 307, P3-20.

Caldwell, R 1989 History of Tirunevely New Delhi: Asian Educational Services.

Finnegan, Ruth 1996: A Note on Oral Tradition and Historical Evidence in Dunaway, David K. and Willa K. Baum (ed) Oral History, New Delhi: Altamira Press

Honko, Lauri 1989 Folkonistic Theories of Genre. InTiedeakatemia Sikals, Anna-Leena, Studies in Oral Narrative (Studia Fernnica 33); Helsinki: Suomalaión.

Kailasapathy, K. 1968 Tamil Heroic Poetry London: Oxford University Press.

Narayana Rao, Velcheru: 1906 Epics and ideologies Six Telugu Folk Epics in Blackbum Stuart and A.K.Ramanujan, Another Harmony, Delhi: OUP

குறிப்புகள்

1. வழக்காற்று வகைமைப்பாடு பற்றிய (genres) ஆய்வுகள் தமிழ் நாட்டார் வழக்காற்றியல் புலத்திலும் இலக்கிய உலகிலும் இன்னும் தொடங்கப்படவில்லை. நாட்டாரே தங்களுடைய மரபுவழி வழக்காறுகளுக்குப் பெயரிட்டு அழைப்பர். சில நேரங்களில் அவ்வாறு பெயரிடாமல் பொதுவான ஒரு பெயரால் அழைக்கக்கூடும். தமிழ் நாட்டார் உரைநடையில் எடுத்துரைக்கப்படும் கதையாடல்களைக் 'கதை' என்றே குறிப்பிடுகின்றனர். புராணக்கதை (myth), பழமரபுக் கதை (legend), நாட்டார் கதை (tale} என்று பிரித்துப் பார்க்கும் மரபு தமிழ் நாட்டாரிடம் உண்டா என்று பார்க்க வேண்டும். அவ்வாறு பார்க்கும் மரபு இருந்தால் அதற்கு நாட்டார் எத்தகைய அளவுகோல்களைப் (criteria) பயன் படுத்துகின்றனர் என்பதை ஆய்வு செய்ய வேண்டும். நம் தமிழ் 'நாட்டுப் புறவியலர்கள்' 'myth' என்பதற்கீடாகத் தொன்மம் என்ற பதத்தைப் பயன்படுத்துகின்றனர். ஆய்வாளர் தம்முடைய வசதிக்காக இப்பதத்தைப் பயன்படுத்துகின்றனர். தகவலாளிகளிடம் ஒரு தொன்மம் சொல்லுங்கள் என்று சொன்னால்

சனங்களும் வரலாறும் 164

ஆய்வாளர் என்ன சொல்கிறார் என்பதைத் தகவலாளிகள் புரிந்து கொள்வார்களா? ஆய்வாளன் தன் வசதிக்காக ஒரு பெயரிட்டு அழைப்பதை ஆய்வு வகைமை (analytical category) என்கிறோம்.

மலையாள மக்களின் நாட்டார் வழக்காறுகளைக் கொண்டு சில கருத்தாக்கங்களை விளக்குகிறேன். கோழிக் கோடு மாவட்டத்தின் வடக்கே வடகரை என்றோர் ஊர் உள்ளது. அந்தப் பகுதியில் கதைகளை நீண்ட கதைப் பாடல்களைப் பாடும் மரபு உள்ளது. அந்தப் பாடல்கள் பலவற்றைப் பேராசிரியர் செல்நாடு அச்சுதமேனன் ‘வடக்கன் பாட்டுகள்’ என்று பெயரிட்டு வெளியிட்டார். ஆதலின் இது ஓர் ஆய்வு வகைமையாகும். ஆனால் இப்பாடல்கள் நாற்று நடும்போது பாடப்படுவதால் அவற்றை ‘ஞாட்டிப்பாட்டு’ என்றும் திருமண வீடுகளில் முன்னர் மசாலை அரைக்கும் போது பாடப்படுவதால் ‘அரவுப்பாட்டு என்றும் மக்கள் சுட்டு கின்றனர். இது இனவகைமைப் பெயராகும் (ethnic category). மேலும் தச்சோழிப் பாட்டுகள், புத்தூரான் பாட்டுகள் என்றும் கூறுகின்றனர்.

இவற்றை உள்ளூர் வகைமைகள் (local categories) என்றும் கூறலாம். ஆனால் இங்கே ஒரு சிக்கல் எழுகிறது. ஏனென்றால் ‘தச்சோழி’, ‘புத்தூரன்’ என்பவை இரு குடும்ப மரபு வழிப் பெயர்கள். தச்சோழி, ஒத்தேனான் போன்ற பிறருக் காகப் போரிட்டு உயிர்விட்ட வீர வரலாற்றுப் பாத்திரங்களைப் பற்றிய நீண்ட பாடல்கள் இவை. ஆனால் இக்குடும்பங்களைச் சாராத இசுலாமியரான, குஞ்ஞாலி மரைக்காரொட தச்சோழிப் பாட்டுகளும் காணப்படுகின்றன. இவற்றைக் காப்பியம் என்பதா? கதைப்பாடல்கள் (ballads) என்பதா? எது சரி ஒரு சிக்கலை நான் தொடங்கி வைத்துள்ளேன். ஆய்வாளர் கவனிக்க.

2. கதைக்கூறுகள் (motifs) என்பவை பற்றி ஸ்டித் தாம்ப்சன் ஓர் அடைவு தொகுத்துள்ளார் (Motif Index of the Folk Literature). இதன் முதல் பதிப்பு 1932-1936-இல் வெளியிடப்பட்டது. இது ஆறு தொகுதிகளைக் கொண்டது. இதில் 23 இயல்கள் அடங்கியுள்ளன. A,B,C என்று தொடங்கி z வரை அமைந்துள்ளன. A-இல் புராணவியல் கதைக்கூறுகள் உள்ளன. B-இல் விலங்குகள், C விலக்கு (taboo), D மந்திரம் magic இறந்தோர்(the Dead) F.ஆச்சரியங்கள் (marvels), G.

பூதங்கள், அரக்கர் (ogres), H. சோதனைகள் (Tests), J. அறிஞரும் முட்டாள்களும் (The wise and the foolish), K. ஏற்றங்கள் (deception). இவ்வாறு தொடர்ந்து Z வரை பல்வேறு பிரிவுகளில் அமைந்துள்ளன. இந்த அடைவின் திருத்திய பதிப்பு 1956-இல் இந்தியானாப் பல்கலைக்கழகத்தில் வெளியிடப் பட்டுள்ளது. இதுவரை கதைகள் பற்றிய ஆய்வில் ஈடுபட்ட தமிழ் ஆய் வாளர்கள் யாரும் கதைக்கூறுகள் பற்றிய ஆய்வில் ஈடுபட வில்லை. இதனைச் செய்தால் தமிழ்க் கதையாடல்களின் தனித்தன்மைகளைக் கண்டறியலாம்.

3, 'கதைக்கூறு' (motif) என்பது குறித்து விரிவாக அறிந்து கொள்ள என்னுடைய "நாட்டார் வழக்காற்றியல் சில அடிப் படைகள்" (2000) என்ற நூலில் காண்க : 161-163.

4.கதைக்கூறுகள் மாறும் இயல்புடையவை. மாறக்கூடிய இந்த இயல்பினால்தான் பல்வேறு திரிபு வடிவங்கள் தோன்று கின்றன. இவை கதைகளைப் பற்றிய அமைப்பியல் ஆய்வுக்குப் பயன்படும் மாறாத அலகுகள் (units) அல்ல. இது குறித்து விரைவில் வெளிவர இருக்கும் "நாட்டார் வழக்காற்றியலும் அமைப்பியலும்" என்ற என்னுடைய நூலில் காண்க.

5. பெண் கேட்டதால் தங்கள் பெண்களைக் கொன்றுவிட்டுத் தங்கள் முன்னோர் தப்பி வந்ததாகக் கூறும் கதைகள் பல உள்ளன. இது குறித்து நாட்டார் காப்பியங்கள் பலவுள்ளன. தெலுங்கு மொழியில் பாடப்பட்டு வரும் வாய்மொழிக் காப்பியங்களைப் 'போர்க் காப்பியம்' (martial epics) என்றும் தியாகக் காப்பியம் (sacrificial epic) என்றும் இரு வகைகளாக **வெல்ச்செரு நாராயணராவ்** பிரிக்கிறார். வீரப்போர் புரிந்து போரில் உயிர்விட்ட ஆடவர் பற்றிப் பாடப் படுபவை போர்க் காப்பியங்களாகும். தியாகக் காப்பியம் மகளிரே தம் சமூகத்தின் மானம் காக்க மனமுவந்து முன்வந்து தீக்குளித்து உயிர்விட்டமை பற்றியவை. நாராயண ராவ் மூன்று தியாகக் காப்பியங்களைப் பற்றி எழுதுகிறார். அவற்றுள் ஒன்று **'கன்யகா அம்மவாரி கதா'** என்பதாகும். அக்கதை பெனு கொண்டா என்ற இடத்தில் மேற்குக் கோதாவரி மாவட்டத்தில் உள்ள கோமுட்டிகளின் ஊரில் நடைபெற்றதாகக் கூறுகிறார். அங்கு கோமுட்டிகளின் தலைவர் **குசுமாஸ்ரெஸ்டி.** (kusumas-resti) தம் மகள் 'கன்யகா' என்ற அழகிய பெண்ணோடு வாழ்ந்து வருகிறார், ஒருநாள் அப்பகுதியின் அரசன் அங்கு வருகிறான். கன்யகா அரசனை ஆரத்தி எடுத்து வரவேற்கிறாள். அரசன்

பெண் கேட்கிறான். பெண் தராவிட்டால் படை எடுத்து வந்து கன்யகாவைத் தூக்கிச் செல்லப் போவதாகக் கூறுகிறான்.

கோமுட்டிகள் சண்டை போடாது சரணடைய விரும்புகின்றனர். ஆனால், 'கன்யகா' மணத்திற்கு உடன்படுவதாகச் செய்தி சொல்லிவிட்டு அரசன் வரும்போது 102 குடும்பங்களைச் சேர்ந்த (கோத்திரங்களை) பெண்களோடு தீக்குளித்து உயிர் விடுகிறாள். அவள் இறப்பதற்கு முன் தன் மக்களிடம் அத்தை மக்கள் மாமன் மக்கள் திருமணத்தைக் கைவிடக்கூடாது என்றும் தன் பெயரைக் கோமுட்டிப் பெண்களுக்கிடுமாறும் கேட்டுக் கொள்கிறாள். பெனுகொண்டாவில் அவள் பெயரில் ஒரு விழாவும் சடங்கும் நடத்தப்படவேண்டும் என்றும் கேட்டுக் கொண்டாள். இவையெல்லாம் திராவிட மக்களின் ஒப்பியல் நாட்டார் வழக்காற்றியல் ஆய்வுக்கும் உளவியல் ஆய்வுகளுக்கும் உறுதுணையாக அமையும். பெண் கேட்டதால் இடம் பெயர்ந்தமை குறித்த ஒரு கதை வாலன்டைன் டானியேலின் "நெகிழ்ச்சியான குறிகன்", (Valentine Daniel, Fluld Signs 1984 என்ற நூலில் காணப்படுகிறது (பக் 95-96), ஆறுநாட்டு வேளாளர் என்போர் தற்போதைய திருச்சி நாமக்கல் மாவட்டங்களில் அய்யாறு ஆற்றின் இரு பக்கங்களிலும் ஆறு நாடுகளில் வாழ்ந்து வருகின்றனர். இவர்களுடைய பூர்வீகம் சிதம்பரம் பகுதியாகும். ஆறுநாட்டு வேளாளரின் பெண்ணை அப்பகுதியின் அரசன் மணம்புரிய விரும்பினான். சிலர் அவ்வரசன் முஸ்லிம் என்றும் வேறு சிலர் அவன் நாயக்கன் என்றும் இன்னும் சிலர் மைசூர் அரசன் என்றும் கூறுகின்றனர். ஆறுநாட்டு வேளாளர் என்போர் கவுண்டர்கள் என்றும் அவர்கள் இடம் பெயர்ந்த பின்னரே ஆறுநாட்டு வேளாளர் என்று பெயர் பெற்றனர் என்றும் ஆறுநாட்டில் வாழ்ந்துவந்த வெள்ளாடு மேய்க்கும் கவுண்டர்களிடமிருந்து தம்மை வேறுபடுத்திக் காட்டத் தங்களை ஆறுநாட்டு வேளாளர் என்று அழைத்துக் கொண்டதாகவும் அம் மக்கள் கூறுகின்றனர்.

6. கதைக்கூறுகளில் சில உலகளாவிய முறையில் பரவிக் காணப்படுகின்றன. இந்தியாவிலும் பரவிக்காணப்படுகின்றன. அவற்றுள் ஒன்று தண்ணீர் வற்றிக் கடந்து செல்வோருக்கு வழிவிட்டுப் பின்னர் இணைந்து பகைவரைத் தடுப்பதாகும் எகிப்தின் அடிமைத்தனத்திலிருந்து மோயீசன் இஸ்ராயேலரைக் கூட்டிச் செல்லும்போது செங்கடல் வழிவிட்டுப் பின்னர், பாரவோனின் ஆட்கள் துரத்தி வரும்போது இணைந்து அவர்களை

அழித்துவிடுகிறது. மேலும் பாரதத்தில் கிருஷ்ணனை வசுதேவர் சிறையிலிருந்து தூக்கி வரும்போது யமுனையில் நீர் வற்றி விடுகிறது. இதேபோல் ஒரு நிகழ்ச்சி வெள்ளைக்காரர் காலத்திலும் நடந்ததாக ஒரு அம்மவாரி கதையில் வருவதை நாராய ணராவ் குறிப்பிடுகிறார். காமம்மா என்றொரு பெண் ‘பெஸ்டா (Besta) சாதியில் பிறந்தவள். தாயும் தந்தையும் இறந்த பின் அவள் மாமன் அவளை வளர்க்கிறான் அவள் தன் முறை மாப்பிள்ளை மாரையாவை மணம் புரிகிறாள். அவன் ஏழாண்டுகள் கிழக்கிந்தியக் கம்பெனியில் சென்னையில் படை வீரனாக வேலை பார்த்த பின் வீடு திரும்பி நோய்வாய்ப்பட்டு இறக்கிறான். காமம்மா, உடன்கட்டை ஏறுதற்கு மாவட்ட ஆட்சியரிடம் உத்தரவு வாங்கக் காகிநாடாவுக்குப் போகிறாள். அவள் ஒரு ஆழமான வாய்க்காலைக் கடக்க வேண்டியுள்ளது. அவள் மீனவக் குடும்பத்தில் பிறந்ததாலும் கங்கை அவளுடைய சகோதரி என்பதாலும் வாய்க்கால் தண்ணீர் வற்றி வழி விடுகிறது. அவளைத் தொடர்ந்து வந்த ஆடவர்களால் கடக்க முடியவில்லை.

7. இடம்பெயர்ந்து செல்வோர் தங்களுடைய தெய்வங்களையும் உடன் எடுத்துச் செல்லும்போது, களைப்பாற ஓரிடத்தில் கூடையை இறக்கி வைப்பதாகவும், பின்னர் அவ்விடத்திலேயே தெய்வம் தூக்க முடியாது வேரூன்றி விடுவதாகவும் கதைக்கூறு காணப்படுகிறது. ராஜஸ்தானத்திலி ருந்து அரசர்களுக்குப் பாதுகாவலராக வந்த ராஜபுத்திரர்கள் திருநெல்வேலிக்கு வந்துபோது அவ்வாறு நடந்ததாகத் திருநெல்வேலியில் அல்வாத் தொழிலில் ஈடுபட்டிருக்கும் மக்க ளிடையே ஒரு கதை வழங்குகிறது. காண்க பிரேம் ஆனந்த்சிங், (1995): திருநெல்வேலி அல்வாவும், இராஜபுத்திரர்களின் வாழ்க்கையும், பாளையங்கோட்டை : தூய சவேரியார் கல்லூரி நாட்டார் வழக்காற்றியல் துறைக்கு முதுகலைப் பட்டத்திற்காக அளிக்கப்பட்ட அச்சிடப்படாத ஆய்வேடு.

8. நீண்ட கூந்தலையுடைய பெண்டிரைப் பற்றிய கதைக் கூறுகள் பல உள்ளன. ஆண் வாடை ஆகாத அல்லிக்கு அறுபது பாகம் கூந்தல் மேலும் கட்டபொம்முவும் அவனுடைய உறவினரும் வெள்ளையரிடமிருந்து தப்பிச் செல்லும்போது அவனுடைய சகோதரியின் கூந்தல் குதிரையின் காலில் மாட்டிக் கொண்டதால் அவளைக் கொன்றுவிட்டுத் தப்பிச் சென்றதாக வாய்மொழி வழக்கு ஒன்று உண்டு. இஃதோர்

கற்பனைக் கூறாகும். இதைப் போன்று சு.சண்முக சுந்தரம் 'ஐந்து கதைப் பாடல்கள்' என்றொரு நூலில் 'பாலம்மாள் கதை' என்ற பாடலில் அவளுக்கு ஆறுபாகம் கூந்தல் என்றும் அவளுடைய கூந்தல் குதிரையின் காலில் சிக்கிக் கொண்டதையும் குறிப் பிடுகிறார். கூந்தலுக்குக் குறியீட்டுப் பொருள் இருக்கவேண்டும். உளவியல் ஆய்வாளர் கவனிக்க.

9 'மகட்கொடை மறுப்பு' என்பது மானம், கற்பு என்ற கருத்தாக்கங்களோடு தொடர்புடையது. ஒரு சமூகத்தின் உயர்ந்த அடையாளச் சின்னமாகக் கருதப்படுவோர் பெண்டிரே ஆதிக்க மனப்பான்மை கொண்டோர் பிறர் பெண்களைச் சிறை யெடுப்பதைப் பெருமையாகக் கருதியுள்ளனர். பெண்ணை இழந்தோர் அவர்களை மீட்பதற்காகத் தம்முயிரை விட்டுள்ளனர். டிராய் நகரப் பெண் ஹெலனும், சீதையும் சான்றுகள். தமிழிலக்கியத்தில் இஃதோர் சிறப்பான பாடு பொருளாகும்.

10. உடையார் சாதியார் தமிழ் நாட்டின் பல்வேறு பகுதிகளில் பரவி வாழ்ந்து வருகின்றனர். இவர்களுள் மூன்று பிரிவினர் காணப்படுகின்றனர். அவர்களை நத்தமான், மலை யமான், சுருதிமான் என்பர். நத்தமான்களை நத்தம்படியர் என்றும் குறிப்பிடுவர். இவர்களைக் குறித்து 'நனஞ்சு சுமப்பான் நத்தம்படியன்' என்றும் 'நண்டு கடிச்சுச் செத்தவனுமில்லை, நத்தம்படியன் அடிச்சுத் செத்தவனுமில்லை' என்றும் இரண்டு இனக்கொறுக்குப் பழமொழிகள் (ethnic slur) வழங்கி வருகின்றன. இவர்களுடைய சமூக அமைப்பில் திருமணம் 'காணி' (Clan) பார்த்து நடைபெறுகின்றது. இவர்களிடையே எத்தனை காணிகள் உள்ளன என்று தெரியவில்லை. இது குறித்து எந்த ஆய்வும் நடைபெறவில்லை. சிவகங்கை மாவட்டத்தில் வாழ் வோரிடையே குளத்தூரான் காணி, அரியலூரான் காணி என்ற பிரிவுகள் உள்ளன. ஒரே காணிக்குள் இவர்கள் திருமணம் செய்து கொள்வதில்லை. இந்தப் பெயர்கள் முன்னர் இடம் பெயர்ந்து வந்த திருச்சி வட்டார ஊர்களாக இருக்கலாம். ஆனால் இந்தப் பெயர்களை வைத்துச் சில மூடக்கதைகள் (noodle tales) வழங்குகின்றன. திருமண வீடுகளில் கொண்டான் குலத்தார் ஒருவர் ஒருவரை இக்கதைகளைச் சொல்லிக் கேலிசெய்து கொள்வர். குளத்தூரான் காணிக்கார்களுக்கு எப்படிக் கூழ் குடிக்க வேண்டும் என்பது தெரியாது. ஒருமுறை ஊர்ப்பயணம்

போகும்போது கூழ் கிண்டி எடுத்துச் சென்றனர். கூழ் குடிப்பதற்கு வழியில் பாத்திரங்கள் கிடைக்காததால் அவர்கள் கூழைக் கொண்டுபோய் கம்மாயின் உள்வாய் மடையில் கூழைக் கரைத்துவிட்டுப் புறகரையிலிருந்த தூம்பில் வந்து கையேந்தி நின்றதாகக் கதை சொல்வர். இதுபோல் ஒவ்வொரு காணிக்கும் ஒரு கதையிருக்கிறது.

11. இந்தியச் சாதி அடுக்கமைவில் நால்வருண அமைப்பும் ஐந்து வகையான சாதியமைப்பும் காணப்படுவதாகச் சொல்வர். ஆனால் தமிழ்நாட்டில் அரச மரபினர் என்ற சத்திரிய மரபில்லை. தமிழ் நாட்டுச் சூத்திரச் சாதியார் அனைவரும் மூவேந்தர் பரம்பரையினர் என்று உரிமை கொண்டாடு கின்றனர். இவர்களே பார்ப்பனர்களுக்கு அடுத்த நிலையிலிருந்து தாழ்த்தப்பட்டோரை நேரடியாக ஒடுக்குகின்றனர். ஆதலின் இவர்களை இரண்டாஞ் சாதி அக்கிரகாரம் என்பதே சரி. இவர்களும் 20-ஆம் நூற்றாண்டின் முற்பாதியில் பார்ப்பனரின் ஒடுக்குதலுக்கு உட்பட்டவரே. இது குறித்துக் **காத்லீன் கௌ** (Kathleen Gough) என்ற அம்மையார் எழுதுகிறார்:

கும்பா பேட்டை (இது ஓர் புனை பெயர்) என்ற ஊரில் இருந்த அதிகாரமுறை பற்றிக் கூறுகிறார். இந்த மரபுவழி ஒழுங்கமைப்பில் எல்லாக் கீழ்நிலைச் சாதிகளின் மீதும் பார்ப்பனர்கள் நிர்வாக உரிமை படைத்தவராக இருந்தனர். பார்ப்பனர் அல்லாத மற்றும் ஆதி திராவிட வேலைக்காரர்களுக் கிடையே நடைபெறும் பூசல்களுக்குள் வலுக்கட்டாயமாகப் புகுந்து, அவர்களுடைய அதிகாரத்தை மீறினால் தண்டிப் பதற்குரிய அதிகாரத்தையும் பெற்றிருந்தனர். கோயி லுக்குத் தண்டம் செலுத்துதல், சவுக்கடி கொடுத்தல் போன்றவை பல்வேறு தண்டனைகளாக இருந்தன. மிகவும் கடுமையான குற்றங்களாக இருந்தால் சாணியைக் கரைத்துக் குடிக்கச் செய்தல், சில நேரங்களில் மனித மலத்தைக் கரைத்துக் குடிக்குமாறு செய்தனர். மேலும் நிலத்தைவிட்டுத் துரத்த அதி காரம் படைத்தவர்களாகவும் பார்ப்பனர் இருந்தனர். (Social Drama in a Tanjore village in Desai, A.R (ed) Rural Sociology in India, 1969 : 345-353).

12. அடித்தள மக்கள் அடிமைகளாக விற்கப்பட்டுள்ளனர். இந்த நிலையில் அவர்கள் பெண் கொடுக்க மறுத்து இடம் பெயர்ந்து சென்றனர் என்று கதை கட்டுதற்கு எங்கே

இடமிருக்கிறது? இராமசாமி நாயுடு என்பவர் 1834-இல் 'கொத்தடிமை' முறை பற்றி விரிவாக எழுதியுள்ளார். தொண்டை மண்டலத் திலுள்ள வேளாளர்கள் பறையர்களையும், பிற சாதியினரையும், அடிமைகளாக வாங்கவும், விற்கவும், அடமானம் வைக்கவும், தானமாகக் கொடுக்கவும் உரிமை பெற்றிருந்தனர். ஒரு பெண் ணைக் குழந்தைகளுடன் ஒருவன் விலைக்கு வாங்கினால் அது கொத்தடிமையாகும். கொத்தடிமையின் விலை இரண்டு அல்லது மூன்று பகோடாவுக்கு மேற்படாது (ஒரு பகோடா-350) அவளுடைய எஜமானனைத் தவிர அவளை வேறு யாரும் விற்க முடியாது. அவளுக்கு எஜமானன் இல்லையென்றால் அவளது நல்லம்மான் (தாயின் சகோதரன்) அவளை விற்கும் உரிமை பெற்றிருந்தான். அவளுக்கு எஜமானனோ நல்லம்மானோ இல்லையென்றால் அவள் 'பரதேசிக் கொத்து' என்று அழைக்கப்படுவாள். இத்தகைய கொடுமைகளையெல்லாம் ஆ.சிவசுப்பிரமணியன் 'அடிமை முறையும் தமிழகமும்' என்ற நூலில் விரிவாக எழுதிச் செல்கிறார். இந்த நிலையில் அவர்கள் எவ்வாறு போலிப் பெருமை பாராட்ட முடியும்?

பின்னிணைப்பு

வடிவம் (form)	நம்பிக்கை (belief)	காலம் (time)	இடம் (place)	மனப்பான்மை (Attitude)	கதைமாந்தர் (chief Characters)
புராணக்கதை (myth)	உண்மை (fact)	நினைவிற் கெட்டா நெடுங் காலத்திற்கு முன் (remote Past)	பல்வேறு லகம் (different world other or earlier)	புனிதமானது (sacred)	மனித இனம் சாராதோர் (non-human)
பழமரபுக் கதை (legend)	உண்மை (fact)	அண்மைப் பழங்காலம் (recent)	இவ்வுல கம் (world of today)	சாதாரணம் (அ) புனிதம் (secular or sacred)	மனிதர் (human)
நாட்டார் கதை (folhtale)	புனைவு (fiction)	எல்லாக் காலமும் (any time)	எல்லா இடங் களிலும் (any place)	சாதாரணம் (Secular)	மனிதர் அல்லது மற்றையவை (human Non human)

7. சாதிகளின் தோற்றம் குறித்த தொன்மங்களும் சனங்களின் வரலாறும்

பக்தவத்சல பாரதி

தோற்றத் தொன்மங்களின் அர்த்தத்தளம்

புராணம், இதிகாசம், தொன்மம், கதை, இவை போன்ற இன்னபிறவெல்லாம் புனைந்தவையா, நம்பகமானவையா, உண்மையானவையா என்னும் கருத்தோட்டம் ஏற்படலாம். அவ்வாறு எண்ணுவோரின் நனவு வெளியில் தருக்க நிலையற்ற காரண விளக்கங்காணல் (rossoning) மிகுந்திருக்கும். அவை உண்மையானவையாக இல்லாவிட்டாலுங்கூட அவை வழங்கப்படும் சமூக, பண்பாட்டு, வரலாற்றுச் சூழல்களின் தருக்க உறவுகளை அமைப்பாக்கம் செய்து வைத்துள்ளன என்ற அளவில் அவற்றின் முக்கியத்துவத்தை உணர வேண்டும்.

பாட்டி சுட்ட வடையைக் காக்கையிடமிருந்து ஏமாற்றிப் பெற்ற நரியின் குழ்ச்சியை விளக்கும் பழங்கதை வடிவத்திலிருந்து, 'கிழக்கிலிருந்து மேற்காகச் சூரியன், கழுத்து வலியோடு "சூரியகாந்தி" என்ற படிமக் கவிதை வடிவம் வரை செய்யுள், கவிதை, சொலவடை புதினம், நாடகம், உரைநடை என எந்த வகையான மொழிசார் வடிவமாக இருந்தாலும் மொழிசாரா வழக்காறுகளாக இருந்தாலும் அவை அனைத்துமே மக்களின் வாழ்வனுபவங்களாகவே, அறிதிறன் (cognition) செயல்பாடுகளாகவே வெளிப்படுகின்றன.

இவ்வெளிப்பாடுகள் வாழ்க்கையில் ஏற்படும் முரண்பாடுகளை சிக்கல்களைக் கருத்தாடல் செய்வதற்காகவும் அவற்றை எதார்த்த வாழ்வில் எதிர் கொள்வதற்காகவும் அவற்றிற்குத் தீர்வு காணும் முயற்சிக்காகவும் இவ்வகை மொழிசார் வடிவங்கள் கையாளப் பெறுகின்றன. சிறுகுழந்தைகள் கூட்டாஞ்சோறு செய்யும் "அப்பா" அம்மா' விளையாட்டுக் கூட மிகப் பெரும் உளவியல் செயல் பாட்டைச் செய்யும்போது தொன்மம், கவிதை, புதினம், நாடகம், உள்ளிட்ட நனவு வழிப்பட்ட 'மொழிசார் தொழில்கள்' கருத்தாடலற்ற வீண் முயற்சியாகுமா?

அனைத்து வகையான மனவியல் வெளிப்பாடுகளும். குறிப்பாகத் 'தொன்மம்' போன்ற வெளிப்பாடுகள் ஓர் இனத்தாரின் 'நனவுக் கூட்டுமனம்'; அந்த இனத்தின் அன்யோன்யமான 'கூட்டுத் தன்முனைப்பு: தங்களைப் பற்றிய 'முழு அர்த்தப்பாடு, அமெரிக்கா என்று சொன்னவுடன் அங்கு யாரையும் அறியாத நிலையிலும் அப்பெயர் தம்முன் கொண்டுவந்து நிறுத்தும் 'உலக நாட்டாண்மைத் தன்மை' முதன்மை பெறுவது போலத் தொன்மம் என்பது அந்த இனத்தின் கூட்டுமன 'பிரதி நிதித்துவப் பதிவு' என்பதாக அமைகிறது.

இந்தியச் சமூகம் போன்ற மிகவும் நீண்ட வரலாறு கொண்ட பழமைச் சமூகங்களின் தொன்மங்களை அர்த்தப் படுத்தல் என்பது அம்மொழி வழிப்பட்ட சமூகத்தின் மனப் பிரதிகளை அர்த்தப்படுத்துவதாகும். கூட்டுமனத்தின் தொன் மங்களின் மூலப்பிரதிக் களமானது ஒவ்வொரு கட்டத்திலும் மக்களின் வாழ்வனுபவங்களைத் தொடர்ந்து தன் அர்த்தத் தளத்தில் துணைப் பதிவுகளாகக் கூட்டிக் கொண்டேயிருக்கும். அதோடு மூலத்தையும் தேவைக்கேற்பப் புதுப்பித்துக் கொண் டேயிருக்கும்.

எனினும் மூலப்பிரதிக்கும் இக்காலத்தின் துணைப் பதிவுகளுக்கும் நடுவில் ஓர் இடைவெளி அல்லது முரண் பாட்டுடன் கூடிய சூழலும் அதே சமயம் விலகிச் சென்றுவிட முடியாத ஓர் அகவய ஊடாட்டமும் இப்பிரதிகளுக்குள் இயங்கும். குறிப்பாகத் தோற்றம் குறித்த தொன்மங்கள் அவ்வினத்தின் ஒவ்வொரு கட்டத்திலும் ஏற்பட்ட முக்கிய வாழ்வ னுபவங்களை மூலப்பிரதிக்குள் பதிவு செய்து அர்த்தப் படுத்துவனவாகவே அமையும். எனினும் சமகால எதார்த் தத்தைத் தோற்றத் தொன்மங்கள் முழுமையாக மெய்மைப் படுத்தி வைக்க முடியாவிட்டாலும் அது அவ்வினத்தின் கூட்டு மன நுண்மண்டலமாக ஒரு கட்டம் வரை சாத்தியப்பட்டு அர்த் தப் படுத்த முனையும். இம்முயற்சியானது, தோற்றம் குறித்த "கடந்த கால" நிகழ்வுகளின் தருக்க ஒருங்கிணைவாக "நிகழ் கால" கூட்டுமனப் பிரதிநிதியாக, ஏற்றுக் கொள்ளப்பட்டு, இவற்றின் அர்த்தக்களம் கூட்டுமனத்தின் ஏகோபித்த பரிசோ தனைக்குப் பின் "வருங்கால" புறத்தெறிவாக (projection) வெளிப்பட அனுமதிக்கப்படும் போது அத்தொன்மம் மாறுதல் களை அதிகம் சந்திக்காத மனவியல் பிரதியாகும். இது எல்லாச் சமூகங்களிலும் காணக் கூடியதாக இருக்காது.

'பிராமணர்கள் பிரமனின் வாயிலிருந்து தோன் றியவர்கள்' என்ற தொன்மம் கடந்த காலம், நிகழ்காலம், வருங் காலம் ஆகிய மூன்று கால வெளியிலும் தொடர்ந்து புதுப்பிக்கப் பட்டுக் கொண்டே செல்லும்போது அதன் மூலக்க ட்டுமானம் சிதைவு பெறுவதில்லை.

மாறாக, வெள்ளாளர்களுக்குத் தொழில் செய்வதற்குத் தேவேந்திரனால் படைக்கப்பட்டவர்கள் பள்ளர் என்பதும் சூத்திரருக்கும் பிராமணப் பெண்ணுக்கும் பிறந்தவர் பள்ளர் என்பதும் பல்வேறுபட்ட பிரதிக்களமாக பல்வேறுபட்ட அர்த்த க்களமாக வடிவம் பெறுகின்றன.

இன்று மள்ளர்கள் மறுமலர்ச்சியைத் தேடும் முகமாக "சொல்லப் பட்டதெல்லாம் ஏற்கவேண்டியவையல்ல; கூட்டு அனுபவம் தான் தொன்மம்; தொன்மம் என்பது உணர்வின் விளைவு: உணர்வுதான் தொன்மம்; அதற்குக் கட்டுப்பாடுடைய எந்த வெளியும் இல்லை என்பதைச் சாத்தியமாக்கும் பொருட்டுப் பழம்பெருமையை மீட்டெடுக்கின்றனர். "மருதநில மக்களே மள்ளர். இவர்கள் தேவேந்திரகுல வேளாளர்களாகத் திகழ்ந்தனர். பழம் தமிழ்நாட்டு மன்னர்களாக இருந்தனர்" (குருசாமி சித்தர் 1993) என்ற தொன்மம் பரப்பப்பட்டுக் கூட்டுமனப் பிரதியாக வடிவம் பெற்றதால் புதிய தொன்மங்களின் உரு வாக்க முயற்சி சாத்தியப்பட்டது.

இந்நிலையில் மள்ளர்களின் பரிச்சயப்பட்ட பிரதிகளை மாற்றியமைப்பதில் தன் சாதியின் கூட்டுமன வெளிப் பாட்டினைத் தன் சாதியாரின் வாழ்தள உறவில் இணையும் பிற சாதிகளின் மேலாதிக்கப் பரிச்சயத்துடன் வினைபுரிந்திட வேண்டிய கட்டாயமும் கூட இத்தொன்ம உருவாக்கத்தின் புறம் சார்ந்த வெளியாகச் செயல்பட வேண்டியுள்ளது. இந்த அகவய, புறவயச் செயல்பாடுகளில் 'தொன்மமாகும் உணர் வுகளும் உணர்வுகளாகும் தொன்மமும்' என்ற வாய்பாடு இயங்க முற்படும். இவ்வியக்கத்தில் தொழிற்படும் தொன் மமானது கால, சமூகச் சூழல்களைப் பொறுத்து வலுப்பெறும் அல்லது வலுவிழக்கும். இந்நிலையில் மொழி வழிப்பட்ட கருத் தாடலின் பரந்த வெளியாக விளங்கும் தொன்மங்களின் பொருண்மையானது, வரலாற்றை மீட்டெடுப்பதிலும் வரலாற்றை ஆராய்வதிலும் பெரும்பங்கு பெறுகின்றன. இந்நிலையில் தொன்மம் உள்ளிட்ட அனைத்து மன வடிவங்களும் கதை, கவிதை, புதினம் உள்ளிட்ட அனைத்து

மொழிவழிப் படைப்புகளும் சுற்றுப்புறத்தில் உறவாடும் எல்லா ஆற்றல்களோடும் கருத்தாடல் புரிபவையே,

சாதித் தொன்மங்கள் : ஒப்பீட்டுக்கான சுருக்கத் தரவுகள்

சாதிகளின் தோற்றத் தொன்மங்களின் விரிவு பெற்ற பதிவுகள் பின்னிணைப்பில் இடம் பெறுகின்றன. கட்டுரையின் பகுப்பாய்விற்கான அடிப்படைத் தரவுகளை ஒப்பீட்டு நிலையில் சுருக்கமாக விளக்கும் பொருட்டு இப்பகுதியில் சாதி யடுக்கின் ஒவ்வொரு படிநிலையையும் சார்ந்த சாதிகளின் முக்கியத் தொன்மங்கள் விவரிக்கப்படுகின்றன.

பிராமணர் :

பிரம்மாவின் வாய், கை, தொடை, பாதம் ஆகிய உறுப்புகளிலிருந்து முறையே பிராமணர், சத்திரியர், வைசியர், சூத்திரர் தோன்றினர்.

பிராமணராகிய பிராமணரல்லாதார் :

அக்கால அரசர்கள் வேள்விச் சடங்கில் லட்சம் பிராமணர்களுக்கு உணவளிக்க வேண்டிய கட்டாயத்தில் தேவையான அளவுக்குப் பிராமணர்கள் இல்லாததால் பிற வருணத்தினரைப் பிராமணராக மாற்றினர். இடைக்காலத்தில் சோழர் ஆட்சியின் போது ராமானுசர் பிராமணரல்லாதாரை வைணவத்திற்கு ஈர்க்கும் பொருட்டுச் சமயச் சடங்குகள் நடத்திப் பூனூல் அணிவித்துப் பிராமணராக மாற்றினார்.

கொங்கு வேளாளர் :

உலகமே ஏர்முனையைத்தான் நம்பியுள்ளது. பசிக் கொடுமையைத் தீர்க்கவல்ல புண்ணியத் தொழிலான உழவுத் தொழிலை மேற்கொள் என்று இந்திரன் பணித்தான். இனம் பல்கிப் பெருக இந்திரனும், குபேரனும் பெண் கொடுத்தார்கள். கங்காதேவி அருள் மூலம் பிறந்ததால் ‘கங்காகுலம்’ என்ற பெயர் வந்தது.

கோட்டைப் பிள்ளைமார் :

பாண்டிய மன்னனுக்குப் பட்டம் சூட்டும் பரம்பரை உரிமை கொண்டவர்கள். காமக் கிழத்தியின் மகனான குட்டனுக்குப் பட்டம் கட்ட மறுத்ததாலும் குட்டன் விரும்பிய தங்கள் சாதிப் பெண்ணைத் தர மறுத்ததாலும் இனத்தாரோடு அக்னிக் குண்டத்தில் விழுந்த போது ஐந்து தலை நாகத்தால் காப்பாற்றப் பட்ட சிலரின் வழிவந்தோரே கோட்டைப் பிள்ளைமார்.

நகரத்தார் ;

அப்போதைய மன்னனின் கொடுமையை (பெண் கேட்டதால்) எதிர்க்க முடியாமல் எட்டாயிரம் குடும்பத்தார் தற்கொலை செய்து கொண்டனர். 1502 இளைஞர்கள் மட்டுமே தப்பிப் பிழைத்தனர். இவர்கள் வேளாளர் பெண்களை மணந்து அவர்கள் வழிவந்தோரே நகரத்தார்.

ஆயிர வைசியர் :

கன்னிகா பரமேஸ்வரி என்ற ஆயிர வைசியப் பெண் வேங்கி நாட்டு மன்னனான விஷ்ணுவர்த்தனிடமிருந்து தப்பிக்க 108 நெருப்புக் குண்டங்களை உண்டாக்கித் தன் குல மக்க ளுடன் நெருப்பில் வீழ்ந்தாள். அதில் உயிர் பெற்ற சிலரின் வழி வந்தோரே ஆயிர வைசியர். இவர்களின் குல தெய்வம் கன்னிகா பரமேஸ்வரி ஆகும்.

மறவர்: 1

கௌதம முனிவர் வெளியூர் சென்றிருந்த போது தேவேந்திரன் கௌதமரின் மனைவியோடு பழகிய அந்த இரவே மூன்று குழந்தைகள் பிறந்தன. கௌதமர் திரும்பியபோது கதவின் பின்னால் மறைந்தவர் கள்ளர். மரத்தில் ஏறிக் கொண்டவர் மறவர், அச்சப்படாமல் எதிரில் நின்றவர் அகமுடையர்.

2. இலங்கைக்கு ராமனுடைய படகைச் செலுத்திய குகனின் மரபினர் என்ற தொன்மமும் உண்டு.

வன்னியர்: 1. சாம்புக முனிவரால் தோற்றுவிக்கப்பட்ட வீரவன்னியன் இந்திரனின் மகளை மணந்து 5 பிள்ளைகள் பெற்றான். அவர்களின் வழிவந்தோரே வன்னியர்.

2. அக்னிகுல, வன்னியகுல சத்ரியர்கள் வழி வந்தோர்.

நாடார்: தேவலோகத்தின் ஏழு கன்னிகள் பூலோக ஆற்றில் குளித்த போது அவர்கள் மீது இந்திரன் காதல் கொண்டதால் ஏழு சகோதரர்கள் பிறந்தனர். குழந்தைகளைப் பூலோகத்திலேயே விட்டுவிட்டு கன்னிகள் சென்று விட்டதால் பத்ரகாளி வளர்த்து ஆளாக்கினாள், வைகைக் கரை வெள்ளப் பெருக்கெடுத்து உடைந்த போது மண்ணெடுக்க மறுத்ததால் மன்னன் முதல் இருவரின் தலையை வெட்டிய போது இவர்கள் தெய்வீக சக்தி பெற்றவர்கள் என உணர்ந்தான். அதனால் எஞ்சிய ஐவரையும் விடுவித்தான், அவர்கள் வழிவந்தோரே நாடார்கள்.

உடையார்: 1, 1901 மக்கள் கணக்கெடுப்பில் சேரர் வழிவந்தோர், உடையார் எனக் குறிப்பிடப்பட்டுள்ளது.
2. கொங்கு நாட்டில் மறத் தொழில் புரிந்த வேடர்கள் சேர நாட்டுக் கிழக்குப் பகுதியில் குடியேறியவர்களின் வழித் தோன்றல்களே உடையார்.
3. ஔவையார் வளர்த்த மூன்று பறையர் பெண்கள் திருக் கோவிலூர் மன்னனை மணந்து அவர்கள் வழிவந்தோரே உடையார்.

தேவாங்கர்: மனித இனத்தவருக்கு ஆடைகள் நெய்து கொடுக்க இறைவனால் படைக்கப்பட்டவர் தேவலன் என்கிற முனிவர். தேவலன் என்ற சொல்லிலிருந்தே தேவாங்கர் என்ற பெயர் ஏற்பட்டது.

பேரிச்செட்டி: இச்சாதிப் பெண்ணை அரசன் மணக்க விரும்பினான். அதற்குப் பயந்து (பேரி) நாட்டை விட்டு ஓடியவர்களே பேரிச் செட்டிகள்.

கோனார்: கோனார்கள் ஒரு காலத்தில் மிகவும் தாழ்ந்து கிடத்தனர். சமூகத்தில் எவருமே இவர்களிடம் உணவு, நீர் பெறுவது கிடையாது. இந்நிலை மாற வேண்டும் என கிருஷ்ண பகவான் எண்ணி அவரே அச்செயலைச் செய்தார். கோனார் வீட்டிற்குள் சென்று பால், தயிர், வெண்ணெய் உண்டார். அன்றுமுதல் பிராமணர் உட்பட அனைவரும் கோனார்களிடம் நெருங்கிப் பழகினார்கள்.

கம்பளத்து நாயக்கர்: (ஜாமக் கோடங்கி) முகம்மது மன்னன் பெண் கேட்டதால் இடம் பெயர்ந்த போது ஆற்றங் கரையில் தூங்கிவிட்டதால் இரவு முழுவதும் தூங்காமல் குடு

குடுப்பை அடித்துப் பிழைக்குமாறு சிவன் சபித்து விட்டார். எனினும் குடுகுடுப்பை அடிக்கச் சிவபெருமான் தன் உடுக் கையை இவர்களுக்குக் கொடுத்தார். தூங்கியதால் இவர்கள் நித்ரவார்(தூக்கம்) எனப் பெயர் பெற்றனர்.

கன்னட நாயக்கர்: முஸ்லீம் மன்னன் பெண் கேட்டதால் இடம் பெயர்ந்த போது ஆற்றுத் துறையில் பிறந்த குழந்தையின் கால்வழியினர்.

பட்டனவர்: 1. சிவனுக்குப் பட்டுநூல் நெய்தவர்.

2. திருமணமான பட்டனவர் வேறொரு சாதிப் பெண்ணோடு தகாத உறவு வைத்துக் கொண்டார். இவர்களுக்குப் பிறந்த வர்களே 'சின்னப்பட்டனவர்'; முறையான மனைவிக்குப் பிறந்தவர்கள் 'பெரிய பட்டனவர். இன்று எண்ணிக்கையில் மிக அதிகமாக இருப்பவர்கள் கடல் தொழில் செய்யும் சின்னப் பட்டனவர்களே.

செம்படவர்: 1. பருவதவிராஜா பொழுதுபோக்கிற்கு மீன்பிடிக்கச் சென்றார். வலை வீசிய போது அரக்கர்களுடன் ஒரு முனிவரையும் வலைக்குள் இழுத்து விட்டதால் காலம் முழு வதும் மீன்பிடிக்கும் தொழிலையே செய்யுமாறு அம்முனிவர் சபித்தார்.

2. ராமனின் படகை இலங்கைக்குச் செலுத்திய இவர்கள் தங்களைக் 'குக வேளாளர்' என்றும் கூறிக்கொள்வர்.

வண்ணார்: தக்ஷ யாகத்தில் பலரைக் கொன்ற பாவத்திற்காகச் சிவனால் தண்டிக்கப்பட்ட வீரபத்திரன் வழிவந்தோரே வண்ணார். இச்சாதியினருள் பலர் வீரபத்திரன் என அழைக்கப்படுவர்.

அம்பட்டர்: மருத்துவத் தொழில் செய்த பிராமணனுக்கும் வைசிய குலப் பெண்ணுக்கும் பிறந்த 'அம்ப்ஸதன்' இவர்களின் மூதாதையர். மனுநூலானது பிராமணர்கள் கீழ்ச் சாதிப் பெண்களைத் திருமணம் செய்ததால் தோன்றிய ஆறு கீழ்ச் சாதிகளுள் அம்ப்ஸதனும் ஒருவன் எனக் குறிப்பிடுகிறது.

அனுப்பக் கவுண்டர்: கன்னட அரிசனர்: அனுப்பர்களின் சாவுச் சடங்கில் கோடி கொள்ளி போடுதல்' (பிணத்தின் மீது துணி போர்த்துதல்) உரிமையைக் கன்னட அரிசனங்கள் பெற்று இரு சாதி மக்களுக்கும் நெருங்கிய உறவு இருக்கிறது. இதனை வலியுறுத்தும் தொன்மங்களும் வழக்கில் உள்ளன.

தொட்டிய நாயக்கர்: தெலுங்கு அரிசனர்: 1. தொட்டிய நாயக்கர்களும் தெலுங்கு அரிசனங்களும் உடன் பிறந்தவர்கள்.

நாயக்கச் சகோதரர் இருவருள் இளையவன் கன்றுக் குட்டியைச் சமைத்து உண்டதால் 'அரிசனர்' என விலக்கப்பட்டான்.
2, ஈசுவரன் களத்து மேட்டில் வேலை செய்தபோது நெற்றி வியர்வையைத் தென்னை மரத்தின் மீது தெளிக்க அம் மரத்திலிருந்து தெலுங்கு அரிசனர் வெளிப்பட்டனர்.

தெலுங்கு அரிசனர்: 1. வேளான் சாதியான தொட்டிய நாயக்கச் சகோதரர்களுள் இளையவன் கன்றுக்குட்டியைச் சமைத்து உண்டதால் தீண்டத்தகாதவனான்.

2. ஈசுவரனின் வியர்வையிலிருந்து தோன்றியவர்கள்,

பள்ளர்: 1. சூத்திரருக்கும் பிராமணப் பெண்ணுக்கும் பிறந்தோர். 2. வெள்ளாளர்களுக்குத் தொழில் செய்ய தேவேந்திரனால் படைக்கப்பட்டோர்.

பறையர்: 1. கோயில் முன் இறந்து கிடந்த பசுவை அகற்றுமாறு கடவுள் ஆணையிட 'என் தம்பி பார்ப்பான்' என்றதால் அண்ணன் பறையராகவும், தம்பி பார்ப்பனராகவும் மாறினர்.

2.கடவுளுக்குச் சைவ உணவு படைத்து, சைவ உணவையே உண்டு வந்த அண்ணன் மீது கோயிலில் யாருக்கும் தெரியாமல் கறி உண்டான் எனப் பழி சுமத்தியதால் ஊரைவிட்டு வெளியேறிய போது கோயிலைப் பார்ப்பது யார் என மக்கள் கேட்க 'என் தம்பி பார்ப்பான்' என்றதால் தம்பி பார்ப்பானாகவும் மாட்டுக்கறி உண்டதாகப் பழிச் சுமத்தப்பட்ட அண்ணன் பறையராகவும் மாறினர்.

3.பிராமணச் சகோதரர் இருவரில் ஒருவர் பறையராகவும் மற்றவர் பிராமணராகவும் மாறிய தொன்மத்தில் சைவ, அசைவ உணவு அடிக்கருத்தாக இருப்பதைப் பின்னிணைப்பில் காணலாம்.

சக்கிலியர், அருந்ததியர்: 1. குரு சொன்ன மந்திரத்தை வீட்டில் உச்சரிக்காமல் தெருவில் சொல்லியதால் 9 நொடியில் கர்ப்பமடைந்த மசானம்மா குழந்தையை ஈன்றுவிட்டு இறந்து விட்டாள். அப்பழுக்கற்ற கன்னிப் பெண்ணான எனக்குக் குழந்தை பிறந்தது எப்படி என மசானம்மா கடவுளிடம் முறையிட 'என் சோதனையில் நீ வெற்றி பெற்று விட்டாய். நீ சாதி, மதம் பாராமல் அனைவராலும் வானத்தில் அருந்ததியாக மின்னும் புகழடைந்து ஒவ்வொரு தம்பதியினரும் உன்னை வணங்கித் தாலி கட்டுவார்கள்" என்றார்.

2. உயர்ந்த சாதியாக விளங்கிய சக்கிலியர் சிவ பெருமானிடம் தற்பெருமையுடன் நடந்து கொண்டதால் ஏழை யானார். இவரின் உதவியாளர் (கோமட்டி) பணக்காரரானார்.

3 தோல் தொழில் செய்யச் சிவனால் படைக்கப்பட்டோர். சிவனே தன் தொடையிலிருந்து சிறு சதையையும் தோல் தொழிலுக்கான உபகரணங்களையும் கொடுத்தார்.

தோற்றத் தொன்மங்கள் கூறும் வரலாறும் எதார்த்த வரலாறும்

இதுவரை நாம் அணுகிய ஒவ்வொரு சாதிக்கான தொன் மமும் "சாதி என்ற அகமணவரையறை கொண்ட பெருந்திரளான குழுவை மட்டுமே அடையாளப்படுத்துகின்றன. எதார்த்தத்தில் ஒவ்வொரு சாதியும் பல பெருங் கூட்டங்களாக, ஒவ்வொரு பெருங்கூட்டமும் பல கூட்டங்களாக, ஒவ்வொரு கூட்டமும் இறுதியாக ரத்த உறவுள்ள பரம்பரை, வகையறா எனக்கூடிய பங்காளிப் புறமணக் குழுக்களாக நுண்மையாக்கம் பெறுகின்றன.

சாதி என்ற அகமணப் பெருங்குழுவானது ஒரு தொடர் வரிசையில் மேலும் மேலும் பல கிளைகளாகப் பிரிந்து இறுதியில் பங்காளிகளாக நுண்மையாக்கம் பெறும் சமூக அமைப்பாக்கமானது. அதன் இணை நிலையில் 'வரலாறு' என்ற தளத்திலும் அதே போக்கை வெளிப்படுத்துகிறது.

பிராமணர்கள் பிரம்மனின் வாயிலிருந்து தோன்றியவர்கள் என்ற அடையாளமானது 7 ரிஷிகளின் குலங்களாக நுண்மையாக்கம் பெற்று, இம்முனிவர்களின் கீழ்ப் பதினெட்டுக் கணங்களும் ஒவ்வொரு கணத்தைச் சார்ந்து பல கோத்திரங் களுமாக ஏறக்குறைய 230 கோத்திரங்களாக மேலும் நுண் மையாக்கம் பெறும் போது சாதி என்னும் அகமணக் குழுவின் "பருநிலை வரலாறும்" அச்சாதியின் கீழ்ப் பிரியும் கிளைப் பிரிவுகளின் "நுண்ணிலை வரலாறும்" வெவ்வேறு தன்மை யானவையாக மாற்றம் பெற்றுள்ளன. முன்னது அந்தச் சாதியின் "புறக்குரல்". பிந்தையது அதன் "அகக்குரல்",

ஒரு சாதியானது அடுத்த சாதியிலிருந்து தன்னைத் தனிமைப் படுத்திக் கொள்ளவும் தன் சமூக எல்லையை வரை யறுத்துக் கொள்ளவும் தான் யார், அடுத்தவன் யார் என்பதை உணர்த்துவதற்கும் அமைவதால் சாதித் தோற்றத் தொன்மங்கள் 'புறக்குரலாக' அமைகின்றன.

மாறாக, அகக் குரலானது ஒரு சாதிக்குள் ஒரு வரிசைக் கிரமத்தில் பிரிந்துள்ள குழுக்களின் சமூக உறவை, தரப் பிரிவை, நடைமுறை வாழ்வியலை உணர்த்தக் கூடிய குரலாகும். ஓர் எடுத்துக்காட்டு வழி இதனைத் தெளிவுபடுத்திக் கொள்ளலாம்.

நாடார்களைப் பொறுத்தவரை மற்ற சாதியினரோடு ஒப்பிடும் போது தாங்கள் பத்ரகாளியின் அரவணைப்பில் வளர்ந்து வைகைக் கரைக்கு மண்தூக்காத சாதியினர் என்பது அவர்களின் புறக்குரல், இக்குரலானது நாணயத்தின் ஒரு பக்கம் மட்டுமே.

நாடாரின் சாதிய வாழ்க்கை முறையில் புறக்குரலுக்கு எந்த வேலையும் இல்லை. அகக்குரல் தான் முக்கியம். 5 கிளைச் சாதிகளின் படிநிலையை மையமிட்டதாகவே அவர்கள் வாழ்வு அமைந்துள்ளது. இவர்களின் 5 கிளைச் சாதிகளான 'கருக்குப் பட்டையர், மேல் நாட்டார். நட்டாத்தி கொடிக்கால், கள்ளச் சாணார் ஆகிய பிரிவுகளில் கள்ளச் சாணாரே மிகவும் தாழ்ந்த வர். மற்றவர்கள் இவர்களிடம் இருந்து நீர், உணவு பெற மாட்டார்கள்; கொண்டு கொடுத்தலும் இல்லை. சாதாரண நாவிதர் இவர்களுக்கு ஊழியம் செய்வதில்லை.

இந்நிலையில் நாடார்களின் சாதிய வாழ்வில், குறிப்பாகச் சமூக உறவுகளும் பிற செயல்பாடுகளும் இந்த 5 கிளைச் சாதிகளின் வேறுபாடுகளை முன் வைத்தே நடை பெறும். ஆக நாடார்களில் சாதிய வாழ்க்கைக்குள் 'நாடார்' என்ற அகமணக் குழுவின் பருநிலை அடையாளம் முக்கிய மாவதில்லை. கிளைச் சாதிகளின் நுண்ணிலை அடையாளமும் அதற்குக் கீழ் பிரியும் குழுக்களின் அடையாளமும் தான் முக்கிய மானதாகக் கருதப்படும்.

சாதிகளின் வரலாற்றை முனைப்பாகச் சித்திக்கும் ஆய்வுகளில் மேற்கூறிய இவ்விரண்டு தனித்த அடையா ளங்களை (வரலாற்றை) ஆராய வேண்டியது அவசி யமாகும். இக்கட்டுரையில் சாதி என்னும் பருநிலை வரலாறு மட்டுமே முதன்மையாகிறது.

தோற்றத் தொன்மங்கள் சுட்டும் பருநிலை (புறக்குரல்) வரலாறு பிராமணர் தொடங்கிப் பறையர், சக்கிலியர் வரையிலான தோற்றத் தொன்மங்கள் அனைத்தும் சில முதன்மையான அடிக்கருத்துக்களை (themes) முன்னிலைப் படுத்துகின்றன. இந்த அடிக்கருத்தின் வழி பிராமணர்

தொன்மம் ஒரு துருவமாகவும் தீண்டடத்தகாத சாதிகளின் தொன்மங்கள் இன்னொரு துருவமாகவும், பிராமணரல்லாத தீண்டத்தக்க சாதிகளின் தொன்மங்கள் இடைப்பட்டும் வகைப் படுகின்றன.

பிராமணரின் தொன்மமானது பிராமணர்கள் பிரமனின் வாயிலிருந்து தோன்றியவர்கள் என்ற உயர்வைக் கூறும் அதே வேளையில் தங்களுக்குக் கீழான வருணங்களின் படிநி லையையும் நிர்ணயிக்கின்றது. வேறு எந்தச் சாதியின் தொன் மமும் தன் சாதியின் தோற்றத்தோடு பிற சாதிகளின் தோற் றத்தை இணைத்துப் படிநிலைப்படுத்தவில்லை. தூரி தொன் மத்தில் மட்டும் தான் எவ்வாறு அவர்கள் ஏமாந்தர்கள் என்னு மிடத்தில் பிராமணர் சுட்டுகை இடம் பெறுகிறது.

இந்நிலையில் பிராமணரின் தொன்மம் ஒரு மையத்தை மட்டும் முதன்மைப்படுத்த, இன்னொரு துருவமாக அமையும் அடித்தளச் சாதிகளின் தொன்மங்கள் பன்மை மையம் கொண் டவையாக உள்ளன. இத்தொன்மம் உளவியல், குறியியல், அமைப்பியல் போன்ற அணுகுமுறையுடன் நோக்கும்போது பன்மைப்பட்ட பொருள் கோடலை உள்ளடக்கியதாகக் கட்டு மானம்பெற்றுள்ளது.எனினும்முதன்மையானபொருண்மைகள் சிலவற்றை விளக்கும் நிலையிலேயே இக்கட்டுரையின் களம் அமைகிறது.

பறையர் தொன்மங்களில் ‘என் தம்பி பார்ப்பான்’ என்ற அடிக்கருத்தை ஒட்டிப் பல மாற்று வடிவங்கள் வழங்குகின்றன. பறையர் அண்ணனாகவும் பிராமணர் தம்பியாகவும் உள்ளனர். தொன்மத்தின் படி அண்ணன், தம்பி என்ற வயது வேறுபாடு தந்தை வழிச் சமூக அமைப்பில் மூத்தவர் தந்தையின் இறப்புக்குப்பின் குடும்பப் பொறுப்பு, மரபுரிமை (inheritance) பெறுதல் போன்றவற்றால் அதிக அதிகாரம் பெற்றவராக மாறுகிறார்.

ஆனால் ‘என் தம்பி பார்ப்பான்’ என்னும் கட்டம் வரும்போது அண்ணன் தகுதியிழந்து புறச் சாதியாகவும் தம்பி பிராமணனாகவும் மாறுகின்றனர். தொன்மத்தின் கதைக் கூறு களைக் கவனிக்கும் போது அண்ணன் நேர்மையாகவும், கடமை, உணர்வோடும் பொறுப்பு மிக்கவராகவும், நல்ல கணவராகவும் உள்ளார். இக்கட்டான சோதனை வந்தபோது ‘என் தம்பி பார்ப்பான்’ என ஊரைவிட்டு வெளியேறுகிறார்.

இத்தொன்மத்தின் இன்னொரு அடிக்கருத்து மிகவும் முக்கியமானதாகும். பிராமணர் முதற்கொண்டு பல உயர் சாதிகளின் தொன்மங்கள் கடவுளால் தோற்றுவிக்கப்பட்டன அல்லது விண்ணுலகு நிகழ்ச்சிகளோடு தொடர்பு கொள் வனவாக இருக்கின்றன. பறையர் தொன்மத்தில் புறச் சாதியாக மாறும் முடிவினை இறைவன் வழங்கவில்லை. அண் ணன்தான் முடிவு செய்கிறார்.

"அண்ணன் மாட்டுக்கறி உண்டுவிட்டு, அண்ணிக்குப் பொங்கல் சோறு மட்டும் கொண்டு வருகிறார்" என்ற தம்பியின் கூற்று மூலம் அண்ணனுக்குச் சோதனை ஏற்படுத்தித் தகுதி யிழக்கச் செய்யும் தம்பியின் விழைவானது தோற்றத் தொன் மங்கள் அல்லாத தொன்மங்களிலும் காணக்கூடியவையே. மூத் தவர் மரபுரிமை பெறும் (primogenitune) சமூகங்களின் தொன் மங்களில் வெளிப்படும் ஓர் உளவியல் "தலைகீழாக்கம்" (role reversal) என்னும் நிகழ்வாகும்.

நிஜவாழ்வில் அண்ணனின் அதிகாரத்திற்குக் கட்டுப் பட்டவனாக, அமுக்கப்பட்டவராக இருக்கும் தம்பியின் மனவி யலானது தொன்மத்தில் வெற்றி பெற்றவராக வெளிப்படுதலே தலைகீழாக்கம். பெண்கள் நிஜவாழ்வில் பயன்படுத்த முடியாத வாடா, போடா போன்ற சொற்களைச் சாமியாடும் போது பயன்படுத்துவர் அதோடு கொடுமை இழைத்தவரைப் பழிதீர்க்கும் முகமாக ஆண்மகன், ஆண் எருமை, கிடா (ஆண் ஆடு), சேவல் போன்ற ஆண் குறியீடுகளாகவே பலி கேட்பர். நிஜ வாழ்வில் படிநிலைப்பட்ட சமூகத்தில் பொங்கல், ஹோலி போன்ற விழாக்களில் வண்ண நீர் தெளித்து அனைவரும் தற்காலிகமாகச் சமதகுதி உடையவராகத் தளமாற்றமடை கின்றனர். இவையாவும் பண்பாட்டின் இயக்கத்தில் நிகழும் தலைகீழாக்க நிகழ்வுகளே.

பறையரும் பிராமணரும் சகோதரர்கள் என்ற தொன் மமானது எதார்த்தத்தைப் பிரதிபலிக்கவில்லை. பிராமணர்கள் மத்திய தரைக்கடல் இனத்தையும், பறையர்கள் திராவிட இனத்தையும் சேர்ந்தவர்கள். மாறுபட்ட இனத்தவர்கள் சகோத ரர்களாகத் தொன்மமாக்கம் பெறுவதென்பது இனவியல் சாராத பொருண்மையை இதனுள் அமைப்பாக்கம் செய்துள்ளது என்பதே இதன் உட்பொருள்.

இனவியல் தளத்தில் மாறுபட்டவர்கள், சமூகத் தளத்தில் இணையும் போக்கென்பது தொன்ம அமைப்பாக்கத்தில் சில சாத்தியப்பாடுகளைமுன்வைக்கிறது.இந்தியச்சூழலுக்குப்பட்ட காரணிகளுள் முதலில் 'சமூகக் கலப்பு' குறித்து நோக்குவோம்.

சிவாலி பிராமணர்கள் அகிசேஷத்திராவிலிருந்து துளு நாட்டிற்கு வந்தவர்கள் என்ற வழக்கு மக்களிடம் உள்ளது. ஆண்கள் மட்டுமே ஊரைவிட்டு வெளியேறியதால் அவர்கள் பிராமணரல்லாதாரை மனைவியராகக் கொள்ள வேண்டிய கட்டாயம் ஏற்பட்டது. பண்டர் பெண்களை மணந்தவர்கள் என்னும் பொருள்பட இவர்கள் 'மதுமகள்' அல்லது 'மத்மளு' என்ற அழைக்கப்படுகின்றனர் (தர்ஸ்டன், தொகுதி 1:xvi).

பிராமணர்கள் பற்றி எழுத்து வரலாற்றில் இடம்பெறும் இன்னொரு செய்தியும் கவனிக்கத்தக்கது. "கடம்ப குலத்தைச் சார்ந்த மயூரவர்மனுடைய ஆட்சிக் காலத்தில் சில ஆந்திர பிராமணர்கள்தென்கன்னடத்திற்குஅழைத்துவரப்பட்டார்கள்.. யாகத்திற்குப் போதுமான அளவு பிராமணர்கள் கிடைக்காத காரணத்தால் அவ்வாறு அழைத்து வரப்பட்ட ஆந்திர பிராமணர்கள்பிராமணரல்லாதசாதிகளின்பலகுடும்பங்களைத் தேர்வு செய்து பிராமணராக்கி அவர்களுக்குக் குடும்பப் பெயரையும் தந்துள்ளனர். அவ்வாறு தரப்பட்ட பெயர்கள் மானோலி (Cephalandra India) பேராலம் (Psidium Guyava) குதிரை. ஆனை முதலியன (மேலது :xvi); மேலும் சில எடுத்துக் காட்டுகளையும் தர்ஸ்டன் பதிவு செய்துள்ளார்.

மனு முதற்கொண்டு இனக்கலப்புகளைப் பல தரவுகள் மூலம் பெறமுடிகிறது. பிராமணர்கள் கீழ்ச்சாதிப் பெண்களை மணந்ததால் ஆறு கீழ்ச்சாதிகள் (அபஸ்தக்குகள்) தோன்றினர் என மனு கூறுகிறது (மேலது தொகுதி 1:41),

இனக் கலப்பு குறித்த தொன்மங்களாக மறவர், கம்மாளர், அம்பட்டர் சாதிகளின் தோற்றத் தொன்மங்கள் உள்ளன. (காண்க தொன்மங்கள் 7, 16, 24). அதே நேரத்தில் வேற்று இன மன்னர்கள் பெண் கேட்டு மறுத்த கோட்டைப் பிள்ளைமார். நகரத்தார், ஆயிர வைசியர், பேரி செட்டி போன்ற சாதித் தொன்மங்கள் இனத்தூய்மை பேணும் அடிக்கருத்தை முன் வைக்கின்றன.

'என் தம்பி பார்ப்பான்' தொன்மமானது சாத்தியப் படுத்தும் இன்னொரு முக்கியமான பொருண்மை "கடந்தகால உயர்வை" உணர்த்துவதாகும். ஒரு காலத்தில் உயர்ந்த

நிலையில் இருந்து இன்று தாழ்த்தப்பட்டோராக மாறிவிட்டோம் என்பதையே இத்தொன்மங்கள் வலியுறுத்துகின்றன.

கடந்த காலத்திய உயர்ந்தோரின் இடத்தைப் பிடித்த 'இக்கால உயர்ந்தோர்' 'பரிவர்த்தனை' முறையில் சகோதரரான முறையை உறுதிப்படுத்த முடியாதெனினும் சில தரவுகள் இது குறித்த நம் கவனத்தை ஈர்க்கின்றன. கேரளாவில் அடித்தளச் சாதியின் தொன்மமானது பறையர்களை 'மூத்த பிராமணன்' என்று கூறுகிறது (ஐயர் 1981, தொகுதி 1: 69) கேரள நாயாடிகள் **'ஹல்லே மக்களு'** (பூர்வீக மகன்கள்) என்றும் அவர்களைப் பிராமணரோடு தொடர்புபடுத்துகிறது. **ராபர்ட் டெலீஜ்** களப்பணி செய்த **வல்கீரா மாணிக்கம்** (புனைபெயர் கொண்ட ராமநாதபுரக் கிராமம்) பிராமணர்கள் பறையருடனான உறவை அங்கீகரிக்கிறார்கள் என்றும் திருமணத்தின் போது அண்ணன் வரிசையாக வெற்றிலைப் பாக்கு, பழம், பூ கொடுப்பதாகவும் குறிப்பிடுகிறார் (ராபர்ட்டெலித் 1993: 536: 1997).

அடுத்து, பறையர்களின் இரண்டு தொன்மங்களும் (6:3, 62) அருந்ததியினரின் ஒரு தொன்மமும் தங்கள் சாதிகள் இறைவனால் படைக்கப்பட்டவை என்பதாக உள்ளன. இச்சாதிகளின் பல தொன்மங்கள் கடந்தகால உயர்வைப் பேச, சில மட்டும் இறைவனின் படைப்பு என்ற இரட்டை நிலைப்பாட்டை வலுப்படுத்துகின்றன. சாதிப் படிநிலை இறுக்கம் பெறவேண்டிப் பிற சாதியின் குரலாகவும் இதனைக் கொள்ள வாய்ப்புண்டு. இன்று சர்தார்ஜிகளைக் கிண்டல் செய்யும் இனம்சார் கேலிகளும் (ethnic joke) 'சோழியன் குடுமி சும்மா ஆடாது. ஆத்துல போட்டாலும் அளந்து போடுவான் செட்டி' என்பன போன்ற பிற இன விமர்சனங்கள் எதிர்க்குரலாகவே ஒலிக்கின்றன. இவ்வா றான பொருள் விளக்கம் கண்டு இம்மூன்று தொன்மங்களையும் விலக்கிப் பார்த்தால் பறையர்களின் தொன்மங்கள் முழுவதும் ஒரு துருவ முனையில் சேர்ந்துவிடும்.

அடுத்து, தெலுங்கு அரிசனர் தொன்மத்தில் 'ஈசுவரனின் நெற்றி வியர்வையிலிருந்து இவர்கள் தோன்றினர்' என்னும் பொருண்மையானது அரிசனர் உழைக்கும் சாதியினர் என்று தாங்களாகவே கூறும் குரலாக ஒலிக்கின்றதா?, நீ உழைக்கப் பிறந்தவன்' என மற்றவர் கூறும். குரலாக ஒலிக்கின்றதா? என்னும் தெளிவை இப்பொருண்மை விளங்க வைக்காததால் இரண்டும் கெட்டு மயங்கிய, சார்பு நிலையற்ற போக்கையும் ஒரு தொன்மம் (தொன்மம் 18) காட்டுகிறது.

பிராமணர், பறையர் (அடித்தளச் சாதிகள்) துருவப் பட்டுப்போன தொன்மங்களுக்கிடையில் தீண்டத்தக்க சாதி களின் பொருண்மை மூன்று முதன்மையான அடிக்கருத்துகளை முன் வைக்கின்றன.

1. குலப்பெருமையுடன் தோன்றியவை 2. சாதிக் கலப்பு நிகழ்தல் 3. சாதித் தூய்மை பேணுதல்,

1. குலப்பெருமை

வன்னியர் தொன்மம் அக்னிகுலச் சத்ரியர் வழி வருவதைப் பெருமையாகக் கொள்கிறது. கோமட்டிகள் கடுந்தவம் இயற்றியதால் விண்ணுலகம் வந்து வாழும்படியாக அழைக்கப்பட்டனர். மண்ணுலகில் அவர்கள் தொடர்ந்து இல் லாது போனது பெரிய குழப்பங்களுக்கு இடமளிக்கவே மகா விஷ்ணு அவர்களை மனித இனத்தின் நலங்கருதி மண்ணுலகம் திரும்பும்படியாகப் பணித்தார். என்று இவர்கள் தம் குலப் பெருமையைக் கூறுகின்றனர்.

2. சாதிக் கலப்பு நிகழ்தல்

பல சாதிகளின் கலப்பால் புதிய சாதிகள் தோன்றின என்பதைப் பின்வரும் சாதிகளின் தோற்றத் தொன்மங்கள் வலியுறுத்துகின்றன.

மறவர் - கௌதம முனிவரின் மனைவியோடு தேவேந்திரன் உறவு கொண்டு 3 குழந்தைகள் பெற்றான். அவர்களே கள்ளர், மறவர், அகமுடையர்.

கம்மாளர் - பேரி செட்டிப் பெண்ணுக்கும் பிராம ணனுக்கும் பிறந்தவர்களின் வழி வந்தோர். இதன டிப்படையிலேயே ‘கம்மாளனும் பேரி செட்டியும் ஒன்று’ என்னும் பழமொழி வழங்கி வருகின்றது.

அம்பட்டர் - வைசிய குலப் பெண்ணுக்கும் மருத்துவத் தொழில் செய்த பிராமணனுக்கும் பிறந்தவர்களின் வழி வந்தோர்.

3. சாதித் தூய்மை பேணுதல்

நகரத்தார், கோட்டைப் பிள்ளைமார், பேரி செட்டி, ஆயிர வைசியர் இவர்களின் தோற்றத் தொன்மங்கள் பிற இன மன்னர்கள் பெண் கேட்டபோது கொடுக்க மறுத்துத் தங்கள் சாதிகளின் தூய்மையைப் பேணியுள்ள நிகழ்வுகளைப் பதிவாக்கியுள்ளன.

இந்திய இனவியல் குறித்த பல மானிடவியல் ஆய்வுகள் இந்தியாவில் தூய்மையுடைய எந்த இனப் பிரிவும் இல்லை. என்பதைத் தெளிவுபடுத்தும் முகமாகவே இத்தொன்மங்கள் அமைந்துள்ளன. இன ரீதியாகவே ஆங்கிலோ-இந்தியர், முகமதிய மாப்பிலாக்கள், நம்பூதிரி-நாயர் கலப்பு, நகரத்தார்-பர்மா: சிங்கப்பூர் கலப்பு போன்ற இனக்கலப்புகள் இந்திய மரபணுச் சேர்மத்தில்(genetic pool) தொடர்ந்து கலப்புத் தன்மையை ஏற்படுத்தியுள்ளன. அதோடு அந்தந்த வட்டார இனப்பெருக்க மக்கள் தொகையின் மணவுறவுப் போக்காலும் (alliance pattem of breeding population) மரபணுச் சேர்மமானது தொடர்ந்து மாறி வருகிறது.

இன ரீதியில் மேற்கூறிய கலப்பு நிகழ்வுகள் ஏற்பட நாடார், செம்படவர் தொன்மங்கள் இராமாயணக் கதைமாந் தர்களோடு மாறுபட்ட நிலையில் தொடர்பு பெறும் நிகழ்வைப் பதிவு செய்கின்றன. நாடார்கள் ஆடி 1-ஆம் நாள் ராவணன் தினமாகக் கொண்டாடி அவரைத் தன் இனத்துக்காரராகப் போற்ற (ஹார்டுகிரேவ் 1979), செம்படவர். இராமனைத் தாங்கள் தான் இலங்கைக்குப் படகு மூலம் கொண்டு சென்றோம் என்றும் தாங்கள் 'குக வேளாளர்" என்றும் பெருமை கொள்கின்றனர்.

இனி நாடார், கோனார் தொன்மங்கள் முன்னிலைப் படுத்தும் வேறுபாட்டை நோக்க வேண்டும். இவ் விரண்டு சாதிகளின் தொன்மங்கள் தீண்டத்தக்க சாதிகளின் தொன்மங்களுள் வேறுபட்ட அடிக்கருத்தை(theme) ஆதார மாகக் கொண்டுள்ளன.

கோனார்களை யாருமே மதிக்காத நிலையில் கிருஷ்ண பகவானின் கருணையால் எல்லோரும் மதிக்கத் தொடங்கினர் என்கின்ற இத்தொன்மத்தில் 'கடவுளின் தலையீடு' மிகவும் முதன்மையானது. தாழ்ந்த நிலையிலிருந்து உயர்குடியாகத் தகுதிப் பெயர்வு அடைந்தனர் என்பதையும் இத்தொன்மம் வெளிப்படுத்துகின்றது. இந்த உயர்குடியாக்கத் தகுதிப் பெயர்வில் செய்யும் தொழிலில் வேறுபாடோ வேறு எத்த மாற்றமோ ஏற்படாத நிலையில் கிருஷ்ண பகவானின் கருணையால் "கடவுளின் மக்கள்" என்றாகித் தகுதி மாற்றம் பெற்றனர்.

'கள்ளர் மறவர் கனத்தோர் அகம்படியர்
மெல்ல மெல்ல வந்து வேளாளர் ஆனார்'

போன்ற மாற்றம் இவர்களிடம் இல்லை. எனினும் இத்தொன்மம் புதைநிலை அமைப்பில் தாம் ஒரு காலத்தில் தாழ்ந்த சாதியாக இருந்தோம் என்ற கருத்தையும் மறைமுகமாக உணர்த்துகின்றது.

கோனார்களின் தொன்மம் மேல்நிலையாக்கக் கருத்தினை முன்னிறுத்த, நாடார்களின் தொன்மம் சமூகத் தகுதிநிலையை விட்டுக் கொடுக்காமல் உறுதிப்படுத்தும் தன்மையை முன்னிலைப் படுத்துகிறது. "மன்னன் ஆணையிட்ட பிறகும் வைகைக் கரைக்கு மண் தூக்க மாட்டோம்" என்ற உறுதிப்பாடானது சாதி அடுக்கமைப்பில் சற்றுத் தாழ்த்த நிலையில் இருந்தாலும் சாதி மீறிய தொழிலைச் செய்ய மாட்டோம் என்ற சாதிப் பிடிமானத்தை வலியுறுத்தும் தொன்மமாக இது அமைகிறது.

முடிவுரை

1. இதுவரை நாம் விவாதித்த சாதிகளின் தோற்றம் குறித்த தொன்மங்கள் அனைத்துமே சாதியத்தின் அடிப்படைக் கருத்தியலை ஏற்றுக் கொண்டிருக்கின்றன.

2. தீண்டத்தக்க சாதிகள், தீண்டத்தகாத சாதிகள் இரண்டின் பொருண்மைகளும் அடிப்படையில் மாறுகின்றன. தீண்டத்தக்க சாதியினர் கடவுளால் படைக்கப் பெற்றவர்கள், கோனார்கள் கடவுளின் கருணையைப் பெற்றவர்கள். மன்னன் பெண் கேட்ட கொடுமையால் தீக்குண்டத்திலும், தற்கொலையிலும் இறங்கியவர்களை ஒரு தெய்வீக சக்தி தலையிட்டு சிலரைக் காப்பாற்றி அச்சாதியை விருத்தி செய்தது. இவர்களும் கடவுளின் தலையீட்டைப் பெற்றவர்கள். சாதித் தூய்மையைத் தக்க வைக்கும் போக்கை விரும்பியவர்கள் வன்னியர்கள் கோட்டைப் பிள்ளைமார் போன்றவர்கள் குலப்பெருமை கொண்ட தோற்றத்தைப் பெற்றவர்கள்.

ஆனால் பறையர், பள்ளர் சாதிகளின் தோற்றத்திற்கு "என் தம்பி பார்ப்பான்" என 'அண்ணன் எடுத்த முடிவினால்' தாழ்ந்த நிலை ஏற்பட்டது. ஊரை விட்டு வெளியேறிய பின் னரும் வேறு கிராமத்தில் புறச்சாதியினருடன் சேர்ந்துவாழ முடிவு செய்தார். எனினும் அண்ணனின் முடிவு சாதிய நிறுவனத்தைத் தொடர்ந்து இயங்கச் செய்வதாகவே அமைந்தது கூடுதல் கவனத்திற்குரியது.

3. இந்நிலையில் அடித்தளச் சாதிகள் சாதியக் கருத்தியலுக்கு மாற்று முறைகள் எதனையும் முன் வைக்கவில்லை. அதே நேரத்தில் அவர்களின் தாழ்ந்த நிலை அவர்களாக ஏற்படுத்திக் கொண்டதால் எந்த நேரத்திலும் தங்கள் மறுமலர்ச்சியைத் தேடும் முயற்சியை அவர்கள் விரும்பலாம். சமூக மாற்றத்திற்குத் தடை ஏதும் அவர்கள் முன் இல்லை என்பதும் அத்தொன்மங்கள் உணர்த்தும் இன்னொரு பொருண்மையாகும்.

4. இன்று அடித்தளச் சாதியினருள் பலர் இவ்வாறான தொன்மங்களை நினைவுபடுத்துவதற்குக் கூட இயலவில்லை (ராபர்ட் டெலீஜ் 1993: 546), நினைவுபடுத்துவோர் இது தற்செயலாக தடந்த ஒரு வரலாற்று நிகழ்ச்சி. தாங்கள் பெருந்தன்மையுடன் விட்டுக் கொடுத்த நிகழ்வாக அதை நினைவு படுத்துகின்றனர். (ராபர்ட் டெலீஜ் 1998)

5. மள்ளர்கள் உருவாக்கியுள்ள புதிய தொன்மம் (தேவேந்திரகுல வேளாளர்) மறுமலர்ச்சிக் கருத்தியலுக்கு உட்படுத்தித் தங்களை உயர்ந்த சாதியினராகவே அடையாளப்படுத்த விரும்புகின்றனர். இந்த மறுமலர்ச்சித் தொன்மமானது சாதிகளின் போக்கை மேலும் இறுக்கமடையச் செய்யும் விழைவுகளையே வெளிப்படுத்துகின்றது. சாதி முறைக்கு மாற்றுகளை இது முன்மொழியவில்லை.

6. குந்தால் கிராமத்தின் சக்கிலியர் தொன்மமானது ஆங்கிலேயரிடமிருந்து தப்பிப்பதற்கு மாறுவேடம் போட்டுச் சக்கிலியர்களாக மாறிய அன்றிலிருந்தே அத்தொழிலைச் செய்வதாகக் கூறுகிறது.

7. அடித்தளச் சாதிகளின் தோற்றத் தொன்மங்களில் 'நான்-நீ என்னும் இரண்டு குரல்கள் ஒலிக்கின்றன. பறையர்களின் பெரும்பாலான தொன்மங்கள் 'அண்ணனின் முடிவால் தாழ்ந்த நிலை ஏற்பட்டது என்றிருக்க, வேளாளருக்குத் தொழில் செய்யச் சிவனால் படைக்கப்பட்டவன் பறையன் என்பது இவர்கள் மேல் மற்ற சாதிகள் செலுத்த விரும்பிய விழை வாகவே இது அமைகிறது.

8. இனக்கலப்பை முன்னிறுத்தும் தொன்மங்கள் தீண்டத்தக்க சாதிகளைச் சார்ந்தே எழுத்துள்ளன. சாதியத்தை வலுப் படுத்தும் கருத்தியலை இது முன்வைக்கும் அதே நேரத்தில் பல்வேறு வரலாற்றுக் கட்டங்களில் இனக்கலப்பால் (கிளைச்) சாதிகளின் விரிவாக்கத்தை இவை விவரிக்கின்றன.

9. கடவுளால் படைக்கப்பட்ட தொன்மங்களை "ஆதித் தொன்மங்கள்" என்றும் மன்னர்கள் காலத்தில் இடம்பெயர்ந்த சாதிகளின் தொன்மங்கள் "பிற்காலத் தொன்மங்கள்" என்றும் இனங்காணும் போது பிற்காலத் தொன்மத்திலும் கடவுள் படைப்புக் கொள்கை மறு உயிர் பெறுவதைக் காண முடிகிறது.

கம்பளத்து நாயக்கரின் 9-வது கம்பளமான நித்ரவார்கள் "ஆற்றைக் கடக்க வந்தபோது அங்குத் தூங்கி விட்டதால் சிவன் அவர்களை 'நித்ரவார்' என்று அடையாளப்படுத்தி இரவு முழு வதும் தூங்காத தொழிலையும், குடுகுடுப்பை அடிக்கத் தன் உடுக்கையையும் கொடுத்தார்" என்னும் தொன்மத்தில் இடைக் காலத் தொன்மங்களிலும் கடவுள் படைப்புக் கொள்கை தீண்டத்தக்க சாதிகளிடம் தோன்றுகிறது என்பதைக் தெளிவு படுத்துகிறது. ஜாமக் கோடங்கித் தொழிலையுடைய இம் மக்கள் ஜக்கம்மாவின் ஆற்றலைப் பெற்றவர்கள், சிவனால் படைக்கப் பெற்றவர்கள் என்னும் நிலையில் தாங்கள் கடவுளின் மகிமை பெற்றவர்கள் என்ற கருத்தை முன்வைக்கும் முகமாக இத்தொன்மம் பொருண்மை பெறுகிறது.

சாதிகளின் தோற்றத் தொன்மங்கள் இந்தியாவின் சாதியப் பண்பாட்டின் பன்முக விவரிப்பைத் தம்முள் அமைப் பாக்கம் செய்துள்ளதையே இனங்காட்டுகிறது.

துணை நூற்பட்டியல்

கிருஷ்ணசாமி, ப. 1998, கொங்குநாட்டு வரலாறும் அண்ணன்மார் வழிபாடும். பெங்களூர்: தன்னனானே பதிப்பகம்

குருசாமி சித்தன். 1993. தமிழ் இலக்கியத்தில் பள்ளர் (மள்ளர்) தேவேந்திரகுல வேளாளர் (அடிப்படைச் சான்றுகள்), கோயமுத்தூர்: தேவேந்திர மன்றம்.

மணியன், கோ. சு. 1976 ஆயிர வைசியர் அன்றும் இன்றும் சேலம்: ஜெமினி அச்சகம்.

வரதராசன், செங்கோ, 1998 மேற்குத் தமிழக நாட்டுப்புறவியல்: ஓர் ஆய்வு. சென்னை: என்.சி.பி.எச்.

ஹார்டுகிரேவ். 1979. தமிழக நாடார் வரலாறு. தூத்துக்குடி முருகன் பப்ளிகேஷன்ஸ் (தமிழ் மொழிபெயர்ப்பு: எஸ்டி ஜெயபாண்டியன்),

Beck, E.F. 1972. Peasant Society in Konku Vancouver: University of British Columbia Press.

Bhakthavatsala Bharathi S. 1999. Coromandel

Fishermen: An Ethnography of Pattanavar Subcaste, Pondicherry: Pondicherry Institute of Linguistics and Culture.

Burkhart, Geoffrey, 1987. "Family Deity Temples and Spatial Variance among Udayars of Northern Tamil Nadu." In V. Sudarsen et. al. Religion and Society in South India. Pp. 3-20. Delhi: B.R. Publishing Corporation.

Deliege, Robert. 1993, The Myths of Origin of the Indian Untouchables." Man (NS) 28: 533-49.
1997. The World of the Untouchables': Paraiyars of Tamil Nadu. New Delhi Oxford University Press.

Dundes, Alan. 1997. Two Tales of Crow and Sparrow: A Freudian Folkloristic Essay on Caste and Untouchability New York: Rowman & Littlefield Publishers Inc.

Ganesh, Kamala. 1993. Boundary Walls: Caste and Women in a Tamil Community Delhi: Hindustan Publishing Corporation.

Karve, Irawati, 1990 (1953). Kinship Organization in India (3rd Edition). Delhi Munshiram Manoharlal Publishers Pvt.Ltd.

Meyer, Adrian, C.1960. Caste and Kinship in Central India. London: Routledge and Kegan Paul.

Nishimura, Yuko. 1998. Gender, Kinship and Property Rights. Delhi: Oxford University Press

Pragati, V. 1994. An Ethographic Study of Arunthathiyars in Pondicherry Union Territory. Unpublished Report. Pondicherry: Pondicherry Institute of Linguistics and Culture.

Ruduer, David West. 1994. Caste and Capitalism in Colonial India: The Nattukottai Chetiyars Berkerty: University of California Press.

Templeman, Dennis. 1996. The Northern Nadars of Tamil Nadu. Delhi: Oxford Universtiy Press.

Thurston, Edgar, 1909. Castes and Tribes of Southern India, Vols. 1-7, Delhi: Cosmo Publications.

Van Exem, A. 1984. "Turi Myths of Origin." South Asian Anthropologist 5. 1:49-56.

Washbrook, David. 1975. "The Development of Caste Organisation in South India 1880-1925." In C.J. Baker and D.A. Washbrook (Eds.). South India: Political Institutions and Political Change, 1880-1940. Delhi: MacMillan Company.

பின்னிணைப்பு: சாதிகளின் தோற்றத் தொன்மங்கள்

பிராமணர்

பிராமணர்களின் தோற்றம் பற்றியதான இக்கால நம்பிக்கை அவர்கள் பிரம்மாவினுடைய வாயிலிருந்து தோன்றி யவர்கள் என்பதாகும். இதற்கு ஆதாரமாக ரிக் வேதத்தின் புருஷ் சூக்தத்திலிருந்து பின்வரும் செய்யுளை எடுத்துக் காட்டுவார்கள்: "பிரஜாபதியின் (விராடபுருடன்) முகத்திலிருந்து பிராமணர்கள் தோன்றினார்கள்; கைகளிலிருந்து சத்திரியர்கள் எழுந்தனர்; தொடையிலிருந்து வெளிப்பட்டவர்கள் வைசியர்கள்; பாதங்களிலிருந்து குத்திரர்கள் தோன்றினர்."

பிராமணர்கள் அனைவரும் பின்வரும் ஏழு முனிவர்களுள் யாரேனும் ஒருவர் அல்லது அதற்கு மேற்பட்டவர் பரம்பரையில் வந்தவர்களாகவே கூறிக் கொள்கின்றனர். அத்ரி, பிருகு, குத்சர், வசிட்டர், கௌதமர், தாச்யபர், ஆங்கிரசர் என்பவர்களே அம்முனிவர்கள். வேறுசிலர் கூற்றுப்படி இவ்வரிசையில் குத்சருக்குப் பதிலாக அகத்தியர் இடம் பெறுவார். இம் முனிவர்களின் கீழ் பதினெட்டுக் கணங்களும் ஒவ்வொரு கணத்தினைச் சார்ந்து பல கோத்திரங்களுமாகச் சுமார் 230 கோத் திரங்கள் உள்ளன.

பிராமணர்கள் அனைவரையும் பஞ்சதிராவிடர், பஞ்ச கௌடர் என இருபெரும் பிரிவுகளில் அடக்குவது வழக்கம், பஞ்ச திராவிடர்கள் ஊன் உண்ணும் பழக்கமற்றவர்கள். பஞ்ச கௌடர்கள் மீனும் ஊனும் உண்ணலாம் (தர்ஸ்டன் 1909: 1:342-44).

பிராமணராக மாறிய பிராமணரல்லாதார்

இடைக்காலத்தில் மன்னர்கள் பிராமணரல்லாதாரை பிராமணராக மாற்றிய செய்தியைத் தர்ஸ்டன் (1909) பதிவு செய்கிறார். அக்காலத்தில் அரசர்கள் பாவ நிவர்த்திக்காகவும் இறையருள் பெறவேண்டியும் நடத்திய வேள்விச் சடங்குகளில் ஒரு லட்சம் பிராமணர்களுக்கு விருந்தளிக்க வேண்டியவராய் இருந்தனர். தேவையான அளவுக்குப் பிராமணர் இல்லாததால் அரசர் ஆணைப்படி பிற வகுப்புகளிலிருந்து ஏராள மானவர்களைப் பிராமணராக மாற்றினார் என்ற செய்தி வாய் வழி வரலாறாக மக்களிடம் பேசப்படுகிறது.

இடைக்காலத்தில் சோழர் ஆட்சியின் போது வைணவத் தலைவர் ராமானுசர் ஏராளமான பிராமணரல்லாதாரை வைணவச் சமயத்தில் ஈர்ப்பதற்குச் சமயச் சடங்குகள் செய்து அவர் களுக்குப் பூணூல் அணிவித்து வைணவப் பிராமணராக மாற்றினார் (தர்ஸ்டன்),

கொங்கு வேளாளர்

“தேவலோகத்தில் ஒரு காட்சி, அங்கே சிவபெருமானும் நான்முகனும் பேசிக் கொண்டிருக்கிறார்கள். தன்னால் படைக் கப்பட்ட இந்தப் பூவுலகத்தின் சகல சௌபாக்கியங்களையும் இந்த மனித இனம் முறையாக அனுபவித்துக் கொள்ள வில்லையே என்பது நான்முகனின் முறையீடு. இந்த முறை யீட்டைத் திருமாலிடம் சொல்லும்படி சிவபெருமான் பணித்தார். திருமாலிடம் முறையீடு நடக்கும் போது அங்கே போதாயன முனிவர் வந்தார். நான்முகனுக்கு உதவும்படிப் போதாயன முனிவருக்குச் சொல்லப்பட்டது. இந்த மானிட ஜாதிக்கு உண்ணும் முறை தெரியவில்லை. எப்படி உணவைப் படைப்பது எனவும் தெரியவில்லை. எனவே கங்கைத் தீரத்தின் திரிவேணி சங்கமத்திலிருந்து ஒரு மரபாளனைப் படைப்போம். அவனுக்குஅனைத்தையும்புகட்டுவோம்எனப்போதாயனரிடம் சொல்லப்பட்டது. மரபாளன் படைக்கப்பட்டான். கங்கா தேவி அவனைப் படைத்தாள். தன் செல்லப் படைப்பை ஆரத்தழுவி உச்சி மோந்து ‘பொன்னுலகு சென்று அனைத்துச் சிறப்புகளும் பெறுவாயாக’ என்று ஆசீர்வதித்து போதாயனருடன் அனுப் பினாள். இந்திரனும் வாழ்த்தினான்.

‘இந்த உலகமே ஏர் முனையைத் தான் நம்பியுள்ளது. கொடுமையிலும் கொடுமை பசிக்கொடுமை. இப்பசிக் கொடு மையைத் தீர்க்கவல்ல புண்ணியத் தொழிலான உழவுத் தொழிலை மேற்கொள், என்று இந்திரன் பணித்தான். தனது இனவிருத்திக்கு இந்திரனும், குபேரனும் பெண் கொடுக்கச் செழித்து வளர்ந்தான் வேளாளன். கங்கா தேவியின் அருள் மூலம் பிறந்ததால் ‘கங்காகுலம்’ என்ற பெயர் வந்தது (கிருஷ்ணசாமி 1988: 26-27).

கோட்டைப் பிள்ளைமார்

பாண்டிய மன்னர்களின் பண்டாரர்களாகவும் அமைச்சர்களாகவும் கோட்டைப் பிள்ளைமார் இருந்தனர். மன்னன் அரசுரிமை ஏற்கும் போது முடிசூட்டும் பரம்பரை உரிமையைப் பெற்றார்கள். ராமநாதபுரம் மேலச் செழுவனூரில் வாழ்ந்த போது மன்னனில் தகாத உறவுக்குப் பிறந்த குட்டனுக்கு மகுடம் சூட்ட மறுத்ததாலும், குட்டன் இவர்களின் சாதிப் பெண்ணை மணக்க விரும்பியதை மறுத்ததாலும் மன்னனின் கோபத்திற்கு ஆளானார்கள். நிலைமையைச் சமாளிக்க முடியாமல் ஏராளமான குடும்பத்தார் தற்கொலை செய்து கொண்டார்கள். கடவுளின் கருணையால் ஐந்து தலைநாகம் தடுக்கச் சிலர் தப்பிப் பிழைத்தனர். அவர்கள் பல திசைகளில் பிரிந்து செல்ல ஒரு குழு ஸ்ரீவைகுண்டம் வர அங்கிருந்த கொற்கைப் பராக்கிரம பாண்டியன் நிலம் கொடுத்து உதவினார். அங்கு ஓராயிரம் ஆண்டுகளுக்கு முன்பு இக்கோட்டைக் குடியிருப்பு ஏற்பட்டது என்கின்றனர். கொல்லம் வருடம் 97-ல் (927 AD) இது நடந்தது (கமலா கணேஷ் 1993:50)

நகரத்தார்

7,8-ஆம் நூற்றாண்டுகளில் காஞ்சிபுரத்தில் நகை வணிகர்களாக வாழ்ந்தனர். அப்போதைய மன்னனின் கொடுமையை (பெண் கேட்டதால்) எதிர்கொள்ள முடியாமல் 8000 குடும்பத்தார் தற்கொலை செய்துகொண்டனர். 1502 இளைஞர்கள் மட்டுமே தப்பிப் பிழைத்தனர், இவர்கள் வேளாளர் பெண்களை மணந்து அவர்கள் வழிவந்தோரே நகரத்தார் (நிஷிமூரா 1998:16)

ஆயிர வைசியர்

திராவிடர் ஆரிய நெறிகளைப் பின்பற்றி வைசியர்களாக மாறினர். என்பதைத் தர்ஸ்டன் (1909) விரிவாகக் குறிப்பிடுகிறார். ஆயிர வைசியர், ஆரிய வைசியர் என்றும் அழைக்கப்படுகிறார்கள். கன்னிகா பரமேஸ்வரி என்ற பெண் வேங்கி நாட்டு மன்னனான விஷ்ணுவர்த்தனிடமிருந்து தப்பிக்க 108 நெருப்புக் குண்டங்களை உண்டாக்கி இவர்களது தெய்வமானது (செங்கோ வரதராசன் 1988).

மறவர்

ஒரு காலத்தில் கௌதம முனிவர் வாணிகப் பொருட்டு வெளியூர் சென்றார். இதையறிந்த தேவேந்திரன் கௌதமரின் மனைவியோடு சிற்றின்பம் கொண்டார். இதனால் அன்றே மூன்று குழந்தைகள் பிறந்தனர். முனிவர் வீடு திரும்பிய போது முதல் குழந்தை கதவுக்குப் பின்னால் ஒளிந்தது. அதனால் கள்ளன் எனப் பெயர் பெற்றது. இரண்டாம் குழந்தை மட்டும் நாணம் இல்லாத துணிவுடன் வீட்டின் எதிரில் நின்றது. அதனால் 'அக முடையன்' எனச் சிறப்புப் பெற்றது.

நாடார்

தேவலோக கன்னிகைகள் ஏழு பேர் பூலோகத்திலுள்ள நீரோடையில் குளித்துக் கொண்டிருந்தபோது, இந்திரன் என்ற கடவுள் அவர்களைப் பார்த்து விட்டார். இந்திரன், அக்கன்னிகைகள் அணிந்திருந்த சேலைகளைத் திரட்டி எடுத்துக்கொண்டு அவர்கள் தண்ணீரிலிந்து வெளிப்படுவது வரையிலும் செடிகளின் மறைவில் காத்திருந்தார். கன்னிகைகள் வெளிப்பட்ட போது அவர்கள் ஒவ்வொருவர் மீதும் இந்திரன் காதல் கொண்டார். அதன் விளைவாக ஏழு கன்னிகைகளும் ஏழு ஆண் குழந்தைகளை ஈன்றெடுத்தனர். அதன் பின்பு, பூலோகத்தில் அக்குழந்தைகளை விட்டுவிட்டுக் கன்னியர் அனை வரும் தேவலோகம் சென்று விட்டனர். பெண் தெய்வமான பத்திரகாளி அக்குழந்தைகளின் மீது இரக்கங்கொண்டு அக்குழந்தைகளைத் தன் சொந்தக் குழந்தைகளாக வளர்த்து வந்தாள். அவ்வாறிருந்த போது ஒரு நாள் மதுரையிலுள்ள வைகை நதி வெள்ளப் பெருக்கால் உடைந்து விட்டது. எனவே, பாண்டிய மன்னன், ஒவ்வொரு ஆண் மகனும் கூடைகளில் மண் எடுத்துத் தங்கள் தலையில் வைத்துச் சுமந்து வந்து வைகைக் கரையை மீண்டும் கட்ட வேண்டுமெனக் கட்டளையிட்டான். மேற் குறிப்பிட்டுள்ள ஏழு இளம் மைந்தர்களும் செல்வந்தர்கள் இல்லை என்றாலும் பாண்டிய மன்னனின் கட்டளைக்குப் பணிய மறுத்துவிட்டனர். "மகுடம் சூட்டப்பட வேண்டிய எங்கள் தலைகளில் கூடைகளைச் சுமக்க மாட்டோம்" எனக்கூறி அவ்விளைஞர்கள் மறுத்து விட்டனர். அதைக்கேட்டுக் கடுங்கோபமுற்ற அரசன் இளைஞர்களில் ஒருவனைக் கழுத்தளவு மண்ணிற்குள் நிறுத்திப் புதைத்து அவனது தலையை யானையை விட்டு

இடறச் செய்யக் கட்டளையிட்டான். கட்டளையும் நிறைவேற்றப்பட்டது. தலை மிதிபட்டு இரத்த வெள்ளத்தில் தூக்கி எறியப்பட்ட போதிலும் கூட "நான் கூடையைத் தொட மாட்டேன்" என்று அத்தலை சத்தமிட்டுக் கொண்டே உருண்டு சென்றது. அதைக் கேட்டு மேலும் கோபங் கொண்ட அரசன், இரண்டாம் இளைஞனையும் அவ்வாறு தண்டிக்கும்படிக் கட்டளை இட்டான். இரண்டாம் இளைஞனின் தலை, 'அத் தலைக்கு இத்தலை பொய்த் தலையோ! ஏழு தலை இடரினும் கூடை தொடேன்; கூடை தொடேன்" எனக் கூறிக்கொண்டே உருண்டு சென்றது. அந்த அற்புதம் கண்டு பயந்து போன பாண்டிய மன்னன் எஞ்சிய ஐந்து இளைஞர்களையும் விடுவித்தான். அவர்களிலிருந்து நாடார் இனம் தோன்றிற்று (ஹார்ட்கிரேவ் 1979 : 26 - 27)

வன்னியர்

வழக்காறு 1: சாம்புக முனிவரால் தோற்றுவிக்கப்பட்ட வீர வன்னியன் என்பவன் இந்திரனின் மகளை மணந்து ருத்ர, பிரம்மகிருஷ்ணா, சாம்புக, காஸ் என்னும் ஐந்து பிள்ளைகளைப் பெற்றான். இவர்களின் வழி வந்தவர்களே வன்னியராவார்.

வழக்காறு 2: அக்னி குல, வன்னிய குல சத்திரியர்கள் ஆரியரல்லாத வடபுல ராஜபுத்ரர்களுக்கு ஒத்தவர்கள் என வன்னியர்கள் தோற்றம் குறித்து டி. அய்யாக்கண்ணு நூலாகத் தொகுத்த வன்னிய குலவிளக்கம் நூலில் கூறுகிறார். 1907-இல் வருண தர்ப்பணம் (சாதிகளின் கண்ணாடி) என்னும் நூல் வன்னியர்களைப் பல்லவர்களோடு தொடர்புபடுத்துகிறது.

கோமட்டி

கோமட்டிகனின் புனித நூலான கன்யகா புராணத்தின் புதிய பதிப்பில் இவ்வாறு விளக்கம் கூறப்பட்டுள்ளது. அந்த நூலில் கூறியுள்ளபடிக் கோமட்டிகள் கடுந்தவம் இயற்றியதால் விண்ணுலகம் வந்து வாழும்படியாக அழைக்கப்பட்டனர். மண்ணுலகில் அவர்கள் தொடர்ந்து இல்லாது போனது பல பெரிய குழப்பங்களுக்கு இடமளிக்கவே விட்டுணு அவர்களை மனித இனத்தின் நலங்கருதி மண்ணுலகம் திரும்பும்படியாகப் பணித்தார். அவர்களோ அதற்கு உடன்பட மறுத்தனர். அதன் பின் விட்டுணு சிவனிடம் சென்று அவர்களை மண்ணுலகம் செல்லத் தூண்டும்படிக் கேட்டுக் கொண்டார். சிவன் ஒரு பசு

வினைக் கொணர்ந்து கோமட்டிகள் அனைவரையும் அதன் வலது காதுக்குள் சென்று புகும்படி ஆணையிட்டார். அங்குச் சென்ற அவர்கள் அழகிய கூடகோபுரங்களோடு கூடிய நகரங் களையும் பெரிய அளவில் அமைந்த கோயில்களையும் மனத்தை மகிழச் செய்யும் சோலைகளையும் கண்டு அவ் விடத்திற்குச் சென்று தங்கி வாழ அனுமதி வேண்டினர். சிவன் அதற்கு உடன்படவே அவர்கள் விரைந்து அந்தப் புதிய இடம் நோக்கிச் செல்லத் தொடங்கினர். உடனே பெரும் நெருப்புத் தோன்றி அவர்களைச் சுற்றி வளைத்துக் கொண்டது. அஞ்சி நடுங்கிய அவர்கள் தங்களை அத்துன்பத்திலிருந்து மீட்கும்படிச் சிவனை நோக்கிக் கூக்குரலிட்டனர். அவர்கள் மண்ணுலகம் செல்ல உடன்பட்டால் அவர்களை அத்துன்பத்திலிருந்து காப் பதாகச் சிவன் கூறவே அவர்களும் அதற்கு உடன்பட்டனர். அவர்கள் நெருப்பால் சூழப்பட்டவுடன் எதிர்பாராத தொல்லைக்கு உள்ளாகும் பசு எப்படி அஞ்சி நடுங்குமோ அதுபோல அஞ்சி நடுங்கியதால் அவர்களுக்குச் சிவபெருமான் கோமட்டி என்ற பெயரைத் தந்தார்.

பேரி செட்டி

வழக்காறு 1: இவர்கள் தோற்றம் பற்றிக் ‘கன்யகா புராணம்’ கூறும் விவரங்கள் வருமாறு:

கோமட்டிச் சாதியைச் சேர்ந்த அழகிய பெண் மீது ஆசை கொண்டு ஓர் அரசன் அவளை மணக்க விரும்பினான். கோமட்டிகள் அதை விரும்பவில்லை. இதனால் அரசன் அவர்களுக்குக் கொடுமையிழைத்தான். அதற்கு அஞ்சி நாட்டைவிட்டு (பேரி) ஓடிய கோமட்டிகளே பேரி செட்டிகள் (இக்குறிப்பு நாட்டுக் கோட்டைச் செட்டியார்களைப் (நகரத்தார்) பற்றி வழங்கும் கதையை ஒத்துள்ளது).

வழக்காறு 2: பேரி செட்டிகள் காவேரிபுரத்தில் ஆயிரம் கோத்திரங்களை உடையவராக ஆயிரம் இல்லங்களில் வாழ்ந்து வந்தனர். ஓர் அரசன் எல்லாச் சாதிகளிலிருந்தும் ஒவ் வொரு பெண்ணை மணந்து கொண்டான். அதன்படிப் பேரி செட்டிகளின் சாதியிலிருந்தும் ஒருத்தியை மணக்க விரும் பினான். அதற்கு இவர்கள் மனம் ஒப்பவில்லையாயினும் அவன் விருப்பம் போல் ஒருத்தியை மணம் செய்து தருவதாக வாக்க ளித்தனர். இந்த இக்கட்டிலிருந்து விடுபட அவர்கள் ஒரு சூழ்ச்சி செய்தனர். மணத்திற்கெனக் குறிக்கப்பட்ட நாளன்று

மணப்பந்தலின் பால் கம்பத்தில் ஒரு கறுப்பு ஆண் நாயினைக் கட்டிப் போட்டு விட்டு பேரி செட்டிக் குடும்பத்தினர் அனை வரும் அவ்விடத்தை விட்டு வெளியேறி விட்டனர். இதைக் கேள்விப்பட்ட அரசன் சினமுற்று எல்லாச் சாதியினருக்கும் பேரி செட்டிகளிடமிருந்து தண்ணீர் பெற்றுக் குடிக்கத் தடை விதித்தான். இதனால் அவர்கள் இடங்கைப் பிரிவில் சேர வேண்டியதாயிற்று

உடையார்

வழக்காறு 1: 1901 மக்கள் கணக்கெடுப்பில் 'சேரர் வழி வந்தோர்' உடையார் எனக் குறிப்பிடப்பட்டுள்ளது.

வழக்காறு 2: கொங்கு நாட்டு மறவர்களான வேடர்களின் தோன்றல்களே உடையார்.

வழக்காறு 3: ஔவையார் வளர்த்த மூன்று பறையர் பெண்கள் திருக்கோயிலூர் மன்னனை மணந்து அவர்கள் வழி வந்தோரே உடையார் என்பர் ஹெமிங்வே (தர்ஸ்டன் 1909 தொகுதி 7 : 2071

கைக்கோளர் (செங்குந்தர்)

கைக்கோளர்' 'செங்குந்தா' (சிவப்புக் குத்துவாளு டையவர்) எது வழங்குவது தொடர்பாகப் பின்வரும் வழக்கு வரலாறு கூறப்படுகிறது:- பூவுலகில் வாழ்ந்த மக்கள் சிலர் அசுரர்களின் தொல்லையிலிருந்து தங்களைக் காத்தருளும் படிச் சிவபெருமானிடம் முறையிட்டனர். அந்த அசுரர்கள் மீது சினங்கொண்ட சிவன் தன் கண்களிலிருந்து ஆறு தீப் பொறிகளை வெளிப்படுத்தினார். அவருடைய மனைவியான பார்வதி இதனைக் கண்டு அஞ்சித் தன் அந்தப்புரத்தினை அடைந்தாள். அவ்வாறு அஞ்சி ஓடும்போது அவள் காற் சிலம்பு களிலிருந்து ஒன்பது மணிகள் சிதறித் தெறித்தன. சிவன் அந்த மணிகள் ஒவ்வொன்றையும் ஒவ்வொரு பெண்ணாக மாற்றினார். அவர்கள் அனைவரும் நன்கு வளர்ந்த மீசையும் கையில் குத்துவாளையும் தாங்கியவர்களாகப் பிறந்த ஒவ் வொரு குழந்தையைப் பெற்றெடுத்தனர். சுப்ரமணியர் தலை மையில் இந்த ஒன்பது வீரர்களும் படை நடத்திச் சென்று அசுரர் கூட்டங்களை அழித்தனர். இந்த வீரர்களுள் ஒருவரான வீரபாகுவின் வழிவந்தவர்களே கைக்கோளர்கள் எனக் கூறப் படுகிறது. அசுரர்களை மாய்ந்த இந்த வீரர்களைப் பார்த்துச் சிவன் அவர்களை இசை வாணர்களாகும்படியும் உயிர்களுக்கு

எத்தகைய தீங்கும் இழைக்காததான தொழிலை மேற்கொள் ளும்படியும் அறிவுறுத்தினார். நெசவு அத்தகையதொரு தொழி லாகையால் இவர்கள் அதனை மேற்கொண்டனர்.

தேவாங்கர்

தேவாங்கரின் குல வரலாற்று நூலான தேவாங்க புராணம் விவரிக்கும் தொன்மம் வருமாறு:

மனித இனத்தவர்க்கு ஆடைகள் உண்டாக்க மனு என்பவர் முதலில் படைக்கப்பட்டார். அவருக்குப் பின் 'தேவலன்' என்ற முனிவர் இறைவனின் இதயக் கமலத்திலிருந்து தோன்றி ஏழு பிறவிகள் எடுத்தார்.

முதலில் அபிமானி, உதித்துமானி என்ற இரு பெண்கள் பருத்தி செடிகளாக மாற்றப்பட்டனர். இச்செடிகளின் பருத்தி யிலிருந்த தேவலன் முனிவர் ஆடை நெய்து மண்ணுலகில் பலருக்கும் கொடுத்தார். ஒரு கட்டத்தில் இம்முனிவருக்கும் அரக்கர்களுக்கும் சண்டை மூண்ட போது முனிவரின் இதயக் கொடி அரக்கர்களிடம் மாட்டிக் கொண்டது. அவர்களிடம் கைதாகி விட்ட முனிவர் அவர்களுக்கும் நெசவுத் தொழிலைக் கற்றுக் கொடுக்கிறார். இந்த 'தேவலன்' என்ற முனிவர் பெயரி லிருந்து 'தேவாங்கர்' என்ற பெயர் தோன்றியது.

கோனார்

ஒரு காலத்தில் கோனார்களே எல்லோரையும் விடத் தாழ்ந்தவர்களாக இருந்தனர். பள்ளர்களைக் காட்டிலும் தாழ் வான நிலை. சமூகத்தில் எவருமே இவர்களிடம் உணவு, நீர் பெறுவது கிடையாது. எவருடைய கவனத்திலும் இல்லாமல் தனிமைப்பட்டுக் கிடந்தனர். இம்மக்களின் பரிதாப நிலையை அறிந்த கிருஷ்ண பகவான் யாராவது ஒருவர் முன்வந்து இவர் களுக்கு முக்கியத்துவம் கொடுக்க வேண்டும் என எண்ணினார். அச்செயலை நானே செய்கிறேன் எனச் சொல்லிக் கோனார் வீட்டில் நுழைந்து தயிரும் வெண்ணையும் சாப்பிட்டார். இதனைப் பிராமணர்கள் உள்ளிட்ட அனைத்துச் சாதி மக்களும் பார்த்தனர். அன்றிலிருந்து எல்லோரும் கோனார்களிடம் நெருங்கிப் பழகினார்கள். இவர்களிடம் நீர், மோர், தயிர் வாங்கிப் பருகத் தொடங்கினார்கள் (ராபர்ட் டெலீஜ் 1993:542),

கம்மாளன்

வழக்காறு 1: கம்மாளர் தாங்கள் தேவர்களின் கட்டிடக் கலைஞரான விசுவகர்மாவின் வழி வந்தவர்கள் எனக் கூறிக் கொள்கின்றனர். சில பகுதியில் அவர்கள் தங்களைப் பிராமணர்களை விடச் சாதியில் உயர்ந்தவர்கள் எனக் கூறிக் கொள்கின்றனர். அவ்வாறு கூறிக் கொள்பவர்கள் பிராம ணர்களைக் கோபிராமணர்கள் எனவும் தங்களை விசுவ பிராம ணர்கள் எனவும் கூறிக்கொள்வர். விசுவகர்மாவிற்கு மனு, மயன், சில்ப, திவண்தரன், தெய்வக்ஞன், என ஐந்து மக்கள் இருந்தனர். இந்த ஐவருமே ஐவகைக் கம்மாளர் தொழிலினைப் படைத்த முதல்வர்கள். அவர்களுடைய பரம்பரையினர் அத் தொழில்களைத் தொடர்ந்து செய்தனர். அதன்படி சிலர் கொல்லுந் தொழிலில் ஈடுபட அவர்கள் மனுக்கள் என அழைக்கப்பட்டனர். தச்சுத் தொழிலில் சிலர் முறைப்படி ஈடு பட்டனர். அவர்கள் மயன்கள் எனப்பட்டனர். கல்லில் செதுக்கு வேலைபுரிந்தவர்கள்சில்பிகள்எனப்பட்டனர்.உலோகத்தினை உருக்கிப் பொருள்கள் செய்தவர்கள் திவஷ்டா எனப்பட்டனர். அணிமணிகள் செய்யும் பணியினை மேற்கொண்டவர்கள் விசுவாங்கர் அல்லது தெய்வாங்கர் எனப்பட்டனர்.

வழக்காறு 2: கம்மாளர்களின் தோற்றம் பற்றிய வேறொரு கதை வழக்குப்படி இவர்கள் பிராமணன் ஒருவனுக்கும்பேரிசெட்டிப்பெண்ஒருத்திக்கும்பிறந்தவர்களின் வழி வந்தவர்கள் எனக் கூறப்படுகிறது. இதன் அடிப்படை யிலேயே 'கம்மா ளனும் பேரி செட்டியும் ஒன்று' என்ற பழமொழி வழங்கி வரு கின்றது.

அனுப்பக் கவுண்டர் - கன்னட அரிசனர்

அனுப்பர்களுக்கும் கன்னடம் பேசும் அரிசன மக்களுக்கும் நெருங்கிய உறவு உள்ளது இவ்வுறவு மகனுக்கும் தந்தைக்கும் இடையே உள்ள உறவு எனப்படுகிறது. இந்த உறவை நிலை நிறுத்துவதற்காக புராணக் கதைகளும் வழங்கி வருகின்றன. அனுப்பரின் இழவுச் சடங்குகளில் கோடி வெள்ளி போடுகிற (பிணத்தின் மீது துணி (கோடி) போர்த்துதல் பிணத்தை எரிப்பதற்கு நெருப்பு (கொள்ளி) தயார் செய்தல்) சடங்குப் பொறுப்பும் இவர்களுக்கு உண்டு. கன்னடம் பேசும் அரிச னங்களில் பெரும்பாலான குலங்கள் அனுப்பருடையவை (செங்கோ வரதராசன் 1988:53-54).

தொட்டிய நாயக்கர் - தெலுங்கு அரிசனர்

வழக்காறு 1: தொட்டிய நாயக்கர்களும் தெலுங்கு பேசும் அரிசனங்களும் 'உடன்பிறந்தார்' எனக்கூறும் தொன்மமும் இவர்களின் வழக்காறுகளில் உள்ளது. நாயக்கர் சமூகத்தைச் சேர்ந்த இரு உடன்பிறந்தவர்களுள் இளையவன் கன்றுக்குட்டி ஒன்றைக் கொன்று வேகவைத்து உண்டு விடுகிறான்: அவன் தொட்டியச் சாதியிலிருந்து விலக்கி வைக்கப்பட்டு 'அரிசனன்' என மாறுகிறான். என்பது இத்தொன்மம் (மேலது : 62).

வழக்காறு 2: மேற்கூறிய தொன்மம் குறித்து இன்னொரு தொன்மமும் உண்டு. ஈசுவரன் களத்து மேட்டில் தானியங்களைக் காயவைத்துவிட்டு அலுப்போடு தன் நெற்றி வியர்வையைத் தென்னை மரத்தின் மீது தெளித்தார். அம்மரத்திலிருந்து ஒருவன் வெளிப்பட்டான். அவனே தெலுங்கு பேசும் அரிசன சமூகத்தினன் (மேலது: 63)

கம்பளத்து நாயக்கர் (சாமக் கோடங்கி)

முஸ்லிம் மன்னன் பெண் கேட்டு மறுத்ததால் ஆந்திரத்திலிருந்து தமிழகத்துக்கு வந்தபோது ஆற்றில் வெள்ளம் ஓடிக் கொண்டிருந்தது. அதனால் வெள்ளம் வடியும் வரை காத்திருந்த போது அயர்ந்து தூங்கி விட்டனர். உடன் வந்தவர்கள் எட்டுக் கம்பளத்தார் கரை கடந்து விட்டனர். ஆழ்ந்த நித்திரை கொண்டிருந்த இவர்களை சிவபெருமான் 'நித்ரவார்' (தூங்கிக் கொண்டிருப்பவர்கள்) எனப் பெயரிட்டு நடு இரவிலும் தூங்காமல் குடுகுடுப்பை அடித்துக் குறி சொல்லிப் பிழைக்குமாறு பணித்துவிட்டார். குடுகுடுப்பை அடிக்கத் தன் உடுக்கையையும் கொடுத்தார் (பாரதி 1994).

பட்டனவர்

வழக்காறு 1: சிவனுக்குப் பட்டு நூல் நெய்தவர்.

வழக்காறு 2: சின்னப்பட்டனவர் / பெரிய பட்டனவர் திருமணமான பட்டனவர் வேறொரு சாதிப் பெண்ணோடு தகாத உறவு வைத்துக் கொண்டார். இவர்களுக்குப் பிறத்த வர்களே 'சின்னப்பட்டனவர்'. முறையான மனைவிக்குப் பிறந் தவர்கள் பெரிய பட்டனவர். இன்று எண்ணிக்கையில் மிக அதிகமாக இருப்பவர்கள் கடல் தொழில் செய்யும் சின்னப் பட்டனவர்களே.

செம்படவன்

பருவதராஜ குலத்திலிருந்து தோன்றியவர்கள். சிவன் செம்படவப் பெண்ணான அங்காளம்மனை விரும்பி மணந்தான். செம்புப் படகைக் கொண்டு பருவதராஜா வலை வீசினார். நான்கு வேதங்களும் வலையாக மாறிய போது ஒரு முனிவரும், மீன்களாக மாறிய அரக்கர்களும் வலையில் அகப்பட்டனர். முனிவரைப் பிடித்த ராஜாவைப் பார்த்து மீன்பிடி தொழிலையே காலம் முழுதும் செய்யுமாறு சபித்தார். இன்று மீன் பிடித்தாலும் தங்கள் வம்சம் பருவதராஜ வம்சம் என்று கூறுகின்றனர்.

குக வேளாளர்

இலங்கைக்குச் செல்ல இராமனுடைய படகினைச் செலுத்திய குகனோடு தங்களைத் தொடர்புபடுத்திக் கொள்ளும் சில செம்படவர்கள் சூடிக் கொள்ளும் பெயர். (சில மறவர்களும் தங்களைக் குகனது மரபினர் என்கின்றனர்) (தர்ஸ்டன் தொகுதி 2 : 399).

வண்ணான்

தகஷ யாகத்தில் பலரைக் கொன்ற பாவத்திற்காகச் சிவனால் தண்டிக்கப்பட்ட வீரபத்திரன் வழி வந்தோரே வண்ணார் என்பார் ஸ்டுவர்ட் (தர்ஸ்டன் 1909 தொகுதி 6 : 315). இதனால் வண்ணாருள் பலர் வீரபத்திரன் என அழைக்கப்படுவர்.

அம்பட்டர்

அம்பட்டர் வைசிய குலத்தைச் சார்ந்த பெண் ஒருத்திக்கும். மருத்துவத் தொழிலை வாழ்க்கை நடத்துவதற்குரியதாக மேற்கொண்டிருந்த பிராமணன் ஒருவனுக்கும் பிறந்தவனின் சந்ததியர். பண்டைய நீதியுரைத்தவரான மனு கூறியுள்ள பிராமணன் ஒருவனோடு வைசியக் குலத்தைச் சேர்ந்த பெண் ஒருத்தி சேர்ந்ததால் பிறந்தவனே ‘அம்பஸ்தன்’ என்ற செய்யுளின் அடிப்படையிலேயே மேற்கூறிய கருத்து ஏற்பட்டிருக்க வேண்டும். மேற்கூறிய செய்யுளுக்கு அடுத்த செய்யுளில் மனுவானது, பிராமணன் ஒருவனுக்கு மூன்று கீழ்ச் சாதிகளில் ஒன்றைச் சேர்ந்த பெண்ணின் மூலமாகப் பிறந்த ஆறு கீழ்ச் சாதியார் அல்லது ‘அபஸ்தி’க்களுள் அம்பஸ்தனும் ஒருவன் எனக் கூறியுள்ளது. மேலும் பிராமணன் அம்பட்டர்கள்

உணவை உண்ணலாம் (பக்கம் 42), என்ற நடைமுறையில் பயன்படுத்தாத விதியைக் கூறியுள்ளது. பூரி சகன்னாதர். ஆலய எல்லையில் அம்பட்டரும் அவர்கள் சமைக்கும் உணவும் எல்லா மேல் சாதியாராலும் ஏற்றுக் கொள்ளப்படுகிறது. பிராமணர்கள் கூட அதனைத் தீட்டுப் பட்டதாகக் கருதுவதில்லை. அந்தப் புகழ்பெற்ற கோயிலின் பூசாரியும் அதிகாரப் பூர்வமான புரோகிதரும் ஓர் அம்பட்டரே (பக். 42), அம்பட்டர் திருமணச் சடங்குகளில் முழுக்க முழுக்கப் பிராமணன் புரோகிதம் செய்து வைப்பதே இதனைத் தெளிவுபடுத்துகிறது.

தூரி தொன்மம்

பீகாரின் அட்டவணைச் சாதிகளுள் ஒருவரே தூரி. இவர்கள் மிகவும் பிற்படுத்தப்பட்ட சாதியாக மக்கள் கணக்கெடுப்பில் கூறப்பட்டாலும் மொழி வழியாகவும் பண்பாட்டு வழியாகவும் முண்டர்களைப் பெரிதும் ஒத்துள்ளனர். இவர்களிடம் வழங்கப்படும் தோற்றம் குறித்த தொன்மமானது இந்தியச் சாதிகளின் தொன்மவியல் ஆய்வில் முக்கியமானதாகும். வான்.எக்சம் (1984:49. 56) விவரிக்கும் இத் தொன்மம் வருமாறு.

மனிதன் உருவாகுதல்

முதன்முதலில் உலகத்தில் "சிங்பொங்கா" (பகவான்) என்ற தூரிகளின் கடவுள் மட்டுமே இருந்தார். அப்போது மண்ணுலகமும் இல்லை; வானமும் இல்லை; சொர்க்கம் நரகம் எதுவுமில்லை; எல்லாமே வெற்றிடம் தான். சிங்பொங்கா ஒரு விதை விதைத்தார். அதிலிருந்து மண்ணுலகம் தோன்றியது.

பின் மழை பெய்தது. ஈரமண்ணைப் பிசைந்து சிங்பொங்கா ஒரு சகோதரனையும் ஒரு சகோதரியையும் படைத்து இவ்வுருவங்களைச் சுடுமண் பொம்மைகளாக ஆக்கி மனிதர்கள் என்றும் சாகாதவர்களாக இருக்க எண்ணினார். அதனால் களிமண் பொம்மைகளை வெய்யிலில் உலர வைத்துவிட்டுச் சிறிய சூளை ஒன்றை அமைத்தார். அமைத்து முடித்தவுடன் நெருப்புக் கொண்டு வரச்சென்றார். அப்போது இரண்டு இறக்கையுடைய குதிரை ஒன்று பறந்து வந்து சூளையைச் சிதைத்து விட்டது. கோபமடைந்த பகவான் தன் தங்க வாளினை எடுத்து குதிரையின் இரு இறக்கைகளையும் வெட்டி வீழ்த்தினார் (அதனால் தான் இன்றும் குதிரைகள் இறக்கைகள் இல்லாமல் உள்ளன).

பின்னர் பகவான் களிமண் பொம்மைகளுக்கு உயிர் கொடுத்தார். சுடப்படாத பொம்மைகளாக உருவானதால் தான் மக்கள் இறப்புக்குள்ளாகின்றனர்.

இதுவரை விவரிக்கப்பட்ட இத்தொன்மத்தின் விவரங்கள் முண்டர்கள், ஓரவன், சந்தால், வேறா, காரியர், பிற்கார், இன்னும் பிற பழங்குடிகளின் தொன்மங்களில் சிதைக் கப்பட்ட பொம்மைகளை பகவான் மீண்டும் செப்பனிட்டுப் புலி அல்லது ஒரு கோடி நாய்களைக் கொண்டு காவல் புரிந்தார். தூரிகளின் தொன்மத்தில் சூளை அழிக்கப்பட்டதாகவும் பிற பழங்குடிகளின் தொன்மங்களில் களிமண் பொம்மைகள் சிதை க்கப்பட்டதாகவும் விவரிக்கப் படுகின்றன.

தொழிற்பகுப்பு

பகவான் உருவாக்கிய சகோதரன்-சகோதரி மனித உருவத்திலிருந்து மொத்தம் 36 சாதிகளை உருவாக்கினார். இறுதியாக ஜோரா (jhora) பழங்குடியினரை உருவாக்கினார். இவர்கள் அந்நாளில் சத்திரியர்களாகத் திகழ்ந்தனர்

36 சாதிகளையும் உருவாக்கிய பின் பகவானே ராஜா வாகி ஒவ்வொரு ஜாதிக்கும் ஒரு வேலை கொடுத்து அனைத்துச் சாதிகளையும் தன் கட்டுப்பாட்டிற்குள் வைத்துக் கொண்டார். தூரிகளை மிக உயர்வான சாதியாக வைத்தார். கோடையின் வெய்யிலைத் தணிக்க தூரிகள் மூங்கிலால் செய்த விசிறிகளை ராஜாவுக்குக் கொடுத்த போது ராஜா இவர்களின் திறமையை வியந்து தங்கக் கோடாரி, தங்கக் சுத்தி, தங்க முக்காலி, இன்னும் பிற தங்க உபகரணங்களைக் கொடுத்து இவர்களின் தொழிலை மிக உயர்வாகப் போற்றினார். அன்றிலிருந்து தூரிகள் மூங்கில் கொண்டு கைவினைப் பொருள்கள் செய்யும் தொழிலை மேற்கொண்டனர். தூரிகளின் கருத்துப்படி பகவான் உருவாக்கிய 36 சாதிகளின் தொழில்களும் பகவானாலேயே கொடுக் கப்பட்டது. இதனால் சமூகத்தில் ஒருவர் மற்றொ ருவரைப் பிரித்து நடத்துவது தவறு.

சூப்ப பகத் : தலைமைப் பூசாரி

பொற்காலமாகிய அந்தக் காலத்தில் ராஜா நடத்தும் பல விருந்துச் சடங்கின் படையலானது கோயிலின் சேண்டை (மணி) அடித்ததும் அனைவரும் சமமாகப் பிரசாதத்தை உண்ணும் காட்சி கண்கொள்ளாக் காட்சியாகும்.

ஒரு நாள் மன்னர் ஏற்பாடு செய்த இவ்வகை விருந்துச் சடங்கின் போது கோயில் சேண்டை ஒலிக்கவேயில்லை. மன்னருக்கும் கூடியிருந்த மக்களுக்கும் ஒரே ஆச்சரியம். காரணத்தைக் கண்டறிய முயற்சி செய்தபோது தூரி அங்கு வராதது தெரிய வந்தது. தூரிக்கு வயதாகிவிட்டிருந்தது சொறி புண் ணால் பாதிக்கப்பட்டிருந்தார். அதனால் விருந்துக்கு வர முடிய வில்லை. மன்னன் அவரை வரவழைத்தார். அவருக்கு இலை போட்டுச் சோறும் 36 வகை பதார்த்தங்களும் பரிமாறப் பட்டன. ஆனால் தூரி 36 பதார்த்தங்களையும் ஒன்றாகக் கலந்து முதல் உருண்டையை வாய்க்குக் கொண்டு செல்லும் தருவாயில் கோயில் சேண்டை ஒலித்தது. மன்னன் மகிழ்ச்சியுற்று தூரியின் தோளில் பூணூல் அணிவித்து அன்றிலிருந்து சூப்ப பகத்தாக (தலைமைப் பூசாரியாக) நியமித்தார். அம்மன்னனின் நாட்டில் தூரி மட்டுமே பூணூல் அணிந்தவராக இருந்தார்.

குப்ப பகத் தகுதியிழத்தல்

பூணூல் பெற்ற காலத்திலிருந்து தூரிகளே உயர்ந்த ஜாதி குப்பு பகத்துகளே பலி, யாகச் சடங்குகள் செய்யும் தலைமைப் பூசாரியாவர்.

மன்னன் பல்லக்கில் தொலைதூரப் பகுதிகளுக்கு மந்திரி அலுவலர்களுடன் செல்லும் போது சூப்ப பகத் அக்குழுவிற்கு முன்னால் செல்வார். இவர்கள் செல்லும் வழியானது பஞ்ச பூதங்கள் நிறைந்ததாகவும் காடு மலைப் பகுதிகளாகவும் இருக் குமென்பதால் சூப்ப பகத் மந்திர உச்சாடனங்கள் சொல்லிச் செல்ல பல்லக்கு பளுத் தட்டாமல் இருக்கும். இவ்வாறு செல்லும்போது குப்ப பகத் “இயற்கை அழைப்பை' (மலம் கழித்தல்) கவனிக்க வேண்டியிருந்ததால் சென்று கொண் டேயிருங்கள்; இதோ வந்து சேர்ந்து கொள்கிறேன்” என்று சொன்னார்.

சிறிது தூரம் சென்ற பின் பல்லக்கு மிகவும் பளுவாக மாறியது. தூக்கிச் சென்றவர்களால் நடக்க முடியவில்லை. குப்ப பகத்தை கூவினர். அவர் அவசரத்தில் பூணூலைச் செடியின் மேல் வைத்து விட்டு வந்து மந்திர உச்சாடனங்களாகச் சொல்லிச் சிக்கலைத் தீர்க்க முயன்றார். முடியவில்லை. பின்னால் வந்த பிராமணன் பூணூலைத் தெரியாமல் மாட்டிக் கொண்டு வழிநெடுக குப்ப பகத் சொன்ன மந்திரங்களை நினைவிற் கொண்டு மந்திரங்களைச் சொல்லத் தொடங்கி யவுடன் பல்லக்கின் பளு குறைந்தது. வழியும் கண்ணுக்குப் புலப்பட்டது. மன்னர் ஆச்சரியமடைந்து "இந்த ஆற்றல் உனக்கு எவ்வாறு கிடைத்தது?" என்று வினவ தனக்கு ஒரு பூணூல் கிடைத்ததாகவும், அதன் ஆற்றலால் மந்திரமும் கற்றதாகவும் கூறினான். அன்றிலிருந்து பிராமணனைச் 'கூப்ப பகத்' தாக மன்னன் நியமித்தான்.

பள்ளர் / பறையர்

வழக்காறு 1 : சூத்திரருக்கும் பிராமணப் பெண்ணுக்கும் பிறந்தவர் என்பது ஒரு வழக்கு.

வழக்காறு 2: மற்றொரு வழக்குப்படி. வெள்ளா ளர்களுக்குத் தொழில் செய்வதற்குத் தேவேந்திரனால் படைக்கப்பட்டவர்கள்.

வழக்காறு 3: இரண்டு ஏழைச் சகோதரர்கள் சாமி கும்பிட கோயிலுக்குச் சென்றனர். அங்கு இறந்து கிடந்த பசுவை அகற்றுமாறு கடவுள் ஆணையிட, அண்ணன் "என்தம்பி பாப்பான்" (அதை என் தம்பி செய்வான்) என்றான். கடவுள் அக்கூற்றை அவன் தம்பி 'பார்ப்பான்' (பார்ப்பனன்) என்று புரிந்துகொள்ள அன்றிலிருந்து அண்ணன் பறையனாகவும் தம்பி பிராமணனாகவும் அவர்களிடமிருந்து பிற சாதிகளும் தோன்றின.

வழக்காறு 4: மாரியம்மன் கோயிலுக்குச் சகோதரர்கள் இருவர் பூசாரிகளாக இருந்தனர். ஒருநாள் அண்ணன் பேசா விரதமிருக்க முடிவு செய்து மக்களிடம் "நான் பறையன். தம்பி பார்ப்பார்" என்று சொல்ல அன்றிலிருந்து அண்ணன் மேளமடிப்பவராகவும், தம்பி பார்ப்பனப் பூசாரியாகவும் மாறினர்.

வழக்காறு 5: அண்ணன், தம்பி ஆகிய இரண்டு பிராமணச் சகோதரர்கள் இருந்தனர். கோயிலுக்குப் பூசை செய்ய அண்ணன் தினமும் கோயிலுக்குச் செல்வார். பொங்கலிட்டுப் படைக்கும் காலத்தில் அங்கு இந்திர லோகத்துப் (தேவலோகம், மேலுலகம்) பசு ஒன்று வந்து நிற்க அண்ணன் பசுவிலிருந்து தினமும் ஒரு சொட்டு இரத்தத்தை எடுத்து அரிசிப் பொங்கலுடன் 'ரத்தப் படையலும், இடுவது வழக்கம். படையல் முடிந்ததும் பசுவும் அங்கிருந்து போய்விடும்.

அண்ணன் வீட்டிற்குத் திரும்பி வரும்போது மனை விக்கும் தம்பிக்கும் 'பொங்கல் படையல்' கொண்டு வருவார். தினமும் படையலின் போது பசு வந்து செல்வதைக் கவனித்த ஊரார் தம்பியிடம் அண்ணன் மாட்டுக்கறி உண்டுவிட்டு, உங்க ளுக்குப் பொங்கல் சோறு மட்டும் கொண்டு வருகிறார் என்று சீண்டி விட்டனர். தம்பியும் இத்தகவலை கர்ப்பமாயிருந்த அண்ணியிடம் கூறினான். அவள் தன் கணவனிடம் 'கர்ப் பமாயுள்ள எனக்குச் சோறு, உனக்கு மட்டும் மாட்டுக் கறியா? கறி கொண்டு வராவிட்டால் நான் இறந்துவிடுவேன்' எனக் கூறினாள். மாட்டுக்கறி உண்ணாத அண்ணன் மனைவி சொல் லுக்குக் கட்டுப்பட்டு பசுவிலிருந்து ஒரு சிறு சதையை வெட்டிக் கறியாக்கிக் கொண்டு வந்தான். பசு இறந்து விட்டது. இவ்வளவையும் மறைந்திருந்து பார்த்த தம்பி கறியை உண்ண மறுத்துவிட்டான்.

ஊரார் பஞ்சாயத்துக் கூட்டி, "நீ பசுவைக் கொன்று விட்டாய்; அதை அப்புறப்படுத்துவதுடன் அதனை நீயே உண்ண வேண்டும். மாடு வெட்டிப் பயலாக மாறியதால் நீ தீண்டத் தகாதவன், ஊரை விட்டு வெளியேறு" எனத் தீர்ப்புக் கூறினர்.

அண்ணன் ஊரை விட்டுக் கிளம்பும்போது ஒரு பெரியவர் "எங்கே போகிறாய் சாமி, இனிக் கோயிலைப் பார்ப்பது யார்?" எனக் கேட்க, அண்ணன் "கோயில் வேலையைத் தம்பி பார்ப்பான்" எனக் கூறினான்.

அண்ணனும் மனைவியும் வேறோர் ஊருக்கு வந்தவுடன் மக்கள் ஒரு குடிசையை ஒதுக்கிக் கொடுத்து மக்களிடம் உணவு பெற்றுப் பிழைத்துக் கொள்ளுங்கள் என்றனர். பஞ்சாயத்தார் கூடி அண்ணனுக்கு ஊர்க் காவல் (தங்கிலன்) செய்யும் வேலை யையும், பஞ்சாயத்துக்கு மக்களை அழைக்கும் வேலையையும் கொடுத்தனர். அழைக்கும் வேலையை எளிமையாக்க

அண்ணன் விலங்குத் தோலால் தப்பு செய்து பறையடித்து அழைக்க அன்றிலிருந்து ‘பறையன்’ என அண்ணனை அழைத்தனர். இறந்த விலங்குகளையும் எடுக்கச் சொன்னார்கள். தீட்டுள்ள இவ்வேலையைச் செய்தமையால் அண்ணனை ஒதுக்கி வைத் தார்கள் (ராபர்ட் டெலீஜ் : 58).

வழக்காறு 6 : ஒரு காலத்தில் பறையர் உட்பட கிராமத்திலிருந்த எல்லாச் சாதியினரும் ஏரியில் மீன் பிடிக்கச் சென் றார்கள். மீன் பிடித்துக் கொண்டிருந்தபோது சிவன் அதிசயமாகத் தோன்றி முதலில் ஒவ்வொருவருக்கும் ஒரு பரிசு தருவதாகக் கூறினார். இதற்கு “நான் கொடுக்கும். பூணூலை ஒவ்வொருவரும் போட்டுக் கொள்ள வேண்டும்” எனச் சிவன் கூறினார். அனைவரும் போட்டுக் கொண்டனர். பின்னர் வரிசையில் நின்று ஒவ்வொருவராகச் சிவனிடமிருந்து பரிசைப் பெற்றுத் தங்கள் உடைகளில் முடிச்சுப் போட்டு பத்திரமாக எடுத்துச் சென்றனர். ஆனால் பறையர் கொண்டு வந்த கூம்பு வடிவ மீன் பிடிக்கும் கூடையானது இருபக்கமும் வாயுடையது. இதை மறந்துவிட்டுப் பரிசைப் பெற்றதால் வீட்டிற்குச் சென்று பார்க்கும்போது பரிசு அதிலில்லை, தன் அறிவின்மையை உணர்ந்து மிகவும் வேதனைப் பட்டான் (ஜீர்ஃபெல்ட் லின்டா பெக் 1975: 222-3).

வழக்காறு 7: உலகம் ஏற்பட்டபோது ஒன்றுமேயில்லை. உயிரினங்களும் இல்லை. ‘ஆதி’ என்ற பெண் மட்டும் தோன்ற அவள் தனக்குத் துணை வேண்டும் என அக்னி யாகம் நடத்தினாள். நெருப்பிலிருந்து அழகான மனிதன் தோன் றினான். ஆதி அவனை மணந்தாள். மணந்தவன் யாருமில்லை ஈஸ்வ ரனே. இருவரும் மகிழ்ச்சியாக இருந்தனர்.

இவர்களுக்கு நான்கு குழந்தைகள் பிறந்தன. மண்ணில் மனித இனத்தவர்களை உண்டாக்கிய வேலை முடிந்து விட்டது. சாதியைத் தோற்றுவிக்கும் வேலை மட்டும் பாக்கி உள்ளது, அதையும் முடிக்கவேண்டும் என நான்கு குழந்தைகளையும் நான்கு வருணங்களாகப் படைத்தார்.

அருந்ததியர்

வழக்காறு 1: அப்பழுக்கற்ற கன்னிப் பெண்ணான மசானம்மா ஒரு குருவிடம் கல்வி கற்றார். கல்வி முடியும் தரு வாயில் மசானம்மா பழம், பூ தட்சிணம் இவற்றைக் குருவுக்குக் கொடுத்தாள். இதன்பின், கல்வி முழுமை பெறுவதற்காகச் சில விசேஷ மந்திரங்களைக் குரு கற்றுக் கொடுத்து அவற்றை நினைவில் நிறுத்தி வீட்டில் சொல்லிப் பார்க்குமாறு பணித்தார். மசானம்மா மறக்காமலிருப்பதற்காக வீட்டுக்குச் செல்லும் வழியிலேயே சொன்னதால் கர்ப்பமடைந்து விட்டாள். இதை யறிந்தால் தந்தை கொன்றுவிடுவார் என்று எண்ணித் தற்கொலை செய்துகொள்ளக் காட்டுப் பக்கம் நடந்தாள். ஒன்பது மாதம் வளர வேண்டிய கரு ஒன்பது நொடிகளில் வளர்ந்து குழந்தையும் பிறந்துவிட்டது. தாய் இறந்துவிட்டாள். ஆனால் அவளது ஆத்மா அந்தரியம் (வானம்) சென்றடைந்தது.

உடலுறவு கொள்ளாமல் தான் கர்ப்பமடைந்தது எப்படி என்று மசானம்மா கடவுளைக் கேட்டாள். அவளின் கற்பைச் சோதித்துப் பார்ப்பதற்காகவே அவ்வாறு செய்ததாகவும் இச் சோதனையில் மசானம்மா வெற்றி பெற்றதாகவும் அதனால் வானத்தில் ஒரு மதிப்புயர்ந்த இடம் ஏற்படுத்தியுள்ளதாகவும் சாதி மதம் பாராமல் அனைத்துத் தம்பதியினரும் தாலி கட்டும் போது 'அம்மி மிதித்து அருந்ததி பார்ப்பார்கள்' என வாழ்த்தினார். மசானம்மா பெற்ற குழந்தை 'பிரீத்திமா' என்னும் இடையர் பெண்ணால் வளர்க்கப் பட்டது. இதனால் அருந் ததியர்கள் இடையர் சாதியுடன் உறவு கொண்டாடி அவர்களை மதித்துப் போற்றுவர் (வி.பிரகதி 1994),

வழக்காறு 2: ஜமதக்கினி முனிவர் ரேணுகாவை மணந்தார். இவர்களுக்கு ஐந்து மகன்கள்: பரசுராமன் இளை யவர். ஜமதக்கினியின் பூசைக்காக ரேணுகா தன் பதிவிரத ஆற்றலால் மணலைக் குடமாக மாற்றி நீர் கொண்டு வந்தாள். ஒரு நாள் நீர் எடுக்கக் குனிந்தபோது ஆகாயத்தில் பறந்த அழகான கந்தர்வனின் உருவம் தெரிய அந்த அழகில் மயங்கிய ரேணுகா மேலே பார்த்தாள். கற்பிழந்த ரேணுகாவால் மணலைப் பானையாக்கி நீர் கொண்டு செல்ல முடியவில்லை. ஜமதக்கினி தூர்திருஷ்டி மூலம் இதனைக் கவனித்து ஆத்திரமடைந்து மூத்த மகனை அழைத்து அம்மாவைக் கொல்லுமாறு பணித்தார். மகன் மறுக்கவே அடுத்த மகனிடம் சொன்னார். அவனும் மறுக்க, மற்ற இருவரிடமும் இக்கட்டளை

விடப்பட்டு அவர் களும் மறுத்து விடுகின்றனர். இறுதியாகப் பரசுராமன் அம்மாவைக் கொல்ல ஓடினார். ரேணுகா தப்பித்துக் கொள்ள ஓடிய போது எதிரிலிருந்த சக்கிலியப் பெண்ணைத் தழுவிக் கொண்டாள். வந்த வேகத்தில் இருவரின் தலைகளையும் வெட்டி விட்டார். சொன்னதைச் செய்து விட்டதாகத் தந்தையிடம் கூறி ஒரு வரம் பெற்று வெட்டுப் பட்டத் தலைகளை மாற்றிப் பொருத்தி உயிர்ப்பித்ததால் பிராமண அருந்ததியர் கலப்பு ஏற்பட்டது. கற்புடைய தாய் அருந்ததி நட்சத்திரமாக அனை வராலும் போற்றப்படுகிறார். இத்தொன்மத்தின் இன் னொரு வடிவத்தில் ஜமதக்கினிக்குப் பதில் துருவாச முனிவரும் ரேணுகாவுக்குப் பதில் அருந்ததியும் குறிப்பிடப்படுகின்றனர். மகன் பரசுராமனின் பெயரில் மாற்றமில்லை. தந்தையிடம் பெற்ற மூன்று வரங்கள்.

1.தந்தை எப்போதும் கோபப்படாமல் இருக்க வேண்டும்.

2.கல்லாகிய சகோதரர்கள் உயிர்பெறுதல் வேண்டும்.

3. தாய் அருந்ததி நட்சத்திரமாய் வானத்தில் மின்ன வேண்டும் (வி. பிரகதி 1994)

வழக்காறு 3: ஒருமுறை சிவனும், ஈஸ்வரியும் காலார நடந்து வரக் கிளம்பினர். அப்போது அழகான ஒருவன் எதிரில் வந்தான். ஈஸ்வரி, 'யார் அந்த மனிதர்?' எனக் கணவரைக் கேட்டாள். "அந்த மனிதன் உயர்ந்த ஜாதியைச் சேர்ந்தவர், தற் பெருமை கொண்டவர்" என்று சிவன் கூறினார். ஆனால் ஈஸ்வரி அக்கருத்தை ஏற்க மறுத்தார். தன் கருத்தை நிரூபிப் பதற்காக ஒரு சோதனையைச் செய்தார். ஒரு சாதாரண மனிதர் போல் மாறிச் சிவபெருமான் அந்தத் தற்பெருமையுள்ள அழகான மனிதரின் கடைக்குச் சென்று செருப்புத் தைக்குமாறு கேட்டார். அவர் தன் வேலையாளை அழைத்து அளவு எடுத்துக் கொண்டு இரண்டு நாட்கள் கழித்து வரும்படிச் சொன்னார். இரண்டு நாட்கள் கழித்து வரும்போது சிவபெருமானுக்குக் காலில் கொப்புளங்கள் ஏற்பட்டு ரத்தம் வழிந்தது. அந்த அழகான மனிதர் காலில் செருப்பை நுழைக்கும் தருவாயில் அழுக்கான, ரத்தக் கறையுடன் இருந்த காலைப் பார்த்ததும் தன் வேலையாளை அழைத்துக் காலைச் சுத்தம் செய்து செருப்பை அணிவிக்குமாறு சொன்னார். அவனும் அவ்வாறே செய்தான்."செருப்புக்கு என்ன விலை?" என்று சிவபெருமான் கேட்க "நீங்களே விருப்பப்பட்டுக் கொடுங்கள்" என்று பெருந்தன் மையுடன் அழகானவர் சொன்னார். சிவபெருமான்

ஒரு தங்கப் பாம்பை அவரிடம் கொடுத்தார். பாம்பு கை மாறியதும் ஓட ஆரம்பித்தது. கத்தியுடன் ஓடியவர் அஜாக்கிரதையால் வாலில் வெட்டிவிட்டார். வாலினை அவரும், பெரும்பகுதியை அவருடைய வேலையாளும் எடுத்துக் கொண்டனர். பின்னர் இருவரும் தங்கப் பாம்பைக் கொடுத்துப் பணம் பெறச் சென்றனர். வியாபாரியிடம் அவ்வளவு அதிகமான தங்கத்துக்குப் பணம் இல்லாமையைச் சொல்ல முடியாமல் தவித்தார். “இருப்பதைக் கொடுங்கள்” என அழகானவர் குறைவான பணம் பெற்றுத் திரும்பினார். வியாபாரி பணம் புரட்டித் தரும் வரைக் காத்திருந்து, அதிகப் பணம் பெற்றுத் திரும்பினான் வேலைக்காரன். அன்றிலிருந்து வேலைக்காரன் பணக்காரனாகி நகரத்தில் வாழ, குலப் பெருமை உடைய அழகான அருந்ததி ஊருக்கு வெளியே ஏழையாக வசிக்க முற்பட்டான். சிவபெருமான் அருந்ததியரை ‘மாதிகா’ என்றும் அவருடைய உதவியாளரைக் ‘கோமதி’ (வணிகர்) என்றும் வழங்கினார். அன்றிலிருந்து கோமதியினரை அருந்ததியினர் உறவுடையவராகவே கூறிக் கொள்கின்றனர் (வி.பிரகதி 1994).

வழக்காறு 4: ஒருநாள் சிவனும் பரமேஸ்வரியும் காட்டுப் பகுதியில் வெறுங்காலுடன் நடந்து சென்றனர். கல் நிறைந்த முள்ளுப் பாதையாக இருந்ததால் காலில் செருப்பில்லாமல் நெடுந்தூரம் பரமேஸ்வரியால் நடக்க இயலவில்லை. அப் போது சிவனைப் பார்த்துத் “தாங்கள் படைத்த இவ்வுலகில் செருப்புத் தைப்பதற்கான மக்களை உருவாக்காமல் விட்டு விட்டீர்களே” என்று வினவ சிவபெருமான் ஒரு மனிதனை உருவாக்கி அவனுக்கு எல்லாக் கருவிகளையும் கொடுத்துத் தன் தொடைப் பகுதியிலிருந்து தோலினையும் கொடுத்து உதவினார். அம்மனிதனிடமிருந்து தோன்றியவர்களே மாதிகாவினர் (வி.பிரகதி 1994).

வழக்காறு 5: மகாராட்டிரத்தில் குந்தால் கிராமத்தில் வாழும் சக்கிலியர்களின் தொன்மைக் கதை கடவுளால் தோற் றுவிக்கப் பட்டதாகக் கூறப்படும் சாதிகளின் வரலாற்றை உடைத்தெறிகிறது. அன்றைய மராட்டிய அரசின் வீரசாதியைச் சேர்ந்த மூன்று சகோதரர்கள் கர்நாடகத்தின் ஹுப்ளி ஆற்றங்கரையோரம் வசித்து வந்தனர். இவர்கள் மராட்டிய மன்னனான சிவாஜியின் தர்பாரில் பணி செய்து வந்தனர். அப்போது ஆங்கிலேயருக்கு எதிரான ஒரு கிளர்ச்சியில் பங்கு

கொண்ட இவர்கள் இக்கிளர்ச்சி வெற்றியடையாததால் ஆங்கிலேயப் படையினரிடமிருந்து தப்பிக்க நிலபுலங்களை யெல்லாம் விட்டுவிட்டு ஆற்றைக் கடந்து தப்பியோடி குந்தால் கிராமத்திற்குச் சென்றடைந்தனர். பணம், பொருள் ஏதுமில்லாத அந் நிலையில் ஆங்கிலேய அடக்குமுறை அட்டூழியங்களுக்கு மீண்டும் ஆளாகாமல் இருக்கவும் தங்களின் இன அடையாளம் தெரி யாமல் இருக்கவும் உடனடியாக அவர்கள் கண்முன் தெரிந்த சக்கிலியத் தொழிலை மேற்கொண்டனர் (சுஷ்ருத் ஜாதவ் 1994).

---

8. வாய்மொழிக் கதைகளும் சமுதாய வரலாறும்

ஞா. ஸ்டீபன்

உரைநடை, பாடல் ஆகிய வடிவங்களில் காணப்படும் வாய்மொழிக் கதைகள் புராணம், பழமரபுக் கதைகள், நாட்டார் கதைகள், வேடிக்கைக் கதைகள் என்று விரிந்த தளத்தை உடையன நாட்டார் வழக்காறுகளில் கணிசமான பகுதியை வாய்மொழிக் கதைகள் பிடித்துள்ளன என்பது வெளிப்படை. வாய்மொழிக் கதைகளுக்கும் வரலாற்றுக்கும் குறிப்பாகச் சமுதாய வரலாற்றுக்கும் மிக நெருங்கிய தொடர்புண்டு. 'வாய்மொழிக் கதைகள்', 'வரலாறு ஆகிய இரண்டுமே பரந்து பட்டவை. இதனைக் கருத்தில் கொண்டு கதைகளுக்கும் சமுதாய வரலாற்றுக்கும் இடையிலான தொடர்பைக் கட்டுரையின் முதல்பகுதி விளக்க முயற்சிக்கும். இரண்டாவது பகுதி வாய்மொழிக் கதைகளின் துணைகொண்டு கன்னியாகுமரி மாவட்ட நாடார்களின் சமுதாய வரலாற்றுச் செய்திகளை அறிய முயலும். இக்கட்டுரை 'வரலாறு' என்பதைச் சமுதாய வரலாறு என்றே பொருள் கொள்கிறது.

I

தமிழகத்தில் நேரடியாக வரலாற்றோடு தொடர்புடைய கதைப்பாடல்கள், புராணங்கள், பழமரபுக் கதைகள், நாட்டார் கதைகள் பல வழக்கிலுள்ளன. வரலாற்றாசிரியர்களும் வரலாற்றுக்கு முந்திய கால கட்டத்தின் வரலாற்றைக் குறிப்பிடும்போது மரபுச் செய்தி, கர்ணபரம்பரைக் கதை என்ற பெயரில் வாய்மொழிக் கதைகளையே ஆதாரமாகச் சுட்டுவது இயல்பு. வாய்மொழிச் சமூகம் வரலாற்றை வழக்காறுகளின் வழியாகச் சேமித்து வைத்திருப்பது இயல்பானது. இவ்வகையில் வாய்மொழிக் கதைகளுக்கு வரலாற்றில் இன்றியமையாத இடமுண்டு. இருப்பினும் எழுத்து மரபில் வாய்மொழிக் கதைகளை வரலாற்றுக்கு ஆதாரமாகக் கொள்வதில்லை. எனவே தான் வரலாற்றாசிரியர்கள் வரலாற்றுக்கு முந்திய காலம் என்னும் ஒரு தனிப் பிரிவையும் அதனுள் வாய்மொழி வரலாற்றையும் பேசுகின்றனர்.

இப்பகுதியில் பேசப்படும் வரலாற்றுக்கு ஆதாரத்தையோ அல்லது உண்மைத் தன்மையையோ எதிர்பார்ப்பதில்லை. சுருங்கக்கூறின் இப்பகுதி வரலாறு என்று ஏற்கப்படுவதில்லை. ஆனால் எழுத்துமரபு பதிவு செய்யாத எண்ணிறந்த செய்திகளை வாய்மொழி மரபு பதிவு செய்துள்ளது என்பதை மறுக்க இயலாது.

தமிழகத்தில் வழக்கிலுள்ள பெரும்பாலான கதைப் பாடல்கள் வரலாற்றோடு நெருக்கமான உறவுடையனவாகக் காணப்படுகின்றன. கட்டபொம்மன் கதைப் பாடல், தேசிங்குராஜன் கதை, கன்னடியன் போர், இராமப்பையன் அம்மானை, இரவிக்குட்டிப் போர் போன்ற கதைப்பாடல்கள் நேரடியாக வரலாற்றோடு தொடர்புடையவை. அண்ணன்மார் கதை, காராளர் அம்மானை, வெங்கலராஜன் கதை, வலங்கை மாலை போன்ற கதைப்பாடல்கள் குறிப்பிட்ட சாதியினரின் வரலாற்றோடு தொடர்புடையவை. முத்துப்பட்டன் கதை, காத்தவராயன் கதை போன்ற கதைப்பாடல்கள் தனித் தனியான நாட்டார் வீரர்களை முன்னிலைப்படுத்தினாலும் அவை சமுதாய வரலாற்றிற்குக் குறிப்பிடத்தக்க பங்களிப்பனவாய் அமைந்துள்ளன. இவற்றைப் போன்றே உரைநடைக் கதைகளும் (prose narratives) சமுதாய வரலாற்றைப் பேசுபவையாக அமைவதைக் காணலாம். இவ்வுண்மையை விளக்க இங்குச் சில சான்றுகளை ஆய்வு செய்வோம்.

நாட்டார் இலக்கிய வகைகளுள் எடுத்துரைக்கப்படும் உரைநடைக் கதைகள் (prose narratives) இன்றியமையாத இடத்தைப் பெறுகின்றன. தமிழகத்தில் ஆய்வாளர்கள் கதைப் பாடல்கள், நாட்டார் பாடல்கள் போன்றவற்றில் கவனம் செலுத்தும் அளவிற்கு, எடுத்துரைக்கப்படும் உரைநடைக் கதைகளில் ஈடுபாடு காட்டுவதில்லை. தமிழகத்தில் வழங்கும் எடுத்துரைக்கப்படும் உரைநடைக் கதைகளைத் தொகுத்தால் **ஸ்டித் தாம்ஸன்** உருவாக்கிய நாட்டார் இலக்கியங்களின் கதைக்கூறடைவு (Motif Index of Folk Literature) போன்று பல தொகுதிகள் அடங்கிய கதைக் **கூறடைவினை** உருவாக்க இயலும். இதன் மூலம் தமிழகச் சமூக வரலாற்றுக்குப் பல அரிய செய்திகள் கிடைக்கும் வாய்ப்புண்டு. எடுத்துரைக்கப்படும் உரைநடைக் கதைகளைப் புராணக்கதைகள் (Myths), பழமரபுக் கதைகள் (Legends), நாட்டார் கதைகள், வேடிக்கைக் கதைகள் (jocular tales) எனப் பிரிக்கலாம். குமரி மாவட்டத்தில் பழமரபுக்

கதையை "ஐதீகம்" என்று அழைக்கின்றனர். ஒரு கதை நிகழ்ச்சி, பழங்காலத்தில் குறிப்பிட்ட இடத்தில் உண்மையில் நிகழ்ந்ததாகத் தலைமுறை தலைமுறையாக நம்பப்பட்டு வருவதையே ஐதீகம் என்பர். ஐதீகத்தின் அடிப்படையில் பல விலக்குகள் (taboos) இன்றும் வழக்கில் உயிரோட்டமுள்ளனவாக இருப்பதைக் காணலாம். "கதைக்குக் கண்ணும் மூக்கும் இல்லை" என்பார்கள். ஆனால் ஐதீகத்தை நாட்டார் இவ்வாறு குறிப்பிடுவதில்லை. ஐதீகத்தை உண்மைக்குச் சம மாகவே கருதுகின்றனர். "மக்களுக்கு அறிவூட்டுவதே பழமரபுக் கதைகள் எடுத்துரைக்கப்படுவதன் நோக்கம் ஆகும். மக்களை மகிழ்விப்பதற்கன்று, அவை இன்றியமையாத உண்மைகளை எடுத்துக் கூறுகின்றன. மேலும் அவை தங்கள் பண்பாட்டில் வரக்கூடிய சில கொடிய சூழ்நிலைகளை எதிர்க்க வழிகாட்டியாய் அமைகின்றன" என்கிறார் லிண்டா டே (1972: 76) ஐதீகத்தை உண்மைக்குச் சமமாக நாட்டார் கருதுவதன் காரணத்தை இக்கூற்று விளக்குகின்றது.

பழமரபுக் கதை மரபுவழியாக எடுத்துரைக்கப்படும் வாய் மொழிக் கதையாகும். அது எடுத்துரைப்பவராலும் அது வழங்குகின்ற சமூகத்தில் பெரும்பான்மையினராலும் உண்மை என்று நம்பப்படுகின்றது. பழமரபுக் கதைகள் மனிதர்கள், இடங்கள், சமூக நிகழ்ச்சிகள் முதலியனவற்றைப் பற்றியனவாக அமையும். அவை வரலாற்று அடிப்படையிலும் உண்மையின் அடிப்படையிலும் பொருள் தருவதால் அந்தச் சமூக மக்களின் மனத்தில் பதிந்த நிகழ்ச்சி போன்றவற்றோடு இணைந்திருக்க வேண்டும் என்பார் **ரிச்சர்டு எம். டார்சன்** (1969: 175-76). பழமரபுக் கதைகளில் வரலாற்றுப் பழமரபுக் கதைகள், புராணியப் பழமரபுக் கதைகள், சமூகப் பழமரபுக் கதைகள், வம்சா வழிக் கதைகள், அனுபவக் கதைகள் எனப் பல வகைகள் உள்ளன. சமூகப் பழமரபுக் கதைகள் என்பன சமூக அமைப்பு, சாதியச் சிக்கல்கள், சமூக நிகழ்வுகள், சமூக முரண்பாடுகள் போன்றவற்றைக் குறித்துப் பேசுவனவாக உள்ளன. "பழமரபுக் கதை' என்ற வகைமை வரலாற்றோடு நெருக்கமான உறவு டையது. வரலாற்றைப் பதிவு செய்துள்ள இலக்கிய வகை மைகளுள் பழமரபுக் கதைகளுக்கு மிகுந்த இன்றியமையாமை உண்டு. ஏனெனில் அவை குறிப்பிட்ட ஆளோடும் இடத்தோடும் இணைக்கப் பட்டிருப்பதால் வரலாற்றுத் தன்மையை முன்னிலைப் படுத்தும் இயல்புடையனவாய் அமையும். இங்குக்

குமரி மாவட்டத்திலிருந்து சேகரிக்கப்பட்ட இரண்டு பழமரபுக் கதைகள் எவ்வகையில் வரலாற்றைப் பதிவு செய்துள்ளன என்பதை விளக்கத் தரப்படுகின்றன.

1. குறுப்பு இனத்தைச் சேர்ந்த ஓர் அண்ணனும் வயதுக்கு வராத அவன் தங்கையும் வசித்து வந்தனர். பெண்களை வயதுக்கு வருவதற்கு முன்னர் திருமணம் செய்து கொடுப்பது அன்றைய வழக்கம். அண்ணனுக்குத் திருமணமாகி விட்டதால் தங்கையின் திருமணத்திற்கு அவன் முயற்சி செய்து கொண்டிருந்தான். ஒருநாள் அண்ணன் வயலுக்குச் செல்லும் போது, மதியம் தனக்கு உணவு கொண்டு வரும்படித் தங்கையிடம் பணித்துவிட்டுச் சென்றான். அவ்வாறே தங்கை உணவு எடுத்துச் செல்லத் தயாராகும்போது அண்ணனின் மனைவி தரையில் ஒரு பாயை விரித்து அதில் ஓர் அரணையைக் கொன்று அதன் இரத்தத்தைத் தேய்த்து, அப்பாயில் தங்கையைப் படுக்கவைத்து விட்டு வயலுக்கு அவளே சென்றாள். மனைவி வயலுக்கு வருவதைக் கண்ட கணவன் காரணம் வினாவினான், "உங்கள் தங்கை தலைகுனிய வைத்துவிட்டாள். அவள் வயதுக்கு வந்து விட்டாள்" என்கிறாள். இதைக் கேட்டதும் ஆத்திரமடைந்த அண்ணன் தங்கையைக் கொன்று புதைத்துவிடுகிறான். நாட்கள் கழிந்தன. ஒருநாள் கணவனும் மனைவியும் விருந்தினர் இல்லத்திற்குச் செல்லத் தயாராகும்போது மனைவி தன் தலையில் சூடப் பூ இல்லாமல் தவிக்கிறாள். அப்போது கணவன், தங்கையின் கல்லறையில் பூக்கள் உள்ளன என்று கூறி அவ்வழி அழைத்துச் செல்கிறான். மனைவி பூக்களைப் பறிக்க முற்படும்போது தங்கை ஆவியாகத் தோன்றி பூப்பறிக்க விடாமல் தடுத்து நடந்தவற்றைக் கூறுகிறாள். உண்மையை அறிந்த கணவன் மனைவியைக் கொன்று புதைத்து விடுகிறான்,
(ஞா. ஸ்டீபன், 1984: 62-64).

2. ஒரு மருமக்கள் தாயமுறைக் குடும்பத்தில் காரண வருக்கும். (குடும்பத் தலைவர்) மருமக்களுக்குமிடையே பல வழக்குகள் ஏற்பட்டன. இறுதியில் காரணவர் நோய் வாய்ப்பட்டுப் படுக்கையில் இருந்தார். அப்போது அவர் தம் மருமக்களை அழைத்துத் "தான் செய்த தவறுகளை

மன்னிக்கும்படியும், தான் இனிப் பிழைக்கப் போவதில்லை.ஆதலால் நீங்கள் என் இறுதி ஆசையை நிறைவேற்றி வைக்கவேண்டும்" என்றும் கேட்டுக் கொண்டார். அவர்கள் அவரின் இறுதி ஆசையை வெளியிட வேண்டினர். அவர், "நான் இறந்தபின் என் மலத் துவாரம் வழியாக ஒரு கட்டையை அடித்து வைத்து அடக்கம் செய்யவேண்டும்" என்றார். சிலநாள்களில் காரணவர் இறக்க மருமக்கள் காரணவரின் இறுதி ஆசையை நிறைவேற்றினர். காரணவர் ஏற்கெனவே ஏற்பாடு செய்திருந்த வண்ணம் தூதுவன் செய்தியைக் காவல் நிலையத்தில் அறிவிக்க, காவலர்கள் மருமக்களைக் கைது செய்தனர்.

(ஞா. ஸ்டீபன, 1984:55-56)

இவ்விரு கதைகளும் நிலவுடைமைச் சமூகத்தை அடையாளம் காட்டுபவை, சொத்துரிமையே இரு கதைகளிலும் அடிப்படைச் சிக்கலாக அமைத்துள்ளது. இரு கதைகளிலும் மருமக்கள் வழித் தாயமுறைக் குடும்ப அமைப்பே பின்னணியாக அமைந்துள்ளது. மருமக்கள் வழித்தாய முறையில், ஒரு குடும்பத்தில் உள்ள சொத்துகள் அனைத்தும் அக்குடும்பத்துப் பெண்களின் பிள்ளைகளுக்கே உரிமையுடையன. 1961-ஆம் ஆண்டின் குமரிமாவட்ட மக்கள்தொகைக் கணக்கெடுப்பு அறிக்கையில் மருமக்கள் வழித்தாயம் மலபார் மக்களிடமிருந்து தோன்றியது. பின்னர் அது ஒரு குறிப்பிட்ட பகுதி மக்களிடம் பரவியது. சாதிமுறைகளை மருமக்கள் தாயம், மக்கள் வழித் தாயங்களின் அடிப்படையில் பிரிப்பதுண்டு என்று கூறப்பட் டுள்ளது. மருமக்கள் வழித் தாயமுறை மலையாளச் சாதியின ரிடையே பெரு வழக்காக இருந்தது. குமரிமாவட்டத்தில் இம் முறையினை நாயர், பிள்ளைமார். கிருஷ்ணவகைக்காரர், அம்பட்டன் போன்ற சாதியினர் பின்பற்றி வந்தனர். சமூக வளர்ச்சிப் போக்கில் இம் முறையில் சொத்துரிமை தொடர்பாகப் பல சிக்கல்கள் ஏற்பட்டன. ஒரு காரணவரது (குடும்பத் தலைவர்) பரம்பரைச் சொத்து அவனது சகோதரியின் குழந் தைகளுக்கு உரிமையுடையதாக இருப்பினும் அவர்கள் அச் சொத்தினைக் காரணவரிடம் பாகப்பிரிவினை செய்து தரும் படிக் கேட்க உரிமையில்லாதிருந்தனர். எனவே காரணவரின் காலத்திற்குப் பின் அவரது உரிமைகள் அனைத்தும் அவரது சகோதரனுக்குச் செல்லும். பரம்பரைச் சொத்துகள் துண்டு

களாக்கப் படாமலிருக்கவும் தன் குடும்பத்தைக் காப்பாற்றக் கருதியும் காரணவர் பரம்பரைச் சொத்துகளைப் பாகப் பிரிவினை செய்வதில்லை. இதனால் சொத்துகளுக்கு உரிமை படைத்த காரணவரின் சகோதரிக் குழந்தைகள் காரணவரைக் ‘குடும்பத் துரோகி எனப் பழித்துக் கூறுவர். மேலும் பரம்பரைச் சொத்துகளைப் பாகப் பிரிவினை செய்யும் கட்டாயச் சூழலை உருவாக்க அவர்கள் வன்முறையில் ஈடுபடுவதுண்டு. இச் சிக்கல்களின் காரணமாகத் தொடரப்படும் வழக்குகளால் பரம் பரைச் சொத்துக்கள் பராமரிப்பில்லாமல் பாழாகும் நிலை ஏற்படுவது மருமக்கள் தாயமுறைக் குடும்பங்களில் சாதார ணமானது. எனவே, திருவிதாங்கூரை ஆண்ட மூலந்திருநாள் ராமவர்மாவின் காலத்தில் நாயர்களின் சட்டத்தின் மூலம் இம்முறை நீக்கப்பட்டதாக வேலுப்பிள்ளை கூறுகிறார் (1940: 718),

முதல் கதை குறுப்பு குலக் குடும்பத்தைச் சித்திரிக்கின்றது. கிருஷ்ணவகைக்காரர் என்னும் இனத்தாரைக் குமரி மாவட்டத்தில் ‘குறுப்பு’ என்று அழைப்பர். இவர்கள் கிருஷ்ணன் பிறந்த ஊராகிய ஆயர்பாடியில் தோன்றியவர்கள் என்றும் அங்கிருந்து காஞ்சிபுரத்திற்கும் பின்னர் கொல்லம் வருடத் தொடக்கத்தில் திருவிதாங்கூருக்கும் குடிபெயர்ந்து வந்தார்கள் என மரபுவழிச் செய்திகள் கூறுவதாக நாகமையா குறிப்பி டுகிறார் (1960: 370), திருவிதாங்கூரில் குடியேறிய இவர்களில் ஒரு குழுவினர் நாயர்களைப் போன்று மருமக்கள் வழித் தாய முறையினையும் மற்றொரு குழுவினர் மக்கள்தாய முறை யினையும் பின்பற்றி வந்தனர்.

இங்குக் குறிப்பிட்டுள்ள குறுப்பு குலத்தவர் கதையில் பெண்ணைப் பூப்பெய்துவதற்கு முன்பு திருமணம் முடித்துக் கொடுக்கும் வழக்கம் குறிப்பிடப்பட்டுள்ளது. ஆனால், இத்திருமண வழக்கம் வழக்கில் இருந்ததாகத் இவர்களிடையே தெரியவில்லை. இந்தியாவில் பல நூற்றாண்டுகளாகக் குழந்தை மணம் பரவலாக இருந்து வந்துள்ளது. குறிப்பாக இவ் வழக்கம் முகலாய மன்னர்களின் காலத்தில் பெருவழக்காக இருந்தது. பிற்காலத்தில் குழந்தை மணம் வளர்ச்சியடையத் தொடங்கியது. கௌதமத்தின்படிப் பெண் பூப்பெய்துவதற்கு முன் திருமணம் முடித்தாக வேண்டும் தர்மசாஸ்திரக் காலத்தில் குழந்தை மணத்திற்கு ஆதரவு கொடுக்கப்பட்டது. பிரம்ம புரா ணத்தின்படி நான்கு வயதுக்குப் பின் ஒரு பெண் எப்பொழுது

வேண்டுமானாலும் மணம் செய்து கொள்ளலாம். குழந்தை மணம் ஏன் வளர்ச்சியடைந்தது என்பதற்குத் தக்க சான்றுகள் இல்லை. இந்தியாவில் 1860- இல் முதன்முதலாகக் குழந்தை மணத் தடைச்சட்டம் கொண்டுவரப் பட்டது. பின்னர் 1891, 1921, 1928, 1954, 1955-ஆம் ஆண்டுகளில் திருமண ஒழுங்குச் சட்டங்கள் திருத்தியமைக்கப்பட்டன என்கிறார். கே.சிங் (1984 : 113). இக்கூற்றின் மூலம் பூப்பெய்துவதற்கு முன்பு பெண் ணைத் திருமணம் செய்து வைக்கும் வழக்கம் திருவிதாங் கூரிலும் இருந்திருக்க வாய்ப்புள்ளது எனலாம். இங்குக் குறிப்பிடப்பட்டுள்ள குறுப்பு குலத்தவர் கதையும் அதற்குச் சான்றாக அமைந்துள்ளது.

இச்சமூக வழக்கினையே குறுப்பு இனத்தவர் கதையில் மனைவி தன் திட்டத்திற்குச் சாதகமாகப் பயன்படுத்துகிறாள். தன் கணவனின் தங்கைக்குத் திருமணமாகி விட்டால் சொத்துரிமை தன் கணவருக்குக் கிடைக்காமல் போய்விடும் என்பதை நன்குணர்ந்த மனைவி அதனைத் தடுக்க முயல்கிறாள். எனவே, அரணையைக் கொன்று அதன் இரத்தத்தைப் பாயில் தேய்த்து கணவனிடம் தங்கை பூப்பெய்தி விட்டாள் என அறிவிக்கிறாள்.

பூப்பெய்திய பின் திருமணம் முடிப்பதைச் சமூகம் இழிவாகக் கருதும் என்பதால் ஆத்திரமடைந்த கணவன் தங்கையைக் கொன்று விடுகிறான். மனைவியின் திட்டம் வெற்றி பெறுகின்றது. ஆனால் தங்கை ஆவியாக வந்து உண்மையைக் கூறக் கணவன் மனைவியையும் கொன்று விடுகின்றான். பெண்ணுரிமைச் சொத்தில் பெண்ணால் முரண்பாடு ஏற்படுவதைப் பெண்வர்க்கத்தால் எதிர்த்துப் போராட இயலாததால் தம் எதிர்ப்புணர்வை இவ்வாறு கற்பனை மூலம் நிறைவேற்றிக் கொள்கின்றனர். இக்கதையில் தங்கை கொலை செய்யப்படுவதற்கான காரணம் சொல்லப்படவில்லை. மருமக்கள் தாயமுறைக் குடும்பத்தில் பெண் எவ்விதக் காரணமின்றியும் கொலை செய்யப்படுவ தாயின் அது சொத்துரிமை முரண்பாடாக இருக்கப் பெரிதும் வாய்ப்புள்ளது. தங்கையைக் கொலை செய்துவிட்டால் தங்கைக்குச் சேரவேண்டிய சொத்துத் தன் கணவனையே அடையும் என்பதே மனைவியின் நோக்கமாக இருந்திருக்க வேண்டும்.

இரண்டாவது குறிப்பிட்டுள்ள கதை 'இருந்தும் கெடுத்தான் செத்தும் கெடுத்தான்' என்றும் 'ஓடையாம்பிள்ளைக் கதை' என்றும் அழைக்கப்படுகின்றது. இக்கதை தமிழகத்திலும் கேரளத்திலும் பரவலாக வழக்கில் உள்ளது. இக்கதையில் சாதி குறிப்பிடப்படவில்லை. பொதுவாக, மருமக்கள் தாயமுறைக் குடும்பம் என்றே சித்திரிக்கப்பட்டுள்ளது. பெரியவர்களின் இறுதி ஆசையை நிறைவேற்றி வைக்கும் வழக்கம் இன்றும் வழக்கிலுள்ளது. இவ்வழக்கத்தையே குடும்பத் தலைவர் தம் எண்ணத்திற்குச் சாதகமாகப் பயன்படுத்துகிறார். குடும்பத் தலைவர் தம் காலத்திற்குப் பின் சொத்துகள் மருமக்களுக்குச் சென்றடைவதைத் தடுக்க விரும்புகிறார். எனவே தான் இறந்த பின் தன் மலத்துவாரம் வழியாகத் கட்டையை அடித்து வைத்து அடக்கம் செய்யும்படி வேண்டுகிறார். மருமக்கள் அவ்வாறே செய்ய, சொத்துகாகக் கொலை செய்துள்ளதாக எண்ணி மருமக்களைக் காவல்துறையினர் கைது செய்கின்றனர். ஆணாதிக்கச் சமுதாயம் பெண்களுக்குச் சொத்துரிமை அளிப்பதை விரும்பவில்லை. திருமணத்தின் போது கொடுக்கப் படும் வரதட்சணையோடு அவளது பிறந்த வீட்டுச் சொத்துரிமைகள் அனைத்தும் முறிக்கப்படுவது பல சாதியினரிடம் பெரு வழக்காகவுள்ளது. இச்சமூகப் போக்கு மருமக்கள் தாயமுறையைப் பின்பற்றும் சாதிகளில் காழ்ப்பு ணர்வை ஏற்படுத்தியுள்ளது என்பதற்கு இக்கதையே சான்றாம்.

நிலவுடைமைச் சமுதாயத்தில் நிலஉடைமையாளர் களுக்கு மதிப்பும் மரியாதையும் உண்டு. அச்சமூகத்தில் செல்வச் செழிப்பை நிர்ணயிக்கும் அளவுகோலாக நிலம் அமைந்தது. எனவே, நிலவுடைமையாளர் தம் நிலங்கள் பிறருக்கு உரிமையாவதை விரும்புவதில்லை. மருமக்கள் சமுதாய முறையில் சொத்துகள் பெண் வழியினருக்கு உரிமையுடை யனவாகும். இவ்வுரிமையை வழங்குவதிலும் முரண்பாடுகள் ஏற்பட்டுள்ளன. இவ்விரு கதைகளும் அம்முரண்பாடுகளின் வெளிப்பாடுகளே ஆகும்.

நாட்டார் வழக்காறுகள் மக்களோடும், சமூகத்தோடும் ஒட்டி உறவாடுபவை. மதம், சாதி போன்ற சமூக நிறுவனங் களைப் பயன்படுத்தி, வெவ்வேறு வழக்காறுகளை அவை வாழும் சமூகச் சூழல்களோடு ஆய்வு செய்தால் இந்த உண்மையை உணரலாம்.

பழமரபுக் கதைகளைப் போன்று புராணக் கதைகளும் வரலாற்றைப் பதிவு செய்துள்ளன. 'புராணம்' என்பதற்கு 'வர லாறு'என்றபொருளுண்டுஎன்பதுஇங்குநம்கவனத்துக்குரியது.

புராணக் கதைகள் தெய்வங்களையும் சமயக் கோட்பா டுகளையும் மட்டும் பேசுபவையல்ல சமூகச் சிக்கல்களைக் குறித்தும் அவை எடுத்தியம்பும். குமரி மாவட்டத்திலிருந்து தொகுக்கப்பட்ட புராணக் கதையொன்று எவ்வாறு சமூக மோதல்களைத்தவிர்க்கப்பயன்படுத்தப்பட்டுள்ளது என்பதைப் பார்ப்போம்.

பரிட்ஷித் (அபிமன்யுவின் மகன்) என்னும் அரசன் ஒரு நாள் காட்டில் வேட்டைக்குச் சென்ற போது தன்னோடு வந்தவர்களைப் பிரிய நேரிட்டுத் தனியனாகின்றான். அப்போது, அங்குக் 'காசிபன்' என்னும் முனிவர் தவமியற்றக் கண்டு அவரிடம் தன்னோடு வந்தவர்களைக் குறித்து வினவ முனிவர் மௌனமாய்த் தவத்திலிருந்தார். இதனால் ஆத்திரம டைந்த பரிட்ஷித் இறந்து போன பாம்பு ஒன்றை அந்த முனிவரின் கழுத்தில் சுற்றி வைத்து விட்டுச் சென்றான், இதனைக் கண்ட முனிவரின் மகன் வெகுண்டு நாற்பத்தி ஒன் றாவது நாளில் தட்ஷகன் என்னும் பாம்பால் தீண்டப்பட்டு இறப்பாய் என்று பரிட்ஷித்துக்குச் சாபமிட்டான். சாபத் திலிருந்து தப்புவதற்காகப் பரிட்ஷித் மன்னன் கடலின் நடுவே ஓர் அரண்மனை கட்டி அதில் வாழ்ந்து வந்தான். ஒரு நாள் பரிட்ஷித்தைப் பார்ப்பதற்காக முனிவர்கள் பழங்களுடன் புறப்படலாயினர். 'தட்ஷகன்' முனிவர்கள் கொண்டு செல்லும் பழங்கள் ஒன்றில் ஒரு சிறு 'கிருமியாக' உருமாறி அமர்த்து பரிட்ஷித்தைத் தீண்டப் புறப்பட்டான். இதையறிந்த பாம்புக்கும்க் கருடனுக்கும் தந்தையாகிய 'காசிபன்' பரிட்ஷித்தைத் தட்ஷகன் தீண்டியதும் அவ்விடத்தை இறக்குவதற்காகப் புறப்பட்டார். வழியில் தட்ஷகனும் காசியனும் சந்தித்துத் தங்களது சக்திகளை (விடம் தீண்டல்-தீண்டிய விடத்தை அகற்றல்) சோதித்தனர். இறுதியில் பாம்பு வலிந்து போய் ஒருவனைக் கடிக்கக்கூடாது என்றும், விட வைத்தியன் வலிந்துபோய் பாம்பு தீண்டிய விடத்தை இறக்க மருத்துவம் செய்யக்கூடாது என்றும் இருவரும் ஒப்பந்தம் செய்து கொண்டனர் என்று அப்புராணக்கதை கூறுகின்றது.

நாட்டார் மருத்துவம் நம்பிக்கையின் அடிப்படையிலானது. எனவே நாட்டார் மருத்துவ முறைகள் சடங்குகளோடும் புராணக் கதைகளோடும் தொடர்புடையனவாகக் காணப்படுகின்றன. விட வைத்தியருக்கு சமூகத்தில் அதிக மதிப்பும் மரியாதையும் உண்டு. பெரும்பாலும் நாட்டார் மருத்துவர்கள் நோயாளிகளின் இல்லத்தில் சென்று மருத்துவம் செய்வது வழக்கம். ஆனால் விட வைத்தியத்தைப் பொறுத்தவரையில் விடமேறியவரை மருத்துவ உதவிக்காக விட வைத்தியரின் இல்லத்திற்கே எடுத்துச் செல்ல வேண்டும். விட வைத்தியர் நோயாளியின் வீட்டில் சென்று மருத்துவம் செய்யும் வழக்கம் இல்லை. இவ்வழக்கம் இன்றும் குமரி மாவட்டத்தில் பின்பற்றப்படுகின்றது. காரணம் காசிபனும், தட்ஷகனும் செய்து கொண்ட ஒப்பந்தத்தை மீறக்கூடாது என்று விட வைத்தியர்கள் கூறுகின்றனர். விட வைத்தியரை நோயாளியின் இல்லத்திற்கு அழைத்துச் செல்வது, விட வைத்தியர் தானே வலிந்து செல்வதற்குச் சமமானது என்கின்றனர். எனவே, விட வைத்தியர்கள் நோயாளிகளின் இல்லத்திற்குச் செல்வது கடுமையாகத் தவிர்க்கப் படுகின்றது. இவ்வழக்கத்திற்குப் பின்னணியாக மேலே காட்டப்பட்டுள்ள புராணக்கதை அமைந்துள்ளது.

அறிவியல் நோக்கில் சிந்தித்துப் பார்த்தால் இவ்வழக்கத்திலும் ஓர் உண்மை இருப்பதை உணரலாம். விடம் தீண்டப்பட்டவருக்கு விரைவில் மருத்துவம் செய்தல் வேண்டும். காரணம் விடம் இரத்தத்தில் கலந்து விட்டால் உயிருக்கு ஆபத்து நேர்தல் உறுதி. எனவே, மருத்துவரைத் தேடிச் சென்று அழைத்து வருவதால் ஏற்படும் காலதாமதத்தைத் தவிர்த்தற் பொருட்டு நோயாளியை உடனடியாக மருத்துவர் இல்லத்திற்கு எடுத்துச் சென்று விடுவர். எனவே, பிற நாட்டார் மருத்துவர்களைப் போன்று விட வைத்தியர் நோயாளிகளின் இல்லங்களுக்குத் தேடிச் செல்வாராயின், இக்கட்டான நிலையில் அவரைக் கண்டறிவது கடினம். எனவே, அவரது மருத்துவத்துக்கு நிலையான ஓர் இடம் இன்றியமையாதது. இதற்கு இப்புராணக் கதை வழி செய்கின்றது.

சாதி அடிப்படையிலான நமது சமூக அமைப்பில் இக்கதைக்கு மற்றுமொரு சமூகப் பயன்பாடு உள்ளது. விட மருத்துவராகத் தாழ்த்தப்பட்ட சாதியினர் அல்லது குறைவான அந்தஸ்துடையவர்கள் இருக்கலாம். குமரி மாவட்டத்தில்

நாட்டார் மருத்துவத்தில் நாவிதர்கள் பெருமளவில் ஈடுபட்டு வந்துள்ளனர். தாழ்த்தப்பட்ட சாதியினர் இல்லத்தில் உயர்த்தப் பட்ட சாதியினர் செல்லக்கூடாது; உயர்த்தப்பட்ட சாதியி னர் முன் தாழ்த்தப்பட்ட சாதியினர் குறிப்பிட்ட தூரத்தில் நின்றே பேசவேண்டும் என்பது போன்ற கட்டுப்பாடுகளும் குமரி மாவட்டத்தில் வழக்கில் இருந்தன. இந்நிலையில் உயர்த்தப்பட்ட சாதியினர் அல்லது உயர்ந்த மதிப்புடையவர்கள் எவ்வாறு தாழ்த்தப்பட்ட சாதியினர் இல்லத்தில் சென்று மருத்துவ உதவி பெற இயலும்? சாதிக் கட்டுப்பாடுகளின் காரணமாக, உயர்த்தப்பட்ட சாதியினருக்குத் தாழ்த்தப்பட்ட சாதியைச் சேர்ந்த விட வைத்தியர் அல்லது தாழ்த்தப்பட்ட சாதியினருக்கு உயர்த்தப்பட்ட சாதியைச் சேர்ந்த விட வைத்தியர் மருத்துவம் செய்ய மறுத்ததாகச் செய்திகள் கிடைக்கவில்லை. பொதுவாக, விட வைத்தியர்கள் மிக அரிதாகவே வழக்கில் இருப்பர். அவர்களிலும் கைராசி உள்ளவர்களாக நம்பப்படுபவர்கள் மிக மிக அரிதாகக் காணப்படுவர். அவர்களை உயர்த்தப்பட்ட அல்லது தாழ்த்தப்பட்ட சாதியர் அனைவரும் நாடிச் செல்ல வேண்டுமாயின், சாதிய அமைப்பிலும் சமூகக் காட்டுப் பாடுகளிலும் நெகிழ்வு அல்லது விதிவிலக்கு இருந்தாக வேண்டும். அந்நெகிழ்வினை இக்கதை வழங்குகின்றது.

சாதிய அல்லது சமூகக் கட்டுப்பாடுகளை மீறுவது குற்றம்; சாதியக் கட்டுப்பாடுகளை மீறுபவர்களைச் சாதியி லிருந்து விலக்கிவிடுவர். தாழ்த்தப்பட்ட சாதியினர், சாதிக் கட்டுப்பாடுகளை மீறித் தவறுதலாக உயர்த்தப்பட்ட சாதியினர் முன் அல்லது அவர்கள் வசிக்கும் வீதியில் சென்று விட்டால் அவர்களைக் கடுமையாகத் தண்டிக்கும் அதிகாரம் உயர்த் தப்பட்ட சாதியினருக்கு இருந்தது. இத்தகைய இறுக்கமான சமூக அமைப்பில் விட மருத்துவ உதவி தொடர்பாக ஏற்படும் சமூக மீறல்களை இப்புராணக் கதை நியாயப்படுத்துகின்றது. நிலவுடைமையாளர்களுக்கு உழைக்கும் வர்க்கம் இன்றி யாமையாத தேவையாகும். எனவே, உணவு மருத்துவம் பொரு ளாதாரப் பரிவர்த்தனைகள் போன்றவற்றில் சமூகக் கட்டுப் பாடுகள் ஓரளவு தளர்த்தப்பட்டன. இத்தளர்வுகளை நேர டியாக வழங்காமல் புராணக் கதைகள் மூலம் கொடுத்துள்ளனர் என்பதற்கு இப்புராணக்கதை சான்றாக அமைகின்றது.

புராணக் கதைகளுள் தோற்றம் பற்றிய புராணக் கதைகளே பெருமளவில் பரவலாக வழக்கில் உள்ளன என்று ஹண்டு குறிப்பிடுவது கவனிக்கத்தக்கது (Handoo: 1985: 7). இத்தோற்றம் பற்றிய புராணக் கதைகள் தெய்வங்கள், கோவில்கள், இயற்கைப் பொருட்கள் எவ்வாறு தோற்றம் பெற்றன என்பதை விளக்குகின்றன. பெரும்பாலும் இக்கதைகள் பொழுதுபோக்குக்காகவும் மரபு வழியாக நம்பப்பட்டு வரும் உண்மைகளை வெளிப்படுத்துவதற்காகவும் எடுத்துரைக்கப்படுகின்றன. இத்தகைய புராணங்கள் சமுதாய வரலாற்றோடும் தொடர்புடையனவாக அமைவதைக் காணலாம். ஆரிய திராவிட முரண்பாட்டை ஒரு புராணம் எவ்வாறு அடையாளப்படுத்துகிறது என்பதைச் சான்றாகக் காணலாம்.

> விவசாயி ஒருவன் காமதேனு என்னும் பசு ஒன்றை வளர்த்து வந்தான். இப் பசுவின் மீது ஆசை கொண்ட அந்நாட்டு அரசன் அவ்விவசாயியிடம் பசுவைத் தனக்குச் கொடுக்கக் கேட்டபோது அவன் மறுத்தமையால் அவனோடு போர் புரிந்து அவனைக் கொன்று பசுவைப் பறித்துச் சென்றான். அந்த விவசாயிக்குப் 'பரசுராமன்' என்னும் ஒரு மகன் இருந்தான். அவன் வளர்ந்து வரும் போது தன் தந்தைக்கு இழைக்கப்பட்ட கொடுமையை அறிந்து சிவபெருமானை நோக்கித் தவமிருந்தான். சிவபெருமான் பரசுராமனுக்கு ஒரு போர்க் கோடரியைக் கொடுத்து 'நீ நினைப்பதெல்லாம் நடக்கும்' என்று வரம் கொடுத்தார். பரசுராமன் இக்கோடரியின் துணையால் தன் தந் தையைக் கொன்ற அரசனை அழித்துக் காமதேனு பசுவையும் மீட்டான். பரசுராமன் பெற்ற வெற்றியின் காரணமாக அந்நாட்டு மக்கள் அவனை அரசனாகப் பட்டம் சூட்டினார்கள். இறுதியில் பரசுராமன் தனது போர்க் கோடரியைக் கடலை நோக்கி வீச கோடரி விழுந்த இடம் வரை கடல் விலகி நிலப்பரப்பு உருவாகியது. அவ்வாறு உருவாகிய நிலப்பரப்புத் தான் கன்னியாகுமரி பகுதி என்று 'பரசுராமன் கதை' கூறு கின்றது.
>
> (ஞா. ஸ்டீபன், 1984: 8-11)

சனங்களும் வரலாறும்

கேரள மாநிலம் உருவான வரலாறு குறித்தும் இதே போன்று ஒரு கதை சொல்லப்படுகின்றது (Nagam Alya. V.. 1906, 240, Vol, II) ஆனால் தமிழ் இலக்கியங்களில் இக் கதைகளுக்கு மாறாக நிலப்பரப்பு அழிந்ததாகச் சொல்லப் படுவதைக் காணலாம்.

'பஃறுளி யாற்றுடன் பன்மலை யடுக்கத்துக்
குமரிக்கோடும் கொடுங்கடல் கொள்ள
வடதிசைக் கங்கையும் இமயமுங் கொண்டு
தென்றிசை யாண்ட தென்னவன் வாழி

(இளங்கோ வடிகள் சிலப்பதிகாரம், காடுகாண் காதை, பா.15-20)

என்னும் சிலப்பதிகாரப் பாடல் பஃறுளியாற்றுடன் குமரிக் கண்டம் கடல்கோளால் அழிந்தமையைக் குறிப்பிடுகிறது. குமரிக் கண்டம் கடல்கோளால் அழிந்தது குறித்துப் பல குறிப்புகள் உள்ளன (I. தொல்காப்பியம், சிறப்புப்பாயிரம்; II. புறநானூறு, 6,7, 67: III. மதுரைக் காஞ்சி, 70-72; iv. மணிமேகலை, 13: 5-7; v. பாண்டிக் கோவை, 233), கிரேக்க பெரிப்புளுசிலும் (Periplus) குமரிக்கண்டத்தைக் குறித்த குறிப்புகள் உள்ளன (Nagam Alya. 1906, 240, Vol.II).

இச்செய்திகளின் அடிப்படையில் மேற்குறிப்பிட்ட கதைகள் தமிழ், மலையாளக் கலாச்சாரங்களுக்கிடையே உள்ள மோதலாக இருப்பினும் சமூக வரலாற்றில் வேறுசில உண்மைகளை உணர்த்துவதாகவும் அமைந்துள்ளன. பரசுராமன் விஷ்ணுவின் அவதாரம் என்றும் அவன் கேரளப் பகுதியை உருவாக்கிய பின் அதனை ஆளும் பொறுப்பினை நம்பூதிரிகள் எனப்படும் பிராமணர்கள் கையில் கொடுத்ததாகவும் நாகமையா குறிப்பிடும் கதை கூறுகின்றது. ஆரியர்கள் தென் இந்தியாவில் பிற்காலத்தில் வந்து குடியேறியவர்கள். இவ்வாறு வந்து குடியேறிய பிராமணர்கள் தங்களை உயர்ந்தவர்களாக எடுத்துக்காட்டுவதற்காக இக்கதையைப் புனைந்திருக்கலாம். பிராமணர்கள் தென் இந்தியாவில் நுழையும் போது இன்றைய நிலையில் தாழ்த்தப் பட்டவர்கள் எனப்படுகிற பலர் ஆங்காங்கே ஆட்சிப் பொறுப்பிலிருந்தனர். இதனால் பிராமணர்களுக்கும் சத்திரிய அந்தஸ்தில்லாத அரசர்களுக்கு மிடையிலான முரண்பாடு தவிர்க்க முடியாததாயிற்று.

வேத நூல் கொள்கைகளை நியாயப்படுத்திக் கொள்வதற்கு இவர்களுக்குப் பிராமணர்கள் சத்திரிய அந்தஸ்து அளித்தாலும் சத்திரியர்கள் பிராமணர்களோடு ஒத்துப்போவது ஒரு சிக்கலாகி விட்டது. இச்சிக்கலுக்கு அடையாளப் பூர்வமான புனைகதையே பரசு ராமன் கதையாகும் என ரொமிலா தாப்பர் (1972: 179) குறிப் பிடுகிறார். இக்கதை பிராமணர்களை இம்மண்ணின் சொந்தக்காரர்களாக மாற்றி விடுகின்றது. ஆளும் உரிமையைக் கொடுக்கின்றது. தீமை இழைத்த அரசனைப் (சத்திரியன்) பழிவாங்குவதோடு விட்டு விடாமல் அதனை நியாயப்படுத்தும் வண்ணம் ஒரு நிலப்பரப்பினையும் புதியதாக உருவாக்கிக் காட்டுகின்றது. கதை வெளிப்படையாக நிலப்பகுதி தோன்றிய வரலாற்றைக் குறிப்பிடுவதாய் அமைந்தாலும் பிராமணர்களுக்கும் திராவிடச் சத்திரியர்களுக்கும் இடையிலான முரண்பாடே தலைதூக்கி நிற்கின்றது.

மரபுவழியாக வழிபடப்பட்டுவரும் நாட்டார் கடவுளர்களின் (folk gods) தோற்றம் குறித்துப் பல கதைகள் குமரி மாவட்டத்தில் வழக்கில் உள்ளன. குமரி மாவட்டம் கல் குளம் வட்டத்தில் 'குளச்சல்' என்னும் கிராமத்திற்கருகில் உள்ள 'மண்டைக்காடு' என்னும் ஊரில் புகழ்பெற்ற மண்டைக்காட்டு அம்மன் கோயில் ஒன்று உள்ளது. இக்கோயிலிலுள்ள அம்மனின் தோற்றம் குறித்து ஒரு கதை வழக்கில் உள்ளது.

மண்டைக்காட்டு அம்மை ஒரு நம்பூதிரியின் மகள். இம்மண்டைக்காட்டு அம்மையின் இல்லத்தில் ஒரு பறையன் பல ஆண்டுகளாக வேலை செய்து பலன் ஒன்றுமில்லாததால் இன்னொரு நம்பூதிரியிடம் சென்று தான் ஒரு நம்பூதிரியின் மகனென்றும் தன்னை மந்திர வித்தைகள் கற்பதற்காகத் தன் அப்பா அனுப்பியுள்ளார் என்றும் சொல்லி அந்நம்பூதிரி இல்லத்தில் ஒன்பது வருடங்கள் தங்கி அனைத்து வித்தைகளையும் கற்கின்றான். வித்தை கற்றபின் முதலில் வேலை பார்த்த நம்பூதிரி ஊரில் வந்து குடியமர்ந்து பல அதிசயங்கள் செய்கிறான். தன்னை ஒரு சக்தி வாய்ந்த நம்பூதிரியாக அவ்வூராருக்கு அறிமுகம் செய்கிறான். இதனையறிந்த மண்டைக்காட்டு அம்மையின் அப்பா அவனைத் தனது இல்லத்தில் தங்கச் செய்து தன் மகளைத் திருமணம் செய்து வைக்கின்றான். தம்பதியருக்கு மூன்று குழந்தைகள் பிறக்கின்றன. குழந்தைகள் வளர்ந்து வரும்போது வயலுக்குச் சென்று மீன் பிடித்து நெருப்பில்

சுட்டுத் தின்று விளையாடுகின்றன. இதனை அறிந்த அம்மைக்குத் தன் கணவன் மீது சந்தேகம் ஏற்பட்டது. தன் சந்தேகத்தினை அவள் தந்தையிடம் தெரிவித்தாள். இறுதியில் அவன் தங்கள் இல்லத்தில் வேலை செய்த 'பறையன்' என்ற உண்மை வெளிப்பட்டது. இதனால் ஆத்திரமடைந்த மண்டைக்காட்டு அம்மை தன் கணவனையும் மூன்று குழந்தைகளையும் ஒருவெண்கலக் கோட்டைக்குள் அடைத்து வைத்து அக்னி மழை பொழியச் செய்து அவர்களை அழித்தாள். இவ்வாறு அம்மை தன் சக்தியை வெளிப்படுத்தி உலகுக்குத் தெய்வமாக அறிமுகமாகிறாள் என்று ஒரு கதை கூறுகின்றது. (5. பனிஅடிமை, மிடாலம்). இதனைப் போன்று ஒரு கதை தஞ்சை மாவட்டத்தில் மாரியம்மனின் தோற்றம் குறித்துப் பேசுகின்றது. (ச. சோமசுந்தரம் 1984: 267-71).

கல்குளம் வட்டத்தில் குலசேகரம் கிராமத்திற்கு அருகில் இட்டகவேலி என்னும் சிற்றூரில் இட்டகவேலி அம்மன் கோயில் அமைந்துள்ளது. இக்கோயிலில் எழுந்தருளியுள்ள அம்மனை நாயர் சாதியினரும், கணியான் சாதியினரும் வழிபடுகின்றனர். கணியான் சாதியினரே இக்கோயிலில் பூசாரியாகப் பணியாற்றுகின்றனர். இந்த அம்மன் அதிக ஆற்றல் வாய்ந்த தெய்வமாக நம்பப்படுகின்றது. இந்த அம்மனின் தோற்றம் குறித்தும் ஒரு கதை வழக்கில் உள்ளது.

மருமக்கள் வழித் தாயமுறையில் ஒரு நாயர் சாதியைச் சேர்ந்த ஒருவர் தனக்குக் குழந்தை இல்லாத காரணத்தால் தன் சகோதரியின் மகளை எடுத்து வளர்த்து வந்தார். கணவனின் காலத்துக்குப் பின் சொத்துக்களுக்கு அவன் சகோதரி மகள் உரிமை படைத்தவள் என்பதால் எரிச்சலடைந்த மனைவி வளர்ப்பு மகளைக் கொலை செய்யத் திட்டமிடுகிறாள். இவர்கள் இல்லத்தின் அருகில் சில கணியான் சாதியினரும் வாழ்ந்து வந்தனர். ஒரு நாள் இவ்வளர்ப்பு மகளிடம் அவள் ஒரு கணியான் இல்லத்திலிருந்து நெருப்பு வாங்கி வரக் கையில் தேங்காய் ஓடு ஒன்றைக் கொடுத்தனுப்பினாள். வளர்ப்பு மகள் நெருப்பு வாங்கி வரும்போது அவள் கையில் சுடுபட்டதால் நாவால் கையை ஈரப்படுத்தினாள். இதனைப் பார்த்த அத்தை கணியான் இல்லத்திலிருந்து

ஏதோ வாங்கி உண்டுவிட்டாள் என வளர்ப்பு மகள் மீது குற்றம் சாட்டி அவளைக் குளித்து வரும்படித் துரத்தினாள். அவள் குளிக்க மறுத்து வீட்டின் வெளியில் அழுதுகொண்டு நின்றாள். அப்போது அவ்வழியாக வந்த கணியான் ஒருவனிடமிருந்து பசியார பச்சை அரிசி வாங்கிச் சாப்பிட்டு விட்டு அருகிலிருந்த தெப்பக் குளம் ஒன்றில் குதித்துத் தற் கொலை செய்து கொண்டாள். வளர்ப்பு மகளின் தாயும் சகோதரர்களும் அவளைத் தேடி வரும்போது செய்தியை அறிந்து அவர்களும் அதே தெப்பக்குளத்தில் குதித்துத் தற்கொலை செய்து கொண்டனர். மறுநாள் குளத்தில் பிணங்களின் தலை முடி மட்டும் மிதப்பது தெரிகின்றது. ஊரார் பிணங்களை அகற்ற முயற்சித்தும் பிணங்கள் யார் கையிலும் அகப்படவில்லை. அப்போது எந்தக் கணியான் வீட்டிலிருந்து உணவருந்தினாள் எனக் குற்றம் சாட்டப்பட்டதோ அந்தக் கணியான் வீட்டிலுள்ள கணிப்பெண்ணின் கனவில் தற்கொலை செய்து கொண்ட வளர்ப்பு மகள் தோன்றுகிறாள். மறுநாள் அக்கணிப்பெண் 'எனது வீட்டிலிருந்து ஏதாவது உணவு உண்டிருந்தால் அப்பெண்ணின் பிணம் என் கைக்குக் கிடைக்காது; அவ்வாறு உண்ணாமலிருந்தால் என் கைக்குக் கிடைக்கும்' என்று சொல்லிக் கொண்டு குளத்தில் தெரியும் முடியை அவள் பிடிக்கப் பிணம் அகப்பட்டது; பிணத்தை அருகிலிருந்த அம்பலத்தில் வைக்க அது கல்லாக மாறியது. பின்னர்க் கல்லாக மாறிய அப்பெண் கணிப்பெண்ணின் கனவில் தோன்றி எனக் குக் கணியான் மட்டுமே பூஜை செய்ய வேண்டும் என்கிறது. இவ்வாறு இட்டகவேலி அம்மன் தோன்றினாள் என்றும் கணியான் மரபுவழிப் பூசாரியானான் என்றும் இட்டகவேலி அம்மன் கதை கூறுகின்றது.

(V, கேசவன் நாயர், வடக்கன்கரை),

மண்டைக்காட்டு அம்மன் கதை, இட்டகவேலி அம்மன் கதை, ஆகிய இரு கதைகளும் பெண் தெய்வங்களின் தோற்றத்தைப் பற்றிக் கூறுவதாக அமைந்திருப்பினும் அவை சாதிய முரண்பாடுகளின் வெளிப்பாடுகள் என்பது தெளிவு. பிராமணனின் இல்லத்தில் வேலை செய்து வந்த தீண்டாச் சாதியினனான பறையன் ஒருவன் பிராமணச் சடங்காச்

சாரங்களை நன்கு கற்றுப் பிராமணனைப் போன்று பாவித்து தன் எஜமான் மகளைத் திருமணம் செய்து கொள்கிறான். ஏமாற்றமடைந்த பிராமணனின் மகள் தன் கணவனையும் குழந்தைகளையும் கொலை செய்கின்றாள். இக்கதை உயர்த்தப்பட்ட சாதியினராகிய பிராமணருக்கும் தாழ்த்தப்பட்ட சாதியினராகிய பறையருக்கும் இடையிலான முரண்பாட்டைத் தெளிவாக வெளிப்படுத்துகின்றது. சாம்பவர்கள் பிராமணர்களை விட உயர்ந்தவர்கள் என்று கூறும் சாதியின் தோற்றம் குறித்த 'சால சாம்பவன்' கதை இங்குக் கவனிக்கத்தக்கது.

சால சாம்பவன் என்றொருவன் சிவலிங்கத்திற்குத் தினமும் இறைச்சி படைத்துத் தவறாமல் பூசை செய்து வந்தான். ஒருநாள் அவன் வெளியூர் செல்வதற்கு முன் தன் மூத்த மகனை அழைத்துச் சிவலிங்கத்திற்குப் பூசை செய்யப் பணித்தான். பூசையின் போது தேவர் உலகிலிருந்து காமதேனு பசு ஒன்று இறங்கிவரும். அதன் சந்தை அறுத்து எடுத்துச் சிவலிங்கத்திற்குப் படைக்க வேண்டும். ஆனால் அந்த இறைச்சியை உண்ணக்கூடாது என்று அவன் தன் மகனிடம் கூறிவிட்டுச் சென்றான். தந்தை கூறிய படியே பூசை செய்தான் மூத்த மகன். காமதேனு வந்தது. அதன் சந்தை அறுத்து எடுத்தான். அப்போது கர்ப்பிணியாக இருந்த அவன் மனைவி அவ்விறைச்சியை உண்ண விரும்பினாள். அவனும் அந்த இறைச்சியின் ஒருபகுதியை அவளுக்குக் கொடுத்துவிட்டுப் பூசை செய்து முடித்தான். அதனால் காமதேனு அவ்விடத்திலேயே இறந்துவிட்டது. தந்தை திரும்பி வந்தார். பசு இறந்து கிடப்பதைக் கண்டு அதிர்ச்சி அடைந்து நடந்ததை வினவினார். பின் தன் இளைய மகனை அழைத்து "இனி இவன் (பூசையைப்) பார்ப்பான்; நீ (மூத்தவன்) சேரிக்குச் செல்" என்று கூறினார். (இரத்தினம், வள்ளியூர்),

இக்கதையின் அடிப்படையிலேயே 'பார்ப்பானுக்கு மூத்தவன் பறையன்' என்ற பழமொழி உருவாயிற்று. அண்ணன் தவறு செய்ததால் சேரிக்குத் தள்ளப்பட்டான். அதாவது. அவள் பறையனாகிறான். மாறாகத் தம்பி 'பார்ப்பான்' ஆகிறான். இக்கதை பார்ப்பனனும், பறையனும் அண்ணன் தம்பி உறவுடையவர்கள் என்று குறிப்பிடுகிறது.

இதை நடைமுறைச் சமூக வாழ்வோடு ஒப்பிட்டுப் பார்க்கும் போது முரண்பாட்டின் கூர்மை தெளிவாகும். எனவே இது ஆதிக்க பண்பாட்டில் உயர்ந்த சமூகத் தகுதியும் மதிப்புடைய குழுக்களுக்கு இணையான மதிப்புமுடையவர்களாகத் தாழ்த்தப் பட்டவர்களை உயர்த்திக் காட்டும் எதிர்வழக்காற்று மரபாக அமையும். சமூக அந்தஸ்தில் மிகக் குறைத்தவர்களாகவும் தீண்டாச் சாதியினராகவும் சமூக ஒடுக்கு முறைகளுக்குள்ளாக்கப்பட்டவர்களாகவும் காணப்பட்ட பறையர்கள் சமூக அந்தஸ்துக்காகத் தம் அகநிலையில் (spiritual) கடுமையாகப் போராடி வந்துள்ளனர். இப்போராட்டத்தின் நேரடியான வெளிப்பாடே சால சாம்பவன் கதை எல்லாம். இத்தகைய அகநிலைப் போராட்டத்திற்கு எதிரான கதையாக 'மண்டைக்காட்டு அம்மன் கதை' காணப்படுகின்றது. பறையர்கள் பிராமணர்களைப் போன்று பாவனை செய்து உயர்ந்தாலும் அவர்கள் பிராமணர்களின் ஆற்றலால் அழிக்கப் படுவார்கள். மாரியம்மன் கதையும் இதற்குச் சான்றாக அமையும். உயர்ந்த சமூக அந்தஸ்துக்காகப் போராடும் சாதியும் அதனை ஏற்க மறுக்கும் உயர்த்தப்பட்ட சாதியும் தங்களுக்கிடையிலான சமூக முரண்பாடுகளை இத்தகுக் கதைகள் மூலம் நியாயப்படுத்திச் சரிசெய்து கொள்கின்றன.

இட்டகவேலி அம்மன் கதையும்' நாயர், கணியான் சாதியினருக்கிடையே உள்ள முரண்பாட்டையே வெளிப்படுத்துகின்றது. கணியான் சாதியினர் தாழ்த்தப்பட்டவர்களாகவும், தீண்டாச் சாதியினராகவும் மதிக்கப் படுகின்றனர். இவர்களது சமூக அந்தஸ்துக்கான அகநிலைப் போராட்டத்தில் சமூக அமைப்பு நன்கு பயன்படுத்தப்படுவதைக் கதையின் மூலம் உணரலாம். சொத்துரிமை ஆசை காரணமாக மனைவி கணியான் இல்லத்தில் உணவருந்தக் கூடாது என்னும் சமூகக் கட்டுப்பாட்டினைத் தன் வஞ்சகத்துக்குப் பயன்படுத்துவதாகக் கதை கூறுகின்றது. நாயர் சமூகத்தில் காணப்படும் மருமக்கள் வழித் தாயமுறை தாழ்த்தப்பட்ட சாதியினர் இல்லத்தில் உணவருந்துதல் கூடாது என்னும் சமூகக் காட்டுப்பாடு கணியான் சாதியினர் உயர்ந்த சமூக அந்தஸ்தைப் பெறுவதற்காகப் பயன்படுத்தப்பட்டுள்ளது. விபரீதமான தற்கொலை நிகழ்ந்ததால் நாயர் சாதியினர் பாதிப்படைதல் கூடாது என்ற அச்சத்தின் காரணமாகவும் வளர்ப்பு மகள் குற்றவாளியல்ல எனக் கணிப் பெண்ணால் நிரூபிக்கப்படுவதாலும் தற்கொலை செய்து கொண்ட வளர்ப்பு மகள் தெய்வமாக உயர்த்தப்

படுகின்றாள். தெய்வநிலைக்கு உயர்த்தப்படும் பெண் நாயர் சாதியைச் சார்ந்தவளாக இருப்பினும் அத்தெய்வத்திற்குப் பூசை செய்யும் நிலைக்குக் கணியான் சாதியினர் உயர்த்தப்படுகின்றனர். இவ்வாறு சமூக அமைப்பில் காணப்படும் சாதிய முரண்பாடுகள் நாட்டார் சமய அடிப்படையில் (folk religion) சமன் செய்யப்படுகின்றன.

இங்குக் குறிப்பிடப்பட்ட புராணம், பழமரபுக் கதைகள்: வெவ்வேறு நிகழ்வுகளை மையமாகக் கொண்டு அமைந்திருந்தாலும் சாதிய முரண் என்பதே அவற்றின் அடிப்படை என்பது தெளிவு. தமிழ்ச் சமூகம் சாதிய அடிப்படையில் கட்டப் பெற்றது என்பதற்கு ஏற்றாற்போல வாய் மொழிக் கதைகளும் சாதியை அடிப்படையாகக் கொண்ட மைந்துள்ளன என்பது புலப்படுகின்றது. தமிழ்ச் சூழலில் வாய்மொழிக் கதைகளைச் சாதியப் பின்னணியில் தான் அணுக இயலும் என்பதற்கு இங்குக் குறிப்பிடப்பட்ட கதைகளும் அவற்றின் பொருண்மையும் சான்றாம். இக்கருத்தை மேலும் தெளிவாக்க 'குன்னத்தூரான் கதை' வரிசையை ஆய்வுக்கு உட்படுத்திப் பார்ப்போம்.

II

'குன்னத்தூரான்', என்ற மூடக் கதைகள் தமிழ்நாட்டில் கன்னியாகுமரி மாவட்டத்தின் விளவன்கோடு வட்டாரத்தைச் சார்ந்த குன்னத்தூர் நாட்டாரைப் (folk) பற்றியனவாம். இந்தக் கதைகள் வேறு ஊர்களையும் உள்ளடக்கினவையாக அமைகின்றன. ஒரே கதை பல்வேறு ஊரைச் சார்ந்தவர்களுக்கும் பொருத்திக் குறிப்பிடப்படுகின்றது. சான்றாக. ஒருவன் விதை விதைக்கும் போது காலடிகள் பட்டு அழிந்துவிடும் என்று கருதி நால்வர் தூக்கிவர கட்டிலில் அமர்ந்து விதைக்கும் கதை. குன்னத்தூரான்களுக்கு மட்டுமல்லாமல் ஆளூரான், கடுக்கரையான், கப்பியறையான், குருந்தன் கோட்டான், பழவூரான், கோணங்கோட்டான் போன்றோரையும் மூடர்கள் என்று கட்டப் பயன் படுத்தப்படுகின்றது.

இதனைப் போன்றே குறிப்பிட்ட பகுதியில் வாழ்பவர்கள் மூடர்கள் என்று கூறும் வழக்காறுகள் உலகின் பல்வேறு பகுதிகளில் காணப்படுகின்றன. பிரிட்டனில் ஆஸ்ட்விக், ஜெர்மனியில் ஷில்டாவ் (Shildov), பண்டைக் கிரேக்கத்தில் அப்டெரா (Abdera), இங்கிலாத்தில் நாட்டிங்காம் (Nottingham)

அல்லது சக்கஸ் ஆகிய பகுதிகள் மூடர்கள் வாழும் இடங்களாகக் கருதப்படுகின்றன. இங்கிலாத்தில் ஐம்பத்துக்கு மேற்பட்ட இடங்கள் மூடர்கள் வாழும் பகுதிகளாக நம்பப்படுகின்றன என்று **கேதரின் பிரிக்ஸ்** குறிப்பிடுகிறார். (1977:51) மேற் குறிப்பிட்ட குன்னத்தூர், கப்பியறை, ஆளூர் போன்ற ஊர்ப் பெயர்கள் மூடர்களைக் குறிக்கும் குறியீடுகளாகக் குமரி மாவட்டத்தில் அமைந்துள்ளன. இவற்றுள் 'குன்னத்தூரான்' என் பதே விளவன் கோடு வட்டாரத்தில் பெருவழக்காகவுள்ளது.

இங்குக் குறிப்பிடப்பட்ட ஊரைச் சார்ந்தோர் தவிர்த்த ஏனை யோர் இதில் ஏதேனும் ஊரைச் சார்ந்தவனை 'இவன் எங்கவுள்ள குன்னத்தூரான்' 'எங்கவுள்ள கப்பிறையான்', 'எங் கவுள்ள கடுக் கரையான்'. 'எங்கவுள்ள கோணங்கோட்டான்'. என்று குறிப்பிடுவர். இங்குக் குறிப்பிடப்பட்ட ஊரினரும் கூடத் தத்தம் ஊரை விட்டுவிட்டு அடுத்த ஊராரையே மூடர் என்று குறிப்பிட்டுக் கதை சொல்வர். ஆனால் இங்குக் குறிப்பிடப்பட்ட ஒரு சில ஊரினரைத் தவிர, மற்ற ஊராரை மூடர் என்று குறிப்பிடும் பழக்கம் இல்லை. சான்றாக, நாகர்கோவிலைச் சார்ந்தவரையோ, மார்த்தாண்டத்தைச் சார்ந்தவரையோ மூடர் என்று குறிப்பிடுவதில்லை. ஆதலின் இங்குக் குறிப்பிடப்பட்ட ஊர் களில் வாழும் நாட்டாரை மட்டும் ஏன் அவ்வாறு குறிப் பிடவேண்டும்?

ஒரு குழு தன்னைப் பற்றிக் கொண்டுள்ள கருத்துப் படிமமும் (image) மற்ற குழுவைப் பற்றி அக்குழு கொண்டுள்ள கருத்துப் படிமமும் நாட்டார் வழக்காற்றுச் சேமப் பாதுகாப்பில் பிரதிபலிக்கின்றன. குறிப்பிட்ட மக்களின் அல்லது இடங்களின் பண்பை விரித்துரைக்க ஒரு குழு பயன்படுத்தும் பெயர்கள், மரபுத்தொடர்கள், ஒலிநயப் பாடல்கள், பாடல்கள், நகைப்புகள், ஆகியவை 'blason populaire' என்னும் பொதுவான ஒரு வகைமையின் கீழ் அடங்கும். இந்தப் பிரஞ்சுப் பதத்திற்குச் சமமான தரமிக்க ஆங்கிலப்பதம் இல்லை. ஆனால் 'ethnic slur' (இனக்கொறுக்கு) என்பது ஏறத்தாழ அதன் கருத்தியைபு (sense) ஆகும். சில வேளைகளில் இனக்கொறுக்கு ஒரு குழுவினர் தம்குழு பற்றித் தமக்குள்ளேயே கொண்டிருக்கும் நாட்டார் வழக்காறாகலாம். மெக்சிகன் நாட்டார் வழக்காறு மாண்டரி (Monterry) என்னும் இடத்தில் வாழ்பவர்கள் கஞ்சத் தனத்திற்குப் பெயர் பெற்றவர்கள் என்று குறிப்பிடுவது இதற்குச் சான்றாம். இனக்கொறுக்கு சிலவேளைகளில் ஒரு

குழுவைப் பற்றி மற்றொரு குழுவின் வழக்காறாக அமையலாம். மூளை வெடித்துப்போன சுவீடானியர் தான் நார்வே நாட்டார் என்று சுவீடானியர் சொல்வது இதற்குச் சான்றாம் என்கிறார் டண்டிஸ் (1965:43).

இனக்கொறுக்குகள் பழமொழியாகவோ, கதையாகவோ, அல்லது நகைப்பாகவோ அமையலாம். அவை சாதியைப் பற்றியவையாகலாம்: சமயம் பற்றியவையாகலாம்; குறிப்பிட்ட ஊராரைப் பற்றியவையாகலாம்! குறிப்பிட்ட நாட்டைப் பற்றி யவையாகலாம். தமிழகத்தில் வழக்கில் உள்ள "பறையன் ஒற வும் பனம் நிழலும் சரி", "கம்மாளன் புத்தி கால் புத்தி","சாணான்மொறசட்டிக்குள்ளேயும்,பெட்டிக்குள்ளேயும்", "முக்குவன் ஒறவு முக்கா மணி நேரம்", "நஞ்சிலும் கொடியவன் நாஞ்சில் நாட்டான்". "வெள்ளாளன் போனவழி வெட்ட வழி" ஆகியவை ஒரு குழு பிற குழுக்களைப் பற்றி உருவாக்கியுள்ள இனக் கொறுக்குகளாம். இவை அனைத்தும் பழமொழி வடிவில் அமைந்த சாதி பற்றிய இனக் கொறுக்குகளாம். **ஜென்சன்** என்பவர் குறிப்பிடும் தற்குழு வழக்காறு (esoteric), அயற்குழு வழக்காறு (exoteric) என்னும் கருத்தாக்கங்கள் இனக்கொறு க்கோடு தொடர்புடையவை (1965:46). மேற்குறிப்பிட்ட இனக்கொறுக்குகளையே அவர் தற்குழு வழக்காறு. அயற்குழு வழக்காறு என்று குறிப்பிடுகிறார்.

குன்னத்தூரான்கள் மூடர்கள் என்று கூறும் கதைகளும் கதைவடிவில் அமைந்த இனக்கொறுக்குகள் தாம். கேரள மாநிலத்திலும் குன்னத்துகால் என்ற பெயரில் ஓர் ஊர் உள்ளது. விளவன்கோடு வட்டத்தின் குன்னத்தூர் உள்ளிட்ட மேற்குப் பகுதியில் உள்ளவர்கள் குன்னத்தூரான் என்பது கேரள மாநிலத்தைச் சேர்ந்தவர்கள் என்று கூறுகின்றனர். கிழக்குப் பகுதியில் உள்ளவர்கள் விளவன்கோடு வட்டத்தில் உள்ள குன்னத்தூரில் உள்ளவர்களைக் குறிப்பிடுகின்றனர். 'குன் னத்தூரான்' என்ற சொல் வழக்கு நாடார் சாதியினரைத் தான் மறைமுகமாகக் குறிப்பிடுகின்றது என்ற கருத்து பரவலாகப் படித்தவர்களிடமும் படிப்பறிவு இல்லாதவர்களிடமும் காணப் படுகிறது. இச்சொல்வழக்கு தங்கள் சாதியைக் குறித்தது என்ற தாழ்வு மனப்பான்மை காரணமாக அவர்கள் கேரளத்தைச் சார்ந்த குன்னத்தூரைச் சுட்டிக் காட்டுகின்றனர். குமரி மாவட்டம் கேரள மாநிலத்தோடு இணைந்திருந்த காலகட்டங்களில் (1956 வரை) குமரி மாவட்டத்திலிருந்து

திருவனந்தபுரத்திற்கு உயர் படிப்புக்காகவும் வேலைக்காகவும் செல்லும் நாடார் சாதியினர் அங்குள்ள உயர்த்தப்பட்ட சாதியினரால் 'குன்னத்தூரான்கள்' என்று கேலி செய்யப்படுவதுண்டு. அலுவலகங்களில் வேலைபார்க்கும் உயர்த்தப்பட்ட சாதியினர் உடன்வேலை செய்யும் நாடார் சாதியினரிடம் "குன்னத்தூரில் உங்க ஆட்கள் தானே உள்ளார்கள்" என்று வேடிக்கையாகச் சொல்வதுண்டு என்று திருவிதாங்கூர் அரசின் கீழ் வேலை பார்த்த பலர் குறிப்பிடுகின்றனர்.

நாடார் சாதியைக் கேலி செய்ய, 'ஐஆர். எட்டு' என்ற சொல் வழக்கையும் பயன்படுத்துவர். 'ஐ.ஆர். எட்டு' என்ற சொல் வழக்கு அறிவில்லாதவர்கள் என்ற பொருளில் பயன் படுத்தப்படுகிறது. இச்சொல் வழக்கும் "குன்னத்தூரான்" என்ற சொல்வழக்கைப் போன்றதாகும். 'ஐ.ஆர். எட்டு, என்பது நெல் வகையின் பெயராகும். இஃது ஒரு குறுகிய காலப் பயிராகும், விளவன்கோடு வட்டத்தில் சிற்றாறிலிருந்து கால்வாய் வெட் டப்பட்ட காலத்தில் இப்பகுதியில் உள்ள நாடார்கள் இந்நெல்லை விரும்பிப் பெருமளவில் பயிர் செய்து வந்தனர். மூன்று பூவிலும் (போகம்) இந்நெல்லைப் பயிரிடலாம். எனவே அக்கால கட்டத்தில் இவர்கள் வேறு நெல் வகைகளைப் பயிரி டுவதில்லை. இவ்வாறு எல்லாப் பருவங்களிலும் ஒரே நெல் வகையைப் பயிரிட்டு வந்தமையால் இவர்களை 'ஐ-ஆர். எட்டு' என்று கேலி செய்வர் 'ஐ-ஆர். எட்டு' என்ற நெல்வகை மிகவும் குட்டையான பயிர். இதனைக் குறியீடாகக் கொண்டு நாடார் களின் அறிவும் குட்டையானது என்றும் குறிப்பிடுவர். இங்கு 'ஐ-ஆர். எட்டு என்பது குன்னத்தூரான் என்ற சொல் வழக்கின் மாற்று என்பது குறிப்பிடத்தக்கது.

குமரி மாவட்டத்தில் விளவன்கோடு, கல்குளம் வட்டங் களில் குன்னத்தூரான் கதைகள் பெருவழக்காக வழக்கில் உள்ளன. நாடார் சாதியினரை மற்ற சாதியினர் ஒரு காலத்தில் 'சாணார்' என்று இழிபொருள்படக் குறிப்பிட்டு வந்தனர். இவ்வாறு அழைக்கப்பட்டதால் ஏற்பட்ட தாழ்வு மனப்பான்மை காரணமாக அவர்கள் 'சான்றோர்' என்ற சொல்லே சாணார் என்று மருவி விட்டது என்று குறிப்பிடுகின்றனர். தாங்கள் தாழ்த்தப்பட்டவர்கள் என்பதை நினைவூட்டும் ஒரு சொல் வழக் கையே ஏற்றுக்கொள்ள மறுக்கும் நாடார்கள் தம்மை மூடர்கள் என்று குறிப்பிடும் கதைகளை எவ்வாறு தம்மிடையே வழக்கில் வைத்திருப்பர்?

குன்னத்தூரான் கதைகள் குறிப்பிட்ட எந்தச் சாதியை இழிவாகச் சுட்டுகிறது என்பதற்கு வெளிப்படையாகவோ, மறைமுகமாகவோ அக்கதைகளில் எவ்விதக் குறிப்பும் இல்லை. இருப்பினும் ஒரு சாதியை இழிவுபடுத்தும் நோக்குடைய கதைகள் வேறு பயன்பாடுகளின் காரணமாகப் பெருவழக்காகி. சாதியை இழிவுபடுத்தும் தன்மையை இழந்திருக்கவும் வாய்ப்பு உள்ளது. ஆனால் 'குன்னத்தூரான்' என்ற சொல் வழக்கு நாடார் சாதியினரைக் கேலி செய்வது என்ற கருத்து விளவன் கோடு வட்ட மக்களிடம் மிக அழுத்தமாக உள்ளது.

ஒரு காலத்தில் சமூக அடக்குமுறைக்குள்ளாக்கப்பட்டிந்த நாடார்கள் வணிகம், கல்வி, விவசாயம், அரசியல், பொருளாதாரம் போன்ற துறைகளில் வளர்ச்சி அடைந்தனர். சமூக நீதிக்காகத் தங்களை அடிமைப்படுத்தியிருந்த உயர் சாதியினரை எதிர்த்துப் போராடினர். அதில் அவர்கள் வெற்றியும் கண்டனர். தோள்சீலைப் போராட்ட வெற்றி இதற்குச் சான்றாம். முன்காலத்தில் நிலம் இல்லாதவர்களாகக் காணப்பட்ட இவர்கள் விளவன்கோடு வட்டத்தில் பெரும்பகுதி நிலங்களுக்குச் சொந்தக்காரராயினர். தங்களது குலத் தொழிலான பனையேறுதலைத் தவிர்த்து வேறு எந்தத் தொழிலும் செய்ய அனுமதிக்கப்படாத இவர்கள் நிலங்களுக்கு சொந்தக்காரர்களானதும் விவசாயத்தில் பெரிதும் ஈடுபட்டனர்.

குன்னத்தூரான் கதைகளுள் பெரும்பான்மையானவை நெல் விதைத்தல், களையெடுத்தல், கும்பளை, பூசணி, மரவள்ளி பயிரிடல், மரம் வெட்டுதல், கால்நடை வளர்த்தல் போன்ற விவசாயம் தொடர்பான செயல்கள் குறித்து அமைகின்றன. பின்வரும் கதைகள் இதற்குச் சான்றுகளாக அமையும்.

AT.1201 A	கட்டிலில் அமர்ந்து நெல் விதைத்தல்
AT.1203 B	வயலில் களை எடுத்தல்
AT.1204 A	மரத்தை வெட்டிக் கனி பறித்தல்
AT.1211 A	ஆடு கேலி செய்தல்
AT.1211	எருமையின் மூக்கில் தேன்
AT.1201 B	கொடி படர வழி செய்தல்
AT.1242	வண்டியில் மரத்தை விழவைத்தல்
AT.1260 C	மரவள்ளி பயிரிடல்
AT.126 D	கிணற்றில் ஊறுகாய் போடல்
AT.1294 C	குடத்தினுள் பூசணிக்காய் வளர்த்தல்

(ஞா. ஸ்டீபன் : 1944 பிப. 4-36)

நாடார் சாதியினர் தங்களது குலத்தொழிலாள பனையேறுதலை விட்டுவிட்டுப் பயிர்த்தொழில் தொடர்பான தொழில்களில் ஈடுபடத் தொடங்கியதையும் அதில் அவர்கள் வெற்றி பெற்றதையும் இக்கதைகள் கேலிக்குள்ளாக்குகின்றன. அதாவது அவர்களுக்குப் பயிர்த்தொழில் குறித்த அடிப்படை அறிவு கூட இல்லை, காரணம் அவர்களது மரபுத் தொழில் வேறு என்பதை இக்கதைகள் மறைமுகமாகக் குறிப்பிடுகின்றன. எனவே. குன்னத்தூரான் மூடர்கள் என்று குறிப்பிடும் கதைகள் நாடார்கள் பற்றிய இனக்கொறுக்குகள் தாம்.

நாடார்கள் முதலில் தோட்டப் பயிர் செய்யவே அனுமதிக்கப்பட்டனர். குன்னத்தூரான் கதைகளுள் பெரும்பாலானவை தோட்டப் பயிர் தொடர்பானவை என்பது இங்குக் குறிப்பிடத்தக்கது. நாடார்களின் வாழ்விடமும் இதனை உறுதி செய்யும் குமரி மாவட்டத்தில் மேடான நீர்வளம் குன்றிய பகுதிகளிலேயே நாடார்களின் வாழ்விடங்கள் அமைந்திருந்தன. இந்நிலப் பகுதிகள் தோட்டப் பயிர் செய்வதற்கும் ஏற்றவை அல்ல. இருப்பினும் நாடார்கள் இந்நிலப்பகுதிகளில் தோட்டப் பயிர்களைக் கடின உழைப்பின் மூலம் வெற்றிகரமாகச் செய்தனர். இந்த வெற்றி மேல்தட்டு மக்களைக் காழ்ப்புணர்வுக்கு உள்ளாக்கியது. இதன் விளைவே விவசாயம் தொடர்பான குன்னத்தூரான் கதைகள் என்று உறுதிசெய்யலாம்.

ஒரு குறிப்பிட்ட குழுவை மற்றொரு குழு இழிவானது அல்லது தாழ்வானது என்று குறிப்பிடும்போது அக்குழு அதற்கு மாறாக தன்னுடைய உறுப்பினர் அனைவரும் உயர்ந்தவர்கள் என்று பெருமை பாராட்டும். தமிழகத்தில் நாடார் உள்ளிட்ட பல்வேறு பிற்படுத்தப்பட்ட சாதியினர் தங்களைச் “சத்திரியர்” என்று உயர்வாகக் குறிப்பிடும் வழக்கம் உள்ளது. ஆதலின் இனக்கொறுக்குகளுக்கு எதிரான வழக்காற்று மரபு உள்ளதா என்பது ஆய்வு செய்யப்பட வேண்டும்.

ஒரு குறிப்பிட்ட குழுவின் அல்லது பண்பாட்டினரின் நாட்டார் மரபுகளை இன்னொரு பண்பாட்டின் அல்லது குழுவினர் அல்லது அதே பண்பாட்டின் ஒரு பகுதியினர் அல்லது அதே குழுவின் ஒரு பகுதியினர் வழக்காறுகளின் மூலமே கேள்விக்குள்ளாக்கும் அல்லது எதிர்க்கும் மரபை எதிர் வழக்காற்று மரபு எனக் கொள்ளலாம்.

பனைமரத்தின் தோற்றம் குறித்துக் குமரி மாவட்டத்து நாடார்களிடம் வழக்கிலுள்ள கதை ஒன்றும் இதனைப் போன்றதே.

காட்டில் சுனை ஒன்றை உருவாக்கி வலங்கையர்களைக் காளி வளர்த்து வர அச்சுனை நீரை ஒரு பிராமணனும் அவன் மனைவியும் குடித்து விடுகின்றனர். ஆத்திரமடைந்த காளி அவர்களைத் தலைகீழாக நட்டுவைக்க அவை ஆண் பனையாகவும் பெண்பனையாகவும் வளர்கின்றன;

(John Samuel 1988-40).

சமூக வாழ்வில் பனை ஏறும் தொழில் இழிவானதாகக் கருதப்பட்டு வந்தது. வலங்கையர் எனப்படும் பனைத்தொழில் செய்யும் நாடார்கள் சமூகத் தகுதியில் குறைவானவர்களாக மதிக்கப்பட்டனர். பனை ஏறும் தொழிலை இழிவாகப் பேசும் உயர்த்தப்பட்ட குலத்தவர்களைக் கேலி செய்ய, பிராமணனும் அவன் மனைவியும் தாம் பனையாக உள்ளனர் என்ற கதை உருவாக்கப்பட்டுள்ளது. இக்கதையின்படி, பெண்பனை என்பது பிராமணப் பெண்ணைக் குறிக்கும் குறியீடு ஆகும். பதனீர் இறக்குவதற்காகப் பெண் பனையில் ஏறும் பொழுது அது பார்ப்பனப் பெண்ணைத் தழுவுவதாகவே கருதப்படும். இவ்வாறு ஒரு குறிப்பிட்ட சாதி செய்யும் குலத்தொழில் ஆதிக்கப் பண்பாட்டில் இழிவானதாக மதிக்கப்படுவதைக் கேலிக் குள்ளாக்கும் போக்கு இங்கு ஒரு கதை மூலம் வெளிப் படுத்தப்பட்டுள்ளது.

குமரி மாவட்டக் கடலோரக் கிராமங்களில் ஒன்றான புதூரில் சாதியக் கட்டுப்பாடுகள் தொடர்பான ஒரு கதை வழக்கில் உள்ளது.

மீன்பிடித் தொழில் செய்யும் முக்குவர் ஒருவர் குறுப்பு இனப்பெண் ஒருத்தியோடு கள்ளத் தொடர்பு வைத்திருந்தார். ஒரு நாள் அவர் அப்பெண்ணுடன் உடலுறவுக் கொள்கையில் அப்பெண்ணின் கணவர் வந்து விட்டார். உடனே அப்பெண் முக்குவரிடம் வீட்டு வாசலில் குடிக்கத் தண்ணீர் கேட்க வந்தவனைப் போல் நிற்கச் சொல்ல அவரும் அவ்வாறே நின்றார். பெண் வீட்டிலிருந்த கெண்டியில் தண்ணீர் எடுத்து வந்து முக்குவர் கையில் ஊற்றினாள். தண்ணீர் ஊற்றும் போது முக்குவரிடம் "கையைத் தாழ்த்திக் காட்டு. கெண்டியைத் தொடாதே" எனப் பலமுறை கூறிய வண்ணம் தண்ணீர் வார்த்தாள். தண்ணீர் குடித்துவிட்டு வெளியே வந்த முக்குவர் "சூத்திரத்தி குண்டி தருவாளாம்; கெண்டி தர

மாட்டாளாம்" என்று கூறிவிட்டுச் சென்றார். (சூசை, புதூர்,)

சமூகத் தகுதியில் முக்குவர்கள் தீயர்களுக்கும் கைவினைக் குழுவினர்களுக்கும் கீழ்நிலையினராகக் கருதப்பட்டு வந்தனர். (Thurston 1987:107, Buchanan 1807 : 527. C.A. Innes 1951 : 118). உயர்த்தப்பட்ட சாதியினர் முன் நின்று இவர்கள் பேச வேண்டுமாயின், தங்களுக்கென்று நிர்ணயிக்கப்பட்டுள்ள 24 அடிதூரத்திற்கு அப்பால் நின்றே பேச வேண்டும். (Logan 1951: 118). இத்தகையை சாதிய அடக்குமுறைகளுக்கு உள்ளாக்கப்பட்டிருந்த முக்குவர்கள் சாதிய முரண்பாடுகளைப் பற்றிக் கவலைப்படாது உயர்த்தப்பட்ட சாதியினரின் காம உணர்வுகளுக்குப் பயன்பட்டு வந்ததை மேற்குறிப்பிட்ட கதை கேலி செய்வதாக அமைந்துள்ளது. ஆதிக்கப் பண்பாட்டின் மரபுகளை உயர்குலத்தவர் தம் சொந்த விருப்பு வெறுப்புகளுக்காக மீறுவதை இக்கதை கேலி செய்கிறது. எனவே இஃது எதிர்வழக்காற்று மரபினுள் அடங்கும்.

குறிப்பிட்ட ஒரு குழுவினர் மூடர் அல்லது அரைகுறை அறிவுடையவர்கள் என்று கூறும் கதைகளுக்கு எதிராக அவர்கள் அறிவாளிகள் தாம் என்று கூறும் கதைகள் பல பண்பாடுகளில் காணப்படுகின்றன. ஹெடா ஜேசன் குறிப்பிடும் கோதாமியரின் மூடத்தனம் பற்றிய கதைகளுக்கு முரணாகக் கோதாமியர் பற்றிய அறிவாளிக் கதைகளும் கேரளாவில் உள்ள நம்பூதிரிகளைப் பற்றி வழங்கும் மூடக்கதைகளுக்கு முரணாக நம்பூதிரிகள் பற்றிய அறிவாளிக் கதைகளும் சீக்கியர்கள் பற்றி வழங்கும் மூடக்கதைகளுக்கு முரணாக அவர்கள் அறிவாளிகள் தாம் என்று கூறும் கதைகளும் வழக்கில் உள்ளன.

மாலிகா சிங் என்னும் பெயருடைய ஒரு சர்தார்ஜி இங்கிலாந்திலுள்ள ஒரு பூங்காவில் வெயில் காய்ந்து (sun - bathing) கொண்டிருந்தார். அப்பொழுது அவரிடம் ஒருவர் *நீங்கள் ஓய்வெடுக்கீறீர்களா?" என்ற பொருளில் "Are you relaxing?" என்று கேட்டார். தன்னுடைய பெயர் ரிலாக்சிங்கா என்று தான் கேட்கிறார் என்று எண்ணிய சர்தார்ஜி "இல்லை என்னுடைய பெயர் மாலிகா சிங்" என்று பதிலளித்தார்.

(Handoo 1990: 157), சீக்கியர்கள் வெவ்வேறு ஆங்கிலச் சொற்களை வேறுபடுத்திக் காண இயலாதவர்கள் என்று இந்நகைப்பு குறிப்பிடுகிறது. இதுபோன்ற சர்தார்ஜி நகைப்புகள் இந்தியாவிலுள்ள எல்லா மொழிகளிலும் எடுத்துரைக்கப்படுகின்ற சர்தார்ஜி நகைப்புகள் ஏன் உருவாக்கப்பட்டன? என்பது குறித்து ஹண்டு தமது கட்டுரை ஒன்றில் குறிப்பிட்டுள்ளார். சர்தார் நகைப்புக்கள் குறித்து ஹண்டு குறிப்பிடும் கருத்துக்கள், எதிர்க்கதை மரபு என்றால் என்ன என்பதை வரையறுக்கவும், குன்னத்தூரான் கதைகளில் செயல்படும் எதிர்க்கதை மரபைப் புரிந்து கொள்ளவும். ஒப்பீட்டு ஆய்வு செய்யவும் துணைபுரியும்.

சிறுபான்மையினரை விட பெரும்பான்மையினர் உயர்ந் தவர்கள் என்பதை உணர்த்தவே இனக்கொறுக்குகள் தோன்று கின்றன என்பர். இது சர்தார்ஜி நகைப்புகளுக்கும் பொருந்தும். ஏனெனில் இந்தியாவில் இந்துக்கள் பெரும்பான்மையினர். சீக்கியர் சிறுபான்மையினர். சீக்கியர் அல்லாத பெரும்பான்மையினரின் குறிப்பாக, இந்துக்களின் கூட்டு மனநிலையில் சீக்கியர் தம் வாழ்வின் வெற்றி குறித்த கவலை ஆழமாக வேர் கொண்டிருந்தது. சீக்கியர்களின் வாழ்வின் வெற்றி பல படித்தானது. அவர்கள் ஆயுதப் படையின் தலைவர்களாகவும் வீரர்களாகவும் இருந்தனர். அவர்கள் வணிகத் துறையில் வெற்றி பெற்றோர். திறமை மிக்க பயணிகள், இந்தியாவின் ஒவ்வொரு பகுதிகளில் மட்டுமல்லாது உலகின் எல்லாப் பகுதிகளிலும் அவர்கள் காணப்படுகின்றனர். சீக்கியர் தம் சமயம் எளிமையானது மட்டுமல்லாமல் சம உரிமை கொண்டது. இந்துக்களைப் போல சீக்கியர்களிடம் சாதி ஒழுங்கமைப்பும் சாதிகளிடையே காணப்படும் தகுதிநிலையும் இல்லை. இந்திய வரலாற்றில் அவர்களுக்கு நீங்கா இடம் உண்டு. இதுவே பெரும்பான்மையினர் சீக்கியர் மீது காழ்ப்புணர்ச்சி கொள்ளவும். சர்தார்ஜி நகைப்புகளை உருவாக்கவும் காரணமாக அமைத்திருக்கலாம் என்கிறார் ஹண்டு (1990-160-61).

இந்தியச் சமூக அமைப்பில் சீக்கியர்களின் சமூகப் பொருளாதார வளர்ச்சி ஒரு புது இயல்நிகழ்வு (phenomen) ஆகும். சீக்கியர்கள் தங்களைவிட உயர்ந்து விடுவாரோ என்ற பெரும்பான்மையினரின் அச்சத்தின் வெளிப்பாடே சர்தார்ஜி நகைப்புக்கள் ஆகும். அதாவது சீக்கியர்களைக் குறைத்து

மதிப்பிட்டுப் பெரும்பான்மையினராகிய தாம் உயர்ந்தவர்கள் என்ற எண்ணத்தை நிலைநிறுத்தும் நோக்கில் உருவாக்கப் பட்டவையே சர்தார்ஜி நகைப்புகளாம். அவ்வாறானால் பெரும்பான்மையினர் தங்கள் மீது கொண்டுள்ள எண்ணத்தை சீக்கியர் ஏற்றுக் கொண்டுள்ளனரா? அவ்வெண்ணத்தின் மீதான சீக்கியரின் எதிர்வினையை அவர்கள் எவ்வாறு வெளிப் படுத்துகின்றனர்.

சர்தார்ஜி ஒருவர் வெளியூர் பயணம் செய்ய விமான நிலையம் வந்தார். அவருக்குத் திடீரென சிறுநீர் கழிக்கும் உணர்வு ஏற்பட்டது. ஆனால், விமான நிலையத்தில் கழிப்பறை இல்லை. எனவே, அவர் விமான நிலைய அதிகாரி ஒருவர் அறை க்குச் சென்றார். அவரிடம் "உங்களால் என் முன்னால் நின்று சிறுநீர் கழிக்க முடியுமா?" என்று கேட்டார். 'முடியாது' என அவ்வதிகாரி பந்தயம் கட்ட சர்தார்ஜி அவர் முன் நின்று சிறுநீர் கழித்துவிட்டுப் பணத்தைப் பெற்றுச் சென்றார்.

சர்தார்ஜி மூடர்கள் அல்லது அரைகுறை அறிவு டையவர்கள் என்று கூறும் சர்தார்ஜி நகைப்புக்களுக்கு இக்கதை முரணானது. ஏனெனில் சர்தார்ஜிகள் மீது கொண்டுள்ள எண்ணம் தவறானது என்பதை இக்கதை சுட்டிக் காட்டுகின்றது. அதாவது சர்தார்ஜி நகைப்புக்களின் மூலம் குறைத்து மதிப்பிடப்பட்ட சீக்கியர்கள் தங்களது எதிர் வினையை ஓர் எதிர்க்கதை மூலம் வெளிப்படுத்தியுள்ளனர்.

இதனடிப்படையில் குறிப்பிட்ட ஒரு குழுவினரின் அல்லது பகுதியினரின் பண்பு நலன் குறித்த கதைகளைக் கதை வடிவம் மூலமே மறுக்கும் அல்லது கேள்விக்குள்ளாக்கும் மரபை எதிர்க்கதை மரபு என வரையறுக்கலாம்.

சர்தார்ஜி நகைப்புக்களுக்கு எதிர்க்கதை வழக்கில் இருப்பது போன்று குன்னத்தூரான் கதைகளுக்கும் எதிர்க் கதைகள் விளவன்கோடு வட்டத்தில் வழக்கில் உள்ளன. மூடத் தனத்துக்குள்ளாக்கப்பட்ட குன்னத்தூரான் நிலவியல் பண்பு நலனே தங்களது மூடத்தனத்திற்குக் காரணம் என்று ஒரு கதையின் மூலம் குறிப்பிட்டுள்ளனர்.

குன்னத்தூரான் மூடர்கள் என்று அறிந்து அவர்களைப் பார்க்க மகாராஜா குன்னத்தூர் வந்தார். அவர் குன்னத்தூரில் ஒரு பெரிய வாழைக்குலை நிற்பதைக் கண்டார். அக்குலை முற்றியதும் கொட்டாரத்தில்

சேர்க்கவேண்டும் என்று ஆணையிட்டார். தமது ஆணையை வாழைக்குலையின் உரிமையாளன் அறியும்படி வாழைப்பூ மடலில் எழுதி வைத்தார். வாழைப்பூ மடல் உதிர்ந்தது. செய்தி உரிமையாளனைச் சென்றடையவில்லை. (ஞா. ஸ்டீபன், 1994, பி.ப. 19),

இக்கதையில் குன்னத்துரான்களின் மூடச்செயல்களைப் பார்வையிடவந்த'மகாராஜா'மூடத்தனமாகச்செயல்பட்டதாகச் சொல்லப்பட்டுள்ளது. குன்னத்தூரான்களின் மூடத்தனத்திற்குக் காரணம் அவர்கள் வாழும் மண்ணின் இயல்பே ஆகும். 'சார்ந்ததன் வண்ணம் பெறும்' என்ற வழக்குத் தமிழில் உண்டு குன்னத்தூருக்கு வரும் எவரும் மூடராகி விடுவர் என்பதை விளக்கவே இக்கதை எடுத்துரைக்கப்படுவதாகத் தகவலாளி தெரிவித்தார் (முத்துநாயகம், புள்ளமூட்டுக் கடை), மகாரா ஜாவே குன்னத்தூர் வந்தபோது மூடராகி விட்டார் என்று இக் கதையின் மூலம் வெளிப்படுத்தி குன்னத்தூரான்களின் மூடத்தனத்திற்கு நியாயம் கற்பிக்கப்பட்டுள்ளது. தாங்கள் மூடர்கள் என இழிவுபடுத்துவதன் மூலம் ஏற்பட்ட தாழ்வு மனப்பான்மையை மாற்ற இக்கதை முயற்சித்துள்ளது. இருப்பினும் குன்னத்தூரிலேயே அவர்கள் வாழ்வதால் மூடர் களாகத் தான் இருப்பர் என்பதை அவர்களே ஒத்துக் கொள்கின்றனர் என்பது போன்ற உணர்வையும் இக்கதை தருகின்றது. எனவே இதனாலும், முழு மனநிறைவு அடையாத அவர்கள் மற்றொரு எதிர்க்கதையை வழக்கில் உருவாக்கி யுள்ளனர்.

குன்னத்தூரான்கள் மகாராஜாவிடம் பூசணி பயிரிட அனுமதி பெற்றுப் பயிரிட்டனர். முதல் காயை மகாராஜாவுக்குக் கொடுக்க எண்ணி அதனைப் பத்திரமாகக் காக்க விரும்பினர். எனவே பூசணி பூத்துக் காய் உருப்பெற்றதும் அதனை ஒரு குடத்தில் வளர்த்தனர். காய் பெரிதாகிக் குடத்தை நிரப்பியது. காய் முற்றியதும் குன்னத்தூரார் குடத்தோடு காயை அரண்மனையில் சேர்த்தனர். அரண்மனைப் பணியாளர்கள் குடத்திலிருந்து பூசணிக் காயை எவ்வாறு வெளியில் எடுப்பது என்றறியாது திகைத்தனர். இறுதியில் குடத்தில் சிறிது தண்ணீர்விட்டு குச்சியால் பூசணிக்காயைச் சிதைத்துக் குழைத்து வெளியில் ஊற்றி விட்டுக் குடத்தைக் குன்னத்தூரான்களிடம் கொடுத்தனர்.

இக்கதையிலும் குடத்திலுள்ள பூசணிக்காயை வெளியில் எடுக்க வழியறியாத அரண்மனைப் பணியாளர்கள் மூடத்தனமாகச் செயல்பட்டனர். ஆயின். குன்னத்தூரான்கள் மூடர்கள் அல்லர் என்பது மறைமுகமாகச் சுட்டப்பட்டுள்ளது. குடத் தினுள் தலையை நுழைத்த ஆட்டின் தலையை வெளியே எடுக்க மூடர்கள் ஆட்டின் தலையைத் துண்டித்த கதை போன்றதே இக்கதையும். ஆனால் இக்கதை குன்னத்தூரான்கள் மூடர்கள் அல்லர் என்பதை மிக நுட்பமாக வெளிப்படுத்துகின்றது. மற்றொரு கதை குன்னத்தூரான்கள் மூடர்கள் அல்லர் என்பதை அவர்களது புத்திசாலித்தனத்தின் மூலம் நிறுவுகின்றது.

ஒருமுறை மூன்று குன்னத்தூரான்கள் காட்டின் வழியாகப் பயணம் செய்தனர். வழியில் அவர்களுக்குத் தண்ணீர் தாகம் ஏற்பட்டது. தண்ணீருக்காக அங்குமிங்கும் அலைந்து இறுதியில் ஒரு கிணற்றைக் கண்டனர். ஆனால் கிணற்றிலிருந்து தண்ணீர் எடுக்கப் பாத்திரமும் கயிறும் இல்லை. உடனே குன்னத்தூரான்கள் தாங்கள் அணிந்திருந்த ஆடை களைக் கழற்றி ஒன்றோடு ஒன்று இணைத்துக் கட்டிக் கிணற்றில் இறக்கி நனைத்தனர். பின்னர் அத்துணியை எடுத்துப் பிழிந்து தாகத்தைத் தீர்த்துக் கொண்டனர்.

(ஞா. ஸ்டீபன் 1994: பிப, 22-23)

கிணற்றிலிருந்து தண்ணீர் எடுக்க இயலாத இக்கட்டான சூழலில் குன்னத்தூரான்கள் தங்களது அறிவுக் கூர்மையின் துணையால் தாகம் தீர்த்துக் கொள்கின்றனர். குன்னத்தூரான்களைப் பற்றிச் சொல்லப்படும் மூடத்தனங்களை இக் கதை அடியோடு தகர்த்து விடுகின்றது. ஒரு பானை சோற்றுக்கு ஒரு சோறு பதம் என்றாற் போல குன்னத்தூரான்களின் அறிவுக் கூர்மைக்கு இக்கதை ஒன்றே போதுமானது. எனவே இக்கதை குன்னத்தூரான்களின் மூடத்தனத்தை வெளிப்படுத்தும் கதை களுக்கு எதிர்க்கதையாகும். குன்னத்தூரான் கதைகளின் இனக் கொறுக்குச் செய்திகளின் அடிப்படையில் சொல்வதென்றால் இக்கதை இழிவுக்குள்ளாக்கப்படும் குழுவினரின் எதிர்ப்புக் குரலை வெளிப்படுத்தும் எதிர்க்கதை மரபு சார்ந்தது என்பது தெளிவு. இதுவும் சர்தார்ஜி நகைப்புக்களுக்கு எதிரான எதிர்க் கதை மரபைப் போன்றதே. எங்கெல்லாம் அடக்கு முறைகளுக் குள்ளாக்கப்பட்ட மக்கள் வாழ்கின்றனரோ, அங்கெல்லாம் எதிர்க்கதை மரபு வழக்கில் இருக்க வாய்ப்புண்டு.

சமுதாய ஒடுக்குமுறைக்குள்ளாக்கப்பட்ட ஒரு சாதியினர் சாதிய ஒடுக்கு முறைகளிலிருந்து விடுதலை பெற்று வளர்ச்சியடைந்து தமது சமுதாய மதிப்பை உயர்த்திக் கொள்வதை மேல்தட்டுச் சமூகத்தினர் எவ்வாறு கொச்சைப் படுத்துகின்றனர் என்பதற்குக் குன்னத்தூரான் கதைகள் சான்றாக அமையும். ஒடுக்கப்பட்ட சமுதாயத்தினர் விழிப்படைந்து போர்க்குணம் பெற்று ஒடுக்குமுறையை எதிர்க்கும் போது ஒடுக்குவோர் எதிர்த்துப் போராட முடியாத நிலையில் வழக்காறுகளை ஆயுதமாகப் பயன்படுத்துகின்றனர். ஒடுக்கப் பட்டவர்களின் வளர்ச்சியையும் பலத்தையும் தடுக்க இயலாதபோது அவர்களின் வளர்ச்சியையும், பலத்தையும் ஒடுக்குபவர்களால் அங்கீகரிக்க இயலவில்லை. இவ் இயலாமையே மூடக் கதைகளாக வெளிப்பட்டுள்ளன. இது ஒரு கருத்தியல் போராட்டம். ஒடுக்கப்படுவோர் இதனையும் உணர்ந்து எதிர்க்கதைகளின் மூலம் ஒடுக்குபவர்களின் கருத்தியலையும் எதிர்த்துள்ளனர்.

வாய்வழிக் கதைகள் தமிழ்ச் சமுதாய அமைப்பில் வெறும் கலை நுகர்ச்சிக்கு மட்டும் உரிய வழக்காறுகள் அல்ல. அவற்றிற்குச் சமுதாயத்தின் இயக்கத்தில் பல வகையான பங்கு உண்டு என்பதைப் பல கதைகளின் மூலம் உணர முடிகிறது. சமுதாய வரலாற்றில் வாய்மொழிக் கதைகள் இன்றியமையாத இடத்தைப் பெறுகின்றன என்பதை மறுக்க இயலாது. வாய்மொழிக் கதைகளை அவை வழங்கும் சமூகப் பண்பாட்டுப் பின்புலத்தில் பொருத்தி ஆய்வு செய்தால் மட்டுமே அவற்றின் சமுதாய வரலாற்றுப் பொருண்மை வெளிப்படும். எழுத்துமரபு சாராத வரலாற்றுக் களஞ்சியம் வாய்மொழிக் கதைகளே என்பதில் ஐயமில்லை.

துணை நூற்பட்டியல்

Briggs, Katherin M. 1977. A Sample of British Folktales, London : Routledge & Kegan Paul:

Buchanan, Francis, 1807. A Jounery from Madras Through the Countries of Mysore, Canara and Madras, London: East India Company

Degh, Linda, 1972 . "Oral Narrative" In Folkore and Folk Life. An Introduction, Richard.M., Dorson (Ed.) Chicago : The University of Chicago Press.

Dorson, Richard. M. 1969 - "Legends and Tall Tales", American Folklore. Tristran Coffin (Ed.). Madras: Higgin Bothams (P) Ltd.

Dundes, Alan (Ed.) 1965, The Study of Folklore. Berkeley: University of California.

Handoo, Jawaharlal, 1985L. "Introduction". Folklore in North East India, Soumen Son (Ed.), Delhi.

Handoo, Jawaharlal. 1990 . 'Folk Narrative and Ethnic Identity : The Sardarji Jokes Cycle Story Telling in Contemporary Societies. Zuty Rohrich and Sabino Wienker Pilephno (Eds.). Tubingen: Gunter Narrver lag.

Innes C.A. 1951. Madras District- Gazetteers : Malabar, Evans F.B, (Ed.), Madras: Govt - Press.

Jason, Heda. 1972. Jewish Near Eastern Numskull Tales: An Attmept Interpretation:' Asian Falolklore Studies, 31:1, pp 1-39.

Jenson, Hugh W.M. 1965. "The Esoteric Exoteric Factor in Folklore", The Study of Folklore. Alan Dundes (Ed.), Berkeley: University of California.

Logan, William M.C.S. 1951. Malabar. Madras: Govt. Press, Vol. 1.

Nagam Aiya, V. 1906. The Travancore State Manual, Vol -II. Trivandrum : Govt. Press.

Samuel, John G. (Gen. Ed.), 1988. The Dateless Muse : The story of Venkala Rajan. Thiruvanmiyur: Institute of Asian Studies.

Singh, K. 1984. Indian Social System, Lucknow: Prakasam Kendra,

Thurston, Edgar. 1975, Ethnographic Notes in Southern India. Delhi : Cosmo Publications.

Veluppillai, Sadasystilak, T.K. 1940. The Travancore State Manual, Vol-I, Trivandrume: Govt. Press.

ஸ்டீபன், ஞா, 1984, " விளவன்கோடு வட்டத்தில் வழங்கும் நாட்டார் கதைகள்" (அச்சிடப்படாத எம்.ஃபில் ஆய்வேடு), பாளையங்கோட்டை: தூய சவேரியார் கல்லூரி.

சோமசுந்தரம். ச. 1984, "நாட்டுப்புறக் கதைகளில் சாதிய முரண் பாடுகள்". பதினாறாவது கருத்தரங்க ஆய்வுக்கோவை, தொகுதி 3, அண்ணாமலை நகர் : இந்தியப் பல்கலைக்கழகத் தமிழா சிரியர் மன்றம்.

ஸ்டீபன், ஞா. 1994, வேடிக்கைக் கதைகளில் அமைப் பியல் ஆய்வு (அச்சிடப்படாத பி.எச்.டி ஆய்வேடு), பாளை யங்கோட்டை தூய சவேரியார் கல்லூரி,

ரொமிலா தாப்பர். 1972 வரலாறும் வக்கிரங்களும், ஆராய்ச்சி, மலர் 3, இதழ் 2.

---

9. வாய்மொழிக் கதையாடல்களின் குறியியல்

டி. தருமராஜன்

'வாய்மொழி' என்ற சொல் ஊடகத்தை மையப்படுத்தும் செயலின் விளைவு, அதன் தொடர்ச்சியாக அல்லது அதனோடு கூடவே 'எழுத்து' எனும் ஊடகமும் இணைக்கப்பட்டிருக்கிறது. வாய்மொழி வெளிப்பாடுகளைப் புரிந்து கொள்வதற்கு முயற்சி செய்கின்ற வேளையில், அறிந்தோ அறியாமலோ இரு ஊடகங்களுக்கும் இடையிலான முரண்பாட்டை அங்கீகரிக்கும் செய லையும் நாம் செய்து முடித்து விடுகிறோம். வாய்மொழியை அல்லது அதன் மாற்றான, எளிய வடிவமான பேச்சை 'எழுத்து' பற்றிய பிரக்ஞை இல்லாமல் இன்றைய சூழலில் யோசிக்க முடிந்ததில்லை.

வாய்மொழியின் தன்மைகளையோ, வெளிப்பாட்டு வடிவங்களையோ, செயல்பாடுகளையோ, அதை மேற் கொள்ளும் நபர்களின் மனநிலைகளையோ, அது தன்னைப் பேசக் கூடியவர். அல்லது பயன்படுத்தக் கூடியவர் மீது நிர்ப்பந்திக்கக் கூடிய கட்டுப்பாடுகளையோ, அதன் விதிமுறை களையோ அல்லது பல நேரங்களில் அது வழங்கக்கூடிய சுதந்திரங்களையோ உணரத் தொடங்கும், அறிந்து கொள்ளும் கணத்திலேயே எழுத்து மொழியின் ஆளுமைகளையும் சேர்த்தே நாம் பேசிக் கொண்டிருக்கிறோம் என்பதை மறுப்பதற்கில்லை.

இதன் காரணமாக வாய்மொழியையும், எழுத்து மொழியையும் 'மில்மன் பாரி'(1) செய்ததைப் போல, இரட்டை எதிர்மறைகளாகப் பாவிக்க வேண்டிய சூழலானது, 'வரைய றுக்கப்பட்ட எல்லைக்கு அப்பால் யோசித்தல்' என்பதையே இல்லாமலும் மாற்றக் கூடும். ஆனால், பல நேரங்களில் முரண்களை இரட்டை எதிர்மறைகளாகக் கற்பனை செய்வதிலான ஆய்வு, எளிமை வசீகரமானது. எதிரெதிர்த் துருவங்கள் என்கிற கருத்தாக்க மாதிரி எழுப்பக் கூடிய பதில் தெரிந்த கேள்விகள் சிந்தனைக்கான வழிகாட்டிகள் போன்று தம்மை உற்றுப் பார்த்துக் கொண்டிருப்பதையும் 'கண்காணிப்பு அரசியலாகவே' புரித்து கொள்ள வேண்டும். இதை முன்னிட்டு வாய்மொழிக்கும் எழுத்து மொழிக்குமான வேறுபாட்டை

'எதிர்மறை' என்றில்லாமல் வேறுபோல் பார்க்கத் தொடங் கலாம். இக்கட்டுரையின் பெரும் பகுதியில் இத்தகைய மாற்று விளக்கங்களுக்கான முயற்சிகளே மேற்கொள்ளப்பட்டுள்ளன.

பேச்சும் எழுத்தும் பயணப்படும் வெவ்வேறு ஊடகங் களே வாய்மொழியும் எழுத்து மொழியும், இந்த யோசனையின் தொடர்ச்சியாக வேறு சொற்களில் இச்சிக்கலை விளக்குதல் 'ஒரு வேளை' நமக்கு ஏதாவது பயனளிக்க முடியும்.

ஓசை என்பதும் காட்சி என்பதும் இரு வேறு ஊடகங்கள், இவ்வூடகங்கள், வேறெந்தவொரு சிறந்த ஊடகத்தையும் போலவே, சில பல செய்திகளை ஒன்றிலிருந்து மற்றொன்றிற்குக் கடத்துவதற்குப் பயன்படுகின்றன. இவ்வூடகங்களின் வழியே ஒரு செய்தி பயணப் படுவதென்றால் அது சில தகுதிகளைப் பெற்றிருக்க வேண்டுமெனும் கட்டாயம் இருந்து கொண்டே யிருக்கிறது. இதனால் ஓசையின் வழியே கடத்தப்படும் செய்தி ஒரு வடிவத்திலும் காட்சியின் வழியே செல்லும் செய்தி வேறொரு வடிவத்திலும் அமைய வேண்டியதாகிறது.

பேச்சும் எழுத்தும் இவ்வாறு உருவாக்கப்பட்ட வெவ் வேறு வடிவங்கள். இவ்வடிவங்கள் தங்களது ஊடகக் குணங் களையும், அவற்றின் தடயங்களையும் தங்களில் கொண்டுள்ளன என்பது இயல்பு. இதன் காரணமாகவே ஒரே சொல்லின் உச்சரிப்பிற்கும், வரிவடிவத்திற்கும் இடையிலான உறவில் பகுத்தறிவு சார்ந்த, தர்க்க ரீதியான உரையாடல்களுக்குச் சாத்தியமிருப்பதில்லை. எந்தவொரு உச்சரிப்பும், (மொழியின் வரலாற்றில் ஒலியே காட்சியை விடவும் காலத்தால் முந்தையது எனும் அடிப்படையில்) வரியின் ஒழுங்கு தீர்மானிக்கப்பட்ட பொழுது எந்தவொரு கட்டாயத்தையும் ஏற்படுத்தவில்லை என்பது அடிப்படை உண்மை.

ஒரு சொல்லின் வரிவடிவத்திற்கும் ஒலிவடிவத்திற்குமான வேறுபாடு 'குறிப்பான்' என்கிற வடிவத்திலேயே மையப்படுத்தப் பட்டுள்ளது. வாய்மொழியையும், எழுத்து மொழியையும் சொற்களின் தளத்தில் உணர்ந்து கொள்வதென்றால் குறிப் பான்களின் சிக்கலாக விளக்கிவிட முடியும். 'சொல்' எனும் குறி தனது வெளிப்பாட்டு வடிவத்தைக் குறிப்பானென்றும் குறிக்கும் பொருளை குறிப்பீடென்றும் ஒழுங்குபடுத்தியுள்ளது. எனவே பேசப்படும் சொல்லுக்கும், எழுதப்படும் சொல்லுக்குமான வேறுபாடு 'குறிப்பான்களின் வேறுபாடு' என்ற முடிவிற்கு வந்துவிடலாம்.

வாய்மொழிக்கான குறிப்பான் வேறு, எழுத்து மொழிக்கான குறிப்பான் வேறு என்று பிரித்து அறிந்தாலும் இவ்வெவ்வேறு குறிப்பான்களும் சுட்டுகின்ற பொருள் ஒன்றே என்ற வாதம் 'எதிர்மறைச் சிக்கலை' குறிப்பான்களின் முரணாக மாற்றிவிடும். 'குறிப்பான்கள் குறிப்பீடுகளுடன் கொண்டிருக்கும் தொடர்பு இடுகுறித் தன்மையானது' என்ற சசூரின்(2) விளக்கத்தின்படி குறிப்பான்களின் பணி விலகி நின்று சுட்டுவதாகவும் அருவங்களுக்கான உருவ அடையாளங்கள் என்றும் ஏற்றுக் கொள்ள வேண்டும். உருவ அடையாளங்கள் அடையாளமற்ற அருவங்களைப் பாதிக்கின்றன என்ற வாதமும் பயனிழந்து போகும். இடுகுறித்தன்மையையும் மீறி, அவற்றிற்கிடையிலான உறவை வளர்க்க முனையும் தருணத்தில் (அதாவது உருவங்கள் அருவங்களைக் கட்டுப்படுத்துகின்றன என்ற தொனியில்) வடிவவியல் செய்த பழைய தவறுகளை நாமும் செய்ய வேண்டியதிருக்கும். வாய்மொழி, எழுத்து மொழி வேறுபாட்டைக் குறிப்பான்களின் சிக்கலாக விளக்குதல் 'குறிப்பான் நிர்ணயவாதமாகவும்' சுருங்கிப் போகும்.

அதே சமயம், இவ்விரு ஊடகங்களுக்கிடையிலான வேறுபாடுகளையும் மறுப்பதற்கில்லை; அவை வெளிப்படுத்தும் செய்திகளே கூட அவ்வேறுபாட்டைத் தெளிவாய்ப் புலப்படுத்துகின்றன. இந்த இடத்தில் பேச்சு, எழுத்து என்கிற முரண்பாட்டைச் சொல் அல்லது குறி போன்ற அடிப்படை அலகுகளில் விளக்காமல் வேறெந்த நிலைகளில் விளக்குவது என்ற கேள்வி எழுகிறது.

மேற்கொண்டு விவாதிப்பதற்கு முன், நமக்கு முன்னுள்ள சிக்கலைக் கொஞ்சம் தெளிவுபடுத்திக் கொள்ளலாம். 'வாய்மொழிக் கதையாடல்களின் குறியியல்' என்று பேசுகையில் வாய்மொழி மூலமாக நடைபெறும் குறித்தலைப் பற்றிய அறிவியல் என்று விளங்கிக் கொள்கிறோம். மொழி என்ற பொதுச் சொல்லைத் தவிர்த்துவிட்டு வாய்மொழி என்று யோசிக்கும் வேளையில் அதன் இணைப்பாக எழுத்து மொழியையும் இணைத்தே சிந்திக்கிறோம் என்பதை அறிந்திருக்கிறோம். இவ்விரு மொழிச் செயல்பாடுகளுக்கும் இடையிலான வேறு பாடுகளை நம்மால் உணர முடிகிறது. அதே போல், இரண்டிற்குமான தொடர்பினையும், ஊடாட்டங்களையும், பரிமாற்றங்களையும் நம்மால் சேகரிக்க முடிகிறது. ஆகவே, மரபான இரட்டை எதிர்மறைச் சிக்கலுக்கு

இவற்றைத் திணித்து விடுவதை நம்மால் அனுமதிக்க முடிவதில்லை. இத்தகைய சூழலில் வாய்மொழிக் கதையாடல்களின் குறித்தலை எவ்வாறு விளங்கிக் கொள்வ தென்பதே நமது முதன்மைச் சிக்கலாக அமைந்துள்ளது. இவையிரண்டிற்குமிடையே நம்மால் உணர முடிகிற வேறுபாடு எந்த அளவிலானது என்பதை வரையறுப்பதே நமது தொடக்கச் சிக்கலாகவும் இருந்து கொண்டிருக்கிறது.

வாய்மொழியை அல்லது அதன் கதையாடலை இவ்வளவு தூரம் சிக்கலுடையதாக வரையறுக்கும் செயலுக் கான ஆதார நியாயம் மொழிக்கும்-சிந்தனைக்கும் இடையிலான நெருக்கமான, தவிர்க்கவியலாத உறவைச் சார்ந்தது. குறியியல் என்ற அறிவுத் துறையின் விசாரிப்புகளுக்குப் பின்பு மொழி எவ்வாறு சிந்தனையைத் தீர்மானிக்கிறது என்பது தெளி வாகியிருக்கிறது. குறிப்பாக மத்திய கால ஐரோப்பியச் சிந்தனையாளரான பியர் அபிலார்ட்(3) மொழி பற்றிப் பேசுகிற பொழுது 'மொழிக் கருத்துப் புலப்படுத்தத்திற்கான கருவி மட்டு மல்ல; சிந்தனைக்கான கருவியாகவும் செயல்படுகிறது' என்று குறிப்பிட்டது மொழிக்கும், சிந்தனைக்குமான தொடர்புகளைத் தெளிவுபடுத்தியது.

பௌதீக உலகத்துடனான மனித ஊடாட்டத்தினாலேயே சிந்தனை சாத்தியமாகிறது என்றாலும், அதன் அடுத்தடுத்த நிலைகளில் சிந்தனை தனக்குள்ளிருந்தே தன்னைச் சுயம் புவாகவும் உருவாக்கிக் கொள்கிறது. 'பொதுமைகள்' என்ற ழைக்கப்படுகிற மனப் பிம்பங்கள் அனைத்தும் இவ்வாறு நேரடியான அனுபவங்களின் விளைவாக இல்லாமல், கருத் துகளின் விளைவாக உருவாக்கப்பட்டவை போன்ற விளக் கங்கள் தத்துவ உலகின் மரபான விவாதப் பொருளான சிந்தனையிலிருந்து பொருளா? அல்லது பொருளிலிருந்து சிந்தனையா என்ற கேள்விக்கு வேறு வகையில் பதிலளிக்க முன் வந்தன.

இதன் தொடர்ச்சியாகச் சிந்தனையானது பொருட்க ளுடனான உறவிலிருந்தும் கருத்துக்களுக்கு இடையேயான ஊடாட்டத்திலிருந்தும் தோன்ற முடியுமென்கிற சூழலில், கருத்துகளைச் சுட்டி நிற்கிற மொழிக் குறிகளின் செயல் பாடுகள் முக்கியத்துவம் பெற்றன. கருத்துகளின் அடை யாளங்களாக நிற்கக்கூடிய குறிகள் மொழி என்ற ஒழுங்க மைப்பிற்குள் செயல்படுவதால், தொடர்ச்சியான சிந்திக்கும் செயல்பாட்டை ஒழுங்குபடுத்துபவையாகவும் பணியாற்றத்

தொடங்குகின்றன. சிந்தனையை அணுகுவதென்பதும் அவற்றை மேற்கொண்டு வளர்ப்பதென்பதும் மொழியின் தடத்திலேயே, அது மொழியக்கூடிய கட்டுப்பாடுகள், விதி முறைகள், வாய்ப்புகள், சுதந்திரங்களுடன் நடைபெறுவது தென்பது தவிர்க்க முடியாததாக மாறிவிடுகிறது. எனவே, மொழியின் ஒழுங்கமைப்பு என்ற குணம் சிந்தனையைத் தீர்மா னிப்பதாய், வழி நடத்துவதாய் மாறி விட்டிருக்கிறது.

மொழியின் ஒழுங்கிற்கும் சிந்தனையின் ஒழுங்கிற்குமான இத்தகைய தொடர்ச்சி, வாய்மொழியும் எழுத்துமொழியும் வெவ்வேறான ஒழுங்கமைப்புகளைக் கொண்டிருக்கின்றன என்றால் வேறுவேறான சிந்தனையொழுங்கையும் கொண்டி ருக்கின்றனவா என்ற கேள்வியை எழுப்புகிறது. இதனடி ப்படையிலேயே, வாய்மொழிக் கதையாடலின் குறித்தலைப் பற்றி யோசிக்கையில் வேறொரு சிந்தனைத் தளம் இதனுள் செயல்பட்டுக் கொண்டிருக்கிறதா (வழக்கமான குறியியல் ஆய்வுகள் எழுத்து மொழிக் கதையாடலையே தனது ஆய்வுப் பொருளாகக் கொண்டிருக்கும் சூழலில்) என்று யோசிக்கத் துவங்குகிறோம்.

வாய்மொழித் தன்மை மாறுபட்ட சிந்தனையொழுங்கைக் கொண்டிருக்கிறது என்றால், எழுத்து மொழியுடனான அதன் வேறுபாடு என்ன என்பதே நமது சிக்கலாக இருந்தது. மொழி, குறிகளின் ஒழுங்கமைப்பாகச் செயல்படுகிறது என்றால், வாய்மொழியின் தனித்துவம் குறிகளின் அளவிலேயே தோற்றம் பெறத் தொடங்கி விடுகிறதா என்று யோசிக்கலாம். குறி களின் அளவிலேயே வேறுபாடுகள் உருவாகின்றன என்ற வாதம் ஒட்டு மொத்த 'வாய்மொழி- எழுத்துமொழிச்' சிக்கலாக வடிவவியல் சிக்கலாக, (அதாவது குறிப்பான்களின் சிக்கலாக) சுருங்கி விடக்கூடிய அபாயமிருப்பதை நம்மால் கண்டுகொள்ள முடிந்தது. குறிப்பான்கள் குறிப்பீடுகளை எவ்வளவு தூரம் கட்டுப்படுத்துகின்றன என்பது இந்த இடத்தில் ஐயத்திற்குரியது.

இதே விதமான சிக்கலைத் தனது Of Grammatology நூலில் எடுத்துக் கொள்கிற ழாக்தெரிதா மிக எளிமையாக வாய்மொழிக் குறிப்பான்களை 'குறிப்பான்கள்' என்றும் எழுத்து மொழிக் குறிப்பான்களை 'குறிப்பான்களின் குறிப்பான்' என்றும் அழைப்பதன் மூலம் தீர்த்துக் கொள்வதையும் நாம் கவனிக்க வேண்டும்(4). இதன் மூலம் அர்த்தங்கள் ஓசையாலான குறிப்பான்களாலேயே சுட்டப்படுகின்றன என்றும் வரி

வடிவிலான குறிப்பான்களும் கூட அவற்றின் உச்சரிப்பைச் சுட்டிய பின்பே அர்த்தம் சுட்டப்படுகிறது என்றும் குறிப்பிடுகிறார். அர்த்தம் எனும் குறிப்பானுடன் நேரடியாய்த் தொடர்பு கொண்டிருப்பது (வாய் மொழியானாலும் அல்லது எழுத்து மொழியானாலும்) ஓசை எனும் குறிப்பான்தான் என்ற உண்மை நமது சிக்கலைச் சிறிது தளர்த்துகிறது. குறிகளின் தளத்தில் பேச்சு-எழுத்து என்ற சிந்தனை வேறுபாடு நடைபெறுவதில்லை என்பதை விளங்கிக் கொள்ளுதல் இந்த நிலையில் அவசியம்.

சிந்தனை வேறுபாட்டிற்கான வேர்க் குறிகளின் நிலையில் செயல்படவில்லை என்ற முடிவு வடிவவியல் பிடியிலிருந்து நம்மைக் காப்பாற்றும் என்றாலும் இரு வேறு குறிப்பான் களுக்கிடையேயான வெளிப்படையான குணமாறுபாடு இல்லாமல் இல்லை; பேச்சில் செயல்படும் குறிப்பான்களுக்கும் எழுத்தில் செயல்படும் குறிப்பான்களுக்கும் அவற்றின் வடிவ நிலையிலும் நிகழும் கால அளவிலும் வேறுபாடுகள் உள்ளன.

ஒளி வடிவமற்றது, நிலைத்திருக்காதது. நிகழ்த்துதல் சார்ந்தது; ஆனால் காட்சி வடிவமுடையது, நிலையானது, நிகழ்வு சார்ந்தும்-சாராமலும் இருந்து கொண்டிருப்பது உச்சரிக்கப்பட்ட குறியானது, மறுகணமே ஞாபகமாய் மாறி விடுகிறது; உருவமற்றது என்ற அளவில் 'திரும்பிப் பார்க்க' முடியாதது. பிறந்த கணத்தைத் தவிர பிற பொழுதுகளில் பேச்சின் குறிப்பான்கள் தங்களது பௌதீகத் தன்மையைக் காப்பாற்றிக் கொள்ள முடிந்ததில்லை. அவற்றைப் பற்றிய நினைவுகளே நம்மில் நிலை கொண்டுள்ளன. எனவே, வாய்மொழியின் குறிப்பான்கள் பயன்பாட்டளவில் கலை நேரங்கள் மட்டுமே ஒலியாய் வாழ்கின்றன. ஒலி மறைந்த மறுகணம் அவை ஒலித்த உணர்வுகளாக மாறி விடுகின்றன.

ஆனால், எழுதப்பட்ட சொல்லொன்றின் குறிப்பான் நிலைத்து நிற்கிறது; தனது வடிவத்தைத் தொடர்ந்து காப்பாற்றி வருகிறது; 'மறுபடியும்' என்ற சாத்தியத்தை வாசிப்பவனுக்கு வழங்குகிறது; பௌதீக நிலையில் குறிப்பானாகவே அதனால் வாழ்ந்து கொண்டிருக்க முடிகிறது. பேச்சின் குறிப்பான் அருவமாக, ஞாபகத்தைச் சார்ந்து செயல்படுகிறது என்றால், எழுத்தின் குறிப்பான் உருவமாக, எதையும் சாராது இருந்து கொண்டிருக்கிறது.

இத்தருணத்தில் தொல்காப்பியம் சொல்லின் இரு பகுதிகளாகக் குறிப்பிடும் 'சொன்மை', 'பொருண்மை' என்பனவற்றை மனதில் கொள்ளலாம். ஏறக்குறைய சசூரின் 'குறிப்பான்', 'குறிப்பீடு' என்ற சொற்களுக்கு இணையானவை எனச் சொல்ல முடிகிற சொன்மையும், பொருண்மையும் தமிழ்க் குறியியல் சிந்தனையளவில் எவ்வாறு புரிந்து கொள்ளப் படுகின்றன என்பது முக்கியம். 'சொன்மை' என்ற சொல் குறிப்பானிற்கு இணையானது என்றாலும் இரண்டும் வெவ் வேறு தன்மைகளைச் சொல்லக் கூடியவையாய் அமைந் துள்ளன. 'குறிப்பான்' என்பது வடிவமுடைய, நிலைபெற்றிருக்கக்கூடிய அடையாளத்தைப் பேசுகிறது என்றால் 'சொன்மை' என்பது குறிப்பானின் வெளிப்படும் தன்மையை, குணங்களைச் சுட்டுகிறது. சசூரின் 'குறிப்பான்' வேறொரு பொருளைச் சுட்டுவதற்காகச் செயல்பட்டுக் கொண்டிருக்கும் 'பொருளின் தன்மை'யென வரையறுக்கப்படுகிறது. சசூர் குறிப்பானைக் காட்சி வடிவப் பொருளென்றும் தொல்காப்பியர் குறிப்பானைக் காட்சி வடிவப் பொருளின் குணம் என்றும் விளக்குகின்றனர். இதனடிப்படையில் 'குறிப்பான்' என்ற சொல் எழுத்து மொழியின் குறிப்பானைச் சுட்டுகிறது என்றும் தொல்காப்பியச் 'சொன்மை' வாய்மொழிக் குறிப்பானைச் சுட்டுகிறது என்றும் விளக்க முடியும்(5),

அடிப்படையில் வாய்மொழிக் குறிக்கும் எழுத்து மொழிக் குறிக்குமான வேறுபாடு குறிப்பான்களின் செயல்பாட்டைப் பொறுத்து விளக்கப்படுகிறது. எழுத்துமொழியின் குறிப்பான் பொருளாகவும் அதன் குறிப்பீடு அருவமானதாகவும் காணப் படுகிற சூழலில், வாய்மொழியின் குறிப்பான் அருவமாகவே இயங்கக் கூடிய நிர்ப்பந்தத்தில் உள்ளது. இதனாலேயே தொல் காப்பியக் குறிப்பான் 'சொன்மை' என்று அழைக்கப்படுகிறது.

இந்த நிலையில் வாய்மொழிக் கதையாடல்களின் தனித் துவம், அதாவது பேச்சு வடிவம், எழுத்திலிருந்து எந்த நிலையில் வேறுபடத் தொடங்குகிறது என்ற நமது சிக்கலை மறுபடியும் விவாதிக்கத் தொடங்கலாம். மொழிச் செயல்பாடு என்று எவற்றைச் சொல்லுகிறோம் என்பதில் தெளிவு தேவை. அடிப் படையில் மொழியானது குறிகளின் ஒழுங்கமைப்பு என்று விளக்கப்படுகிறது. இதன் அடுத்த நிலையில், ஒழுங்குபடுத்தப் பட்ட குறிகளிலிருந்து "பேச்சு" என்ற பனுவல் உருவாக்கப்

படுகிறது. இப்பனுவலில் செயல்படக்கூடிய ஒழுங்கினையே கதையாடல் என்பதாக அழைக்கிறோம். இதன் இறுதி நிலையில் அப்பனுவலிலிருந்து உருவாக்கக்கூடிய சொல்லாடல் அமைந்துள்ளது.

குறி, குறிகளின் ஒழுங்கமைப்பு, பனுவல் சொல்லாடல் என்ற நான்கு நிலைகளில் வாய்மொழிக் கதையாடலின் தனித்த சிந்தனைப் போக்கு எந்த நிலையில் தோற்றம் பெறுகிறது என்பதை மேற்கொண்டு விளக்குவதற்கு முன் இதுகுறித்துப் பேசப்பட்ட கருத்துகளையும் கோட்பாடுகளையும் ஆராய்தல் தேவையாகும்.

II

வாய்மொழி குறித்து இதுவரையில் செய்யப்பட்ட ஆய்வுகளை அவற்றின் நோக்கம் குறித்து இரண்டு வகைகளாகப் பிரிக்க முடியும். வாய்மொழி வெளிப்பாடுகளைப் பனுவல்களாக ஏற்றுக் கொண்டு அதில் வெளிப்படும் அர்த்தங்களை விசாரிப்பதற்காகச் செய்யப்பட்ட ஆய்வுகள் முதல்வகை. இவ்வகை ஆய்வுகள் மில்மன் பாரி, ஏ.பி. லார்ட், ரிச்சர்ட் பாமன், டெல் ஹைம்ஸ் வால்டர் ஜே ஓங், லாரி ஹாங்கோ போன்றோரால் செய்யப்பட்டன. நாட்டார் வழக்காற்றுப் பனுவல்களை ஆராய்ந்த இவர்கள் நோக்கங்களின் அடிப்படையில் வெவ்வேறானவர்களாகத் தோன்றினாலும் இவர்களது ஆய்வுகளின் மையச் சரடு பனுவல் சார்ந்ததாகவே அமைந்திருந்தது.

மிகவும் குறிப்பாக ‘வாய்மொழி - எழுத்துமொழி’ என்கிற இரட்டை எதிர்மறையை வலுவாக வாதிட்ட பாரி, லார்டின் வாய்மொழி வாய்பாட்டுக் கோட்பாடு வாய்மொழி இலக்கியங்களின் வெளிப்பாட்டளவில் செயல்படக்கூடிய ஒழுங்கமைவைக் கண்டுபிடிப்பதாக அமைந்தது. இவர்கள் இருவருமே வாய்மொழி இலக்கியங்களின் நீள அகலங்களில் ஆச்சரி யப்பட்டு அவ்விலக்கியங்களைத் தோற்றுவிக்கும் கலைஞர் களின் உத்தி முறையைக் கண்டறிவதில் முனைந்து நின்றனர். நாட்டார் வழக்காறுகளை ‘நாட்டார் இலக்கியங்கள்’ என இவர்கள் அழைக்கத் தொடங்கியதையும் இங்குக் கவனத்தில் கொள்ள வேண்டும். ‘வழக்காறுகள்” என்ற சொல்லின் பின்னணியில் செயல்படும் குழுத்தன்மை ‘இலக்கியம்’ என்று சொல்கையில் வலுவிழந்து பாடகர் அல்லது

கலைஞர் என்பவர் முக்கியத்துவம் பெறுவது இவர்களது கோட்பாட்டில் நிகழ்ந்தது. மேலும் வாய்மொழி வாய்பாட்டுக் கோட்பாடு நெடுகிலும், இழையோடும் 'வாய்மொழி எழுத்துமொழி' துருவ முரண்பாடு இலக்கியக் கர்த்தாவும், பாடகனும் ஒரே தளத்தில் செயல்படுபவர்களல்ல என்ற முன் முடிவையும் இவர்களுக்குத் தந்து கொண்டிருந்தது. விளைவாக, இக்கோட்பாடு நீண்ட காவியங்களை ஞாபகத்தின் துணையுடன் நாட்டார் கலைஞன் எவ்வாறு கட்டுகிறான் என்ற கேள்வியை மையமாகக் கொண்டிருந்தது.

'ஞாபகம்' முதன் முறையாக வாய்மொழிக் கதையாடல் ஆய்வுகளில் முக்கியமான கருத்தாக்கமாக உருப்பெற்றது. இதன்மூலம் வாய்மொழிக் கதையாடல் என்பது மரபான விளிகள், சொற்றொடர்கள். அடிகருத்துகள், வாய்பாடுகளால் செய்யப்பட்டவை என்ற பார்வை முன் வைக்கப்பட்டது. இக் கூறுகளை அதிகபட்சமாகத் தனது ஞாபகத்தில் சேகரித்துக் கொண்டு, சரியான தருணங்களில் பயன்படுத்தத் தெரிந்த நபர் மிகச் சிறந்த நாட்டார் கலைஞர் என இக்கோட்பாடு வாதிட்டது(6).

வாய்மொழிக் கதையாடல் குறித்து முதன் முறையாகச் செய்யப்பட்ட இவ்வாய்வின் முடிவாகக் கதையாடல் என்பதன் அடிப்படை அலகுகள் வாய்பாடுகள், அடிக்கருத்துகள், கதை வகைகள் என்பதாக அறிவிக்கப்பட்டது. இவற்றைத் திறம்படச் செய்வதற்கு 'ஞாபகம்' என்ற உத்தி பயன்படுத்தப்பட்டது. இதன் மூலம் வாய்மொழிக்கும் எழுத்து மொழிக்குமான வேறு பாடென்பது மொழியின் அடிப்படை அலகான சொற்களில், (அதாவது குறிகளில்) நிலை கொண்டிருக்கவில்லை, மாறாக சொற்றொடர்களில் அமைந்திருப்பதாய்ச் சொல்லப்பட்டது. நாட்டார் கலைஞன் வாய்மொழிக் கதையாடல் உருவாக் கத்திற்கான பயிற்சியைச் சொற்களை அறிந்து கொள்வதன் மூலம் பெற்றுக் கொள்வதில்லை; அவனுடைய 'மொழிக் கிடங்கு' என்பது குறிகளால் செய்யப் பட்டிருக்கவில்லை. இதனால் அவனது 'பேச்சு' அல்லது 'பனுவல்' குறிகளால் கட்டப்பட்டவையல்ல. முற்றிலும் மாறாக மரபான சொற் றொடர்களால் கட்டப்பட்டவை.

வாய்மொழி வாய்பாட்டுக் கோட்பாட்டின் அடிப் படையில் இவ்வாறு சொல்லப்பட்ட செய்திகள், வேறு பல ஆய்வாளர்களால் நாட்டார் கலைஞர் மட்டுமல்ல, வாய்

சனங்களும் வரலாறும்

மொழியில் வாழ்த்து வரக்கூடிய எந்தவொரு நாட்டாரும் தனது சேமக்கிடங்கை (மொழிக் கிடங்கு' என்ற மொழியியல் கருத்தாக்கத்திற்கு இணையானதாக) மரபான பயன்பாட்டுத் தொடர்கள் அடங்கியதாகவே கொண்டிருக்கிறார்; தலைமுறை தலை முறையாக வழங்கி வரும் வழக்காறுகளையே வாய் மொழிப் பண்பாடு தனது சமூக உறுப்பினர்களுக்கு மொழியென வழங்கி வந்துள்ளது; சிந்தனைத் தொடர்ச்சியைக் காப்பாற்றிக் கொள்வதற்காக எல்லா வாய்மொழிச் சமூகமும் இதனையே தனது அடிப்படை விதியாகக் கொண்டிருக்கிறது என்றும் சொல்லப்பட்டது.

குறிப்பாக வாய்மொழிப் பண்பாடுகளின் உளஇ யக்கவியலைப் பேச முனைந்த வால்டர் ஜே. ஓங் மேலும் அதிகமாக இக்கருத்தாக்கத்தை விரிவுபடுத்தினார்(7). வாய்மொழியை மட்டுமே கொண்டிருக்கக்கூடிய பண்பாடொன்றைக் கற்பனை செய்வதில் தனது ஆய்வைத் தொடங்கும் ஓங். அப்பண்பாட்டின் சிந்தனைத் தளம் எழுத்து மொழிச் சமூகத்தின் சிந்தனைத் தளத்திலிருந்து முற்றிலும் வேறுபட்டதாய் இருக்குமென்று விவாதிக்கத் தொடங்குகிறார்.

மில்மன் பாரியின் 'ஞாபகப்படுத்தல்' என்ற கருத்தாக்கத்தைத் தனது விவாதத்தின் மையச் சரடாகக் கொள்ளும் ஓங், 'ஞாபகம்' என்பது சிக்கலுடையதாய்க் காணப்படும் பண் பாட்டையும் அதையொட்டி அப்பண்பாடு தன்னை எவ்வா றெல்லாம் வடிவமைத்துக் கொண்டு தனது குறைபாட்டை நிவர்த்தி செய்து கொள்கிறதென்பதையும் இதன் மூலம் அப் பண்பாட்டின் உள்ளம் அல்லது சிந்தனை முறை எவ்வாறு மாற்றமுறுகிறதென்பதையும் விளக்க முனைகிறார்.

'ஞாபகம்' என்பதை வாய்மொழி வாய்பாட்டுக் கோட் பாட்டாளர்களும் ஓங்கும் புரிந்து கொள்ளும் விதம் இங்கு முக்கியம். எழுத்து மொழிப் பண்பாடுகளுக்கு இருக்கக்கூடிய ஞாப கப்படுத்தும் உத்தி (அதாவது சிந்தனையொன்றைப் பாதுகாத்து வைக்கும் முறை) வாய்மொழிப் பண்பாட்டிற்கு இருக்கவில்லை என்பதில் இருவரும் ஒத்துப் போகிறார்கள். எழுத்து மொழிச் சமூகம் தனது நினைவோட்டங்களையெல்லாம் பனுவல்களாகப் பாதுகாக்கும் வசதியைப் பெற்றிருக்கிறது. அதன் வரலாறு, மரபு, தொன்மை போன்ற பல்வேறு செய்திகள் எழுத்துகளாகப் பேணப்படுகின்றன. இதனால்

நூற்றாண்டுகளுக்கு முன்னால் யோசிக்கப்பட்ட செய்தி யொன்றையும் தூசு தட்டி வளர்த்தெடுப்பதற்கான சாத்தியங்களை எழுத்துச் சமூகம் கொண் டிருக்கிறது. இதன் தொடர்ச்சியாக அச்சமூகங்களின் சிந்தனை அல்லது அறிவுத் தொகுப்பு மனிதமூளைக்கு வெளியே வைத்துப் பாதுகாக்கப் படும் வாய்ப்புக் கிடைக்கிறது. அதாவது, இச் சமூகங்கள் தங்களது மொழிக் குறிகளுக்கான குறிப்பான்களை நிலைத்த வடிவமுள்ளவைகளாகக் கொண்டுள்ளன,

இத்தகையதொரு வாய்ப்பினை இழந்திருக்கிற அல்லது அறிந்திராத சமூகங்கள் தங்களது அறிவுத் தொகுதியைப் பேணுவதற்காக வேறு சில உத்திகளை உருவாக்கிக் கொள் கின்றன. வாய்பாடுகள், மரபான விளிகள். அடிக்கருத்துகள், கதை வகைமைகள் போன்றவற்றைப் பெருமளவில் கொண் டிருக்கும் வாய்மொழிக் கதையாடல்கள் இவ்வகை உத்திகளால் உருவாக்கப் பட்டவையே. தனது மொழியின் குறிகளுக்கான குறிப்பான்களைச் 'சொன்மைகளாக' மட்டுமே கொண்டிருக்கும் பண்பாடு இவை போன்ற செயல்பாடுகளில் ஈடுபடுவதென்பது தவிர்க்கவியலாதது என்பதே இவ்விரு கோட்பாட்டாளர்களின் அனுமானங்களாகும்.

ஏற்கெனவே பார்த்தது போல் இங்குச் சிக்கல் என உணரப்படுவது வடிவமற்ற, நிலையற்ற வாய்மொழிக் குறிப் பான்களே. இதுவே வாய்மொழிச் சமூகத்தையும் எழுத்து மொழிச் சமூகத்தையும் முரண்பட்டவையாய் மாற்றுகின்ற காரணி. இந்த அடிப்படை வேறுபாடே இச்சமூகங்களை வெவ்வேறு சிந்தனை முறைகளுக்கு இட்டுச் செல்கின்றது.

இத்தகைய அடிப்படையான வேறுபாட்டை முன் வைக்கின்ற ஓங் அதன் தொடர்ச்சியாக வாய்மொழிக் கதையாடல் உருவாக்கங்களில் செயல்படக்கூடிய உளவியல் தன்மைகளை வரிசைப்படுத்தத் தொடங்குகிறார். இந்த இடத்தில் 'ஓசை' என்ற மூன்றாவது கருத்தாக்கத்தையும் 'ஞாபகம்', 'நிலை யற்ற குறிப்பான்' என்ற முதலிரண்டோடு இணைத்துக் கொள்கிறார். வாய்மொழிச் சமூக நபர்களின் சிந்தனை யொழுங்கை விவரிக்கும் முயற்சியில் தவிர்க்கவியலாமல் அதற்கு முரணாக விளங்கும் எழுத்து மொழிப் பண்பாட்டு உள்ளத்தையும் விளக்குகிறார். கூட்டுத் தன்னிலை. பன்முகத் தன்மை, நிகழ்த்துதல் சார்ந்த கற்பனை, பயன்பாட்டளவில் நவீனமும், சிந்தனையளவில் மரபையும் கொண்டிருத்தல் போன்ற பல்வேறு வாய்மொழிப் பண்பாட்டுக்

குணங்களை வரிசைப்படுத்தும் ஓங் தனது அத்துணை விதமான முடிவு களுக்கும் தன்னால் காட்டக்கூடிய ஆதாரம் ‘சொன்மை’ மட்டுமே என்பதை உணர்ந்திருக்கவில்லை. இதன் காரணமாக அவரது உளஇயக்கவியல் முழுமையும் ‘ஊடகமே செய்தி’ என்ற அளவில் சுருங்கிப் போகிறது.

வாய்மொழிப் பண்பாட்டின் கருத்துப் புலப்படுத்த ஊடகம் ‘ஓசை’, ஓசை உச்சரிப்புச் சார்ந்தது, நிலையற்றது, வடிவமில்லாதது. எனவே இவ்வூடகம் நிரந்தரமின்மையைத் தன்னுள்ளேகொண்டிருக்கிறது. இத்தகையநிரந்தரமின்மையே, தொடர்ச்சியின்மையே வாய்மொழிக் கதையாடலின் பனுவலைத் தீர்மானிக்கிறது. எனவே இக்கதையாடல்களில் வெளிப்படும் செய்தி என்பது தொடர்ச்சியின்மையும் வலிந்து மேற்கொள்ளப்பட்ட ‘மரபு மீதான பக்தியுமே’ என்ற முடிவிற்கு ஓங் வந்து சேர்கிறார்.

ஆனால் ரிச்சர்ட் பாமனின் ‘நிகழ்த்துதல் கோட்பாடு வாய்மொழிக்’ கதையாடல்களை வேறொரு காரணியின் மூலமாக அணுகுகிறது(8). வாய்மொழியின் குறிப்பான் நிலை யற்றது, உச்சரிப்புத் தொடர்பானது என்பதை ‘நிகழ்வு’ என்று விளக்குகிற பாமன், ‘வாய்மொழிக் கலை ஒரு நிகழ்வு’ என்று வாதிடத் தொடங்குகிறார். வாய்மொழிப் பனுவல் மொழியை மட்டுமே தனது ஆதாரமாகக் கொள்ளாமல் வேறு பல கருத்துப் புலப்படுத்தக் கருவிகளையும் பயன்படுத்துகிறார்.

சான்றாக, நாட்டார் கதையொன்றைச் சொல்லுதல் என்பது ஒரு நிகழ்வு. மரபாக யோசித்தது போல் கதை சொல்லி உச்சரித்த செய்திகளை மட்டுமே அக்கதையாடலில் அடக்குவ தென்பது அரைகுறையான பனுவலாகவே காட்சி தரும். ஆனால் யதார்த்தத்தில் கதைசொல்லி கதையை மட்டுமே சொல்லிக் கொண்டிருப்பதில்லை; கதையைச் சொல்லிக் கொண்டிருக்கையிலேயே கதையில் சுவராஸ்யம் வேண்டி, கதைக்கு மேலும் மேலும் உண்மைத் தன்மையை ஊட்டுவது போல் சைகைகளில் பேசுகிறார்; பாவனைகள் செய்கிறார்; மொழிக்குள் அடங்காத ஓசைகளை எழுப்புகிறார்; கதையைச் சொல்லிக் கொண்டிருக்கும் சூழலைக் கதைக்குள் கொண்டு வருகிறார்; கதைக்கு உண்மையில் தொடர்பில்லாத பல்வேறு செய்திகளையும் சேர்த்துக் கொள்கிறார். இவ்வாறான சேர்க்கைகளெல்லாம் வழக்கமாக அவரால் செய்யப்படுபவை என்றும் சொல்ல முடிவதில்லை. வேறோர் சமயம், வேறோர்

இடத்தில் இதே கதையை அவரே சொல்ல நேர்கிறதென்றால் அங்கு முற்றிலும் மாறுபட்ட வகையில் அவர் இதனை நிகழ்த்தக் கூடும். அவர் என்ன மனநிலையில் நிகழ்த்திக் கொண்டிருக்கிறார் என்பது இங்கு முக்கியம். எனவே வாய்மொழிக் கதையாடல்கள் முழுக்கவும் நிகழ்த்துதல் சார்ந்தவை. அவை எதை வெளிப்படுத்துகின்றன என்ற கேள்விக்கான பதிலை அவற்றின் வாய்மொழிப் பனுவலில் தேடினால் மட்டும் போதாது; அவை எவ்வாறு வெளிப்படுத்தப்படுகின்றன என்பதையும் அறிதல் வேண்டும். நிகழ்த்தப்படும் கதையாடலே அவற்றின் பனுவலாக இருக்க முடியும்.

பாமனின் இத்தகைய சிந்தனைகள் வாய்மொழிக் கதையாடல்களை அணுகும் முறையை விளக்குவதற்குத் துணை செய்த அதே வேளையில் வாய்மொழிக் கதையாடல் என்ற ஆய்வுப் பொருளில் ஒரு நிச்சயமின்மையையும் தோற்றுவித்தன. வாய்மொழிக் கலை என்பது ஒரு நிகழ்வு என்றும் ஒவ்வொரு முறையும் அது புதிது புதிதாய் நிகழ்த்தப்படுகிறது என்றும் அறிவித்தது. இது ஆய்வு அரங்கில் புதிய வெளிச்சம் போல் தோன்றினாலும் வாய்மொழிக் கதையாடல்கள் என்பவை அறிய முடியாதவை எனும் மயக்கத்தையும் தோற்றுவித்தன. ஒரே வழக்காறு ஒவ்வொரு முறை சொல்லப்படும் பொழுதும் வெவ்வேறாக வெளிப்படுகிறது என்றால் எந்த நிகழ்த்துதலை அதன் முழுமையான, இறுதியான நிகழ்வு என்று வரையறுப்பது என்பதில் குழப்பம் தோன்றியது. அல்லது முழுமையான, இறுதியான, சரியான நிகழ்வு என்பது வாய்மொழி வெளிப்பாடுகளைப் பொறுத்த அளவில் எதுவுமில்லையோ என்ற ஏமாற்றம் தோன்றியது. 'திரிபு வடிவங்கள்' என்று சொல்லப் படுபவற்றுள் ஆய்விற்கான வடிவம் எது என்ற கேள்வி பதிலளிக்கப்படாமலேயே இருந்தது. வாய்மொழிக் கதையாடல் குறித்த சிந்தனையில் பாமனின் கோட்பாடு 'நிகழ்வு' என்ற கருத்தாக்கத்தை இணைத்ததைத் தவிர, வேறொரு பலனையும் தரவில்லை என்பது உண்மை.

பாமனின் 'திரிபு வடிவங்கள்' என்ற செய்தியும் வேறு பல ஆய்வாளர்களின் 'சூழல்' என்ற கருத்தாக்கமும் வாய்மொழிக் கதையாடலின் பனுவல் எது என்பதை அறிவதில் குழப்பத்தைத் தோற்றுவித்தன. ஒரே வழக்காற்றிற்கு ஏராளமான பனுவல்கள் இருப்பது போன்ற பதற்றம் உருவாக்கப்பட்டது. இதன் விளைவாக வாய்மொழிக் கதையாடல் என்பது மாறிக்

கொண்டிருப்பது, நிலையற்றது என்ற எதிர்மறையான விளக்கங்கள் வெளியிடப்பட்டன. 'நாட்டார்' என்பவர் இதன் மூலம் தடுமாற்றமுடையவராகவும். அதிவேகமாக மாறிக் கொண்டி ருப்பவராகவும் விளக்கமளிப்பதற்கான சாத்தியங்கள் உருவாயின. அதுநாள் வரையில் பழமை, மரபு, தொன்மம், வாய்பாடு, புதுமையை விரும்பாதது என்றெல்லாம் விவரிக்கப்பட்ட கதையாடல் ஆச்சரியப்படும் வகையில் அதனை வெளிப் படுத்துபவரைப் பொறுத்து அதி நவீனத்துவ வெளிப்பாடு போல் கற்பனை செய்யப்பட்டது. **வால்டர் ஜே . ஓங்கும்** இவ்விருவகைப் போக்குகளையும் தனது நூலில் 'சிந்தனையில் மரபானவை, பயன்பாட்டளவில் நவீனமானவை' என வெளிப்படுத்துவதைக் கவனிக்கலாம்.

பனுவல் பற்றிய மேற்கண்ட குழப்பம் 'பனுவலாக்கக் கோட்பாடு" என்ற பெயரில் வெளிப்படுத்தப்பட்டது(9). ஃபின்னிஷ் நாட்டார் வழக்காற்றியலரான **லாரி ஹாங்கோ பனுவலாக்கம்** என்ற பெயரில் திரிபு வடிவங்களுடனான சிக்கலை விடுவித்து வாய்மொழிக் கதையாடலை விளக்குவதற்கு முன் வந்தார். ஐரோப்பிய நாடுகளின் வழக்காறுகளில் அதிகக் கவனம் கொண்ட ஹாங்கோ பல்வேறு விதமான திரிபு வடிவங்களையும் இணைத்ததாகவே ஒரு வாய்மொழி வழக்காற்றின் பனுவல் அடையானப்படுத்தப்பட வேண்டும்; எவ்வளவு அதிகமான திரிபு வடிவங்களை உற்று நோக்கி அதன் திரிபுகளையெல்லாம் இணைத்து ஒரு பனுவல் செய்யப்படுகிறதோ அவ்வளவிற்கு அது 'செறிவான பனுவலாக' இருக்க முடியும்: வாய்மொழிக் கதையாடல் என்பது இந்த அளவில் செறிவான பனுவலாகவே இருக்க முடியும் என்று தனது பனுவலாக்கக் கோட்பாட்டை முன் வைக்கிறார்.

லாரி ஹாக்கோ சொல்லக்கூடிய 'செறிவான பனுவல்' யதார்த்தத்தில் காணப்படாதது; முழுக்கவும் ஆய்வாளர்களால் உருவாக்கப்படுவது; எத்தனை அதிமாகத் திரிபு வடிவங்கள் கிடைக்கப் பெறுகின்றனவோ அத்துணை அதிகச் செறிவை அப்பனுவல் பெறத் தொடங்குகிறது இதன் மூலம் வாய்மொழிக் கதையாடல்கள் பற்றிய ஆய்வு பனுவலைச் செய்வதிலிருந்தே தொடங்கிவிடுகிறது. இதன் மூலம் ஆய்வாளர் தனக்குக் கிடைக்கக்கூடிய அத்துணை வடிவங்களையும் அவை சரியானவை, தவறானவை என்கிற பேதமின்றிச் சேகரிக்கவும் பின்பு அவற்றைத் தொகுப்பதன் மூலம் செறிவான பனுவலை உருவாக்கவும் வேண்டியது தேவையாகிறது.

ஃபின்லாந்து நாட்டின் நாட்டார் வழக்காற்றியல் மரபில் வந்த லாரி ஹாட்கோவிற்கு 'காலேவாலா' காப்பியத்தை வடிவமைத்த லோன்ரெட்டின் ஆய்வு முறையியல் 'செறிவான பனுவல்' என்ற கருத்தாக்கத்தை வழங்கியிருக்கிறது என்பதில் ஆச்சரியமில்லை(10). ஆனால் ஐரோப்பியச் சமூகங்களின் நாட்டார் வழக்காற்றுப் பழக்கங்களுக்கும், மூன்றாம் உலக நாடுகளின் பழக்கங்களுக்குமான வேறுபாடு இங்கு முக்கியத்துவம் பெறுகிறது. சொற்பமான வழக்காறுகளையே நிகழ்த்துதல்களாகவும், பிற வழக்காறுகளை ஞாபகங்களாகவும், ஆவணப்படுத்தப்பட்ட வடிவங்களாகவும் கொண்டுள்ள ஐரோப்பியச் சமூகங்களில் நாட்டார் வழக்காறுகளின் திரிபு வடிவங்கள் எண்ணிக்கையளவில் குறைந்தவை.

'காலேவாலா' காப்பியத்தை மீட்டுருவாக்கம் செய்வதற்காக லோன்ரெட் அதன் திரிபு வடிவங்களைத் தேடி அலைகையில் அவரால் இதற்கு மேல் திரிபு வடிவங்கள் இருக்கவில்லை என்ற முடிவிற்கு வர முடிந்தது. இதற்கான காரணங்கள் இரண்டு; முதலில் 'காலேவாலா' காப்பியம் நிகழ்த்துக் கலையாக இருக்கவில்லை; இரண்டாவது காலேவாலா ஞாபகத்தை ஏராளமானோர் இழந்திருந்தனர்; அல்லது இழந்து கொண்டிருந்தனர். ஆனால் இந்தியா போன்ற நாடுகளில் இன்றைக்கும் நாட்டார் வழக்காறுகள் பண்பாட்டு வாழ்வோடு தொடர்புற்றிருக்கும் குழலில் திரிபு வடிவங்கள் என்பதே வழக்காறுகளின் தன்மையுமாக இருந்து கொண்டிருக்கிறது. 'மாறிக் கொண்டிருப்பதே வழக்காறு' என்ற குழலில் 'செறிவான பனுவலை' வடிவமைப்பதென்பது சரியான தீர்வாக இருக்க முடியாது என்பது வெளிப்பட்டை.

மேற்கூறப்பட்ட நான்கு கோட்பாடுகளும் வாய்மொழிக் கதையாடலை விளக்குவதிலான புதிய புதிய சிக்கல்களை வெளிப்படுத்தும் சூழலில் டெல் ஹைம்ஸின் 'இன யாப்பியல்' கோட்பாடு உத்தியைக் கையாண்டது(11) வாய்மொழி வாய் பாட்டும் வேறொரு கோட்பாட்டின் தொடர்ச்சியாகப் பேசுகின்ற டெல் ஹைம்ஸ் வாய்மொழிக் கதையாடல்களை அது புழங்கக்கூடிய சமூகத்தின் கருத்தாக்கங்களின் துணை யோடு விளக்க முயற்சிக்கும் முறையியலை 'இன யாப்பியல் என்பதாக முன் மொழிந்தார். இதன் மூலமே ஒரு சமூகத்தின் கதையாடல் அச்சமூகத்தின் அறிவுத் துறைகளின் மூலமே விளக்கப்படல் வேண்டும் என்றும் இதற்காக அச்சமூகம்

பயன்படுத்துகின்ற இன வகைமைகள், விளக்கங்கள் போன்றவை அறியப்பட வேண்டுமென்றும் சொல்லப்பட்டது. இதன் மூலம் ஒரு இனம் கதையாடலுக்கு என்ன விதமான விளக்கத்தை அளிக்கிறதோ அல்லது அளிக்க விரும்புகிறதோ அதுவே அக்கதையாடலின் அர்த்தம் என்று வரையறுக்கப் பட்டது. அதே போல் எந்தவொரு இனம் தனது விளக் கங்களை மறந்து விட்டதோ அங்கே கதையாடலின் அர்த்தம் சிதைகிறது என்றும் சொல்லப்பட்டது. 'அகப்பார்வை, புறப்பார்வை' என்ற உரையாடல்கள் மேலோங்கியிருந்த சூழலில் பெரிதும் விவாதிக்கப்பட்ட இக்கோட்பாடு, அகப்பார்வை புறப்பார்வை என்பவையும் கூட பிறிதொரு கதையாடல்களே; சமூகங்கள் அறிவுத் தொகுதியையும் நாட்டர் வழக்காறுகளையும் வெவ்வேறான மனப்பான்மைகளில் செய்கின்றன என்று அறிவிக்கப்பட்டதும் தனது வலுவை இழந்து போனது.

இதுவரையில் விவாதிக்கப்பட்ட ஐந்து கோட்பாடுகளும் வாய்மொழிக் கதையாடலைப் புரிந்து கொள்ளும் முயற்சியில் புதிய கருத்தாக்கங்களை அறிமுகப்படுத்தின என்றாலும் இவற்றின் அணுகுமுறையானது ஒரு சார்புடையதாகவே இருந்தது. வாய்மொழி வாய்பாட்டுக் கோட்பாடு வெளிப் படுத்திய ஞாபகப்படுத்தல், வாய்பாடு, அடிக்கருத்து, கதை வகை; உள இயக்கவியலின் பன்முகத்தன்மை, நிகழ்வு சார்ந்தது, சிந்தனையளவில் மரபு. பயன்பாட்டளவில் நவீனம்: நிகழ்த்துதல் கோட்பாட்டின் வாய்மொழிக்கலை என்பது ஒரு நிகழ்த்துதல்; பனுவலாக்கக் கோட்பாட்டின் செறிவான பனுவல்: இன யாப்பியலின் இனவகைமைகளும் விளக் கங்களும் போன்ற சிந்தனைகளெல்லாம் வாய்மொழிக் கதை யாடலின் அர்த்தங்களை வெளிப்படுத்தும் நபர் அல்லது கலைஞர் சார்ந்தே யோசித்தனவேயொழிய அக்கதை யாடல்களைப் பெற்றுக் கொள்ளும் பார்வையாளர்களைக் கணக்கிலெடுக்கத் தவறின. மேலும் கதையாடலைப் 'பனுவல்' என்று அணுகக்கூடிய முறையியல் வாய்மொழி அளவில் செயல்படுத்த முடிவதா என்பதையும் யோசிக்க மறந்தன. வாய்மொழிக் கதையாடல்களை நிகழ்த்துதல்கள் என வரை யறுத்துக் கொண்ட விதம் ஆய்வுத் தளத்தைச் சுருக்கியதாகவே அமைந்தது. மேலும் 'பனுவல்' சார்ந்த ஆய்வுகள் உத்திகளில் மட்டுமே தங்களது கவனத்தைக் கொண்டிருக்கும் என்பதும் அப்பனுவல் பயிலக்கூடிய பண்பாட்டு வெளியை அவை கணக்கிலெடுப்பதில்லை என்பதும் இங்கு முக்கியம்.

III

இதே காலக்கட்டத்தில் வாய்மொழிக் கதையாடல்கள் குறித்து வேறு வகையான ஆய்வுகள் மேற்கொள்ளப் பட்டிருந்தன. யூரி லாட்மென், ஹர்ஜித் சிங் கில் போன்றோரால் செய்யப்பட்ட இவ்வகை ஆய்வுகள் குறியியல் சிந்தனைகளைத் தங்களது அடிப்படைகளாகக் கொண்டிருந்தன. முந்தைய வகை ஆய்வுகள் நிகழ்த்துபவர் மீது தங்களது முழுக் கவனத்தையும் செலுத்தியது போல் இவ்வகை ஆய்வுகள் பார்வையாளரை மையப்படுத்தி விவாதம் செய்தன.

குறியியல் என்ற அறிவுப் புலத்தின் வாயிலாக 'பனுவல் மீது கொண்டிருந்த மயக்கமானது தெளிவடைகிறது. பனுவல் தனது உருவத் தன்மையை இழந்து சொல்லாடல் என்ற அருவமாக மாறுகிறது. எந்தவொரு செயலும் அதனை அனுபவிப்பவன் அல்லது உள்வாங்கிக் கொள்பவனைப் பொறுத்தே அர்த்தம் பெறுகிறது. எனவே பனுவல் என்பது ஒரு தொடக்கப் புள்ளியே தவிர, அதுவே முழுமையான ஆய்வுப் பொருள் அல்ல கதை யாடல் குறித்த ஆய்வுகள் பனுவலில் தொடங்கி அப்பனுவல் எவ்வாறு புரிந்துகொள்ளப்படுகிறது என்பதாகவே அமைதல் வேண்டும் என்று இந்த இரண்டாம் வகை ஆய்வுகள் வலியுறுத்தின.

யூரி லாட்மெனின் 'பண்பாட்டுப் பனுவல் கோட்பாடு' இத்தகைய அடிப்படையிலேயே வாய்மொழிக் கதையாடலை அணுக வேண்டுமென்று வாதிடுகிறது(12), வாய்மொழிக் கதை யாடல்களுக்கெனச் சொல்லப்பட்ட 'சூழல்', 'திரிபு வடிவங்கள்' போன்ற கருத்தாக்கங்களையெல்லாம் மறுத்துவிடும் லாட்மென், அக்கதையாடல்கள் "பண்பாடு" என்ற விரிந்த குழலில் செயல்படும் பனுவல்கள் என்பதாக விளக்குகிறார்.

வாய்மொழிக் கதையாடல்கள் நிகழ்த்தப்படுபவையே என்று ஏற்றுக் கொள்ளும் பண்பாட்டுப் பனுவல் கோட்பாடு இந்நிகழ்த்துதலைப் பார்வையாளர்களின் அணுகுமுறை யிலிருந்து விளக்க முனைகிறது. அதே போல் 'நிகழ்த்துதல் கோட்பாடு' வலியுறுத்திய 'சூழல்' என்பதையும் விரித்துப் 'பண் பாட்டுச் சூழல்' என அழைக்கத் தொடங்குகிறது. பண்பாட்டைச் சூழலாக வரையறுக்கிற பொழுது கதையாடல் என்பது தனித்ததல்ல என்றும் அது எப்பொழுதும் பல்வேறு வகையான கதை யாடல்களின் தொகுப்பாகவே நிகழ்கிறது என்றும் விளக்கப்பட்டது.

சனங்களும் வரலாறும் 262

நிகழ்த்துதல் என்பதை யோசிக்கத் துவங்கும் லாட்மென் வாய்மொழிக் கதையாடல்களுக்கும் எழுத்து மொழிக் கதை யாடல்களுக்குமான அடிப்படையான வேறுபாடொன்றை எடுத்துக் காட்டுகிறார். ‘நிகழ்வு’ என்பதை இழந்து உறைந்த பனுவல்களாகக் காணப்படும் எழுத்து மொழிக் கதையாடல் கடந்த காலத்தை மையப்படுத்தியது என்றும் நிகழ்த்தப்படுகிற வாய்மொழிக் கதையாடலின் பனுவல் எதிர்காலத்தை நோக்கியது என்றும் விளக்குகிறார். வாய்மொழியாய் நிகழ்த்தப் படுகிற அனைத்தும் ஏற்கெனவே தீர்மானிக்கப்பட்டதல்ல. நிகழ்த்தப்படும் சூழலைப் பொறுத்து அதன் பனுவல் எவ்வாறு கட்டமைக்கப்படுமென்றும் யாராலும் எளிதில் வரையறுத்து விட முடிவதில்லை. அதே போல் நிகழ்த்துபவரும் கூட நிகழ்வின் அடுத்த செயலை நோக்கியே தனது கவனத்தைக் குவித்து வைத்திருக்கிறார். அடுத்த கணம் என்ன என்பதே நிகழ்த்துதலின் உந்துதலாக இருந்து கொண்டிருக்கிறது.

வேறொரு வகையில் பார்ப்பதானால், நாட்டார் கதை யாடல்கள் அனைத்தும் ஏதாவதொரு உடனடித் தேவையைத் தங்களுக்குள் கொண்டுள்ளன. பழமொழியைச் சொல் வதானாலும் சரி அல்லது வில்லுப்பாடலொன்றை நிகழ்த்து வதானாலும் சரி ஒவ்வொரு வழக்காற்றுக்கும் பூர்த்தி செய்ய வேண்டிய உடனடித் தேவையொன்று இருந்து கொண்டிருக் கிறது. இத்தேவையை நோக்கியே எல்லாக் கதையாடல்களும் முன்னோக்கி நகர்ந்து கொண்டிருக்குகின்றன. இத்தகைய தன்மையையே ‘நாட்டார் வழக்காறுகள் பயிலக் கூடியவை’ என்று அழைக்கிறோம். இதனடிப்படையில் எழுத்து மொழியானது இறந்த காலத்தில், ஞாபகங்களாய், நடந் தவையாய், வரலாறாய்ச் செயல்படுகையில் வாய்மொழி எதிர்காலத்தை நோக்கிப் பயணப்பட்டுக் கொண்டிருக்கிறது.

எதிர்காலமே வாய்மொழிக் கதையாடலின் பனுவலை நகர்த்திச் செல்கிறது என்று விளக்கும் லாட்மென், அப்பனுவலை மரபான பனுவல் விளக்கங்களிலிருந்து முற்றிலும் மாற்றி விளக்குகிறார். வாய்மொழிப் பனுவல் பல்வேறு விதமான மொழிச் செயல்பாடுகளைக் கொண்டது. சான்றாகக் கோவில் கொடை விழாவில் நிகழ்த்தப்படும் வாய்மொழி வழக்காற்றின் பனுவல், அக்கோவில், அங்கு வாழும் தெய்வம், அதன் உருவங்கள். நம்பிக்கைகள் சடங்குகள், கதைகள், குறி சொல்லுதல், சாமியாடுதல், பலி கொடுத்தல், அருள்வாக்குச்

சொல்லுதல், சடங்குகள். நிகழ்த்தப்படும் கலைகள் எனப் பலவற்றையும் இணைத்ததாக அமைகிறது. குறிப்பிட்டவொரு வழக்காறு மட்டுமே முக்கியத்துவம் பெறுகிறது என்றாலும் அவ் வழக்காற்றை முன்னும் பின்னுமாக நடத்திச் செல்லும் பண்பாட்டு நிகழ்வுகள் அனைத்தும் விலக்க முடியாத வகையில் அவ்வழக்காற்றின் கதையாடல் உருவாகிறது. எனவே வாய் மொழிக் கதையாடலானது 'பண்பாட்டுப் பனுவல்' என்றே அணுகப்பட வேண்டும் என்பதே லாட்மெனின் சிந்தனையாக அமைகிறது.

லாட்மெனின் பண்பாட்டுப் பனுவல் கோட்பாட்டின் அடிப்படைகளை ஏற்றுக் கொள்ளும் ஹர்ஜித் சிங் கில்லின் 'சொல்லாடல் கோட்பாடு'(13), பண்பாட்டுப் பனுவலை வடிவமைக்கும் முறையென்று லாட்மென் குறிப்பிடுவதிலான நடைமுறைச் சிக்கலை முன்னிட்டு வேறொரு முறையொன்றை முன்வைக்கிறது.'சொல்லாடல்கோட்பாடென'அழைக்கப்படும் இவரது முறையியல் பண்பாட்டுப் பனுவலுக்குப் பதிலாகச் சொல்லாடல்' என்ற சொல்லைப் பயன்படுத்துகிறது, மூன்று தளங்களாகப் பிரிக்கப்பட்ட இம்முறையியல் பனுவல், சொல் லாடல், குறியியல் என்று வழங்கப்படுகிறது.

'கில், 'பனுவல்' என்று அழைப்பது வாய்மொழியால் செய்யப்படும் பனுவலையே. இப்படியானவொரு பனுவலிலிருந்தே ஆய்வைத் தொடங்க முடியும் என்று சொல்கிற இவர், பனுவலிலிருந்து சொல்லாடலை உருவாக்கும் முறையை இனவரைவியல் போல் செய்யத் தொடங்குகிறார். முதல் நிலையில், சேகரிக்கப்பட்ட பனுவல் சிறு அர்த்தக் கூறுகளாகப் பிரிக்கப்படுகிறது. இந்த அர்த்தக் கூறுகள் பனுவலில் செயல்படக்கூடிய சேர்க்கை மற்றும் இணைவு நிலைகளின் ஒழுங்கமைப்பைப் பேணக் கூடியவையாய் இருக்கின்றன. இரண்டாம் நிலையில் அர்த்தக் கூறுகள் ஒவ்வொன்றும் அந்தந்தப் பண்பாட்டுச் சூழலுக்கு ஏற்ப விரிவாக விளக்கப்படுகின்றன. இந்த விளக்கம் இனவரைவியலின் பிறிதொரு வடிவமாகவே அமைந்துள்ளது. பனுவலின் அர்த்தக் கூறுகளை விவரித் தலானது அச்சமூகத்திற்குள் செயல்படக்கூடிய பனுவலிடைச் செயல்பாடுகளை விளக்குவதாக அமைகின்றது. இதனால், லாட்மென் குறிப்பிடும் பண்பாட்டுப் பனுவலென்பது இன்னமும் விரிவான அளவில் அர்த்தக் கூறுகளுக்கான விவரணை களாக வெளிப்படுகின்றது.

இந்த விவரணைத் தொகுப்பையே கில் தனது ஆய்வுக்கான சொல்லாடல் என்று அழைக்கிறார். இச்சொல்லாடலைப் போன்றே அவ்வழக்காறு பண்பாட்டு உறுப்பினர்களால் உள்வாங்கிக் கொள்ளப்படுகிறது என்கிறார். மூன்றாவது நிலையில் அச்சொல்லாடலுக்குள் செயல்படக்கூடிய குறியியல் ஒருங்கமைவுகளைக் கண்டுபிடிப்பதாக அவரது முறையியல் முற்றுப் பெறுகிறது.

பண்பாட்டுப் பனுவல் கோட்பாடு, சொல்லாடல் கோட்பாடு ஆகிய இரண்டும் தத்தம் அணுகுமுறையைப் பார்வையாளர்களின் அளவிலேயே கொண்டிருப்பதை உணர்ந்து கொள்ள முடியும். அதே போல் மொழியால் செய்யப்பட்ட பனுவலை இவர்கள் ஆய்வுப் பொருளாகக் கருதாமல், அப்பனுவலிலிருந்து வேறொரு சொல்லாடலை உருவாக்கிக் கொள்கிறார்கள். இச்சொல்லாடலைப் 'பண்பாட்டுப் பனுவல்' என்று அழைக்கிறார்கள்.

III

வாய்மொழிக் கதையாடலின் குணங்களை ஆராய்ந்த இருவகைப் போக்குகளும் குணங்களை, வாய்மொழியின் தனித்தன்மை குறிப்பான்களின் அளவில் எழுத்து மொழியோடு அது கொண்டிருக்கும் வேறுபாட்டில் தோன்றுவதில்லை என்பதில் ஒத்த கருத்தினைக் கொண்டுள்ளன. ஆனால், முதல் வகையானது வாய்மொழிக் கதையாடல் கூறுகளைப், பனுவல் தளத்திலும் இரண்டாம் வகை சொல்லாடல் தளத்திலும் அடையாளம் காண்கின்றன. முதல் வகை ஆய்வு பனுவலை வெளிப்படுத்துபவர் சார்ந்த ஆய்வாகக் காணப்படுகிறது. நாட்டார் கலைஞரின் உளம், தனித் தன்மைகள், உத்திகள் போன்றவை விவாதிக்கப்படுகிறது. இரண்டாம் வகை ஆய்வு சொல்லாடலை மையப்படுத்துவதால் பார்வையாளர்கள் முக்கியத்துவம் பெறுகின்றனர். அதனைத் தொடர்ந்து பண்பாடும் கதையாடலின் ஒரு பகுதியாகக் கற்பனை செய்யப்படுகிறது.

வாய்மொழிக் கதையாடல்கள் நிகழ்த்தப்படுபவை; அவ்வாறு நிகழ்த்தப்படுகையில் மொழி என்ற எல்லையை மீறி வேறு வகையான கருத்துப் புலப்படுத்த சாதனங்களும் பயன்படுத்தப்படுகின்றன; கதையாடல் தனித்தியங்கக் கூடியதல்ல; மாறாகப் பல்வேறு வகைக் கதையாடல்களின் தொகுப்பாகச் செயல்படுகின்றது; 'நிகழ்த்துதல்' மூலம்

உடனடியான தேவை யொன்றை நோக்கி நகர்வதால் எதிர்காலத் தன்மையுடையது என்பன மேற்கண்ட ஆய்வுகளின் மூலமாக வெளிப்பட்ட முக்கியக் கருத்துக்கள்.

அதைப் போலவே வாய்மொழிக்கும் எழுத்து மொழிக்குமான வேறுபாடானது அவை செயல்படுத்தப்படும் அளவிலேயே ஏற்படுகிறது. எழுத்து மொழிப் பனுவலை உருவாக்குதலும் பின்பு அதனை வாசித்தலும் வெவ்வேறான செயல்பாடுகள்.இரண்டுமேதனிநபர்களுக்குள்நடைபெறுவன. அதனால் அப்பனுவலும் அதன் செல்லாடலும் தவிர்க்க முடியாமல் கடந்த காலத் தொனியைத் தங்களுக்குள் கொண்டுள்ளன. வாய்மொழியைப் பொறுத்தவரை பனுவலும் -சொல்லாடலும் வெவ்வேறு காலங்களில் நடைபெறுபவை அல்ல. இரண்டும் சமகாலத்தில் நடைபெறுபவை. பனுவல் சொல்லாடலையும்,சொல்லாடல்பனுவலையும்தொடர்ச்சியாக உருவாக்கிக் கொண்டிருப்பதாலேயே இதனை எதிர்காலம் சார்ந்தது என்றும் சொல்கிறோம்.

வாய்மொழிக் கதையாடல்களின் மையமாக எதிர்காலத் தன்மை செயல்பட்டுக் கொண்டிருக்கிறது என்றால், இக்கதையாடல்கள் வெளிப்படுத்தும் வரலாற்றுத் தன்மை என்பது என்ன என்ற கேள்வி இங்கு எழுகிறது. இத்தருணத்திலேயே எழுத்து மொழியில் 'வரலாறு' என யோசித்தது போலவே "வாய்மொழியிலும் வரலாற்றை யோசிக்க முடியுமா?" என்ற குழப்பம் தோன்றுகிறது. மரபான எழுத்து மொழியின் வரலாறு ஞாபகங்களை, கடந்த கால எச்சங்களை, நடந்து முடிந்தவற்றை அடிப்படையாகக் கொண்டது சான்றுகள். ஆதாரங்கள் எனச் சொல்லப் படுபவற்றிலிருந்து பெறப்படுபவை அனைத்தும் நேற்றைய தினத்தை மறுகட்டமைப்புச் செய்பவைதாம். இறந்த காலத்தைத் தரவுகளின் துணையுடன் கற்பனை செய்வதே இங்கு முதன்மை எழுத்து என்ற தன்மையும் இதையே ஆதரிக்கவும் செய்கிறது; எழுத்தின் நிலைத்த தன்மை, திரும்பிப் பார்க்கும் வசதி போன்றவையெல்லாம் வரலாற்றின் கடந்த காலத் தன்மையைப் பிரதிபலிக்கவே செய்கின்றன.

ஆனால் இதற்கு எதிர்ப்பதமாய்ச் செயல்படும் பேச்சுமாறுந் தன்மையையும், நிகழ்காலக் குணத்தையும், எதிர்காலச் சிந்தனையையும் கொண்டிருக்கிறது. ஒலி என்ற ஊடகம் தீர்மானிக்கிற செய்திகளும் கூட இவையே இந்தச்

சூழலில் 'வரலாறு' என்ற சொல் வாய்மொழிக் கதையாடல்களில் எதனைச் சுட்டுகிறது? வாய்மொழிக் கதையாடலில் வெளிப் படும் எந்தச் செய்தியைக் கடந்த காலத் தன்மையுடையதென அடையாளப்படுத்துவது? நாட்டார் வழக்காறுகளைப் பொறு த்தவரையில் அதிக பட்சமான வரலாற்றுக் கூறுகளை உள்ளடக்கியவை என்று அறியப்பட்ட பழமரபுக் கதைகள், தமிழ்ச் குழலில் நிகழ்த்துக் கலைகளாய்ப் பயின்று வருகின்றன. கதைப் பாடல்களான இந்தக் கதைகள் நிகழ்த்தப்படுகையில் அவற்றினுள் எதிர்காலத்தை நோக்கிய பார்வை மேலோங்கிக் கடந்த காலமானது மறக்கப்படுகிறது. கதைப் பாடலின் தெய்வங்கள், வீரர்கள் அனைவருமே இன்றைக்கும் தங்களது கோவிலை, ஊரை வலம் வந்து கொண்டிருப்பவர்கள். அப்படியானால் வாய்மொழியின் வரலாற்றுத் தன்மை என்றால் என்ன?

இந்தக் கேள்வியை வேறு விதமாய் அணுகலாம். எழுத்து மொழிச் சமூகம் தனது கடந்த காலத்தை வரலாறு என்ற பெயரில் கட்டமைக்கிறது என்றாலும் எதற்காகக் கடந்த காலம் கட்டப்பட வேண்டும் என்பதும் ஏன் ஒவ்வொரு காலக் கட்டத்திலும் கடந்த காலம் புதுப்பிக்கப்படுகிறது என்பதும் முக்கியம். கடந்த காலத்தின் கட்டமைப்பு மிகத் தெளிவாக நிகழ்காலத்தை ஒழுங்குபடுத்தத் துணை செய்கிறது. ஒவ்வொரு முறையும் நிகழ்கால மனிதன் தான் எங்கே நின்று கொண் டிருக்கிறோம் என்ற கேள்வியை எழுப்புகையில் அவனுக்கான பதில் கடந்த காவத்திலிருந்தே கிடைக்கிறது. கடந்ததற்கும், இன்றைய சூழலுக்கும் வருவிக்க முடிகிற தொடர்ச்சியே இன்றைய குழலின் அர்த்தத்தைக் கொடுக்கிறது. தொடர்ச்சியின்மையோ எதிர்மறையான விளைவுகளைத் தூண்டக்கூடியது. இதனாலேயே ஒவ்வொருகாலக்கட்டத்திலும் வரலாறு திருத்தி எழுதப்படுகிறது.

ஆனால் வாய்மொழிச் சமூகம் மூன்று காலங்களையும் ஒரே புள்ளியில் இயக்கிக் கொண்டிருக்கிறது. நிகழ்வு அல்லது செயல்பாட்டையே உருவமாகக் கொண்டுள்ள வாய்மொழிச் சமூகம் 'காலம்' தொடர்ச்சியானதென்றோ, துண்டாக்கப்பட்ட தென்றோ, நேர் கோட்டில் செயல்படுவதென்றோ கற்பனை செய்யவில்லை. வாய்மொழிச் சமூகத்தின் காலம் சுழன்று கொண்டிருக்கிறது. சுழற்சியின் வன்மையில் கடந்த காலம், நிகழ்காலம், எதிர்காலம் என்ற மூன்றும் இணைந்து முன்

னோக்கிய சுழற்சி மட்டுமே இயக்கமாக வெளிப்படுகிறது. வரலாறு அல்லது கடந்த காலம் போன்றவை வாய்மொழிப் பண்பாட்டில் நிகழ்காலத் தேவைகளாக உருமாறி நிற்கின்றன. நிகழ்காலத்திற்குப் பயன்படாதவை அனைத்தும் ஞாபகத்திலிருந்து அழிக்கப்பட்டு விடுகின்றன. வாய்மொழிக் கதையாடலில் வெளிப்படும் கடத்த காலமும் கூட நிகழ்காலத்தைச் சார்ந்து எதிர்காலம் குறித்த முனைப்பில் செயல்படுவதே.

குறிப்புகள்

Parry, Milman & A.B.Lord . 1960. The Singer of Tales. Cambridge Harvard University press.

Sassure, Ferdinand 1959, Course in General Linguistics, Newyork: Philosophical Library,

Gill, H.S, 1991, Mental Images and Pure Forms. New Delhi: Bahrli Publications

Derrida, Jacques. 1974. Of Grammatology. Baltimore : The John Hopkins University Press.

Dharmaraj. T. 1998, Typology of Two Paradigms : Theory and Praxis of Textual Interpretation". South Indian Folklorist, Vol: 2. No:1.

Foley, John Miles (ed.), 1990, Oral Formulaic Theory: A Folkore Casebook Newyork: Garland Publishing Company.

Ong. Waltor: J. 1982, Orality & Literacy. The Technologizing the World. New York: Methuen.

Bauman, Richard, 1977. Verbal Art as Performance. Austin : The University of Texas Press.

Honko, Lauri. 1998. Textualising the Siri Epic Helsinki: Suomalainen Tiedeakatemia.

Krohn, Kaare, 1971. Folkore Methodology. London: The University of Texas Press

Hymes, Dell. 1964, Language in Culture and Society Bombay : Allied Publishers

Lotman, Yuri, M. 1990, Universe of the Mind. Bloomington: Indiana University Press.

Gill, H.S., 1996. The Semiotics of Conceptual Structures. New Delhi: Bahri Publications

கட்டுரையாளர்கள்

1.ஆ. சிவசுப்பிரமணியன்
பேராசிரியர் (ஓய்வு)
தமிழ்த் துறை,
வ.உ.சி. கல்லூரி, தூத்துக்குடி...

2. ஆ. செல்லபெருமாள்
இணைப்பேராசிரியர்
நாட்டார் வழக்காற்றியல் துறை
தூய சவேரியார் (தன்னாட்சி) சுல்லூரி
பாளையங்கோட்டை.

3. மாற்கு சே.ச.
ஆர்.சி.மிஷன்
எம். கோட்டூர்
முத்துலாபுரம், எட்டையபுரம் வழி
தூத்துக்குடி மாவட்டம்

4. ஆ. திருநாகலிங்கம்
இணைப்பேராசிரியர்
தமிழியல் புலம்
புதுவைப் பல்கலைக்கழகம்
புதுச்சேரி.

5. ஆறு. இராமநாதன்
இயக்குநர் - பதிப்புத்துறை (பொ)
இணைப்பேராசிரியர்
நாட்டுப்புறவியல் துறை
தமிழ்ப் பல்கலைக்கழகம்
தஞ்சாவூர்,

6. தே. லூர்து
மேனாள் இயக்குநர்
நாட்டார் வழக்காற்றியல் ஆய்வு மையம்
தூய சவேரியார் (தன்னாட்சி) கல்லூரி
பாளையங்கோட்டை

7. பக்தவத்சல பாரதி
முதுநிலை விரிவுரையாளர்
பண்பாட்டியல் புலம்
புதுவை மொழியியல் பண்பாட்டு ஆராய்ச்சி நிறுவனம்
புதுச்சேரி.

8. ஞா.ஸ்டீபன்
இணைப்பேராசிரியர்
தமிழியல் புலம்
மனோன்மணியம் சுந்தரனார் பல்கலைக்கழகம்
திருநெல்வேலி,

9. டி. தருமராஜ்
விரிவுரையாளர்
நாட்டார் வழக்காற்றியல் துறை
தூய சவேரியார் (தன்னாட்சி) கல்லூரி
பாளையங்கோட்டை

10. ச.பிலவேந்திரன்
முதுநிலை விரிவுரையாளர்
பண்பாட்டியல் புலம்
புதுவை மொழியியல் பண்பாட்டு ஆராய்ச்சி நிறுவனம்
புதுச்சேரி.